કુલી બૅરિસ્ટર

લેખક : રાજેન્દ્રમોહન ભટનાગર
અનુવાદક : છાયા ત્રિવેદી

વિતરક

ગૂર્જર સાહિત્ય ભવન

રતનપોળનાકા સામે, ગાંધી માર્ગ, અમદાવાદ 380 001
Ph : 079-22144663 • email:goorjar@yahoo.com

TITLE : Kuli bêristara /
AUTHOR STAT : lekhaka : Rājendramohana Bhaṭanāgara ; anuvādaka : C
EDITION STAT : Prathama āvṛtti.
IMPRINT : Amadāvāda : Gūrjara Prakāśana, 2014
NATURE SCOPE : Novel.
LANGUAGE : In Gujarati.
Translated from Hindi. Translation of: Kuli¯ bairist?ara.
OCoLC#894477132

DKGUJ-10024

કિંમત રૂ. 300 પ્રથમ આવૃત્તિ : 2014

KULI BARRISTER
Original In Hindi - Written by Rajendra Mohan Bhatnagar
And Translated by Chhaya Trivedi
published by Gurjar Prakashan, Ahmedabad 380 006

ISBN : 978-81-8461-989-8

પૃષ્ઠસંખ્યા : 10+360
નકલ : 1250

પ્રકાશક : ગૂર્જર પ્રકાશન
ઉલ્લાસભાઈ મનુભાઈ શાહ : 202, તિલકરાજ, પંચવટી પહેલી લેન, આંબાવાડી,
અમદાવાદ-380 006. ફોન : 26564279

ટાઇપસેટિંગ : શારદા મુદ્રણાલય
201, તિલકરાજ, પંચવટી પહેલી લેન, આંબાવાડી, અમદાવાદ-380 006.
ફોન : 26564279

મુદ્રક : ભગવતી ઑફસેટ
સી/12, બંસીધર એસ્ટેટ, બારડોલપુરા, અમદાવાદ-380 004

બે બોલ

ત્રેવીસ વર્ષ અને ત્રણ મહિનાથી પણ વધુ સમય થયો છે, પરંતુ 'અર્ધનગ્ન ફકીર' નવલકથા પૂરી થવા આવતી નથી. વચ્ચે-વચ્ચે ઘણા સમય સુધી તો તેને હાથમાં જ નથી લઈ શક્યો. હવે જ્યારે 'આંતરરાષ્ટ્રીય ગાંધી સત્યાગ્રહ શતાબ્દી વર્ષ' ઊજવવામાં આવી રહ્યું છે ત્યારે ડૉ. હાર્ડીકરનો ફોન આવ્યો. તેમણે યાદ અપાવ્યું કે 'અર્ધનગ્ન ફકીર' જ્યારે આવશે ત્યારે આવશે, પરંતુ આ સમયે ગાંધી ઉપર કંઈક આપના તરફથી મળવું જોઈએ. કદાચ તેમાંથી આવે પણ ખરું, કેમ કે તેમાં આપે સત્યાગ્રહનું પ્રારંભિક તત્ત્વ-વિશ્લેષણ કથા સ્વરૂપે જીવંત કર્યું છે. આ વાત મારા માનસપટ પર સતત પડઘાતી રહી. મેં ફરી એ નવલકથા હાથમાં લીધી. તેને વાંચતી વેળા એ બધાં જ દશ્યો-પરિવેશો મારી સામે આવવા લાગ્યાં કે જે, તેના પઠન વખતે ચર્ચાયેલાં અને જે પ્રશ્નોએ વ્યાકુળતા ઊભી કરેલી.

ત્યારનું સત્ય શું આજનું સત્ય હોઈ શકે ? કેમ કે ત્યારની કરતાં આજની પરિસ્થિતિ ભિન્ન અને જટિલ છે. અંતે હું મારા એ પડાવ પર આવીને ઊભો રહું છું કે, સત્ય પ્રયોગ માટે નહીં, જીવવા માટે છે. ઈ.સ. ૧૯૫૪-૫૫ની વાત છે. જ્યારે આગ્રાની 'નાગરી પ્રચારક સભા'માં કાકા કાલેલકર આવેલા અને તેમના 'હિમાલયનો પ્રવાસ' પર ચર્ચા થઈ ગયા પછી 'ગાંધી' વિષય કેન્દ્રમાં આવી ગયેલો. ત્યારે મારો વિસ્તૃત લેખ 'સામ્યવાદ કા ભારતીયકરણ' ચર્ચામાં હતો. તેનાં થોડાં અઠવાડિયાઓ અગાઉ જ જયપ્રકાશ નારાયણ આગ્રાની સેન્ટ જોન્સ કૉલેજમાં આવ્યા હતા ત્યારે હું જે ટોળીમાં હતો, તેમાં ગાંધીને લઈને કોઈ ઉત્સાહ નહોતો. અમે લોકો માનવા લાગેલા કે, ભારતને આઝાદી મળવાનું કારણ અહિંસા નથી. આ બાબતે કાકા કાલેલકર અને જે.પી. સાથે ખૂબ ચર્ચા થયેલી, પરંતુ કોઈ તાત્પર્ય નીકળ્યું નહીં. તે વખતે રાંગેય રાઘવ પણ ત્યાં હતા અને ડૉ. રામવિલાસ શર્મા પણ હતા. તેમનામાં પણ ગાંધીને લઈને તે ઉત્સાહ નહોતો, જે ગાંધીવાદીઓ ટકાવી રાખવા માગતા હતા ! તેઓ સંદિગ્ધ હતા.

ઘણો સમય વીતી ગયો. મારો રાજનીતિનો નશો ઊતરી ગયેલો ! દલીલોનો કશો અર્થ લાગતો નહોતો, કેમ કે **ચર્ચા બાદ શૂન્યતા** વધુ ઘેરી બની જતી અને શ્રદ્ધા નબળી પડતી લાગતી'તી. એ પી. ભાર્ગવ હતા, **જેમણે મારી છપાયેલી** વાર્તાઓમાંથી અમુકને વર્ણવતાં વણમાગી સલાહ આપી દીધેલી કે, "તમે વાર્તાનાં માધ્યમથી એ ગાંઠને પણ યુક્તિપૂર્વક ઉકેલી દો છો, જેના પર દલીલો કુહાડા ચલાવીને થાકી જાય છે ! કાદવ વડે હાથ ધોવાથી હાથ સાફ થતા નથી."

ધીમે-ધીમે ઊઠતાં-બેસતાં, હરતાં-ફરતાં મારામાં વાર્તા સંવાદ જગાડવા લાગી અને હું ધીમે-ધીમે વાર્તા દ્વારા જીવનનાં રહસ્યને સમજવાનો પ્રયાસ કરવા લાગ્યો. અહીંથી ગાંધી પરની મારી હથોટી શરૂ થઈ. જૈનેન્દ્ર કહેતા રહેતા કે એમણે પોતાનો ઈશ્વર એટલે કે સત્ય - ત્યાંથી જ મેળવ્યું છે, જ્યાંથી ગાંધીએ મેળવેલું ! ગાંધીએ રસ્કિન અને ટૉલ્સ્ટૉયનાં સત્ય પર પડેલી રાખને ફંફોસી હતી.

દરેક દાર્શનિક, કલાકાર અને સાહિત્યકારે પોતાના સમયની રાખ ફંફોસવી પડે છે અને તણખો જ્યાં સુધી ફરી આગમાં પરિવર્તિત નાં થાય ત્યાં સુધી અટક્યા વિના મહેનત કરવી પડે છે. એકવાર આગ હાથ આવી જાય પછી તો અંધકાર પણ માર્ગ આપવા વિવશ થઈ જાય છે ! મને કંઈક આવો જ અનુભવ થયો કે, માણસની વાર્તા અગ્નિથી શરૂ થઈને અગ્નિ સુધી જાય છે. લખવા માટે એ આગની જરૂર છે.

બસ, ગાંધી ખૂલવા માંડ્યા ! એમની માણસાઈ પોતે જ માર્ગ ચીંધવા માંડી અને જે અદશ્ય અને અમૂર્ત હતું તેની અનુભૂતિ થવા લાગી. જોતજોતાંમાં આ કથા, 'અર્ધનગ્ન ફકીર'ની કથાથી દૂર થતી ગઈ અને આગ, જ્યોતિ બનીને પથદર્શક બનતી ગઈ.

ગાંધી, ભારતમાં જ્યાં રહેલા, ત્યાં હું પણ ગયો - રહ્યો અને તેમની સાથે સંવાદ સાધવાનો પ્રયત્ન કર્યો. સમય ચોક્કસ લાગ્યો, પરંતુ નિરાશાનાં વાદળો એવાં હટ્યાં કે આકાશ સ્પષ્ટ દેખાવા માંડ્યું - પોતાના સૂરજ-ચાંદ અને સિતારાઓની સાથે !

બ્રહ્માંડ અનંત છે, પરંતુ આપણે ચપટીભર પૃથ્વીવાસીઓ અનંત બ્રહ્માંડને ઉથલાવવાનો દાવો કરતા નજરે ચડીએ છીએ ! મૃત્યુપર્યંત વર્ણન કરવા માંગીએ છીએ, સ્વર્ગ-નર્કની કલ્પના સાથે ! મને લાગે છે કે આ રીતે આપણે બહારથી કંઈ પણ બનીને રહીએ, પરંતુ અંદરથી તો આપણી વામનતાની લાગણી દૂર કરી શકતા નથી.

ગાંધી એક સંઘર્ષ છે - એ સારાપણા અને ખરાબીઓ સાથે, જે કોઈમાં ઓછા કે કોઈમાં વત્તા અંશે હોય છે, પરંતુ બંને હોય તો છે જ. તેનું હોવું જ માણસને માણસ જેવો દેખાડવા માટે અંદર કે બહારથી માત્ર પ્રેરિત કરે છે એટલું જ નહીં, બલકે પોતાની આગ પરથી આવરણ હટાવવા, જિજીવિષા સાથે જીવવા અને ઘેરાવો તોડીને બહાર આવવાનો યત્ન પણ કરે છે. તે કોને જોડે છે અને કોને તોડે છે, તે જેઓ એમની સાથે રહ્યા તેમના માટે પણ સમજવું એટલું જ મુશ્કેલ છે, જેટલું એમની અનુપસ્થિતિમાં

એમને કે એમના વિશે વાંચીને અને મીમાંસકોનો દૃષ્ટિકોણ જાણી-સમજીને એમને જાણી લીધાનો દાવો કરનારાઓ માટે મુશ્કેલ છે!

ગાંધીમાં તે દરેક સારાપણું અને ખરાબીઓ હતી, જે મોટામાં મોટા મહાત્મા, અવતાર, રાજનેતા, નીતિકાર, ધર્મ સંસ્થાપકમાં પણ હોઈ શકે છે - એમ માનતા હોવા છતાં અમેરિકાના મહાન લેખક ગુન્થરને, જે કોઈની પણ પકડમાં આવી શકે નહીં એવા સૌથી વધુ પેચીદા માણસ ગાંધી લાગ્યા. કદાચિત્ મહાનતા આ જ હશે. જોકે, સ્પષ્ટપણે તે કહેવું પણ મુશ્કેલ છે.

ગાંધીએ રૂપ-કુરૂપની જાણે કે પરિભાષા જ બદલી નાખેલી! વક્તૃત્વમાં નબળા પડતા હોવા છતાં તેઓ પોતાની જાતને નબળી સિદ્ધ થવા દેતા નહોતા. જિજીવિષાના કેન્દ્રમાં સર્વધર્મની પ્રાર્થનાને રાખવા છતાંય જ્યારે તેમનો દીકરો થોડા સમય માટે પણ ધર્મપરિવર્તન કરીને મુસલમાન બને છે, ત્યારે બેચેન થઈ ઊઠે છે!

દરેક જણ ગાંડિવ ઉપાડી ન શકે કે સુદર્શન ચક્રનો પ્રયોગ કરવાનું દરેકનું ગજું નથી! બરાબર એવી જ રીતે અહિંસાનું શસ્ત્ર ઉઠાવવાનું દરેક જણ માટે સંભવ નથી. કોઈ મારે કે ન મારે, પોતે મૃત્યુ તરફ આગળ વધવું પડે છે. આવા લોકો ફળસ્વરૂપે મૃત્યુમાં જ શાંતિ પામે છે. મૃત્યુ પણ અહિંસા છે, જો તે બહુધા લોકોના કલ્યાણ માટે હોય તો! એ રીતે તે શુભ પણ છે. ગાંધીજીએ પૉલેન્ડની હિંસાને લગભગ અહિંસામાં રૂપાંતરિત કરીને દેખાડ્યું કે, આત્મરક્ષાના હિત માટેની હિંસા પણ અહિંસા જ ગણાય છે. જ્યારે આ જ સવાલ આચાર્ય વિનોબા ભાવેને, તેમના સહયાત્રી બનીને મેં પૂછ્યો હતો ત્યારે એમણે પણ આ જ કહેલું,

"અહિંસામાં ડૂબ્યા વિના તેને સમજવી તે મનને મનાવવા જેવું છે." શું શ્રી રામ અને શ્રી કૃષ્ણ અહિંસક નહોતા? આ મંથન અમુક ગાંઠો ખોલી શકે છે. આપ મૂવા વિના સ્વર્ગે ન જવાય - અહિંસાપ્રતિષ્ઠાયાં તત્સન્નિધૌ વૈરત્યાગઃ – આ મારી બૃહદ નવલકથાના ભાગે આવેલી ગૂંચો છે, જેને ઉકેલવાના અસંખ્ય પ્રયત્નો કરવા છતાંય ગૂંચવાતી જાય છે!

"પણ તમે કેમ ગૂંચવાવ છો, ભટનાગર? ગાંધીની જે પશ્ચાદભૂ પર એમનો પાયો રાખવા જઈ રહ્યા છો, તે નિરાકાર ઇમારતનો પાયો તો નંખાવા આવ્યો છે અને તે પણ એવી ઇમારતનો, કે જેનો નકશો બન્યા વિના જ પાયો નંખાવાનો પ્રારંભ થયો હોય!"

"પુષ્પા, તેં વાત તો મુદ્દાની કરી. ત્યારે તો તેઓ કિશોર હતા, અસફળ વકીલ, કમજોર, અપમાન પર અપમાન સહેનારા, પોતાના કચડાતા અસ્તિત્વના તટસ્થ દ્રષ્ટા!"

"રજા આપો."

"આટલી જલદી?"

"મારે આજે ઘણી જગ્યાએ જવું છે. તમને ગૂંચવાતા જોઈને સાથે વિતાવેલા

કૉલેજના દિવસો મને યાદ આવી ગયા અને ફરીથી તે સાબિત કરવાનો મોહ કે પછી કદાચ તક ગુમાવવાનું મન ન થયું કે, "પુરુષની પ્રથમ ગુરુ સ્ત્રી છે !" કૉફી પૂરી કરીને ઊઠતાં તેણે કહ્યું, "ભલા માણસ, કમ સે કમ મને આ કૃતિના પ્રથમ વાચક બનવાની ગુરુદક્ષિણા આપવાનું ભૂલતા નહીં !"

તે ચાલી ગઈ. ગાંધીનો તાવ ઊતરવા લાગ્યો અને ગાંધી ચાલી નીકળ્યો શક્યતાઓની કાલ્પનિક ક્ષિતિજ તરફ ધીમે-ધીમે ... જ્યાં તે મહાન નહોતો, જ્યાં તે સામાન્ય સ્તર પર બુદ્ધિશાળી હોવાનો પ્રયત્ન કરતો હતો. મને એક નબળા માણસની કલ્પના અત્યંત આકર્ષક લાગતી હતી !

અલબત્ત, શક્યતાઓની ક્ષિતિજ નથી હોતી તોપણ શક્યતાઓ હોઈ શકે તેનો ઇનકાર થઈ શકે નહીં. કારણ કે, તેના પર જ જીવવાનો બધોય મદાર છે. તો પછી આપને પણ તે ધૂંધળી, અસ્પષ્ટ પરંતુ સંમોહક અભિલાષાઓનાં અદશ્ય સરોવર તરફ કેમ ન લઈ જાઉં, જેનો ક્યારેક હું પણ સાથી બની શક્યો ? દુનિયાની સૌથી ઊંચી સડક ખરદુંગલા, જ્યાં ચામડાનાં જૂતાં જાતે જ સંકોચાવા માંડે છે અને શ્વાસ લેવો પણ દુષ્કર થઈ જાય છે. એવી રીતે અહીં પેન્ગોંગ સરોવર પણ છે, જેનો અડધો ભાગ લદ્દાખમાં છે અને અડધો ભાગ ચીનમાં છે અને જેનો સ્વાદ અત્યંત ખારો છે, જેનો મિજાજ એકદમ ઉછાંછળો - ખૂબ જ તોફાની ! દલ સરોવર કરતાં એકદમ વિપરીત. સો ફૂટ ઊંડાઈ - વધુ પણ હોઈ શકે, પરંતુ ઓછી નહીં.

તે વખતે ગાંધીની ગતિ, બુદ્ધિની રીતભાત, હૃદયનો લય વગેરે કોઈ એવા કિશોર યુવકને પોતાનામાંથી પસાર થતો જોઈ રહેલાં, જેનામાં રાહ પ્રાપ્ત કરવાની શોધ હતી. શક્યતાઓની આ યાત્રા, તે દરેકને અનિચ્છનીય અતિથિ બનવાનો સંકેત આપી રહી છે, જેમાંથી પસાર થઈને ગાંધીએ મહાત્મા બનવા સુધીની યાત્રા પૂર્ણ કરી છે.

એ સમયે દક્ષિણ આફ્રિકામાં દરેક સંભ્રાંત અને બુદ્ધિજીવી ભારતીય, ગુલામ હતા - ગુલામ સમાજનો કાચોપાકો ભાગ ! આ વાર્તા ત્યાંથી જ શરૂ થાય છે અને ત્યાં જ અલ્પવિરામ મેળવીને મહાનતાની તૈયારી પ્રતિ નિર્દેશ કરે છે. કાચું સરવૈયું, પાકા સરવૈયા કરતાં વધુ અગત્યનું હોય છે. આ નવલકથાની કુમળી મહેકમાં ક્યાંક આ જ નિર્દેશ છે.

અસ્તુ.

રાજેન્દ્રમોહન ભટનાગર
૧૦૫, સેક્ટર ૫ - એ, હિરન મગરી,
ઉદયપુર - ૩૧૩૦૦૨

નિવેદન

કુલી બૅરિસ્ટર પુસ્તક, ગાંધીજીના એ વય અને કાર્ય-કાળની કથા છે. જે એક સામાન્ય માણસને મહાત્મા બનાવે છે. ૨૩ વર્ષીય યુવક જ્યારે દક્ષિણ આફ્રિકા વકીલાત માટે જાય છે, ત્યારે ત્યાંની સામાજિક, રાજકીય પરિસ્થિતિ જોતાં વ્યક્તિગત આજીવિકાની બાબતને વીસરીને સમસ્ત સમાજ માટે – ગુલામ પ્રજાની સ્વતંત્રતા અને સન્માન માટે – લડત શરૂ કરે છે. તે પણ સત્ય અને અહિંસાના પાયા ઉપર! ૨૧ વર્ષ પછી ભારત પરત આવે છે તે મોહનદાસ કરમચંદ ગાંધી નહીં, બલકે મહાત્મા ગાંધીજી છે.

મૂળ લેખકે તેમની પ્રસ્તાવનામાં જણાવ્યું છે તેમ આ નવલકથા વાસ્તવના પાયા ઉપર સર્જાયેલી છે. મારા, તમારા, આપણા સૌની જેમ એક સાવ સાધારણ મનુષ્યના ઊર્ધ્વમૂલનની આ કથા છે. મૂળ કૃતિમાં ગાંધીજી માટે ખાસ કરીને કથનશૈલીમાં એકવચનનો ઉપયોગ કરવામાં આવ્યો છે. અનુવાદમાં પણ તેને જ અનુસરવામાં આવ્યું છે, તેની પાછળનો આશય મૂળ કૃતિની વધુ ને વધુ નજીક રહેવાનો છે. એક વચનનો ઉપયોગ મોહનમાંથી મહાત્માની આ યાત્રા વાચકોને પોતીકી લાગે એ આશયથી થયો છે. ગાંધીજી પ્રત્યેના આદર, લાગણી કે ગરિમા ક્યાંય તૂટે નહીં એવી ભાવના સાથે જ આ પુસ્તક તૈયાર કરવામાં આવ્યું છે.

ગાંધીજીની આ દક્ષિણ આફ્રિકાની સફરની સાથેસાથે મારા અનુવાદની યાત્રા એકરૂપ થઈને ચાલતી રહી છે. જ્યાંથી અટકી હોઉં ત્યાંથી આગળ જલદીથી ધપવાની સતત આતુરતા અને ખુશી અનુભવ્યાં છે. વાચકો અને ભાવકોને પણ આ પુસ્તકમાંથી પસાર થતાં એવી લાગણીની અનુભૂતિ થશે તો અનુવાદ કર્યાનો આનંદ ચોક્કસપણે બેવડાશે.

- છાયા ત્રિવેદી

તા.14-7-2014

એ-૧૨, અક્ષરધામ ઍપાર્ટમેન્ટ
પ્રેમચંદનગર પાસે,
જજીસ બંગલો રોડ,
બોડકદેવ,
અમદાવાદ

પ્રાર્થના

ઓ ઈશ્વર ! ભજીયે તને, મોટું છે તુજ નામ,
ગુણ તારા નિત ગાઈએ, થાય અમારાં કામ.
હેત લાવી હસાવ તું, સદા રાખ દિલ સાફ,
ભૂલ કદી કરીએ અમે, તો પ્રભુ કરજે માફ !
પ્રભુ ! એટલું આપજે કુટુંબ-પોષણ થાય,
ભૂખ્યા કોઈ સૂએ નહિ, સાધુ સંત સમાય.
અતિથિ ભોંઠો નવ પડે, આશ્રિત નવ દુભાય,
જે આવે મમ આંગણે, આશિષ દેતો જાય.
સ્વભાવ એવો આપજે સૌ ઇચ્છે અમ હિત,
શત્રુ ઇચ્છે મિત્રતા, પડોશી ઇચ્છે પ્રીત.
વિચાર-વાણી-વર્તને યાચું સૌનું શ્રેય,
સગાંસ્નેહી કે શત્રુનું ઇચ્છું કુશળક્ષેમ.

કુલી બૅરિસ્ટર

❊

લેખક : રાજેન્દ્રમોહન ભટનાગર

અનુવાદક : છાયા ત્રિવેદી

૧

રોજ સૂરજ ઊગતો, રોજ સૂરજ ડૂબતો ! દિવસ-રાત સમુદ્ર જ હતો, તેની તેજ ખારી હવા વહેતી હતી. તોફાની લહેરો કોલાહલ મચાવતી. સ્ટીમરને આખેઆખી હલબલાવતી ! આકાશ જાણે કે પહેરો ભરતું ! મોહનદાસ કરમચંદ ગાંધી ડેક (તૂતક) ઉપર આવીને ઊભો રહેતો અને તરબતર ભીંજાઈ જતો. જોકે, તેનો વિચાર તેનાથી આગળ વધી શકતો નહોતો કે દરિયાઈ જીવ, કે જે કાયમ દરિયામાં જ સમાયેલા રહે છે, તેમાંથી ખારી વાસ કેમ નથી આવતી ? પણ, ત્યાં જવાબ આપનારું કોઈ નહોતું. સઘન નીરવતા, એકસાથે પથ્થર તોડવાના ક્યારેક તીવ્ર તો કદી મધ્યમ અવાજને ફેલાવ્યા કરતી !

પહેલાં વકીલાતનું ભણવાનું અઘરું લાગતું હતું ને હવે તે પાસ કર્યા પછી પોતાને વકીલ સિદ્ધ કરવાનું અઘરું લાગતું હતું. કાશ ! આ કામ ભારતમાં રહીને જ સહેલું થઈ ગયું હોત તો પોતાનું ઘર છોડીને પરાયા મુલકમાં પહોંચવા કમને ટિકિટ શા માટે લેવી પડત ?

ઇંગ્લૅન્ડથી બે વર્ષ પહેલાં જ તો તે ભણીને પાછો આવેલો. ત્યારે ત્યાં પણ પોતાનું ઘર યાદ આવ્યે રાખતું હતું. આજીવિકા માટે આટલું દૂરનું અંતર કાપવું સહજ નહોતું. ત્યાં પત્ની કસ્તુરબા સાથે એક સંતાનને મૂકીને નીકળવું પડેલું. આખા પરિવારે તેની પાસે કેટલી આશા રાખી હતી ? તે વખતે વકીલ બનીને પાછા આવ્યાનો નિશ્ચિત અર્થ હતો કે, ઘરના ઉંબરે આકાશને આંબતી ખુશીના દિવસોનું ઝડપથી આગમન થયા કરવું, પરંતુ તેના મનમાં વકીલાતનું ભણવા જતી વખતે ન એવું કંઈ હતું કે ન તો વકીલ થઈને પરત ફરતી વેળા એવું હતું ! તેની અંદર અજ્ઞાત શૂન્યતા હતી.

તેની શૂન્યતાને મમીબાઈ વધારે ઘેરી કરી દેતી હતી. મમીબાઈની મોટી મોટી તીક્ષ્ણ ધારદાર આંખો તેનો પીછો કરતી રહેતી. જે એને કંઈ જ કહ્યા વિના કંઈક પૂછતી રહેતી !

તે અભ્યાસમાં રત રહેતો - ક્યારેક મેઇનનો 'હિન્દુ લૉ' તો કદી 'એવિડેન્સ ઍક્ટ'. દિવસ-રાત એક કરી દીધેલાં. સ્વાભાવિક હતું કેમ કે પહેલો કેસ હતો. એક દિવસનું કામ હતું. ત્રીસ રૂપિયા ઍડવાન્સ મળી ગયા હતા. આ કેસ પણ દલાલ મારફત મળ્યો હતો. દલાલને દલાલી જોઈતી હતી. તે માન્યો નહીં. છેવટે દલાલ હારીને પાછો ગયો. દલાલ જતી વખતે કહેતો ગયો, "વકીલસાહેબ અહીં નીચેથી લઈને ટોચના વકીલનું કામ દલાલ વિના ચાલતું નથી. તમારે લાંબી રેસના ઘોડા બનવું હોય તો દલાલને રાજી રાખવો પડશે."

તે ચાલ્યો ગયો. કેસ તેની પાસે જ રહ્યો. તે કેસ માટે એણે પૂરાં દિલથી મહેનત કરી. આ તેનો પહેલો કેસ હતો અને તે પણ સ્મૉલકૉઝ કૉર્ટમાં. જેના પર દાવો કરવામાં આવ્યો હતો, તેના તરફથી દલીલ કરવાની હતી. મમીબાઈએ બુરખામાંથી મોં કાઢીને કહેલું, "વકીલસાહેબ સચ્ચાઈની જીત થાય, તેની મર્યાદા-પ્રતિષ્ઠા જળવાઈ રહે, તેનો પૂરતો ખ્યાલ રાખવાનો છે. મોટા ભાગે કૉર્ટ-કચેરીમાં જૂઠના પક્ષમાં ફેંસલો થતો હોય છે. દલાલે જણાવ્યા મુજબ આપનો આ પહેલો કેસ છે. ખુદા ફતેહ કરે."

હવે તે સ્મૉલકૉઝ કૉર્ટમાં હતો. ઊલટતપાસ શરૂ કરવાની હતી. ઊભો થયો ને પહેલાં તો પગ ધ્રૂજવા માંડ્યા, પછી માથું ભમવા માંડ્યું અને ત્યારબાદ આંખ સામે અંધારા આવવા લાગ્યા. જીભ તો જાણે તાળવે ચોંટી ગઈ ! અવાજ જ ન નીકળ્યો. કશમકશ લથડાવા લાગી. ચહેરા પર પરસેવો વળી ગયો. જજે શું વિચાર્યું હશે, ખબર નહીં, પરંતુ વકીલોનો હસવાનો અવાજ આજે પણ કાને પડઘાઈ રહ્યો છે !

ગાંધીએ દલાલની હથેળીમાં દસ-દસની ત્રણ નોટ મૂકી અને મમીબાઈ તરફ જોયા વિના જ કચેરીના પરિસરની બહાર આવી ગયો. હજુ પણ "એમ. કે. ગાંધી, બૅરિસ્ટર"ની તકતી, પવનની તેજ ગતિ સાથે અથડાઈને જાણે કે ધડામ્ કરતી નીચે પડશે તેવું લાગી રહ્યું હતું !

ત્યારે શું થયેલું ? શા માટે થયેલું ? પહેલો કેસ હતો, તૈયારી પણ પુરજોશમાં કરેલી. છતાં પણ પગ કેમ ધ્રૂજવા માંડેલા ? હોઠ કેમ સિવાઈ ગયેલા ? અને આંખ સામે કેમ અંધારું છવાઈ ગયેલું ?

વિલાયતમાં લૅટિન સાથે મૅટ્રિક કર્યું હતું. રોમન લૉની પરીક્ષામાં એક પેપર લૅટિન ભાષામાં જ આપવાનું હોય. આમ તેને લૅટિનથી ઘણો ફાયદો થયો. તે શાકાહારી મંડળની કારોબારી સમિતિમાં સામેલ થયો. ત્યાં ખૂબ સાંભળતો રહ્યો, પણ બોલવાના નામે મીંડું !

ડૉ. ઓલ્ડફિલ્ડે તેને સ્પષ્ટપણે પૂછ્યું હતું, "ગાંધી તું મારી સાથે તો ખૂબ

મોજથી અને ઘણા લાંબા સમય સુધી વાત કરી લે છે, કોઈ હિચકિચાટ વિના. પરંતુ સમિતિની બેઠકમાં તું મૂંગો કેમ બની રહે છે ?"

શાકાહારી મંડળના અધ્યક્ષ મિ. હિલ્સ હતા, ટેમ્સ આર્યન વર્ક્સના માલિક. તેમાં એમણે જ પૈસા રોક્યા હતા. તેઓ નીતિપરાયણ હતા. પાક્કા સિદ્ધાંતવાદી. તે સમયે ઇંગ્લૅન્ડમાં પ્રજોત્પત્તિ પર કૃત્રિમ ઉપાયોથી અંકુશ રાખવાના આંદોલને જોર પકડેલું. સમિતિમાં પણ તે મુદ્દો ઊઠ્યો. ડૉ. ઍલિન્સન તે ઉપાયોના ફક્ત સમર્થક જ નહોતા, બલકે તેઓ મજૂર વર્ગમાં જોરશોરથી તેનો પ્રચાર પણ કરતા હતા.

સમિતિની આપાતકાલીન બેઠક હિલ્સ દ્વારા બોલાવવામાં આવી હતી. તે પણ ફક્ત એટલા માટે કે સમિતિ માત્ર આહાર-સુધાર પૂરતી જ સીમિત નથી, તેનું ક્ષેત્ર નૈતિકતા સુધી છે. ગાંધીને પણ ડૉ. ઍલિન્સનના વિચારો ઘાતકી - અપ્રાકૃતિક લાગતા હતા તેમાં કોઈ શંકાને સ્થાન નહોતું. તે ઉપાયોથી વ્યભિચારનું પ્રમાણ વધવાનું જોખમ સ્પષ્ટપણે દેખાતું હતું. નક્કી એ કરવાનું હતું કે ડૉ. ઍલિન્સનની સાથે તેમના જેવા વિચારો ધરાવનારા અન્ય સભ્યોને પણ સમિતિમાંથી હટાવી દેવામાં આવે.

આ બાબતે ગાંધીનું મન સંમત નહોતું. મતભેદનું પણ પોતીકું ચરિત્ર છે, પોતાની ભૂમિકા છે. તેની દૃષ્ટિએ આવું પગલું ભરવું તે શાકાહારી મંડળનાં ક્ષેત્રની બહારનું હતું.

આ વખતે તે ચુપ નહીં રહે, અન્યથા અન્યાયને વેગ મળશે. ડૉ. ઓલ્ડફિલ્ડને તેણે કહ્યું, "ડૉક્ટર આ વખતે અમે બોલીશું, તમે સાંભળજો !"

"એમાં કઈ નવી વાત છે ? એ તો અમે તને સાંભળી અને પચાવી લઈએ છીએ, ગાંધી ! અમે એ પણ જાણીએ છીએ કે તું ખાસ્સું બોલી લે છે. તો પછી અમારી સામે બોલીને શું ધાડ મારી લઈશ ?"

"ડૉક્ટર, આ વખતે આ મૂંગો, સમિતિની બેઠકમાં બોલશે !"

"શ્રદ્ધાનો પુરાવો આપવા માટે !" ડૉ. ઓલ્ડફિલ્ડે કટાક્ષ કર્યો. તેઓ જાણતા હતા કે ગાંધીને મિ. હિલ્સમાં શ્રદ્ધા છે. તેનો પ્રશંસક પણ છે.

"નો ડૉક્ટર, શ્રદ્ધા વ્યક્તિગત બાબત છે. વૈચારિક સ્વતંત્રતા શ્રદ્ધાની આડે આવતી નથી."

"આ તું કહે છે, ગાંધી ?"

"હા, હું કહું છું."

"તું ડૉક્ટર ઍલિન્સન અને તેમના જેવા વિચારકોના પક્ષમાં છો ?"

"હું સત્ય અને ન્યાયના પક્ષમાં છું. તેમની બરતરફી અને બહિષ્કાર યોગ્ય નથી.

કારણ કે શાકાહારી મંડળનું ક્ષેત્ર તેના પ્રચાર પૂરતું છે. જેમ કે, મિ. હિલ્સનો વિચાર પ્રજોત્પત્તિના કૃત્રિમ ઉપાયો પર અંકુશ મૂકવાના પક્ષમાં નથી, તો ન હોય. આ તેમનો અંગત મત છે. બરોબર એ જ પ્રમાણે ડૉ. ઍલિન્સનના વિચાર પ્રજોત્પત્તિના કૃત્રિમ ઉપાયો ઉપર અંકુશ મૂકવાના પક્ષમાં છે. તે પણ એમનો અંગત મત છે." ગાંધીએ પોતાનો તર્ક પોતાના સ્વભાવથી વિપરીત થોડો આવેશપૂર્વક રજૂ કર્યો. જોકે, તેનો ચહેરો લાલચોળ ન થયો કે ન તો તેના અવાજમાં ધ્રુજારી વધી.

"જો તારો અવાજ આ ધમાકા સાથે સમિતિમાં ઊઠશે તો મને આનંદ થશે, ગાંધી."

"તમને કોઈ શંકા છે ?"

"ઇન્ડિયન મજલિસમાં પણ તું જતો હતો ?"

"હું ત્યાં ત્યારે ગયેલો, જ્યારે હું ત્યાંનો સભ્ય નહોતો. ત્યાં ભાષણ થતાં'તાં - ખૂબ ઊંડાણવાળાં, જોશભર્યાં અને જાનદાર. તેમાં બહુધા દેશભક્તિ ઉપર ચર્ચા થતી, પરંતુ ડૉક્ટર, તમને કોણે કહ્યું ?" ગાંધીએ અર્થહીન પ્રશ્ન કરી લીધો.

"ઇન્ડિયન મજલિસના સેક્રેટરી અરવિંદે મારા મિત્ર હોપ્સને કહેલું, અને . . ."

"એમણે તમને જણાવ્યું હશે કે હું ત્યાં પણ મૂક શ્રોતા બની રહેતો હતો. તે લોકોના કહેવા છતાંય મેં ક્યારેય એક પણ પ્રશ્ન ઉઠાવ્યો નહોતો. જોકે, કદી કોઈ અંગ્રેજને પણ મેં ત્યાં જોયો નથી."

"પણ તેણે તને જોયેલો અને તેને તારો ચહેરો-મહોરો એટલે પણ યાદ રહી ગયેલો કે તારું નામ બોલાયા છતાં પણ તું કંઈ જ બોલ્યો નહોતો ! જોકે, ઇન્ડિયન મજલિસ કેમ્બ્રિજના ભારતીય વિદ્યાર્થીઓ પૂરતી સીમિત હતી, તોપણ તે બે-ત્રણ વાર ત્યાં ગયેલો. તે પણ ભારતની સ્વતંત્રતાનો પક્ષકાર હતો." ડૉ. ઓલ્ડફિલ્ડે પોતાની વાતનો ક્રમ જાળવતાં કહ્યું, "અને હું પણ છું. દરેક પ્રામાણિક અને માનવપ્રેમી માણસ કાયમ ન્યાય, સદાચાર અને સ્વાધીનતાનો પક્ષકાર હોય છે, એકદમ તારી જેમ. તારામાં વૈચારિક સ્વતંત્રતાને લઈને અત્યારે જે મંથન ચાલી રહ્યું છે તેને અવશ્ય વ્યક્ત કરજે અને યાદ રાખજે કે આ રીતે વ્યક્તિ, પોતાના અસ્તિત્વના એ સંવાદ બોલે છે, જે બીજાઓના વિચારોથી અસંમત હોવા છતાં પણ માનવ-ધર્મના પક્ષકાર હોય છે."

કારોબારીની બેઠક ચાલી રહી હતી. મિ. હિલ્સ તે બેઠકના એકમાત્ર એજન્ડા ઉપર પ્રકાશ પાડી ચૂકેલા અને અન્ય સભ્યોને પોતપોતાના વિચાર રજૂ કરવા માટે આમંત્રિત પણ કરી ચૂક્યા હતા.

ઓલ્ડફિલ્ડની નજર ઘણી વાર ગાંધીને ટકરાઈને પાછી વળી. ગાંધી અંદરથી પૂરેપૂરી શક્તિ એકઠી કરવા છતાંય પોતાને કંઈ જ કહી શકવાની સ્થિતિમાં જોતો

નહોતો! કેવી રીતે બોલે? આમ તો તે બોલવાનો અભ્યાસ પણ કરી ચૂકેલો, પરંતુ તેનામાં હિંમત નહોતી કે તે કંઈ બોલી શકે. છેવટે તેણે પોતાના એ વિચાર, જે એક કાગળ પર લખીને લાવેલો, તે કાગળ ચૅરપરસનને મોકલ્યો. પોતે ઊભા થઇને તે કાગળ વાંચી જવાની હિંમત પણ તે દર્શાવી શક્યો નહીં! ચૅરપરસને તે કાગળ અન્ય સભ્ય પાસે વંચાવ્યો.

તેણે આટલેથી જ સંતોષ માન્યો. ખરેખર તો એમ કહેવું ઉચિત ગણાય કે, તેને એટલેથી જ સંતોષ માનવો પડ્યો! પછીથી ડૉ. ઓલ્ડફિલ્ડે કહ્યું,

"જે કર્યું તે પણ તારી હિંમત દર્શાવે છે. તું એક વકીલ થવા જઈ રહ્યો છે અને આ વ્યવસાયની સફળતાનો બધો જ આધાર વાક્ચાતુર્ય ઉપર અને પોતાના મતને ચતુરાઈથી પ્રસ્થાપિત કરવા ઉપર રહેલો છે. દરેક વ્યવસાય સાથે તેનું કર્મ-કૌશલ્ય પણ જોડાયેલું હોય છે. જેમ કે, મારા વ્યવસાયમાં ઓછું બોલવું અને તોળી-તોળીને બોલવું."

ડૉ. ઓલ્ડફિલ્ડ તેનાથી ફક્ત ઉંમરમાં જ મોટા હતા એમ નહીં, બલકે તેમનો અનુભવ પણ ખૂબ બહોળો હતો અને જે તેમની તટસ્થ સાધનાનું પ્રતીક હતો. તેમાં કોઈ શંકા નથી કે વકીલે હાજરજવાબી અને તલસ્પર્શી હોવું જોઈએ.

* * *

તે જ સમયે સ્ટીમર ઊછળતાં, જોશીલાં મોજાંઓની થપાટ ખાતી હાલકડોલક થઈ ઊઠી. કપ્તાન પોતાની કૅબિનમાં પાછો આવ્યો. ગાંધી પણ તે કૅબિનમાં જ હતો. કપ્તાને કહ્યું, "લામુ બંદર અને મોમ્બાસાની વચ્ચે મોટા ભાગે દરિયો સ્ટીમરોને કંઈક વધારે જ હેરાન કરે છે! ઝાંઝીબાર પહોંચીને કંઈક રાહત મળશે."

"ત્યાં એવું શું છે કે ત્યાં પહોંચતાવેંત જ રાહત મળી શકશે?"

"એક તો ત્યાં આપણે આઠથી દસ દિવસ સુધી રોકાવું પડશે. બીજું ત્યાં મોજમજા કરી શકાય છે." એટલામાં જ તે શેતરંજની બંને બાજુના પ્યાદા ગોઠવી ચૂક્યો હતો. ગાંધી તેની પાસેથી શેતરંજ શીખી રહેલો. કપ્તાનને આવો જ નવો નિશાળિયો શેતરંજનો ખેલાડી જોઈતો હતો, જેને તે લગાતાર હરાવી શકે!

ઝાંઝીબાર બંદરેથી નવી સ્ટીમર પર આગળનો પ્રવાસ કરવાનો હતો. એ તો ઈશ્વરની કૃપા જ રહી કે આ પ્રવાસ દરમિયાન જ્યારે સ્ટીમરના અન્ય પ્રવાસીઓ બીમાર રહ્યા ત્યારે તે સ્વસ્થ રહ્યો. એક મહિનો અને સાત દિવસના આ પ્રવાસમાં તેના મનમાં સતત એ વિચાર જુદી-જુદી રીતે આવતો રહ્યો કે પોતાના દેશમાં કંઈક **મેળ પડ્યો હોત તો તેને જોજનો દૂર શા માટે આવવું પડત?**

* * *

મુંબઈમાં રહેતી વખતે તેને એકવાર એવો પણ વિચાર આવેલો કે જો તેને કોઈ શાળામાં અંગ્રેજી ભણાવવાનું કામ થોડા સમય માટે મળી રહે તો તે પાર્ટ ટાઇમ જૉબથી વકીલાતના વ્યવસાયની મંદીમાં રાહત મળી જાય ! જે બૅરિસ્ટરની વકીલાત ચાલતી'તી, તેને તો ટંકશાળ પડતી ! ગજબનાક આવક થતી અને તેમનો ઠસ્સો તો જોવાલાયક રહેતો. તેમાં જ સર ફીરોઝશાહ મહેતાનું નામ આવતું. કાયદો તેમની જીભ પર રહેતો ! જ્યારે તેઓ ઊલટતપાસ કરતા ત્યારે તેમની દલીલો સાંભળીને આશ્ચર્યચકિત થઈ જવાતું. એવું જ નામ બદરૂદ્દીન તૈયબજીનું હતું. ન્યાયાધીશ પણ તેમને આદર આપતા.

લાલચંદ ધીમાભાઈ સૉલિસિટર હતા. તેઓ ક્યારેક ગાંધીને સમજાવતા રહેતા, "અહીં તું ધંધાથી જોડાયેલો છે. દરેક ધંધાના વિકાસ માટેના તેના પોતાના નીતિ-નિયમો હોય છે. ધંધામાં બરકત ત્યારે શરૂ થાય છે જ્યારે ધંધાને ચમકાવનારા લોકો અનુભવી અને નામાંકિત હોય ! એમને તું દલાલ માનીને ન ચાલ. એમનો પણ આ ધંધો છે. સમજ અને જાણકારીમાં તેઓ ઘણા વકીલોને ધૂળ ચાટતા કરી શકે છે !" તેઓ ચાની ચૂસકી લેતાં આગળ બોલ્યા,

"હું જોઈ રહ્યો છું કે તું કંઈક ખોવાયેલો-ખોવાયેલો અને ડર્યો-ડર્યો રહે છે. પુસ્તકોમાંય માથું ખોસી રાખે છે. યાદ રાખ, જે પુસ્તકોમાં નથી, તેને કરી દેખાડવું એ ખરી આવડત છે. તું તારી અંદર આવડત ઊભી કર અને નીડર થઈને હિંમત અને વિશ્વાસ સાથે આગળ આવ."

તેઓ ચાલ્યા ગયા, પરંતુ ગાંધીને કંઈ ખાસ સમજ ન પડી ! તે ખાલી બેઠાં-બેઠાં ક્યારેક બ્રમના 'કૉમન લૉ', ટ્યૂડરનાં 'લીડિંગ કેસેજ', સ્નેલનાં 'ઇક્વિટી' (ન્યાય-સંગતિ)નાં પાનાં ઊથલાવવા માંડતો હતો. ત્યાં સવારે દરિયાકિનારે ફરવા જવાના કારણે એક અંગ્રેજ જૉનસન બૅરિસ્ટર તેનો મિત્ર બની ગયેલો. તે ખૂબ મોટો વકીલ હતો.

એક દિવસ તેણે કહ્યું, "મિસ્ટર ગાંધી, ઇંગ્લૅન્ડ જઈને કાનૂનની ડિગ્રી હાંસલ કરીને અને અઢી-ત્રણ શિલિંગ દઈને ઇંગ્લૅન્ડની હાઈકોર્ટમાં પોતાનું નામ નોંધાવા માત્રથી કંઈ વકીલાત ચાલતી નથી. વકીલાત તો ઉત્તમ ઊલટતપાસ કરીને, કીમિયા-ટુચકાને તોડીને, નવા-નવા દાવપેચ વડે જોર અને પ્રયોગ કરી કંઈક કરી દેખાડવાથી ચાલે છે. થાકેલા-હારેલા નહીં, કાયમ તાજગીયુક્ત અને ચુસ્ત દેખાતા રહો." તે પછી તેણે ફરી જૉગિંગ શરૂ કર્યું.

ગાંધીની નજર સામે એક ઊંચા, એકવડિયો બાંધો ધરાવતા, ચમકદાર આંખોવાળા, કાયમ હસતા, આત્મવિશ્વાસથી છલકાતા અને ચુસ્ત-દુરસ્ત વયોવૃદ્ધ

દેખાતા હતા ! તે હતા, કંઝર્વેટિવ પક્ષના મિ. ફ્રેડરિક પિંકટ. તેણે સમય માગેલો, જે મળી ગયો.

વાત શરૂ થઈ. તેઓ સાહસિક વ્યક્તિ હતા. તેમની પાસે અનુભવનો ખજાનો હતો. તેઓ કહી રહ્યા હતા, "ગાંધી, દરેક વ્યક્તિના ભાગ્યમાં મહાન અને મોટા બનવાનું નથી હોતું. દરેક વ્યક્તિની પોતાની મર્યાદાઓ હોય છે અને આનંદથી સંતોષ પ્રાપ્ત કરવાનો પોતપોતાનો દષ્ટિકોણ હોય છે. જેના મગજ પર દરેક ક્ષણે આવનારી કાલનો ભાર રહે છે, તે આજને ખોઈ બેસે છે. દરેક ક્ષણે આજમાં પૂરેપૂરું, પૂરી તાકાત અને પૂર્ણ સંતોષથી આનંદપૂર્વક જીવ."

"સર, હું કોશિશ કરી રહ્યો છું."

"નો સર - વર, આઇ એમ ! પિંકટ, યોર ન્યૂ ફ્રેંડ. ઇટ ઇઝ સફિશ્યન્ટ ટુ યુ, નથિંગ એલ્સ. કમ ફોરવર્ડ એન્ડ ડુ સમથિંગ ન્યૂ. નિરાશા ઊધઈ છે, જે ધીમે-ધીમે આનંદને નષ્ટ કરે છે. દરેક વ્યક્તિ તૈયબજી કે ફીરોઝશાહ મહેતા હોઈ શકે નહીં. તોપણ માણસ હોય છે અને સદ્ભાગ્યમાં તો કોઈ પણ હાલતમાં તેમનાથી તલભાર પણ ઓછા નથી હોતા.

બારી ખોલ, સૂર્યકિરણોને તાજી હવા સાથે અંદર આવવા દે, તો થોડી જ વારમાં લાગશે કે તે તને બોલાવે છે. તું બારી પાસે આવીને બહાર જોશે તો તારી આંખ, તારું દિલ અને તારું રોમેરોમ મનમાં ને મનમાં નાચી ઊઠશે, કેમ કે એ વખતે નિર્દોષ, તાજાં ખીલેલાં ફૂલોને અનુભવનારી તું પ્રથમ વ્યક્તિ હશે ! ત્યારે તું પંખીઓના કલરવમાંથી આખો દિવસ સભર રહેવાનો ખોરાક પણ મેળવી ચૂક્યો હોઈશ. બીજાંઓના ચહેરા વાંચી શકવાની ટેવ પાડ, જેથી તું જાણી શકે કે તેના મનમાં શું ચાલી રહ્યું છે. તારા વ્યવસાયમાં માણસોના ચહેરા વાંચતા આવડે તે... આઇ મીન ફિઝિયોગ્નૉમી... ખૂબ જરૂરી છે."

આમ તે વાંચતો ગયો, લેવરર અને શેમલપેનિકની ફિઝિયોગ્નૉમી - મુખ સામુદ્રિક વિજ્ઞાનનાં પુસ્તકો. મેલેસનનું ૧૮૫૭ના બળવાનું પુસ્તક વાંચવાનો અવસર ન મળ્યો; પરંતુ જે વાંચ્યું, જેટલું વાંચ્યું, એટલો જ તે અંદરની પકડથી બહાર નીકળતો ગયો !

આ દરમિયાન એક શાળામાંથી ઇન્ટરવ્યૂ માટે પત્ર આવ્યો. મૅટ્રિકના વર્ગમાં એક કલાક અંગ્રેજી ભણાવવાનું હતું અને તેનું મહેનતાણું ૭૫ રૂપિયા હતું. હૃદયમાં ખુશીની એક નાનકડી લહેર દોડી ગઈ ! પોતાની ધીરજને શાબાશી આપી.

ઇન્ટરવ્યૂ ચાલી રહ્યો હતો ને પ્રિન્સિપાલનો અવાજ ગમગીન થઈ ગયો. વાતચીત વ્યવસ્થિત થઈ રહેલી, અંગ્રેજીમાં થતી હતી. તે લૅટિન જાણે છે તેવું જણાવી ચૂકેલો.

ફ્રેન્ચ પણ થોડી-થોડી આવડતી હતી. ગુજરાતી પણ. વિચારતો હતો કે ઇન્ટરવ્યૂ અનુકૂળ બનતો જતો હતો. વાત નક્કી થવામાં જ છે. આજ બંદર પર દરિયો ક્ષુબ્ધ નથી એટલે મોટી હોડીને માધ્યમ બનાવવાની જરૂર નથી. થેન્કસ ગૉડ ! આંખોમાં વિશ્વાસની ઘેરી ચમક ઝગમગી ઊઠી.

"પરંતુ..." પ્રિન્સિપાલનો અવાજ હાથમાંથી છૂટેલી પ્રકાશિત ટોર્ચની માફક ધમ્ દઈને સાગરની ગહનતામાં ઊતરી ગયો !

શ્વાસ થંભી ગયો. ચમક ડરી ગઈ. ઉત્સાહ, ચિંતાના કિનારે લાંગર્યો !

"મિ. ગાંધી, તમે ગ્રેજ્યુએટ નથી ?"

"ઇટ ઇઝ માઇ હાર્ડ લક ! હું ગ્રેજ્યુએશન કરી શકતો'તો, પરંતુ મની પ્રૉબ્લેમ... ટાઇમ પ્રૉબ્લેમ... મેં લંડનમાં મૅટ્રિક્યુલેશન એટલા માટે જ કરેલું અને તે પણ લૅટિન અને તેની સાથે લાઇટ (પ્રકાશ) અને હીટ (ઉષ્ણતા) વિષયોને લઈને કર્યું'તું. જ્યારે તેના માટે પ્રાઇવેટ ક્લાસ પણ ચાલતા હતા. ગ્રેજ્યુએશનમાં ખર્ચ વધુ થાય અને સમય પણ વધુ જાય. મારી પાસે ત્રણ વર્ષ હતાં. ત્યારે દરેકની શિખામણ એ જ હતી કે, અઘરી પરીક્ષા જ પાસ કરવી હોય તો મૅટ્રિક્યુલેશન લંડનમાંથી કરી લે."

"આઇ એગ્રી વિથ યુ મિ. ગાંધી. નો ડાઉટ, તમારું અંગ્રેજી સારું છે, પરંતુ અમારા અમુક નૉર્મ્સ છે. ટીચર મસ્ટ બી ગ્રેજ્યુએટ."

ગાંધીનું સપનું ભાંગીને ભુક્કો થઈ ગયું ! પ્રો. મિથ યુદ્ધ પર લૅક્ચર આપતી વખતે વારંવાર એક શબ્દનો પ્રયોગ કરતા... હૉલકૉસ્ટ (ધન-જનનો વિધ્વંસ) એકદમ હોરિબલ (ભયાનક) ટેરિબલ... ભયંકર... લાગી રહ્યું હતું કે ક્લાઉડ ઑન થંડરિંગ... અથવા ક્લાઉડ બર્સ્ટ (મેઘસ્ફોટ - અચાનક મુશળધાર વરસાદ વરસ્યો હોય) !

અહીં વકીલાત કામ આવી નહીં અને ક્ષણભર પેલી ગરીબ મમીબાઈની સુંદર આંખો સામે આવીને સ્થિર થઈ ગઈ ! જાણે કે તે પૂછતી હોય, હવે ભાગીને ક્યાં જઈશ અને ઍડવાન્સમાં કરેલી ચુકવણી કોને પાછી આપીશ ? આવી હાલતમાં દર વખતે તેને લાગતું કે તેની મોઢ વણિક જ્ઞાતિમાંથી ફરી વાર તેને બહિષ્કૃત કરી દેવામાં આવ્યો છે ! ગોદાવરીનાં પવિત્ર જળમાં સ્નાન કરવાથી જ્યાં તેની જ્ઞાતિનો એક સંપ્રદાય સંતુષ્ટ થયેલો, ત્યાં જ બીજા સંપ્રદાયે લગાવેલો તેના પરનો પ્રતિબંધ યથાવત્ રહ્યો છે !

આ વાત તો તેને પછીથી સમજમાં આવી - જ્યારે તે કચેરીના કુરુક્ષેત્રમાં તીર-કામઠાં લઈને ઊતરી પડ્યો ત્યારે - કે તેને લલકારનારાં છે. લંડનની કાનૂની ડિગ્રી લેવી તે એક વાત હતી અને ભણેલા જ્ઞાનને ભારતીય કાનૂનમાં અમલમાં

લેવી તે અલગ વાત છે. ત્યાંના અભ્યાસક્રમમાં હિન્દુ લૉ અને મુસ્લિમ લૉ તો હતા જ નહીં, જ્યારે અહીં તો તેની જરૂર છે. હવે તે પણ ભણશે. ભણ્યો, પરંતુ વકીલાત કોઈ જૂના ઠોઠિયા વાહનની જેમ તેને હાથ લાગેલી ! કેટલી મહેનત કરી. ગોરેગામથી હાઈકૉર્ટની સફર ફેરિયાની જેમ પગપાળા જ પૂરી કરતો ! કલાક-પોણો કલાક પહોંચતાં થતો અને એટલો જ સમય પાછા ફરતા થાય. પૈસા બચાવવાના ચક્કરમાં તે લંડનમાંય ખૂબ હેરાન થયેલો. એણે પીછો નહોતો છોડ્યો. હવે અહીં મુંબઈમાં પણ તેનો સિદ્ધાંત એ જ રહ્યો - ચમડી તૂટે પણ દમડી ન છૂટે !

તેને લાગતું કે દુનિયા જેવી દેખાય છે, તેવી છે નહીં. તેમાં ઊંડા અને અંદરખાને દાવપેચ ચાલે છે.

મોટા ભાઈએ સાચું જ કહેલું, "ગાંધી, જિંદગી પુસ્તકથી નહીં, દુનિયાદારીની સમજ અને હુન્નરથી ચાલે છે." તે બધાની વાતો સાંભળતો, પરંતુ તેને લાગતું નહોતું કે પરિવારજનોએ તેના પર જે આશા રાખી છે તેમાં તે ખરો ઊતરશે. તે સમજી શકતો નહોતો કે તેની ગાડી કેવી રીતે પાટે ચડશે !

તે મુંબઈથી રાજકોટ આવી ગયો. વિચારતો રહેતો'તો કે તે કૉર્ટમાં ઊલટતપાસ ક્યારે અને કેવી રીતે શરૂ કરી શકશે ? કૉર્ટમાં પેરવી કરતા અને પોતાના અસીલનો બચાવ કરતી વખતે તે કેટલાય નામાંકિત વકીલોને સાંભળી ચૂક્યો હતો. તેઓ કેવી ઊલટતપાસ કરે છે કે મોટામાં મોટા વકીલના કાન સરવા થઈ જાય છે ! એવી ઊલટતપાસ કમ સે કમ તે તો ક્યારેય કરી શકશે નહીં. તો પછી વકીલાત કેમ કરી ? શા માટે તે લંડન ભણવા ગયો ? રાજકોટમાં અરજીઓ લખવાનું કામ જ કરવું'તું તો વકીલ બન્યા વિના પણ તે તો કરી શકત. તેને અરજી લખવાનું પણ મોટા વકીલોની મહેરબાનીથી જ મળતું હતું !

ભાઈએ સમજાવ્યું, "અહીં અરજી કે દાવો લખનારા પણ જેના મારફત કામ આવે તેને કામ અપાવવાનું મહેનતાણું આપે છે."

"પણ મારે આપવું નથી."

"તો તેઓ એ કામ બીજાને આપવા માંડશે. ચલ, એ કહે કે તું એની જગ્યાએ હોત તો શું કરત ?"

"હું તેમની પાસેથી કંઈ ન લેત."

"આ દુનિયાદારી નથી, મોહન. દરેક વ્યવસાયમાં વચેટિયા હોય છે. વચેટિયા વિના કોઈ વ્યવસાય વિકાસ ન પામે. અરે ભાઈ, આ તો ધંધાની પ્રક્રિયા છે. એટલેસ્તો જ્યાંથી સામાન નીકળે છે ત્યાંથી લઈને જેના-જેના મારફત તે સામાન છૂટક વિક્રેતા સુધી પહોંચે છે, તે દરેકનું કમિશન બાંધેલું હોય છે. કમિશન લેવું

અને આપવું એ દરેક વ્યવસાયનો જીવન ધર્મ છે. દલાલી પણ સો ટકા વ્યવસાયનો આવશ્યક હિસ્સો છે. ઉતાવળ નથી. તું ખૂબ શાંતિથી વિચારી જો. દુનિયા આમ જ ચાલી છે, ચાલે છે અને ભવિષ્યમાં પણ આમ જ ચાલશે."

ભાઈ તો ચાલ્યો ગયો, પરંતુ તે પોતાની જાત સાથે લડતો-ઝઝૂમતો રહ્યો. કોની સલાહ લે ? ભાઈની સલાહ માનીને જ દુનિયાદારીમાં ડગ માંડવા માટે મન મનાવવું પડ્યું, પરંતુ તેનાથી એના મનને સંતોષ ન થયો. તેને એમાં ક્યાંક ને ક્યાંક લાચારી લાગી. સન્માનની તો તેમાં ક્યાંય ગુંજાશ નહોતી. સમય મેળવીને તે ક્યારેક એમ વિચારતો રહેતો કે આનાથી આગળનો માર્ગ કયો છે ?

* * *

એ જ સમયે એન્જિને વ્હિસલ વગાડી. કદાચ તે પહેલી વ્હિસલ હતી. ગાર્ડની સીટી પણ સંભળાઈ. તોપણ તેણે ત્યાં ધ્યાન આપ્યું નહીં. શેઠ અબ્દુલ્લા અને તેના માણસો જતા રહેલા.

"તું !" એક અવાજ દીવાલ સાથે ટકરાઈને પડઘાયો.

એમ. કે. ગાંધી પોતાની દુનિયામાં જ ખોવાયેલો હતો. આ વખતે અવાજ પહેલા કરતાં કડક હતો અને કદાચ અંદર બેઠેલી વ્યક્તિ પણ કે જેનો તે અવાજ હતો. ગાંધીએ પોતાની ચોમેર જોયું. ત્યાં બીજું કોઈ નહોતું, ફક્ત કાળો કોટ અને નેક ટાઈ પહેરેલો એક માણસ હતો. તેની ટોપી પર ધ્યાન ગયું.

"ઓહ, ટી. ટી. સાહેબ", તેણે પૂછ્યું, "તમે મને કંઈ કહ્યું ?"

"આ પ્રથમ વર્ગનો કમ્પાર્ટમેન્ટ છે."

"મારી પાસે પણ પ્રથમ વર્ગની ટિકિટ છે." ગાંધીએ ખિસ્સામાંથી પોતાની ટિકિટ કાઢીને દેખાડી.

ટ્રેન ધીરે-ધીરે ચાલવા માંડી.

"તું અહીં નવો આવ્યો લાગે છે !"

"બેશક, તમે સાચું પારખ્યું."

"ઇન્ડિયાથી કદાચ ?"

"જી. ઇન્ડિયાથી."

ટી. ટી.એ ફરી ધ્યાનપૂર્વક જોયું. તેને સમજાયું. તેણે બંગાળી રીતની પાઘડી બાંધેલી હતી, બાકી તો તે કોટ-પેન્ટ અને ટાઈમાં જ હતો. તેણે સમજાવટની શૈલીમાં કહ્યું,

"તું આગલા સ્ટેશને ઊતરીને ટ્રેનના છેવટના કમ્પાર્ટમેન્ટમાં ચાલ્યો જજે."

"પણ શા માટે ?"

"જેથી તને નાહક હેરાનગતિ ન થાય."

"હેરાનગતિ શા માટે થાય, શું થશે ?"

"તું ભલો માણસ લાગે છે એટલે તને ચેતવું છું. બાકી તારી મરજી." એમ કહીને ટી. ટી. આગળ જતો રહ્યો.

ગાંધી તો અસાધારણ લીલોતરી જોઈને મંત્રમુગ્ધ થતો હતો. ઠંડી ધીમે-ધીમે વધી રહી હતી.

ડરબન નાતાલનું બંદર હતું. ત્યાંથી ચાર્લ્સટાઉન સુધી ટ્રેનનો પ્રવાસ હતો. આ સમયે ટ્રેન નાતાલના પાટનગર મેરિત્સબર્ગના સ્ટેશન ઉપર ઊભી હતી. થોડીક ચહલપહલ થઈ. ઠંડી પહેલાં કરતાં વધી હતી. ગાંધી બારીમાંથી બહારનાં દૃશ્યો જોઈ રહેલો.

"શું આપના માટે પથારી લાઉં ?" રેલવેનો એક કર્મચારી પૂછતો હતો.

"ના ભાઈ, મારી પાસે પથારી છે."

તે ચાલ્યો ગયો. એકવાર મન થયું કે નાતાલના પાટનગરની એક ઝલક બહાર જઈને જોઈ લઉં કે ત્યારે જ તે કમ્પાર્ટમેન્ટમાં ગોરી ચામડીનો એક સૂટેડ-બૂટેડ યુવક પ્રવેશ્યો. આમતેમ જોયું-સૂંઘ્યું અને પછી નીચે ઊતરી ગયો. ગાંધી વિચારવા લાગ્યો કે શું એકલા જ પ્રવાસ કરવો પડશે ! આ રીતે રેલવે વિભાગને કેટલું નુકસાન થતું હશે. કાશ, પ્રથમ વર્ગનો કમ્પાર્ટમેન્ટ હોય જ નહીં ! પછી પોતે પણ સામાન્ય વર્ગમાં લોકોની વચ્ચે બેસીને પ્રવાસ કરતો હોત, તો આ એકલતા ન હોત.

એટલામાં પેલો અંગ્રેજ બીજા બે અધિકારીઓને લઈને ડબ્બામાં આવ્યો. હવે એક સાથે છ આંખો અજાણી નજરથી તેને ઘૂરકતી હતી. કંઈક તો ચોક્કસ એવું હતું જે તેને ઘૂરકવાનું કારણ હતું.

થોડા ખસીને એકે બીજા અંગ્રેજને કહ્યું, "મને લાગે છે કે આ તે જ માણસ છે કે જેણે ન્યાયાધીશના કહેવા છતાંયે પાઘડી ઉતારી નહોતી અને પછી પોતે જ ડરબન કૉર્ટની બહાર ચાલ્યો ગયેલો. ત્યારબાદ સંપાદકને પત્ર લખીને છાપાના મથાળાનું કેન્દ્ર બની ગયેલો ! 'ધ સ્ટાર' (જોહાનિસબર્ગનું મુખ્ય વર્તમાનપત્ર), 'નાતાલ મર્ક્યુરી'માં આને જ વણનોતર્યો પરોણો (અનવેલકમ ગેસ્ટ) કહેવાયો છે !"

"તેણે ખુલ્લેઆમ રંગભેદ પર નિશાન તાક્યું હતું."

"તેની એ હિંમત કે તે ગોરા અધિકારીઓને ઉદ્ધત કહે અને ગેરવર્તનને આપણા દિમાગનો વિકાર કહે !"

"શું વિચાર છે ?"

"સ્ટેશન માસ્તર ડેનિયલને આવવા દો. તે નીડર ગોરો અફસર છે. હી વિલ ડુ સમથિંગ."

"લો, તે પણ આવી રહ્યો છે."

"અંદર આવવા દો."

ડેનિયલે આવતાવેંત ગાંધીને કહ્યું, "તારે પાછળ જવાનું છે."

"વ્હાય, મિ. સ્ટેશન માસ્ટર ? આઇ હેવ ફર્સ્ટ ક્લાસ ટિકિટ !" ગાંધીએ સરળતાથી ધીમે-ધીમે કહ્યું.

"તું ગોરા લોકો સાથે પ્રવાસ કરી શકે નહીં. તારે ઊતરી જવું પડશે. ઊતરીને છેલ્લા ડબ્બામાં જઈને બેસ."

"અને આ ટિકિટ ?" ગાંધીએ ધ્યાનથી તેની સામે જોયું.

"તું મારી વાત સાંભળે છે ? તું ફટાફટ ઊતરીને છેલ્લા ડબ્બામાં જઈને બેસ. નો ડિસ્કશન. પ્લીઝ ગો આઉટ." કાંડે બાંધેલી ઘડિયાળમાં જોઈને આગળ કહ્યું, "ટ્રેન ઊપડવાનો સમય થવા માંડ્યો છે."

"આ બળજબરી છે. આઇ કાન્ટ ટૉલરેટ. ફર્સ્ટ ક્લાસ ટિકિટ વિથ મી. સીટ-બર્થ આર અવેલેબલ... ફોર વ્હોટ..."

"ફોર વ્હોટ... બ્લૅક મંકી !" એ હું તને બતાવું છું.

"હું ડરબનથી આવું છું."

"તું જહન્નમથી આવી રહ્યો છે કે જહન્નમમાં જઈ રહ્યો છે, તેનાથી અમને મતલબ નથી... ઇટ ઇઝ માઈ લાસ્ટ વૉર્નિંગ !"

"હું જાતે તો નહીં ઊતરું."

"તો તને પોલીસ ધક્કા મારીને ઉતારશે એ યોગ્ય રહેશે કે ?"

"તે તમે જાણો, મારો આ અંતિમ નિર્ણય છે."

"તારી તો... !" ટી. ટી.એ બહાર ડોકિયું કરી પોલીસને બોલાવી લીધા.

"શું વિચારે છે ?"

ગાંધી શાંત બેસી રહ્યો. પોલીસે તેનો હાથ પકડીને ધક્કો મારીને ડબ્બામાંથી નીચે ધકેલી દીધો. ત્યારબાદ તેનો સામાન ફેંકી દીધો. પછી કરડાકીથી કહ્યું,

"જા, પાછળ જા. પાછળના ડબ્બામાં જઈને બેસી જા."

ગાંધી ત્યાં ને ત્યાં જ શાંત ઊભો રહ્યો. પાછળના ડબ્બા તરફ તેણે જોયું પણ નહીં !

ગાડી ઊપડી જતાં પ્લૅટફૉર્મ સૂમસામ થઈ ગયું. તેની પાસે ફક્ત એક બૅગ હતી. અન્ય સામાન પ્લૅટફૉર્મ ઉપર પડેલો હતો. તેણે તેની સામે જોયું પણ નહીં. તેનું મગજ ચકરાતું હતું. તે લંડનમાં ત્રણ વર્ષ રહેલો. ક્યારેય આવી ગેરવર્તણૂક કોઈ ગોરાએ તેની સાથે કરી નહોતી. આ શું થયું ?

તેનો સામાન હવે પ્લૅટફૉર્મ ઉપર નહોતો. તે ફક્ત બૅગ લઈને સૂન આંખે પાટા તરફ જોઈ રહ્યો. માણસમાં માણસ પ્રત્યે આટલી નફરત કેમ ? આવું ગેરવર્તન કેમ ? બર્થ-સીટ ખાલી હતાં, તોપણ... ! તે ડરબનથી આવી રહેલો, તેનો વિચાર પણ એ લોકોએ ન કર્યો !

કડકડતી ઠંડી હતી અને તેમાં જોરદાર હવા ફૂંકાતી'તી. તે વેઇટિંગ રૂમમાં આવીને બેઠો. તેનું શરીર ધ્રૂજવા માંડ્યું. ક્યારેક-ક્યારેક દાંત પણ કકડતા હતા. વેઇટિંગ રૂમમાં બીજા કોઈ મુસાફર પણ નહોતા.

ઓહ, આ શું થયું ? તેણે અત્યારે જ નિર્ણય કરી લેવો જોઈએ. અહીં ભારતીયોનું માન નથી. અબ્દુલ્લા જેવા નાતાલના શેઠને પણ ગેરવર્તન સહેવું પડે છે, તો પોતે વળી કઈ વાડીનો મૂળો છે ?

ચાર દિવસ પહેલાંની જ ઘટના છે. ડરબન કૉર્ટમાંથી પાઘડીને કારણે કાઢી મુકાયો ત્યારે તેણે નક્કી કર્યું હતું કે તે પાઘડીને બદલે અંગ્રેજી ટોપી પહેરી લે તો બધી ઝંઝટ ખતમ થઈ જાય. ત્યારે અબ્દુલ્લા શેઠે કહેલું,

"કદાપિ નહીં. બ્રધર ગાંધી, તેનાથી તો ગોરી ચામડીવાળા લોકોને પાનો ચડશે. તમે પાઘડીની તરફેણમાં છાપામાં દલીલ સાથે ઘણુંબધું લખી ચૂક્યા છો. એ વાત પણ ધ્યાને લેવા જેવી છે કે આપની સાથે સહમત થનારા લોકોનું પ્રમાણ વધુ છે. તેના વિરોધમાં ઓછા લોકો સામે આવ્યા છે."

"પરંતુ આવ્યા તો ખરા ને !"

"પાઘડી, હિન્દુસ્તાનની ગરિમા, શાન અને સ્વાભિમાન સાથે જોડાયેલી છે. આપે અદલાબદલી કરી તો, ગોરાઓ વધુ માથે ચડશે અને તેઓ બીજા હિન્દુસ્તાનીઓનું વધારે અપમાન કરવા લાગશે અને તમારી આટલી લખાપટ્ટી, જેને કારણે રાતોરાત તમે સમાચારમાં છવાઈ ગયા, તેના ઉપર પાણી ફરી વળશે !" શેઠ અબ્દુલ્લાએ વિચારી-વિચારીને કહ્યું.

શેઠ અબ્દુલ્લા ઓછું ભણેલા હતા, પરંતુ કામચલાઉ અંગ્રેજીનો ખાસ્સો અભ્યાસ કરી લીધો હતો. તેમની પાસે ઘણો અનુભવ હતો. ઉપરાંત પોતાનું કામ કઢાવી લેતાં તેમને સારું આવડતું હતું. ગાંધી ક્ષણભર ગુમસૂમ થઈ ગયો. અબ્દુલ્લાની વાતમાં દમ હતો.

તે પૂછવા માંડ્યો, "શેઠ, આપની શું મરજી છે ?"

"આપણે આપણા સ્વાભિમાનની લડત ચાલુ રાખવી જોઈએ જેથી તેઓ આપણને નિર્માલ્ય સમજીને ખાઈ ન જાય. સવાલ ટોપી બદલવાનો નથી, સવાલ આપણી પ્રતિષ્ઠાનો છે." અબ્દુલ્લાએ થૂંકથી ગળું ભીંજવીને આગળ કહ્યું,

"આપણામાંથી જે ખ્રિસ્તી બની ગયા, તેમને મોટા ભાગે હોટેલોમાં વેઇટરની નોકરી મળી ગઈ. તેઓ અંગ્રેજી ટોપી પહેરે છે. જો તમે પાઘડી બદલાવીને અંગ્રેજી ટોપી પહેરવાનું શરૂ કરી દેશો તો તમને હોટેલના વેઇટર સમજવામાં આવશે !"

આમ કહીને અબ્દુલ્લા તો ચાલ્યા ગયા, પરંતુ પોતાની પાછળ જે ગહન વિચાર છોડી ગયા, તે ગાંધીને પજવવા લાગ્યો ! છેવટે તેણે જાહેર કરી દીધું કે તે પાઘડી જ પહેરશે.

"આ થઈને મર્દો જેવી કંઈક વાત !"

શેઠ અબ્દુલ્લા કે જે પઠાણી પોશાકમાં હતા, તેમણે કહ્યું, "આ દક્ષિણ આફ્રિકા છે. ડરબન, ડરબનની રાજધાની મેરિત્સબર્ગ, ચાર્લ્સટાઉન, સ્ટેન્ડરટન, પારડીકોપ, જોહાનિસબર્ગ, પ્રિટોરિયા, ટ્રાન્સવાલ, વગેરે. અહીં તમે જ્યાં પણ નગર, કસબા કે ગામડામાં જશો, ત્યાં આવી જ વિષમ પરિસ્થિતિમાંથી પસાર થશો. અમે તો સહન કરવા ટેવાઈ ગયા છીએ કારણ કે, અમારે ધન કમાવું છે. તેમ છતાં અમે અમારી રીતે તેમની સાથે નિવેડો પણ લાવીએ છીએ. હું સાંભળતો રહું છું કે, ભારતમાં પણ આમ કે ખાસ માણસ સારી સ્થિતિમાં નથી. પરમદિવસે તમે પ્રવાસ કરવાના છો. ખુદા તમારો પ્રવાસ ઉમેદ કરતાં વધુ સરળ બનાવે."

ગાંધી સ્મૃતિઓના વિશ્વમાં ખોવાયેલો હતો કે ઠંડા પવનનો તીવ્ર ઝપાટો તેને ઢંઢોળી ગયો. ખાલી પ્લૅટફૉર્મ અને વેઇટિંગ રૂમની બારીની એક બાજુનો તૂટેલો કાચ તેની ચેતનાને વારંવાર છિન્નભિન્ન કરી દેતો હતો ! આમ તો તે બધી બારીઓ બંધ કરીને આંકડી લગાવીને બેઠેલો, પરંતુ જે બારીની એક બાજુનો કાચ તૂટેલો હતો, તેનું શું કરે ? ત્યાંથી સૂસવાતો પવન આવતો હતો.

ઘણી વાર મન થયું કે તે પોતાનો સામાન તપાસે, કેમ કે તેમાં ઓવરકોટ રાખેલો. ઠંડી એટલી ભયંકર હતી કે શ્વાસ અટકાવી-અટકાવીનેય તેનો સામનો કરવો મુશ્કેલ હતો. મેરિત્સબર્ગ ઊંચાઈવાળા વિસ્તારમાં આવે છે, જ્યાં ઠંડી ખૂબ વધારે પડે છે. અબ્દુલ્લાએ આ વાત જણાવેલી અને તેથી જ તેમણે જીદ કરેલી કે તેણે પથારીવાળી ટિકિટ લેવી જોઈએ. સૂવાની પૂરતી સુવિધા માત્ર પાંચ શિલિંગમાં જ મળતી હતી, પરંતુ તે માન્યો નહીં.

કારણ કોઈ પણ હોય, પરંતુ તે બરાબર જાણતો હતો કે, ક્યારેક-ક્યારેક તે અકારણ જીદ કરે છે. તે ઇચ્છે તોપણ તેની પાછળનો કોઈ વાજબી તર્ક શોધી શકતો નહોતો ! તેણે પોતાની આ ટેવ પર કાબૂ મેળવવો જોઈએ.

❊ ❊ ❊

જોઈએ આગળ હવે શું થાય છે! આગળ પણ છે. છે શું કામ નહીં?

ઝાંઝીબાર સ્ટીમર રોકાયેલી હતી. કપ્તાને તેને અને એક અંગ્રેજને પોતાની હોડીમાં વિહાર કરવાનું આમંત્રણ આપ્યું. તે કપ્તાનની કૃપાઓનો ઓશિંગણ બનતો જતો હતો. પહેલા તો પોતાની કેબિનમાં તેને બિનઅધિકૃત રીતે બર્થ આપી અને પછી તેને શેતરંજનો સાથી પણ બનાવી લીધો.

એજન્ટે તો હાથ ઊંચા કરી દીધેલા, કેમ કે મોઝામ્બિકના ગવર્નર જનરલ પોતાના સૈન્યબળ સાથે તેમાં પ્રવાસ કરી રહ્યા હતા. તેણે ડેક પર જ સંતોષ માનવો જોઈએ - એજન્ટની આ વાત ગાંધીને અંદર ને અંદર વહેરતી હતી! તે વકીલ છે. તેને પ્રથમ વર્ગની સવલતો ઉપલબ્ધ કરાવવામાં આવી છે. તે ડેકનો યાત્રી કેવી રીતે બની શકે?

છેવટે તેણે કપ્તાનના શરણે જઈને કહ્યું, "શું આપ કોઈ પણ રીતે મારી મદદ નહીં કરો?" આ બર્થ તે વિનંતીની જ ભેટ હતી!

"કપ્તાન, તમે આ લાંબા પ્રવાસોથી કંટાળતા નથી?"

"જો મને આ અણગમામાંથી બચવાનો ઉપાય મારા સાથી અધિકારી પ્યૂટે ન બતાવ્યો હોત તો કંટાળી જતો હોત. હું તો આ નોકરી જ છોડી દેવાનું નક્કી કરી ચૂકેલો. આ નોકરી કેટલી કષ્ટદાયક છે - અનંત સમુદ્ર, અમાપ આકાશ અને ક્યારેક-ક્યારેક કંઈક અઘટિત થઈ શકે છે, તેવા દૂરબીનથી મળતા સંકેતો!

એક વખત સ્ટીમરની ગતિ પ્રતિ કલાક ૧૮ દરિયાઈ માઈલ સુધીની થઈ ગયેલી... ડૂબતી, અસહાય સ્ટીમરોને જોઈને હું મૂર્છામાં આવી ગયેલો. આખી રાત સૂઈ ન શક્યો. વિચારતો રહ્યો કે પોતાનો અને સ્ટીમરનો સાથ તો કેટલો ઘનિષ્ટ છે! અચાનક ચમકતી સર્ચ લાઇટ્સ... રક્ષા-જૅકેટ્સનો અભાવ. કોને ખબર આ મોજાંઓનો મિજાજ ક્યારે ઉગ્રમાંથી વધુ પ્રચંડ રૂપ ધારણ કરીને તાંડવ કરવા લાગે? મહાકાય માછલી ડોલ્ફિન... માછીમારો... દરિયાઈ તોફાન... ડેન્ટ્સો માછલી... શિકાર... પ્રકૃતિ... એકબીજાનો શિકાર કરવા માટેસ્તો ઉકસાવે છે... શાર્ક માછલી...!

તે અધિકારી દરિયાની ઊંડાઈ અને તેમાં થનારી હલચલને બરોબર સમજતો હતો. પ્યૂટે સમજાવ્યું, "જીવન દરેક સ્થળે જીવન છે, શરત એટલી જ કે જો આપણે તેને જીવન માનીને ચાલીએ અને તેનું સ્વાગત કરી શકીએ તો. મૃત્યુ પણ જીવન કરતાં જરાય ઓછું આકર્ષક નથી."

"પરંતુ આ વેરાનમાં જીવનનો શો અર્થ છે?"

"છે ગાંધી, છે. ઘણો બધો છે. કમ વિથ મી એન્ડ ફરગેટ યોર સેલ્ફ! એક

સમયે એક કામ. ભૂખ્યાને ભોજન જોઈએ અને તે ભોજન સ્વાદિષ્ટ મળી જાય, તો તેનો સાચા હૃદયથી ધન્યવાદ માનશે. વારંવાર માનશે. આ માનવપ્રકૃતિ છે. આજે આપણે તેણે જ શોધેલા તે રસ્તા ઉપર નીકળી પડ્યા છીએ જે આ પ્રશ્નનો જવાબ આપશે કે આ દરિયાઈ વેરાનના અણગમામાંથી કેવી રીતે છુટકારો મેળવી શકાય ?"

હોડીને કાંઠે લાંગરીને તે ત્રણેય જણા એક વસાહત તરફ આગળ વધ્યા. વસતી ચોખ્ખીચણાક હતી - ત્યાં હબસી જોવા મળ્યા. કપ્તાને ત્યાંના કોઈ માણસ સાથે વાત કરી. કપ્તાને તેને ઇશારો કર્યો.

હવે એ ત્રણેય એવી વસતીમાં પ્રવેશી ચૂકેલા, જ્યાં મહદ્ અંશે જુવાન હબસી યુવતીઓ નજરે પડતી હતી.

આ બધું જ અચાનક બની રહ્યું હતું. તે ત્રણેય એકસાથે, કોઈની પણ સામે જોયા વિના દલાલનો ઇશારો મળતાં એક-એક કોટડીમાં ગયા. ત્યાં એક યુવતી ગાંધી સામે ટગરટગર જોયા કરતી હતી.

ગાંધીને હવે સમજાયું કે કંટાળામાંથી ઊગરવાનો કપ્તાનનો કયો ઉપાય છે!

તે યુવતીએ બે-ત્રણ વાર અંગ મરડ્યાં. પછી પોતાની તરફ જોયું. વિચાર્યું કે શું તે એની કલ્પનાને અનુરૂપ નથી ? તેનું હૃષ્ટપુષ્ટ શરીર, રતાશભર્યા હોઠ અને મોટી-મોટી આંખો શું કોઈ પુરુષને આમંત્રણ આપવા પૂરતાં નથી ?

ગાંધી તો શરમનો માર્યો પાણી-પાણી થઈ ગયો! તેને લાગ્યું જાણે કે ધરતી ફાટે ને માર્ગ મળે! તે શું કરે ? શું એ ત્યાંથી ભાગી શકે ? કેમ નહીં! એ જેવી રીતે અંદર ઘૂસેલો એમ જ બહાર નીકળી ગયો.

તેણે અંદર જવું જ જોઈતું નહોતું. હબસી યુવતીઓની અવરજવર, તેમનો શૃંગાર અને હાવભાવ જોઈને તેને શંકા તો થયેલી જ ને કે આ જગા તેને લાયક નથી! તે યુવતી કેવી રીતે સમજે કે તેના રૂપ-સૌંદર્યનું અપમાન નથી કર્યું, બલકે તે એ પથનો મુસાફર જ નથી!

કપ્તાને બહારથી બૂમ પાડી. પેલો અંગ્રેજ અને કપ્તાન ખૂબ ખુશ હતા. ગાંધી શરમનો માર્યો બહાર ઊભો હતો.

કપ્તાને હસીને કહ્યું, "ગાંધી મારી તો આ જ લાઈફ સ્ટાઇલ છે. આવશ્યકતા આવિષ્કારની જનની છે. બંનેની પોતપોતાના કારણોસર જરૂર છે. તેમાં શરમા-શરમી શા માટે ? પાપ-પુણ્યનો વિચાર શા માટે ? ગાંધી, તમે એક વર્ષ માટે એકલા દક્ષિણ આફ્રિકાના ભિન્ન-ભિન્ન સ્થાનોમાં રહેશો તો તમારું મન પણ થાકી જશે, ઉદાસ થઈ જશે. ત્યારે જો ક્યાંયથી ઊર્જા મળી શકશે તો ત્યાંથી જ, જ્યાંથી તમે

કોઈ કારણસર પાછા વળ્યા. એ જાણવા છતાં કે આપણે ત્રણેય નજીકના ભવિષ્યમાં એકબીજાને ફરી કદી નહીં મળીએ."

ગાંધી નિરુત્તર રહ્યો. ઘેરી કાળી રાતમાં એકાંત મેળવીને આંખ બંધ કરીને તે પોતાની ઊલટતપાસ કરતો રહ્યો.

તેણે તે હબસી યુવતીમાં એક બહેનને જોઈ. શું તે બધાની સામે તેને બહેન તરીકે કબૂલી શકશે? શું તે એને ભાઈ માની શકશે? તેના માટે સંબંધોનું કેટલું મહત્ત્વ રહ્યું હશે? તે એક યુવાન સ્ત્રી છે અને સંસારનો દરેક પુરુષ તેના માટે એક ગ્રાહક છે. સ્ત્રી-પુરુષનો આ સંબંધ અનાદિ કાળથી છે. કુદરતી છે. બાકી માનવેતર જગતમાં સંબંધોનું બજાર ક્યાં છે? સમાજ જો બજારની રચના મુજબ જીવવા માટેનાં ખાનાં તૈયાર કરશે તો તેણે દેહવ્યાપારમાં આસક્ત એ વર્ગ માટે પોતાની નૈતિકતા અને આદર્શ ઉપર અઢળક આંસુ વહાવવાં પડશે, જેને કારણે તેમની નૈતિકતાએ અનૈતિકતાને શરણ આપ્યું, સોમલ આપ્યું અને સંબંધોની ભ્રમણાને તોડીને બજારનો આશ્રય લીધો! આ બધું શું છે? ગાંધી ગભરાઈ ગયો.

"શું આજની રાત પશ્ચાત્તાપના નામે કાઢવાનું નક્કી કર્યું છે કે ગાંધી?" કેબિનમાં કપ્તાનનો અવાજ પડઘાયો.

"સૂઈ જઈશ કપ્તાન, દિવસ પણ આપણો જ છે ને! દિવસે સૂઈ જઈશ. ઊંઘ તો કુદરતી છે, આવશે જ ને!" ગાંધીએ કહ્યું.

"જેવી તમારી મરજી, ગાંધી. પાપ મનમાં હોય છે. જ્યારે તમારાં મનમાં એવું કંઈ નહોતું તો પછી ઊંઘમાં ખલેલ કેમ? તમે પોતાને સુધારાવાદી વર્ગમાં રાખીને તે બધાંના ઉદ્ધારની ચિંતામાં ડૂબી જતા નહીં. એ તમારા તો શું કોઈ ભગવાન, ગૉડ વગેરેના ગજાની વાત નથી. અપ્સરા તો સ્વર્ગની હોવાની સાબિતી છે! મેનકા, ઉર્વશી જેવી અપ્સરાઓથી સ્વર્ગ વંચિત પણ નથી અને શરમિંદા પણ નથી... અગેઇન ગુડનાઇટ!" કપ્તાને આટલું કહીને પડખું ફેરવ્યું.

નીરવતામાં દરિયાનાં તોફાની મોજાંઓએ આક્રમણ કર્યું! સ્ટીમરમાં આંચકા આવવા લાગ્યા.

❊ ❊ ❊

ટ્રેન આવીને સામે ઊભી હતી. આમ જ એક દિવસ વિતાવ્યા પછી હૃદય પર આઘાત લાગેલો. ઘવાયેલો સાપ, સાપણ કરતાં ઓછો ખતરનાક હોય છે, પરંતુ બુદ્ધિરૂપી સાપણ, પોતાના હુમલાખોરને છોડતી નથી!

ગાંધીએ તાર મારફત રાતની ઘટનાનું સંપૂર્ણ વિવરણ જનરલ મૅનેજરને જણાવ્યું. એ જ તાર અબ્દુલ્લા શેઠને પણ મોકલ્યો. વર્તમાનપત્રોમાં અલગથી

નકલો મોકલાવી. મેરિત્સબર્ગના વેપારીઓ મળવા આવ્યા. સ્ટેશન માસ્તરને આદેશ આપવામાં આવ્યો જેથી તેનો આગળનો પ્રવાસ સુખરૂપ થાય. રંજ એ વાતનો રહ્યો કે જે અંગ્રેજ રેલવે અધિકારીએ તેને ટ્રેનમાંથી ઉતારી મૂક્યો હતો, તેની સામે કોઈ કાર્યવાહી થઈ નહીં.

ચાર્લ્સટાઉન સુધી જવાનું હતું. આ વખતે ગાંધીએ મેરિત્સબર્ગથી પથારીની પણ ટિકિટ લઈ લીધી, જેથી સૂતાં-સૂતાં આરામથી જઈ શકે.

એ જ ગાડી હતી, એ જ સમય હતો અને હવે ગાડી ધીમે-ધીમે ચાલવા માંડી હતી. સમય રાતનો હતો. ઠંડી ગઈકાલ કરતાં વધારે હતી. પથારી પથરાઈ ગયેલી. તે સુસ્ત મને ગાડીને ઝડપ પકડતાં જોઈ રહ્યો. હવે ગાડી અંધકારની સુરંગમાં પ્રવેશતી જતી હતી અને ગાંધી પોતાની બર્થ પર પગ લંબાવીને ધાબળો ઓઢી રહ્યો હતો.

૨

દિવસ ઊગ્યાનું એલાર્મ વાગવા માંડેલું. ગાડી ચાર્લ્સટાઉન પહોંચી ગયેલી. તે તરફનું આ છેલ્લું સ્ટેશન હતું.

સવાર શાંત, સુંદર અને રમણીય હતી. પંખીઓ ઊડવા લાગેલાં. એવું લાગી રહેલું જાણે કે મનોહર સ્વપ્નોએ આંખ ઉઘાડી હોય ! આ ધરતી તો દરેક જગ્યાએ એકસરખી છે. એ જ પર્વતો, એ જ સરોવરો, એ જ નદીઓ - બધું એ જ, તેમ છતાં તેની ઓળખ એકબીજાથી અલગ છે. ક્યાં દરિયાકિનારે ડરબન અને ક્યાં આ ઊંચું પર્વતીય સ્થળ - શીતળતા અને વાદળોનું જાણે કે ઘર ! ડરબન, હિન્દ મહાસાગર પાસે આવેલું એક મનોહર નગર છે.

ગાંધી વેઇટિંગ રૂમમાં આવ્યો. દિનચર્યા પતાવી, સૂટ પહેરી, ટાઈ બાંધી, બંગાળી ઢબની પાઘડી પહેરી બહાર નીકળ્યો.

આગળનો પ્રવાસ સિગરામમાં કરવાનો હતો, કારણ કે ટ્રેન જોહાનિસબર્ગ જતી નહોતી. સિગરામ એટલે કે ઘોડાગાડીમાં જ જવું પડતું હતું. તેની પાસે સિગરામની ટિકિટ હતી.

સિગરામવાળાએ તેની ટિકિટ જોઈને કહ્યું, “આ ટિકિટ આઉટ ઑફ ડેટ છે.”

“કેમ ?” ગાંધીએ પૂછ્યું અને સિગરામવાળા સામે એકધારું જોયું.

તેણે કહ્યું, “તારીખ જતી રહી છે.”

“ડરબનથી અબ્દુલ્લા શેઠનો તાર પણ આવી ગયેલો.” ગાંધીએ તેને મૌન જોઈને કહ્યું.

“ખબર નહીં... બની શકે છે, આવ્યો હોય. પરંતુ અહીં તો મુસાફરથી મતલબ છે... તું ભણેલો-ગણેલો લાગે છે, તોપણ અભણ જેવી વાતો કેમ કરે છે ?”

“એમ કંઈ ટિકિટ રદ ન થાય, એક દિવસનું મોડું તો ચાલે.” ગાંધી આવેગપૂર્વક બોલ્યો.

“ફક્ત ગોરાઓ માટે તે સુવિધા છે. તું ગોરો નથી, કુલી મુસાફર છો.”

“કુલીઇઇઇ... !” ગાંધીએ ફરી ઉચ્ચાર્યું.

"વધુ ગરબડ નહીં." સિગરામના ગોરા વડાએ કહ્યું.

"ટિકિટ હોવા છતાંયે... આ તો ઠગાઈ છે." ગાંધીએ શાંત સ્વરે કહ્યું.

"અમે કુલી મુસાફરના મોઢે નથી લાગતા."

"એટલે ?"

"એટલે એમ કે તારે અહીં કોચમૅન પાસે બેસવું પડશે."

"અંદર કેમ નહીં ?"

"અમારી મરજી, સમજ્યો કુલી મુસાફર ! ...મારું મગજ ફેરવ નહીં."

ગાંધી મનમાં ને મનમાં સમસમીને રહી ગયો. મુસીબત હજુ ટળી નથી. તે ત્યાં રહેશે તો આ શીતયુદ્ધ ચાલુ રાખવું પડશે. ત્યાં રાજકારણ ઊંડું છે. ગોરાઓનું ચાલે છે. તેઓ બધાં ઉપર ભારે પડે છે. તેમનો જ અહીં દબદબો છે. મૂળ આફ્રિકન લોકો પણ તેમનાથી ડરે છે. હિન્દુસ્તાની, અરેબિયન્સ વગેરેનો વેપારમાં પ્રવેશ છે, પરંતુ સન્માન નથી. ધન છે. સોનાની અને કોલસાની ખાણો છે, પરંતુ તેના પર પણ ગોરાઓનો જ અધિકાર છે.

ગાંધીએ વાદવિવાદ કર્યા વિના એ જ યોગ્ય માન્યું કે તે કોચમૅન પાસે જઈને બેસી જાય. તેણે એમ જ કર્યું. તે પોતાનો એક દિવસ બગાડવા માગતો નહોતો. ત્યાં એક દિવસ રોકાઈનેય શું કરે ? મેરિત્સબર્ગમાં પહેલેથી જ એક દિવસ બગડેલો. રંગભેદનો કોઈ ઉપાય નથી. પ્રિટોરિયા પહોંચીને તેણે પોતાની એ ભૂમિકા નિભાવવાની છે, જે અબ્દુલ્લા શેઠે મનમાં ને મનમાં પસ્તાતા સોંપેલી. તેમના માટે વકીલ તો પહેલેથી હતો જ. તેણે તો વકીલ અને અબ્દુલ્લાની વચ્ચેની કડી બનવાનું હતું. તે કેસનો પુનઃ અભ્યાસ કરીને એ મુદ્દાઓને શોધી આપવાના હતા, જેના પાયા પર તે કેસ જીતવાનો માર્ગ મળી શકે.

સિગરામ દોડતી હતી. પવન છેડછાડ કરતો હતો. હરિયાળીની આંખોમાં ચમક લહેરાતી હતી. ગાંધીનું ધ્યાન તેમાં પરોવાયું. ગાંધી વિચારતો હતો કે, તેને ફરી અપમાનના ઘૂંટડા પીવા પડે છે. કોચમૅનની બાજુમાં બેસીને તેની અંદર ભભૂકતી ક્રોધની જ્વાળાઓ પથ્થર ઉપર માથું પછાડીને રહી જાય છે. તેના મનમાં સંવાદ શરૂ થયો...

"ગાંધી વિચારી લે, હાથમાં ગાંડિવ લઈને, પીઠ પર ખાલી તરકશ બાંધીને કયા કુરુક્ષેત્રની કલ્પનાના પ્રબંધમાં લિપ્ત હોવાનું નક્કી કરી રહ્યો છે ! કૃષ્ણ ક્યાં છે તારી સાથે ?"

"હું ગાંધી છું. હું જ છું. તું અર્જુન બનવાની પૂરેપૂરી તૈયારી તો કર ! પછી જો તારો સારથિ પણ કૃષ્ણ જ હશે."

"શું આ સાચું છે ?"

"અહીં સત્ય કંઈ જ નથી અને અસત્ય પણ કંઈ નથી. અહીં જે કંઈ પણ છે તે, તમારી પોતાની વિવેકયુક્ત ભૂમિકા અને તેનું પરિણામ !"

ગાંધીએ માથું ઝાટકીને વિચારોના આ અથાગ સમુદ્રમાંથી બહાર નીકળવાનો પ્રયાસ કર્યો. જે થઈ રહ્યું છે, તે થવા દે. પરંતુ એવું ક્યાં થાય છે ? લાગે છે કે વિચારો પણ તેના ઉપર જ હુકમ ચલાવે છે, જે પોતાને નીતિમત્તાના દાયરામાં રાખીને ચાલવા માટે તત્પર હોય છે ! જેઓ વિચારોને ઉંબરે આવતાં પહેલાં જ તેને હડધૂત કરીને ભગાડી મૂકે છે, તેના ઉપર વિચારો આક્રમણ કરતા નથી.

ફરી અવાજ અગાઉ કરતાં પણ વધુ તીવ્રતાથી પડઘાઈ ઊઠ્યો,

"ગાંધી, તારે બીજા કોઈ પ્રત્યે નહીં, પરંતુ ફક્ત પોતાની જાત પ્રતિ પ્રામાણિકતા અને સમર્પણ જાળવી રાખવાનાં છે. દરેક યુગની સમાપ્તિ માટે મહાભારતના કુરુક્ષેત્રમાંથી જ પસાર થવું પડે છે. વિવશતાની એ ક્ષણો કેટલી લાચાર કરે છે, જ્યારે પરાણે ગુસ્સો ગળી જવો પડે છે અને ભીતરે ગુસ્સાનો જ્વાળામુખી લાવા ફેંકતો વિસ્ફોટ કરવા માટે તત્પર હોય છે !"

"આ સત્ય છે ?"

"થોડા સમય માટે."

"એટલે ?"

"નિર્ણય કરવામાં ઉતાવળ ન કર, નહીં તો તારો નિર્ણય તને જ ભારે પડતો લાગશે. ત્યારે કોનો સાથ ? દરેક બાબતનો સંચય શક્ય નથી. દરેક રણના નસીબમાં આરસપહાણ નથી હોતા. આઘાતના સંચયનથી શું થશે ?"

હવાની ફૂર્તિલી લહેર ફરકી ગઈ. બેચેનીની વીજળી ઝબકીને અલોપ થઈ ગઈ.

પારડીકોપ નામનું સ્થળ આવેલું, જ્યાં ઘોડાને ઘાસચારો આપીને ફરીથી કુરુક્ષેત્રના માર્ગે દોડવાનું હતું.

તેણે ઇચ્છા ન હોવા છતાં પણ સાંભળ્યું, "હું તને કહી રહ્યો છું, સામી !"

સામી એટલે સ્વામી. તે અંગ્રેજ વડો જાણતો નહોતો કે, 'સામી'નો અર્થ 'સ્વામી' છે, જે સ્વામીનું અપભ્રંશ થયેલું છે અને ત્યાં તામિલ નામના અંતે લાગનારો તે પ્રત્યય છે. કોઈક તામિલ વળી પહોંચેલો હોય તો પોતાના અંગ્રેજ માલિકને એમ કહીને માથે ચડતો કે, "તમે કેટલીયે વાર મને 'સામી' કહ્યો છે. મેં સાંભળ્યું છે. મને હસવું આવે છે. જો અમે સ્વામી અટલે કે ધણી થયા તો તમે... ?"

ત્યારે અંગ્રેજ વડો, "યુ બાસ્ટર્ડ... ડુક્કર... હાડપિંજર... !" કહેતાં-કહેતાં ક્રોધાવેશની આગમાં ઊકળતાં પાણીની જેમ તેના પર તૂટી પડતો.

"હું સામી નથી." ગાંધી બોલ્યો.

"બ્લૅકમૅન ! એમ આઇ નાઉ કરેક્ટ ?"

"આઇ એમ બૅરિસ્ટર ગાંધી."

"યુ... કુલી બૅરિસ્ટર, બ્લૅકમૅન તું ત્યાંથી ઊભો થા." તેણે ગાડીવાનના પગ પાસે પડેલો ગંદોગોબરો કોથળો ઉઠાવીને પગથિયાં પર ફેંકતા જંગલી ઇશારા સાથે કહ્યું.

"હવે તું ત્યાં બેસ. આઇ વૉન્ટ ટુ સ્મૉક." તે અંગ્રેજ વડાએ હસીને કહ્યું.

ગાંધીનું હૃદય ધબકારો ચૂકી ગયું. તે તગડો અને જંગલી માણસ હતો. તેની આંખમાંથી તણખા ઝરતા હતા.

ગાંધી ચુપ રહ્યો.

તે પહેલાં કરતાં મોટા અવાજે બોલ્યો, "ઓછું સાંભળે છે, બ્લૅક મંકી !... મને ગાડીવાન પાસે બેસવું છે. સ્મોકિંગ કરવા. તાજી હવાનો લહાવો લેવો છે. સમજ્યો કે નહીં ?"

"મારે અંદર બેસવું જોઈએ. મારી પાસે ટિકિટ છે. પરંતુ તું મનમાની કરીને અંદર બેસી ગયો અને મારે ગાડીવાન પાસે બેસવું પડ્યું. આ તદ્દન ખોટું છે અને હવે તું ઇચ્છે છે કે હું..." ગાંધી થોડો આવેશમાં આવી ગયો. છેવટે અપમાન સહેવાની પણ એક મર્યાદા હોય છે. તે શું કરી લેશે ? કરવા દો, જે કરવું હોય તે, પરંતુ પોતે હવે તેને વધુ સહન નહીં કરે.

"તું શું મોટા બાપનો દીકરો છે, કુલી, ભિખારી ! પોતાના દેશમાં ખાવાના સાંસા પડ્યા એટલે અહીં ચાલી આવ્યો. ચાલ, ચુપચાપ ત્યાં બેસી જા, નહીંતર..." વડો ગોરો તાડૂકીને બોલ્યો.

"નહીંતર તું શું કરીશ ?"

"તું મને પડકારે છે ! પાતળી દાળ ખાનારા બ્લૅક મંકી !"

"ગાળ... જીભ સંભાળીને બોલ !" ગાંધી ક્રોધે ભરાયો. પોતે શું તેના પગમાં બેસશે ? હરગિજ નહીં.

"જંગલી ક્યાંયનો, બદજબાન !"

"તારે અહીં જ બેસવું હોય તો બેશક બેસ, હું અંદર જતો રહું છું."

"તેં કદી તારું મોં અરીસામાં જોયું છે, પાજી ! ...છેલ્લી વાર કહું છું કે ... "

"તારા પગ પાસે આવીને બેસું એમ જ ના ?"

"હા, એમ જ સમજ. ચાલ, ઉતાવળ કર." વડા ગોરાએ કોપાયમાન આંખે તેની સામે જોયું અને તેના ઊઠવાની રાહ જોઈ.

ગાંધીએ તેની સામે ન જોયું અને યથાસ્થાને બેઠો રહ્યો.

તે કોઈ ગંદી ગાળ બોલીને, આગળ-પાછળ જોયા વિના તરત જ ગાંધી ઉપર તૂટી પડ્યો. તેને ખેંચવા પણ માંડ્યો. તેને નીચે પછાડીને બેસાડવાનો પ્રયત્ન કરવા લાગ્યો. ખેંચતાણ થઈ. ગાંધી તે મવાલી-ગુંડાનો સામનો કરી શક્યો નહીં, પરંતુ તે એના પગમાં બેસવા માટે પણ કોઈ હિસાબે તૈયાર ન થયો. બેઠક પાસે સિગરામમાં પિતળના સળિયા હતા. તેણે સળિયો બરાબર પકડી લીધો. મનોમન નક્કી કરી લીધું કે ભલે તેનું કાંડું છૂટું પડી જાય, લોહીલુહાણ થઈ જાય, પરંતુ જીવતેજીવ તે સળિયો છોડશે નહીં.

અંદર બેઠલા ગોરાઓ હસતા હતા. તેમને આ ઘટના સાથે કંઈ લેવાદેવા નહોતી. વડો ગોરો કહેતો હતો, "નીચ, ખસૂડિયા કૂતરા, ડેમફૂલ, મંકી... !"

સિગરામ ત્યાં ને ત્યાં જ ઊભી રહી ગઈ. તેણે લાત ને મુક્કા પણ માર્યા. અંદર બેઠેલા ગોરાઓનું હૃદય પીગળ્યું. તેમાંના એકથી રહેવાયું નહીં. તે બોલી ઊઠ્યો, "એ મિસ્ટર, આ શું કરે છે ? તે જ્યાં બેઠો છે ત્યાં જ બેસવા દે. કારણ વિના તેની ધોલાઈ કર્યે જાય છે, તે પરદેશી છે."

બીજા અંગ્રેજે પણ કહ્યું, "તું તેને ત્યાં બેસવા દેવા માગતો નથી, તો તેને અંદર અમારી પાસે બેસવા દે. તેના બેસવા સામે અમને કોઈ તકલીફ નથી."

"નો... નો, ક્યારેય નહીં." વડા ગોરાએ દૃઢપણે કહ્યું. જોકે, તે થોડો ભોંઠો પડ્યો. તેણે ગાંધીને પાછળ ધકેલતાં તેનો કૉલર છોડ્યો અને ફૂટબોલને કીક મારતો હોય તેમ ગંદી ગાળ ઉછાળતો ગયો. તેણે પોતાના નોકરને બુચકારો કરીને બોલાવ્યો. તેને પોતાના પગ પાસેની જગ્યાએ બેસાડીને પોતે બહાર આવીને બેઠો. સિગારેટ કાઢી, સળગાવી. જોરથી એક કશ ખેંચીને ગાંધી તરફ જોઈને બોલ્યો,

"ઉંદરની ઓલાદ, ગંદી ગટરના કીડા, મચ્છર સાલા ! કોટ-પેન્ટ અને ટાઈ પહેરીને ચાલ્યો આવ્યો છે !"

ગાંધીનો હાથ દુખતો હતો. લાફાઓથી તેના ગાલ સૂજી ગયેલા. જાણે કે બત્રીસી હલી ગઈ હોય એમ આખું જડબું દુખતું હતું !

સિગરામ ફરી ચાલવા માંડી. ગાંધીને બીક હતી કે ક્યાંક તે એને ખતમ ન કરી દે ! ગોરાએ ખુલ્લેઆમ દારૂ ઢીંચ્યો અને ખાલી બૉટલનો રસ્તા ઉપર જોરથી ઘા કર્યો.

ગાંધીને એ વાતનું આશ્ચર્ય થયું કે, પારડીકોપમાં રસ્તે ચાલતાં કોઈ અંગ્રેજે તો હસ્તક્ષેપ કર્યો નહીં, પરંતુ સિપાઈઓ પણ તે વરવા દૃશ્યને નિર્લેપ બનીને જોઈ રહેલા કે જાણે કશું બન્યું જ ન હોય ! આવી ખરાબ, સડેલી અને નકામી વ્યવસ્થામાં તે કેવી રીતે જીવી શકશે ?

પેલો અંગ્રેજ વારંવાર બબડતો રહ્યો કે 'સ્ટેન્ડરટન તો પહોંચવા દે, પછી હરામીને એવી મજા ચખાડીશ કે સાલાને ખબર પડે કે દુનિયા કેમ ચાલે છે !'

તેને બરાબર નશો ચડેલો. તે ગંદા ઇશારા કરતો હતો. ગાંધી અંદર ને અંદર ખળભળી ગયેલો. જેવું પેલો ગળામાં લટકતા ક્રોસને ચૂમીને મનમાં કંઈક બબડ્યો, એવું ગાંધીને લાગ્યું કે ઈસુ પોતે જ પોતાના ગળે ફાંસો ખાઈને આત્મહત્યા કરી લેશે ! તેણે તો કોઈને પોતાના અનુયાયી બનાવ્યા નહોતા. કોણ ખ્રિસ્તી, કેવા ખ્રિસ્તી ! ચર્ચ કેવું ! શેની ધૂમધામ ? બધા ઢોંગ, બધું પાખંડ !

ઈસુ જાણે કે બૂમ પાડી ઊઠ્યા અને પછી બોલ્યા, "ભૂલી જાવ કે મેં કદી ગિરિપ્રવચન (ઈસુ ખ્રિસ્તે એક પર્વત ઉપરથી આપેલું વ્યાખ્યાન) કર્યું હતું. ભૂલી શકતા ન હો તો, કાન ખોલીને સાંભળી લો કે આ તે લોકો નથી કે જેના માટે મેં પ્રવચન આપેલું. એકવાર શૂળી પર ચડીને કોઈ પુનર્જીવિત થઈ શકે નહીં. ટેસ્ટામેન્ટ... ન્યૂ ટેસ્ટામેન્ટ. જૂના તથા નવા કરારો... જેનેસિસ એટલે કે, સૃષ્ટિનો આવિર્ભાવ. હા, હા... બાઈબલ... જે કહે છે, તમારા ડાબા ગાલે કોઈ તમાચો મારે તો તેની સામે જમણો ગાલ ધરી દો. કહો કે, 'લે માર તું જેટલું મારી શકે એટલું માર !' તે જ્યારે મારતાં-મારતાં થાકી જાય ત્યારે તેનો હાથ પંપાળીને પૂછો કે "હે સજ્જન પુરુષ ! તને વાગ્યું તો નથી ને ?"

લંડનમાં ભણતી વખતે ગાંધીને બધા ધર્મોનો પરિચય પામવાની ઊંડી જિજ્ઞાસા થયેલી. ગિરિપ્રવચન ઉપર શ્રદ્ધાપૂર્વક માથું ટેકવીને તે કહેતો, "તમે હકીકતમાં દેવદૂત છો. તમારું આ ધરતી પર અવતરવું સંપૂર્ણ માનવતા કાજે વરદાન સાબિત થયું છે. હે મહાન ઈસુ, મારા પ્રણામ સ્વીકારો !"

જોકે, હવે એ જ ઈસુ હતા જે કહી રહેલા કે "હું એકવાર ક્રોસ ઉપર લટકીને તમને અલવિદા કહી ચૂક્યો છું. તમે તો આજ સુધી આલીશાન ચર્ચમાં મને ક્રોસ પર લટકાવી રાખીને લોકોની છેતરપિંડી કરી રહ્યા છો કે હું તેમનો ઉદ્ધાર કરીશ-જેથી બધા શરણે થઈ જાય ! મારાં પુનરાગમનની રાહ જુએ કે તે આવશે અને દરેક જઘન્યમાં જઘન્ય પાપનું પુણ્યમાં પરિવર્તન થશે; તેમ જ નરક, સ્વર્ગ બની જશે તેવી શ્રદ્ધા રાખે !"

જખમોને ભૂલવા અને તે જલ્લાદની લાલચોળ આંખથી બચવા માટે ગાંધી આંખ બંધ કરીને તે દૃશ્યને જોઈ-સાંભળી રહેલો, જેનો જખમી અવાજ ત્યાં બીજા કોઈને સંભળાતો નહોતો.

એક સફેદ, સ્નિગ્ધ અને સુગંધિત ફૂલ સામે આવ્યું ! એણે ગાંધીના ગાલને પંપાળીને કહ્યું, "માફ કરજે ભાઈ, અમે તો હવે અદૃશ્ય થઈ ગયા છીએ અને

અમારી જગાએ કંટકોએ હમશકલ હોવાનો ફાયદો ઉઠાવવાનું શરૂ કરી દીધું છે! દરેક ધર્મની ઓછા કે વત્તા અંશે આવી જ હાલત છે. વેપારી જ્યારે ધર્મનો વેપાર શરૂ કરી દે છે, ત્યારે અધર્મ જ ધર્મનું સ્થાન લઈને દિશાસૂચન કરવા માંડે છે!"

"પરંતુ અંદર જે અંગ્રેજો બેઠા છે, તેમનું હૃદય તો પીગળેલું. તેઓ... ?"

"તમાશો હતો. ઢોંગ હતો."

"ના, હું એમ માનવા સારુ તૈયાર નથી."

"ન માન, તારી મરજી!"

ગાંધી વિચારોની ગાંસડી લઈને સ્ટેન્ડરટનમાં ભારતીયોની સાથે હતો. એ લોકોની સાથે તે ઈસા શેઠની દુકાને પહોંચ્યો.

ઈસા શેઠે તેનો આદરસત્કાર કરીને જણાવ્યું કે તેમને દાદા અબ્દુલ્લાનો તાર મળી ગયો હતો. ગાંધીએ આપવીતી સંભળાવી. ઈસા શેઠે કહ્યું, "આવું ગેરવર્તન કરવાનો તો અંગ્રેજોનો જન્મસિદ્ધ અધિકાર છે. તેમના ઉપર કોઈ નિયંત્રણ નથી. તે જેમ ઇચ્છે તેમ કરે, કોઈ રોકનારું નથી."

"તો પછી તમે લોકો પોતાનું વતન છોડીને કેમ અહીં પડી રહ્યા છો? આબરૂથી વધુ કીમતી કોઈ ધન નથી."

"ત્યાં જઈનેય શું કરીએ? નબળી ગાયને બગાઈઓ ઝાઝી! ગરીબને તો દરેક જગાએ પસ્તાળ પડે છે, પછી તે પોતાનો દેશ હોય કે પરાયો! ગરીબનો જન્મ જ અપમાન, અત્યાચાર અને અન્યાયનો બોજ ઉઠાવવા માટે થયો હોય છે." ઈસા શેઠના મુનીમે કહ્યું.

"અહીંની પરિસ્થિતિ તેનાથી પણ બદતર થઈ ગઈ છે, વકીલસાહેબ! અમે તો આ બધાથી ટેવાઈ ગયા છીએ."

ગાંધીએ તેને દલીલનો મુદ્દો બનાવ્યો નહીં અને ઈસા શેઠ સાથે ચાલી નીકળ્યો.

ઈસા શેઠ સમજદાર માણસ હતો. ખાસ ભણેલો નહોતો, પરંતુ ગણેલો હતો. તેણે કહ્યું, "તમે થોડા મહિનાઓ માટે આવ્યા છો. દાદા અબ્દુલ્લાનો કેસ પૂરો થઈ જતાં તમે પણ પાછા જતા રહેશો. અહીં જાગૃતિની જરૂર છે. આત્મવિશ્વાસ કેવી રીતે વધે? સંગઠન કેવી રીતે સુદઢ બને? મુસલમાનોમાં પણ અહીં બે જમાત છે - એક આરબની, જે પોતાને હિન્દુસ્તાનથી આવેલા મુસલમાનો કરતાં વધુ ઊંચા માને છે!"

"સમજું છું. ભારતીયોમાં પણ ઘણાં સંપ્રદાયો છે - ગિરમીટ (હિંદ બહાર મજૂરી માટે લઈ જવાતા મજૂરો પાસે કરાવી લેવાતો કરારપત્ર)થી દૂર રહેલા હિન્દુસ્તાની અને ઉત્તર હિન્દુસ્તાનના ગિરમીટિયા. ગિરમીટ એ અંગ્રેજ શાસનના કરારનું જ

બગડેલું રૂપ છે. પારસી કારકુનો, ગુમાસ્તાનો પોતાનો વર્ગ છે, જ્યારે વ્યથા તો ઓછીવત્તી સૌની સરખી જ છે."

"ગિરમીટિયાને અંગ્રેજો 'કુલી' (વેઠિયો) કહે છે. મને 'કુલી વેપારી' કહે છે, મુનીમને 'કુલી મુનીમ'. ઈસા શેઠે કહ્યું."

"અને મને 'કુલી બૅરિસ્ટર' કહેશે ! આ છે વિશાળ સામ્રાજ્યના માલિક અને પોતાને સુસંસ્કૃત અને સભ્યતાના પ્રતિનિધિ સમજનારા અંગ્રેજોનો અસલી ચહેરો. જોકે, દરેક અંગ્રેજ આવા નથી. હું જ્યારે લંડનમાં હતો, ત્યારે ખુલ્લું મન અને ખુલ્લી વિચારસરણી ધરાવતા અનેક અંગ્રેજો મારા સંપર્કમાં આવેલા."

ગાંધીએ ત્યાં જ પોતાની વાતને એમ કહીને અટકાવી કે "દરેક દેશ, દરેક જાતિ, દરેક ધર્મ અને દરેક ધર્મના લોકો સારા છે. સારા લોકોની સંખ્યા વધુ છે. ખેર, હવે અહીં રહેવાનું જ છે તો દરેક વિકટ સ્થિતિમાંથી પસાર થવું જ પડશે." ગાંધીએ ધીમે-ધીમે કહ્યું.

ગાંધી ત્રેવીસ વર્ષનો યુવક જરૂર હતો, પરંતુ તેનામાં નવયુવાનો જેવી આક્રમકતા નહોતી. ખૂબ વિચારતો હતો અને કોઈ નિર્ણય ઉપર પહોંચ્યા વિના જ શાંત થઈ જતો હતો. તે સમજતો હતો કે આવેશ અને ગુસ્સાનો માર્ગ કશા કામનો નથી. તે માત્ર એટલું માનતો હતો કે ધીરજ અને સહનશક્તિ ટકી રહેવી જોઈએ. આગળ જે થાય તે થવા દો.

ભોજન લીધા પછી ગાંધી અલગ ઓરડામાં આવ્યો. થાક હતો. પગ લંબાવીને ઓશીકા ઉપર માથું મૂકતાં જ તે સૂઈ ગયો.

3

દિવસ હંમેશાં ખુશાલીની વસંત લઈને આવે છે. તાજગીભરી સુગંધથી તરોતાજા કરી જાય છે. આવી દરેક નવી સવાર માટે દિવસ ધીમે-ધીમે, દબાયેલાં પગલે, નવવધૂની માફક ચુપચાપ ઊગે છે. વિચારો પાંખ ફેલાવીને પક્ષીઓનાં ટોળા સાથે આકાશ ક્યાં સુધી વિસ્તરેલું છે, તે જાણ્યા વિના જ તેને માપવા માટે નીકળી પડે છે.

દરેકને આવી જ શુભ, કલરવતી અને ખુશહાલ સવારની પ્રતીક્ષા રહે છે. ક્યારેક તે પંખીઓને ચણ ચણતાં એકીટશે જોયા કરે છે. જેમ-જેમ પક્ષીઓનું પેટ ભરાતું જાય છે તેમ-તેમ તે પાંખ પસારીને હવાને ચીરીને ઊડવા માંડે છે. મેદાન ખાલી થઈ જાય છે. ચણ પડ્યું રહે છે. એ દાણા કે જેના માટે ગાંધીને અહીં આવીને 'કુલી બૅરિસ્ટર'નો દરજ્જો મળ્યો છે અને બેશરમ થવું પડ્યું છે ! તે પક્ષીઓ જરૂરિયાતથી વધારે તલભાર પણ ઇચ્છતાં નથી. તો પછી તે કેમ અને શેના માટે અહીં પડ્યો રહ્યો છે ?

અચાનક તેની ડાબી આંખ ફરકવા માંડી. આંખ સામે દૃશ્ય ખડું થયું. તે ચોંકી ઊઠ્યો. તે લંડનમાં નહીં દક્ષિણ આફ્રિકામાં હોવા છતાંય તે દૃશ્ય તેનો પીછો કરે છે. ત્યાં એને જુલિયાનું ખિલખિલાટ હાસ્ય સંભળાયું. તે જાણે કે કહી રહેલી કે,

"બહારથી જે વ્યક્તિ મિતભાષી અને સરળ લાગે છે, તે અંદરથી પણ એવી જ હોય તેવું જરૂરી નથી. ગાંધીને જુઓ - તે કેવી સફાઈથી જુઠ્ઠું બોલી ગયા કે હજુ તેમનાં લગ્ન થયાં નથી - જ્યારે સચ્ચાઈ તો એ છે કે તે એક પુત્રના પિતા છે !"

"છું... હું પિતા છું. હું ખોટું બોલ્યો, પરંતુ તેને કબૂલી પણ લીધું ને !"

"પણ મારી સ્નિગ્ધ લાગણીઓ ઉપર જે વજ્રાઘાત થયો, તેનું શું... ?"

ગાંધીને પોતાનું જૂઠ ચચણ્યા કરતું હતું. તે મનોમન પોતાને અપરાધી માનવા લાગેલો. તેથી તે મૌન રહ્યો.

એ જ સમયે ગાડીવાનનો કર્કશ અવાજ પડઘાયો, "અરે ભાઈ, જોહાનિસબર્ગ આવી ગયું છે."

"ઓહ !" બધા મુસાફરો ઊતરી ગયેલા. તે પણ પોતાનો સામાન લઈને ઊતર્યો. તેણે ચોતરફ જોયું. ક્યાંય કોઈ દેખાયું નહીં.

અબ્દુલ્લા શેઠે જણાવેલું કે, મહમદ કાસમ કમરુદ્દીન કે તેનો માણસ તેને લેવા પહોંચી જશે. તે તો ત્યાં પહેલી વાર આવેલો. કોઈને ઓળખતો નહોતો. હવે તે શું કરે ? તેની પાસે મહમદ કાસમની દુકાનનું સરનામું તો હતું. થોડી વાર ત્યાં જ ઊભા રહીને રાહ જોવા માંડ્યો.

સ્ટેન્ડરટનમાં જ તેણે અહીંની ત્રણ-ચાર હોટેલોનાં નામ-સરનામા નોંધી રાખ્યાં હતાં. તેને વિચાર આવ્યો, આવીને દઢ થયો. હોટેલ યોગ્ય રહેશે. અજાણ્યું સ્થળ છે. અજાણ્યા લોકો છે. હોટેલમાં અજાણ્યાની જેમ રહીશ. કંઈક જાતે નક્કી કરી તો જુએ ! જોકે, પછી કોઈ આપત્તિ આવશે તો ? શું કામ આવે ? જેમ અત્યાર સુધી આવતી રહી છે ! તે સ્થળ ખૂબ મોટું છે. મોટાં સ્થળોમાં સંકુચિતતા, રંગભેદ વગેરેનાં મૂળિયાં ઊંડાં નથી હોતા, કે નિર્દય દૃષ્ટિકોણ ધરાવતા લોકો પણ નથી હોતા.

વળી વિચાર આવ્યો કે, ડરબનમાં શું નહોતું ! આ દક્ષિણ આફ્રિકા છે. અહીં સૂરજ પણ પોતાની મરજીથી ઊગતો કે ડૂબતો નથી ! ફરી કોઈ નવી મુસીબત વહોરી ન લે. સાચવી-સાચવીને ચાલો, તેમાં જ ભલાઈ છે.

"ક્યાંય જવું છે, સાહેબ ?" સાંભળીને ગાંધી ચોંક્યો. ગાડીવાન સામે શંકાની નજરે જોયું.

ગાડીવાળો ફરી પૂછતો હતો, "ક્યાંય જવું છે, સાહેબ ?"

ગાંધી ચમક્યો. સભાનતાપૂર્વક સાંભળ્યું. ગોરી ચામડીવાળો તેને 'સાહેબ' કહેતો હતો !

"શું તું મને મહમદ કાસમ કમરુદ્દીનની દુકાન સુધી પહોંચાડીશ ? એમનું સરનામું છે..." કહીને ગાંધીએ ખિસ્સામાંથી કાગળ કાઢ્યો કે જેમાં અબ્દુલ્લા શેઠે મહમદ કાસમ કમરુદ્દીનને ચિઠ્ઠી લખેલી.

"મેં તેમની દુકાન જોઈ છે." કહીને તેણે ગાડી આગળ ચલાવી.

"તને અહીંયાં રહેવું સારું લાગે છે શું ?" ગાંધીએ પૂછ્યું

"નહીં સાહેબ. એટલા માટે જ હું એવી છોકરીને પરણ્યો છું કે જેનાં માતા-પિતા પહેલાં બ્રાહ્મણ હતાં. અમારાં ઘરમાં રામાયણ છે, ગીતા છે. અમે હિન્દુ દેવી-દેવતાઓને જ માનીએ છીએ."

"ચર્ચ જાય છે ?"

"જવલ્લે જ. પત્ની અને મારી દીકરી તો આજ સુધી ચર્ચમાં ગયાં નથી. તેઓ જશે પણ નહીં. પત્ની કહે છે કે ધર્મ એ વસ્ત્ર નથી કે જેને જ્યારે ઇચ્છો ત્યારે અને જ્યાં ઇચ્છો ત્યાં બદલી લેવાય ! જે ધર્મને પહેલેથી માનતાં હોઈએ તેને જ મનાય. અહીંના પાદરી ખૂબ ખતરનાક છે. તેમને રાજદ્વારી તાકાત મળેલી છે. તેઓ તો આખી દુનિયાને ખ્રિસ્તી બનાવી દેવા માગે છે, જેથી ખ્રિસ્તી સિવાયના બીજા કોઈ ધર્મ, કોઈ જાતિ આ ધરતી પર રહે નહીં."

"જોયા કર ભાઈ, શું થાય છે !"

"એ જ તો જોતો આવું છું." ડેવિટે એટલું કહીને ગાંધીને સામાન ઉપાડવામાં મદદ કરી અને બોલ્યો, "મિયાં કાસમસા'બ, આપના મહેમાન."

એટલું સાંભળતાં જ મહમદ કાસમ કમરુદ્દીને તુરત જ દુકાનમાંથી બહાર આવીને ગાંધીનો આદરસત્કાર કર્યો અને કહ્યું, "તમને લેવા જ મારા બે માણસો સિગરામમાં ગયા છે."

"કંઈ વાંધો નહીં ભાઈ. હવે તો હું પહોંચી જ ગયો. ડેવિટભાઈએ મને ઘણી મદદ કરી."

ડેવિટ ચુપચાપ ચાલ્યો ગયો.

ક્યારેક-ક્યારેક ઓળખાણની આકસ્મિક હાથ લાગેલી પતંગ, લૂંટેલી પતંગ જેવો આનંદ આપી જાય છે. મહમદ કાસમ કમરુદ્દીને પોતાની પાસે બેઠેલા વડીલની ઓળખાણ કરાવતાં કહ્યું, "આ છે શેઠ અબ્દુલ ગની. શેઠ અબ્દુલ્લાના પરમ મિત્ર. તમારી રાહ જોતા હતા. જઈ-જઈને છેવટે ક્યાં જઈએ ? શેઠ અબ્દુલ્લા બે વાર પૂછી ચૂક્યા છે."

"મારી ટિકિટ થઈ ગઈ ને ?"

"પ્રયત્ન થઈ રહ્યો છે. અહીં પ્રથમ-દ્વિતીય વર્ગની ટિકિટ હિન્દુસ્તાનીઓને મહા મુસીબતે મળે છે. પ્રથમ વર્ગની તો વાત જ... !" અબ્દુલ ગની શેઠ કહી રહ્યા હતા, "તોપણ અમે પ્રયત્ન કરી રહ્યા છીએ કે પ્રથમ નહીં તો બીજા વર્ગની ટિકિટ મળી જાય."

"હું તો ફર્સ્ટક્લાસમાં જ જઈશ."

"વકીલસાહેબ, અહીંની પરિસ્થિતિ બહુ નાજુક છે. જવું તો પ્રિટોરિયા જ છે ને !"

"અહીંથી સાડત્રીસ માઈલના અંતરે જ તો પ્રિટોરિયા છે." મહમદ કાસમ કમરુદ્દીને ધીરેથી સમજાવટની રીતે કહ્યું.

"નાતાલથી વધુ મુસીબત તો ટ્રાન્સવાલમાં છે. તમે મોટું મન રાખો."

"અહીંની રેલવેના કાયદા-કાનૂન પણ હશે ને ?"

"છે ને, પરંતુ એકદમ તકલાદી. તેના અર્થના અનર્થ જ થયા છે. લખ્ખાપટ્ટી છે તેમાં."

"તોપણ હું રેલવેના નિયમો-કાયદાનું પુસ્તક જોઈશ."

"તમને તો મેરિત્સબર્ગનો ખરાબ અનુભવ છે."

"ત્યાંય હું મારા હક માટે લડ્યો છું. જાતે ઊતર્યો નહોતો, મને ઉતારવામાં આવેલો. મેં તેની ફરિયાદ કરી. તેની એ અસર થઈ કે હું બીજે દિવસે ફર્સ્ટ-ક્લાસમાં આવી શક્યો."

"સમય બગડ્યો. રૂપિયા બગડ્યા. એક્સ્ટ્રા ખર્ચ પણ થયો. તેમ છતાં અપરાધીઓનો વાળ પણ વાંકો ન થયો !" શેઠ અબ્દુલ ગનીએ કહ્યું.

"ગની શેઠ, જ્યાં લગી તમે તમારા અધિકારની લડાઈ લડવા સારુ પોતાની જાતને સજ્જ ન કરી લો, ત્યાં લગી અપમાન - ઉપેક્ષા સહેવા સિવાય બીજો કોઈ માર્ગ નથી... માણસ હોવાના નાતે પોતાના હકની લડાઈ ચાલુ રાખવાનું દરેકનું કર્તવ્ય છે." ગાંધીએ તેમને સમજાવ્યું.

"જેમનું ધ્યાન કમાણી ઉપર હોય તે હક માટે લડી ન શકે... અમે લોકો અહીં બે પૈસા કમાવા માટે પોતાના વતનથી આટલા દૂર આવીને રહીએ છીએ. સાચું તો એ છે કે, અમે એવી કોઈ લડાઈ લડી ન શકીએ જેનાથી શાસકો અમારાથી નારાજ થાય."

"અહીં તો હું મારી લડાઈ ચાલુ રાખીશ. તેમ છતાંય જોરજબરદસ્તીની પરિસ્થિતિ ઊભી થશે તો હું ઘોડાગાડીમાં પ્રિટોરિયા જતો રહીશ... તમે તો સવારે સ્ટેશન માસ્તરને મારો આ પત્ર પહોંચાડી દેજો. આગળ જે થશે તે હું જોઈ લઈશ. મને પરિણામની ચિંતા ક્યારેય સતાવતી નથી. મારી ચિંતાનો વિષય છે - પોતાના ક સારુ લડવું."

"જેવી તમારી મરજી, વકીલસાહેબ. પછી તમે અમારી પાસેથી કોઈ આશા ન રાખતા. અમે તમારી લડાઈમાં સામેલ થઈ શકીશું નહીં." અબ્દુલ ગની શેઠે બેધડક પોતાનો નિર્ણય સંભળાવી દીધો.

"હું પણ થોડી-થોડી તમારી હાલત સમજવા માંડ્યો છું. તમે નચિંત રહો, હું મારા ભાગની લડાઈ જાતે જ લડીશ... ચોક્કસપણે કહી શકતો નથી કે હું આ લડાઈ બરોબર રીતે ચાલુ રાખી શકીશ કે નહીં, પરંતુ અત્યારે તો ફર્સ્ટક્લાસની ટિકિટ લેવા અને ફર્સ્ટક્લાસના ડબ્બામાં મુસાફરી કરવા સારુ પૂરતો સંઘર્ષ અવશ્ય કરીશ."

"મહેરબાની કરીને તમે તમારો જીવ જોખમમાં ન નાંખો. અહીંયાં હિન્દુસ્તાનીઓના જીવનની આમ પણ કોઈ કિંમત નથી!"

"પરંતુ શા માટે નથી? હોવી જોઈએ. મરવાનું તો સૌએ છે, પરંતુ કોણ કેવી રીતે મર્યું, કયા ઉદ્દેશથી મર્યું અને કેટલાં લોકોને રોજેરોજ મરવામાંથી બચાવવા સારુ મર્યું? હું માનું છું કે મૃત્યુની આવી રીતે તપાસ કરવી અને તે પણ પોતાની જાતે જ કરવી, ખૂબ જરૂરી છે." ગાંધી તેને રોકી ન શક્યો, જે આપોઆપ અંદરથી બોલી રહેલો! તેણે આ અગાઉ આવી રીતે ક્યારેય વિચાર્યું પણ નહોતું. તે આગળ કહી રહ્યો હતો,

"જિંદગી કોઈની અમાનત છે. કોની છે? તેના જવાબમાં મોટા ભાગે તપસ્વી અને ચોક્કસ કક્ષાએ પહોંચેલા સંતો પાસેથી સાંભળ્યું છે કે, જિંદગી એ ઉપરવાળાની અમાનત છે. તે એને જ પરત આપવાની છે. જેવી એણે આપી છે એવી જ એને પાછી આપવાની છે. તેમાં જરાય ડાઘ કે કલંક ન લાગે તેની જવાબદારી તો એની જ છે, જેણે તેને એક નિશ્ચિત સમય સુધી જીવન બક્ષ્યું છે."

હવે તે સૌ અચંબામાં પડ્યા. તે સૌ જોઈ રહેલા કે, જેને તેઓ શ્યામ વર્ણનો દુબળો-પાતળો માણસ સમજતા હતા, તે નવયુવક ઉત્સાહથી સભર અને પોતાના હક માટે પૂરેપૂરો સભાન હતો. કેમ ન હોય? તે વિલાયતથી વકીલ થઈને પરત આવેલો. યુવાન છે, જુસ્સાથી ભરેલો! વકીલાતનું પૂરેપૂરું કૌશલ છે.

અબ્દુલ ગનીએ પૂછ્યું, "શું તમે સ્ટેશન માસ્તરના નામે ચિઠ્ઠીમાં આ જ બધું લખ્યું છે?"

ગાંધીનું મન ખૂલતું જતું હતું. તે વિચારી રહેલો કે તેની વકીલાત કોઈને કામ આવે કે ન આવે, પરંતુ તેના કામે તો જરૂર આવવી જ જોઈએ! અને જ્યાં ડગલે ને પગલે માનવતાને કચડવાની અને પછાડવાની સાજિશ ચાલી રહી હોય, ત્યાં તો તેનું કામ ખૂબ અગત્યનું છે.

તે ખોંખારીને બોલવા માંડ્યો, "હું તમને તે ચિઠ્ઠીની કાર્બન કૉપી વાંચી સંભળાવું છું."

બેસવાની ઢબ થોડી બદલીને તે લખાણ વાંચવા લાગ્યો,

"માનનીય,

હું કાલે જોહાનિસબર્ગથી પ્રિટોરિયા જવા માગું છું. મેં અત્યાર સુધી આપને ત્યાં, જ્યાં-જ્યાં ટ્રેન ઉપલબ્ધ છે, ત્યાં-ત્યાં પ્રથમ વર્ગમાં મુસાફરી કરી છે. જોકે, તેના કડવા અનુભવો પણ મને થયા છે. પ્રથમ વર્ગના ડબ્બામાં મુસાફરી કરતો જોઈને, એક અંગ્રેજ યાત્રીના કહેવાથી મેરિત્સબર્ગમાં રેલવે અધિકારીએ આવીને,

મને છેલ્લા ડબ્બામાં જવાનો હુકમ કરેલો. મારી પાસે પ્રથમ વર્ગની ટિકિટ હતી. મારી દલીલ હતી કે, હું ડરબનથી આવું છું અને કમ્પાર્ટમેન્ટમાં જગા પણ હતી, તો હું પાછળ શા માટે જાઉં ? તેણે પોલીસને બોલાવીને મને નીચે ઉતારી મૂક્યો અને મારો સામાન પણ પ્લૅટફૉર્મ ઉપર ફેંકાવી દીધો. મેં આ ઘટનાની ફરિયાદ જનરલ મૅનેજરને કરી અને બીજા દિવસે તે જ ટ્રેન દ્વારા પ્રથમ વર્ગમાં ચાર્લ્સટાઉન સુધીની મુસાફરી કરી શક્યો.

હું સમજું છું કે તમે તમારા આવા મુસાફરનું ચોક્કસ ધ્યાન રાખશો કે જેણે પ્રથમ વર્ગથી નીચેના વર્ગમાં ક્યારેય મુસાફરી કરી નથી. મને ઉમેદ છે કે, મને આપનો પૂરેપૂરો સહયોગ પ્રાપ્ત થશે."

પત્ર વાંચી લીધા બાદ ગાંધી મૌન રહ્યો.

અબ્દુલ ગનીએ કહ્યું, "આ બધું તો ઠીક છે. આમ તો હિન્દુસ્તાની પોતે જ પહેલા કે બીજા વર્ગમાં મુસાફરી કરતા નથી. અને માની લો કે આપણામાંથી કેટલાંક કરી પણ શકતા હોય કે કરી પણ ચૂક્યા હોય, તો તેમને આ પ્રકારે હડધૂત થવું પડ્યું છે. સ્ટેશન માસ્તર અંગ્રેજ છે, તે તમારી અરજી ઉપર કદી ધ્યાન નહીં આપે. કાલની મુસાફરીમાં નાહક ઝઘડોટંટો ઊભો થશે. તેના કરતાં તો બહેતર છે કે તમે પ્રિટોરિયા ઘોડાગાડીમાં જ જાવ, જેથી તમારી મુસાફરી કોઈ ઝઘડાટંટા વિના પૂર્ણ થાય."

"માની લો કે તમને કોઈ કારણસર પ્રથમ વર્ગની ટિકિટ મળી પણ જાય તો, જર્મિસ્ટન પહોંચીને તમારી સાથે મેરિત્સબર્ગવાળી ઘટનાનું પુનરાવર્તન નહીં થાય એ વાતની શી ગેરંટી છે ?" મહમદ કાસમ કમરુદ્દીનનો અવાજ ધીમે-ધીમે ઊંચે જતો હતો. તેમણે આગળ કહ્યું,

"મારા જીવનનો અનુભવ તો એમ જ કહે છે કે, બીજા દેશમાં અને તે પણ વિદેશમાં કે જ્યાં ડગલે ને પગલે હિન્દુસ્તાનીઓએ ગેરવર્તનનો સામનો કરવો પડતો હોય, ત્યાં પોતાની જાતને સુરક્ષિત રાખવી જોઈએ. ખબર નહીં કેટલાંય માથાફરેલ હિન્દુસ્તાનીઓ અહીંની જેલમાં સબડી રહ્યા છે ! અહીં કાયદો અને જજ - જ્યારે સૌ પોતાની મરજીના માલિક હોય ત્યારે આવો બધો બખેડો કરવાથી દૂર રહેવું જોઈએ... તમને તો અબ્દુલ્લા શેઠના કેસમાં વકીલની સહાયતા કરવા માટે બોલાવ્યા છે, જેથી તમે અંગ્રેજ વકીલને કેસની બારીકાઈઓથી અવગત કરી શકો. ખુદા ન કરે ને તમે કોઈ મુશ્કેલીમાં પડી જશો તો ? દરેક બાબતમાં દખલગીરી કરવી સારી નથી. બાકી તમારી મરજી."

ગાંધી આ બધું વિચારતો-વિચારતો સ્ટેશન માસ્તર સામે આવી પહોંચ્યો. સ્ટેશન માસ્તરે ગાંધીને નખશિખ જોયો.

ગાંધીએ કહ્યું, "સાહેબ, મને અહીંથી પ્રિટોરિયાની ફર્સ્ટક્લાસની ટિકિટ જોઈએ છે."

સ્ટેશન માસ્તરે ગાંધીને ધ્યાનપૂર્વક જોતાં કહ્યું, "શું પેલી ચિઠ્ઠી તમે જ મોકલેલી ?"

"જી હા."

"તમે બૅરિસ્ટર છો. એ પણ સાચું છે કે તમે 'કુલી બૅરિસ્ટર' છો. તમે એ વધુ સારી રીતે સમજશો કેમ કે તમે અહીં બોલાવ્યા વિના આવેલા છો."

"ના, શેઠ અબ્દુલ્લાએ પોતાના એક કેસ સબબ મને કાયદેસર રીતે બોલાવ્યો છે."

"તે તમારી વ્યક્તિગત બાબત છે, પરંતુ દક્ષિણ આફ્રિકાએ તો તમને નથી બોલાવ્યા ને ?" સ્ટેશન માસ્તરે રોફથી કહ્યું.

"શું આનો અર્થ હું એમ સમજું કે તમે મને ફર્સ્ટક્લાસની ટિકિટ નહીં આપો ?"

"તમને શું લાગે છે કે હું તમારા કુલી બૅરિસ્ટર હોવાથી ડરી જઈશ !"

"મેં તો એવું કહ્યું નથી કે ન તો એવું પત્રમાં લખ્યું છે."

"તો પછી પત્રમાં મેરિત્સબર્ગની ઘટનાનો હવાલો કેમ આપ્યો છે ?"

"તમારી દૃષ્ટિએ મારું તે રીતે લખવું અયોગ્ય હોય તો હું પત્ર પરત લઈ લઉં છું. ભરોસો રાખો, મારો કહેવાનો અર્થ એવો બિલકુલ નથી... જો તમે ફર્સ્ટ-ક્લાસની ટિકિટ આપશો તો હું આપનો આભારી થઈશ." ગાંધીને પણ લાગ્યું કે મેરિત્સબર્ગની ઘટનાનો ઉલ્લેખ કરવાનો કોઈ અર્થ નહોતો.

આ વખતે ફરી એકવાર સ્ટેશન માસ્તરે તેને ઝડપી નજરથી જોયો. મનોમન બોલ્યો, "માણસ ભલો છે અને સંસ્કારી પણ છે. દુનિયામાં આવા લોકોની જરૂર ક્યાં છે ? ચોતરફ અપરાધીઓ છે. અધમતાનું સામ્રાજ્ય છે."

તેણે જિજ્ઞાસાપૂર્વક પૂછ્યું, "તમે અહીં આવ્યા કેમ ? ...ખેર, હવે આવી જ ગયા છો તો પાછા ચાલ્યા જાવ. તમારા જેવા ભલા માણસ માટે મારી આ જ સલાહ છે. હું તો આવી સલાહ હિન્દુસ્તાની ગિરમીટિયાઓને પણ આપું છું કે, તમે તમારા વતન જતા રહો, પરંતુ તેઓ પૈસા પાછળ પાગલ છે. મારી સલાહને હસવામાં કાઢી નાંખે છે."

"તમારું કહેવું તો બરોબર છે, પરંતુ માણસ પોતાના ફાયદાનું જ વિચારે છે ને ! દુનિયામાં ખૂબ ઓછા એવા લોકો છે, જે ધનને બદલે સન્માનનું મહત્ત્વ સમજતા હોય."

"હું તો હૉલેન્ડનો છું, ટ્રાન્સવાલનો નથી. તમારા તરફ મારી પૂરી દિલસોજી છે પરંતુ..."

"પરંતુ શું ?"

"રસ્તામાં તમારી સાથે ફરી મેરિત્સબર્ગ જેવી દુર્ઘટના ઘટે, તો તમે મને અને રેલવેને દોષિત ઠેરવતા નહીં."

"તમે નિશ્ચિંત રહો. એવું કંઈ નહીં થાય."

"... ભલે."

ગાંધીને ટિકિટ મળી ગઈ. મુનીમ અને ગુમાસ્તાએ ફર્સ્ટક્લાસના ડબ્બામાં ગાંધીનો સામાન મૂકી દીધો.

શેઠ અબ્દુલ ગની તો આશ્ચર્યચકિત બનીને ગાંધીની સામે જોઈ જ રહ્યો. મુનીમ અને ગુમાસ્તો તો જાણે ભાન ખોઈ બેઠો ! ઘણીવાર તેમના શેઠને તો બીજા વર્ગની ટિકિટ પણ મળતી નહોતી. મળી પણ જાય તો, ત્રીજા વર્ગના ડબ્બામાં ધકેલી દેવાતા !

અબ્દુલ ગનીએ કહ્યું, "અલ્લાહે તમને કદાચ અમારા માટે જ મોકલ્યા છે. તે પોતાના ભક્તોને સંકટમાં જોઈને પોતાના કોઈ પેગંબરને મોકલે છે."

અને ગાડી ચાલી નીકળી. ગાંધી બારીમાંથી તેમની સામે જોતો રહ્યો. હવે તે પહેલા કરતાં વધુ નિશ્ચિંત અને નિર્ભય થઈ ગયો હતો.

માણસ મધુર વ્યવહાર માટે તરસતો હોય છે. દુનિયામાં દુર્જનો ગણ્યાગાંઠ્યા છે, સજ્જનો જ વધુ પ્રમાણમાં છે. કાશ, સજ્જન વર્ગમાં સ્વમાન માટે જાગૃતિ આવી જાય અને તે અન્યાય - અત્યાચારનો વિરોધ કરવાનો નિર્ણય લે, તો મુઠ્ઠીભર દુર્જન વર્ગ ધૂળ ચાટતો જોવા મળે ! પરંતુ સજ્જન વર્ગમાં આવી ચેતના કોણ જગાવશે ? આજ પર્યન્ત તે એટલા માટે અપમાનિત અને ભયભીત રહ્યો છે, અત્યાચાર - અન્યાય સહેતો આવ્યો છે, કારણ કે તેનો આત્મવિશ્વાસ ખળભળી ગયો છે. ક્યાં સુધી સજ્જનોએ આત્મવિશ્વાસ માટે બીજા કોઈની પ્રતીક્ષા કરવી પડશે ?

ગાડી જેવી ઊભી રહી કે ગાંધીએ બહાર ડોકિયું કર્યું. જોયું તો જર્મિસ્ટન સ્ટેશન આવેલું. થોડી આવજા થઈ. ઊતરનારા ઓછા હતા, પરંતુ ચડનારા મુસાફરો વધુ હતા.

ગાંધીની સામે લંડનવાસી હ્યૂજ બેઠેલો. તેની સાથે ખાસ કોઈ પરિચય નહોતો થયો. કારણ કે, તે એક વેપારી હતો અને એક ડાયરીમાં હિસાબ કરતો, કંઈક વધુ પડતો ગંભીર હતો.

ટી. ટી. આવ્યો. તેણે પહેલા તો ગાંધી તરફ ઇરાદાપૂર્વક જોયું, પછી આદેશાત્મક અવાજમાં કહ્યું, "તને અહીં કોણે બેસવા દીધો ?"

"ફર્સ્ટક્લાસની ટિકિટે, મહાશય !"

"જોઉં તો, શું એ અસલી ટિકિટ છે ?"

ગાંધીએ તેના તરફ ટિકિટ ધરી. તેણે ચોકસાઈથી ટિકિટ જોઈ. પછી ટિકિટ પરત આપતાં પૂછ્યું, "વધારાના કેટલા આપ્યા ?"

"એટલે ?"

"આટલો ભોળો ન બન. સાચેસાચું બોલ."

"આઇ એમ બૅરિસ્ટર, મિ. ટી. ટી. !"

"તો શું થઈ ગયું ? કુલી બૅરિસ્ટર !"

"તમે મારું અપમાન કરી રહ્યા છો, મિસ્ટર ટી. ટી. મહાશય."

"કર્યું ક્યાં છે ? તે તો હવે કરીશ." કહીને તે બારીની બહાર થૂંક્યો અને બોલ્યો, "તું પાછળના થર્ડક્લાસના ડબ્બામાં જઈને બેસ, કુલી બૅરિસ્ટર !"

"મેં કહ્યું તો ખરું કે હું કુલી નથી."

"અહીં દરેક ગિરમીટિયો કુલી છે, ભલે પછી તે રોડપતિ હોય કે કરોડપતિ હોય ! લાટ સાહેબ હોય કે તિસમારખાં હોય, એ અગત્યનું નથી. અગત્યનું એ છે કે તું આ ડબ્બામાંથી ઊતર."

"આ બળજબરી છે. આઇ કાન્ટ ટૉલરેટ ઇટ. અગાઉ પણ મેં... "

"મારે અગાઉની બાબત સાથે કાંઈ લેવાદેવા નથી કે અગાઉ તેં શું કર્યું અને શું ન કર્યું ? પરંતુ અત્યારે તારે નીચે ઊતરવું પડશે."

"કયા કાયદા સબબ ?"

"જંગલ કાયદા સબબ, કુલી બૅરિસ્ટર !"

"નહીં ઊતરું તો શું કરી લેશો ?"

"સમજતો કેમ નથી કે તારી સાથે એક ભદ્ર, કુળવાન અને ગોરો સજ્જન પ્રવાસ કરી રહ્યો છે !"

"તો શું ?"

"તેને તારા જેવા ગિરમીટિયાથી તકલીફ થાય છે."

"નહીં, મિસ્ટર ટી. ટી. મને તેમનાથી તલભાર પણ તકલીફ નથી. તું કારણ વિના તકલીફ ઊભી કરવા તત્પર છો. તેઓ ભલા માણસ છે. શાંતિપ્રેમી છે. વકીલ છે. તું તેમને ખોટી રીતે હેરાન કરવા પાછળ પડ્યો છે. જા, બીજા ડબ્બામાં ટિકિટ ચેક કર."

ટી. ટી. નીચી નજરે મનોમન બળાપો કાઢતો ચાલ્યો ગયો.

ગાંધીએ કહ્યું, "થેંક્સ મિ. હ્યૂજ."

"નો મેન્શન, બૅરિસ્ટર મહાશય. આવા કમઅક્કલ અંગ્રેજ અમારી આખી કોમને બદનામ કરે છે." એટલું કહીને હ્યૂજ ફરી પોતાના કામમાં ગૂંથાઈ ગયો.

ગાંધી વિચારતો રહ્યો કે આવા પણ અંગ્રેજ છે! અને લંડનમાં આવા જ અંગ્રેજો તેના મિત્રો હતા.

થોડો સમય તે અનાયાસ આંખ મીંચી, શાંત ચિત્તે, બધા વિચારોને શાંતિથી પસાર થતાં સ્થિતપ્રજ્ઞ ભાવે જોતો રહ્યો. થોડો અજંપો અવશ્ય થયો. આવું તે અનાયાસ અને પહેલી વાર કરી રહેલો, તેનાથી શું થશે તે જાણ્યા વિના!

૪

દિવસ ચડવા માંડેલો. બજારમાં રોનક હતી. ગાંધીએ એ. ડબલ્યુ. બેકરનું સરનામું કાઢ્યું. ગાડી કરી અને પ્રાકૃતિક રોશનીના ઉજાસમાં ચોતરફ ખુલ્લી આંખે જોતાં-જોતાં તે બેકરના ઘરે પહોંચ્યો. દરવાજા ઉપરની તકતી વાંચી. તે એ. ડબલ્યુ. બેકરનું - બૅરિસ્ટર બેકરનું જ ઘર હતું. ડૉરબેલ વગાડી.

દરવાજો ખોલીને એક યુવતીએ પૂછ્યું, "કોને મળવું છે ?"

"બૅરિસ્ટર બેકરને." ગાંધીએ ધીમેથી કહ્યું અને ત્રાંસી નજરે એ યુવતી તરફ જોયું.

તેણે બદામી રંગનું ચુસ્ત શર્ટ અને સફેદ રંગનું ટૂંકું સ્કર્ટ પહેર્યું હતું. તેના હોઠ પાતળા અને ઘેરા લાલ હતા. તેના પગ લાંબા અને પાતળા હતા. તે એકવડિયા બાંધાની આકર્ષક દેખાતી યુવતી હતી.

ગાંધીએ તુરત જ પોતાની નજર તે યુવતી પરથી હટાવીને ગરદન ઝુકાવી લીધી.

"આપ ?"

"હું એમ. કે. ગાંધી."

"ફ્રોમ નાતાલ ?"

"યસ મૅડમ."

"પ્લીઝ કમ."

તેણે એને ડ્રૉઈંગ રૂમમાં બેસાડ્યો. ડ્રૉઈંગ રૂમ જ સ્ટડી રૂમ જેવો હતો. જ્યાં જુઓ ત્યાં પુસ્તકો જ પુસ્તકો ! દીવાલ આછા આસમાની રંગની હતી. તેના ઉપર સામે ઈસુ ખ્રિસ્તનો ક્રૉસ પર લટકતો ફોટો હતો. તેના મનમાં ઘણા સમયથી એ પ્રશ્ન ઘર કરી ગયેલો કે, ઈસુને જ્યારે ક્રૉસ ઉપર લટકાવવામાં આવ્યા, ત્યારે કયા ખુશકિસ્મત ચિત્રકારે તેમનું ચિત્ર દોર્યું હશે ? ત્યારે દોર્યું હશે તો તેમાં ટપકતાં રક્તબિંદુઓ કેમ ન દોર્યાં ? કેમ જીવંત માણસના લોહીતરસ્યા લોકોની મિજબાની ન દર્શાવી ?

એક માણસ જીવતેજીવ ક્રૉસ ઉપર ખુલ્લી આંખે, પોતાની પીડાથી પર થઈને લટકેલો છે. તેના ચહેરા ઉપર અદ્‌ભુત શાંતિ છે, આનંદ અને સંતોષ છે. કોઈ ફરિયાદ નથી. જાણે કે તે પરમેશ્વરની ઇચ્છાને પૂર્ણ કરીને પોતે ધન્યતા અનુભવી રહ્યો હોય ! અને કદાચ પોતાની મોટી-મોટી ચમકતી આંખો વડે તેને જ જોઈ રહ્યો હોય, જેણે તેને આ દુનિયામાં મોકલ્યો હતો. તેને પૂછી રહેલો, “હવે શું ?”

“ધીરજ.”

“પણ ધીરજથી...”

“ઘણુંબધું થશે. ચોક્કસ થશે.”

“શું ?”

“સામૂહિક પશ્ચાત્તાપ.”

“કેવી રીતે ? કેમ ?”

“તે લોકોની આ જ ભૂલ આવતીકાલ માટે સઘન પસ્તાવાનું કારણ બનશે. એક નવો માર્ગ દેખાડશે - પ્રેમનો, શાંતિનો, કરુણાનો, અહિંસાનો, સર્વધર્મનો.”

“કેવી રીતે ?”

“હવે તું મારી પાસે પાછો આવ્યો છે. ત્યાં તું મારો દૂત હતો. દૂતને સજા આપવાનો અધિકાર કોઈને નથી. આ જગત મેં રચ્યું છે. મારી દુનિયાએ મારા દૂત સાથે આવું ભયંકર વર્તન કર્યું છે ! હું જાણતો હતો કે, મેં દુનિયા બનાવી છે, પરંતુ તેઓ તેને યથાવત્ નહીં રહેવા દે. એટલા માટે જ મને તારી જરૂર પડશે. જેથી તારા દ્વારા તેઓ મને જાણે. મારી ઓળખનું એક પ્રતીક પોતાની પાસે રાખે અને સૌ મળીને મને યાદ કરતા રહે કે, તેઓ મારાં સંતાન છે. મેં તેમને જેવા બનાવ્યા છે, તેનાથી વધુ સુંદર પોતાને ન બનાવી શકે તો કંઈ નહીં, પરંતુ કમ સે કમ છે એવા ને એવા તો બની રહે.”

પગરવને કારણે વિચારોમાંથી બહાર આવી ગાંધી સચેત થયો. મનનો સંવાદ તૂટ્યો. પેલા ચિત્રમાંથી ધ્યાન હટી ગયું.

“આપ અંદર આવો.” તે એ જ સભ્ય યુવતી હતી, જેણે દરવાજો ખોલીને ગાંધીને ત્યાં બેસાડેલો.

“બેસો.”

ડાઇનિંગ રૂમ હતો. ડાઇનિંગ ટેબલ સામે પડેલી ખુરશી ઉપર તે બેસી ગયો. ફરી શાંતિ, નીરવ શાંતિ. કોઈ પ્રકારનો અવાજ નહીં. ફક્ત એક અદૃશ્ય સુગંધ ઘેરી વળી !

થોડી વારમાં પાદરીનો વેશ ધારણ કરેલો ગોરો, એકવડિયા બાંધાનો એક સુંદર

અને સાત્ત્વિક યુવક અંદર પ્રવેશ્યો. ગાંધી કંઈ નક્કી કરી શક્યો નહીં, સિવાય કે તે પાદરી છે અને એને મળવા જઈ રહ્યો છે.

"ગાંધી, માયસેલ્ફ, બેકર."

ગાંધી ઊભો થવા ગયો તો, તેને અટકાવીને કહ્યું, "પ્લીઝ બેસો. ઈશ્વરનું કાર્ય શરૂ કરતા પહેલાં આપણે નાસ્તો કરીએ."

નાસ્તાનો સામાન ગોઠવાવા માંડ્યો.

"યુ આર વૅજિટેરિયન ?"

"યસ સર."

"આઇ નો... શેઠ અબ્દુલ્લાએ જણાવેલું... અમે લોકો પણ લગભગ શાકાહારી છીએ... નેવું ટકા શાકાહારી."

હવે ત્યાં એક છોકરી, પેલી યુવતી અને તેઓ બંને હતાં.

"મેં મારી પત્ની ફજી અને સામે બેઠેલી મારી દીકરીને તમારા વિશે જણાવ્યું હતું. તે મારી દીકરી છે, રોઝી... પ્લીઝ બી કમ્ફર્ટેબલ. નો નીડ ટુ એની ફૉર્માલિટી. પ્લીઝ ટેક ઇટ ઇઝી. વી આર ઓલ ફૅમિલી મેમ્બર. મને રંજ છે કે, કેટલાંક લોકો ખ્રિસ્તી ધર્મને બદનામ કરવામાં લાગેલા છે."

આમ નાસ્તો પૂરો થયો. બેકરે ઊભા થતાં કહ્યું, "આવો, મિ. ગાંધી આપણે આપણું કામ શરૂ કરીએ."

ગાંધી ઊભો થયો. ચાલતાં-ચાલતાં બેકરે કહ્યું,

"મને એ જાણીને આનંદ થયો કે તમે પણ વકીલ છો."

"હા, છું જ ને."

"તમારા માટે અહીં કોઈ ખાસ કામ નથી... એટલે કે તમારી કક્ષાનું, મિ. ગાંધી... આ કેસનું કામ કરવા માટે બીજા પણ ઘણા સહાયક વકીલો છે." બેકરે અચકાતાં-અચકાતાં કહ્યું.

"પરંતુ તે બધા અંગ્રેજ છે. તેમાંથી ગુજરાતી કોઈ જાણતું નથી."

"પણ તે કામ તો કેટલું છે ?"

"આ બધી ખબર તો મને અહીં આવ્યા પછી પડી છે, મિ. બેકર." ગાંધીએ અચકાઈને કહ્યું, "પોરબંદર, ઇન્ડિયાની એક મેમણ ફર્મમાંથી સંદેશો મળેલો કે, દક્ષિણ આફ્રિકામાં તેમની એક મોટી ફર્મ છે. લાંબા સમયથી ચાલીસ હજાર પાઉન્ડ માટેનો તેનો કેસ ચાલી રહ્યો છે. તેના સારુ એક એવા વકીલની જરૂર છે, જે ગુજરાતી જાણતો હોય."

"અને તમે અહીં આવી ગયા !"

"જી. મિ. બેકર. હવે આવી તો ગયો છું. એકવાર તો મને જોઈને શેઠ અબ્દુલ્લાને રોષ પણ ચડેલો. તેઓ ક્ષણભર તો વિચારતા રહી ગયેલા કે આવનારો માણસ તો અપ ટુ ડેટ છે! પછી ત્રણ-ચાર દિવસ મારી સાથેની વાતોને કારણે તેમને રાહત થઈ અને મને તમારી પાસે મોકલ્યો."

"ખેર, જેવી તમારી મરજી."

"મિ. બેકર મારી નહીં એની." આકાશ તરફ આંગળી ચીંધતા ગાંધીએ કહ્યું, "ખબર નહીં, એ શું ઇચ્છે છે? મૅન પ્રપોઝિઝ એન્ડ ગૉડ ડિસ્પોઝિઝ - જેવું થયું છે મારી સાથે. મારે એનો હુકમ તો માનવો જ પડશે, મિ. બેકર."

"બની શકે છે, મિ. ગાંધી."

"જોકે, ઈશ્વર વિશે હું હજુ બહુ જાણતો નથી, તેમ છતાં તેના પ્રયોગ દ્વારા એવો અનુભવ કરું છું કે, આપણું પોતાનું પણ કોઈ છે, જે દરેક વિકટમાં વિકટ પરિસ્થિતિમાં આપણી મદદ કરે છે. તે કોણ છે? તેનો તાગ હું અત્યારે પામવા માગતો નથી." ગાંધીએ ગળું ખોંખારીને આગળ કહ્યું, "જે શંકા તમારા મનમાં ઉદ્ભવી, લગભગ એવી જ અબ્દુલ્લા શેઠને પણ શંકા ગયેલી કે, સુટેડ-બુટેડ ગાંધીનું શું કરવું?

કેસ ટ્રાન્સવાલમાં ચાલી રહ્યો છે. પ્રિટોરિયામાં પ્રતિપક્ષી રહે છે. શેઠ નાતાલ છોડીને મારી સાથે પ્રિટોરિયામાં તો રહી શકે નહીં. તેમની પાસે બીજું કોઈ એવું કામ નથી કે જે મને સોંપી શકાય. કારણ વિના ઘરમાં સફેદ હાથી બાંધવાની કલ્પનાએ શેઠની ઊંઘ ચોક્કસપણે હરામ થઈ છે. શેઠ એકદમ મારા ઉપર ભરોસો પણ ન મૂકી શકે કે મને કારકુનની કક્ષાએ પણ લાવી ન શકે!"

"તમારા કહેવાનો મતલબ છે કે, તમારા અંગે શેઠને ઘણી ચિંતા થઈ?"

"તે આજે પણ છે. વેપારી પોતાના નફા-નુકસાન વિશે સૌથી પહેલા વિચારે. મેં પણ ખૂબ વિચાર્યું કે આ અંગે શું કરું? કેવી રીતે મારી ઉપયોગિતા સાબિત કરી શકું? કે અચાનક..."

"અચાનક શું થયું?"

"એક શૃંખલા શરૂ થઈ!"

"કેવી શૃંખલા?" બેકરે પૂછ્યું.

"હું માનું છું કે, તમે પણ જાણતા હશો કે શેઠની દિલચસ્પી કુરાન તથા ધાર્મિક સાહિત્યમાં વધુ છે. શેઠ અરબી જાણતા નથી, તોપણ તેમને કુરાનની આયાતો કંઠસ્થ છે અને તેનાં ઉદાહરણો પણ તેઓ ખૂબ સરસ રીતે આપે છે. તેઓ દરેક કાર્ય શરૂ કરતી વખતે મનોમન અથવા મોટેથી 'બિસ્મિલ્લાહિર્રહમાનિર્રહીમ' કહે

છે. અર્થાત્ 'અલ્લાહના નામથી કે જે ખૂબ કૃપાળુ અને બહુ દયાવાન છે.'

હું જેટલા દિવસ નાતાલમાં રહ્યો, રોજ રાત્રે તેઓ મને પવિત્ર કુરાનની આયાતો કે દૃષ્ટાંતો સંભળવાતા રહ્યા. મદીનાથી ઊતરેલી આયાતો, મક્કાથી ઊતરેલી આયાતો, વગેરે વિશે મને સમજાવતા રહેતા.

ક્યારેક-ક્યારેક તેઓ એહરામ (હજમાં હાજી દ્વારા ધારણ કરાતો સીવ્યા વગરનો પોશાક) પહેરી લેતા. ભક્તિભાવમાં લીન થઈને કહેવા લાગતા, 'ઓ મરિયમના દીકરા ઈસુ, મારા તે સર્વ ઉપર કૃપા કર. તારા અને તારી માતા પર થયું તે યાદ કર ! જ્યારે મેં પાક આત્મામાંથી શક્તિ પ્રદાન કરેલી ત્યારે તું પારણામાં હતો ને લોકો સાથે વાતો કરતો હતો. યાદ કર, જ્યારે મેં તને એક પુસ્તક આપેલું. તે શબ્દ કે જે કુરાનમાં અનેક અર્થચ્છાયાઓમાં પ્રયોજાયો છે. જેમ તેમાં એમનો ફેંસલો સંગ્રહીત છે – અલ્લાહની વાણી. જે એમણે પોતાના દૂત, પેગંબર અથવા તે વ્યક્તિ જે પયગંબરી ભાવ ધરાવે છે, તેની ઉપર ઉતારી. તત્ત્વદર્શન, તોરત (જૂનો કરાર) અને શુભ સંદેશનું જ્ઞાન આપ્યું... યાદ કર, પછી તું મારે કારણે જ માટીનાં પંખીમાં પ્રાણપ્રતિષ્ઠા કરવા લાગેલો... !'

આમ અબ્દુલ્લા શેઠને હું સારો શ્રોતા મળી ગયો અને હું મનમાં ને મનમાં તેમના ધાર્મિક જ્ઞાનથી પ્રભાવિત થતો ગયો... આ બધું ફક્ત બે રાત્રિઓમાં જ બન્યું. જ્યારે તેમણે મને ડરબન (નાતાલ)થી ગાડીમાં બેસાડ્યો ત્યારે તેમને મારા ઉપર થોડો-થોડો ભરોસો બેસવા માંડેલો."

બેકર એકાગ્રચિત્તે સાંભળી રહેલા. તેઓ પૂછી બેઠા, "તમે અરબી જાણો છો ?"

"ના."

"તમને શું લાગે છે કે, ઈસુને તેમના અલ્લાહે ન્યાલ કર્યા હતા ? અથવા તો તેઓ એમની શક્તિને કારણે બહાર આવી શક્યા ?"

"તેઓ કહેતા હતા કે, તેમણે મને જે સંભળાવ્યું તે 'સૂરા અલ-માયદા' મદીનાથી ઊતરી આવેલી આયાતોમાં છે. જેમાં કુલ ૧૨૦ આયાતો છે અને આ સાર, ૧૧૦મી આયાતમાં છે. આનાથી વધારે હું વિચારી શક્યો નથી. મેં કહ્યું કે જુદા-જુદા ધર્મોને સમજવાની મારી ઇચ્છા કેન્દ્રસ્થાને છે, પરંતુ તેના વિશે કોઈ નિષ્કર્ષ ઉપર પહોંચવાનું મારે માટે શક્ય નથી." ગાંધીએ ધીમે-ધીમે કહી દીધું. તેને અચરજ થયું કે તેણે વાતોમાં ને વાતોમાં ઇશારો કરી દીધેલો કે બ્રેકફાસ્ટ, લંચ, ડિનર અને પ્રાર્થના વખતે તે રોજગારની વાત ક્યારેય કરતા નથી, પરંતુ આ સમયે તો... !

બેકર કહેવા લાગ્યા, "ધર્મ જ્યાં મારી તાકાત છે, ત્યાં નબળાઈ પણ છે. હું તમને સાંભળતો હતો. જે કાંઈ પણ સાંભળ્યું તેનો અથવા તેના મોટા ભાગનો

સંબંધ કારોબાર સાથે નહોતો. તોપણ હવે જ્યારે તમારે અહીં રહેવાનું જ છે ત્યારે ક્રિશ્ચિયન ધર્મ વિશે વાત કરીશું... એક રીતે મને તમારી પાસેથી ઘણી મદદ મળી રહેશે, કેમ કે તમારી પાસેથી જરૂરી જાણકારી મળશે. સાથોસાથ મને મારા અસીલ સાથે લખાવટ કરવામાં પણ સરળતા રહેશે... હવે એક વધુ અગત્યની વાત પર આવીએ. તમે અહીં રહેશો ક્યાં ? શું શેઠે કોઈ ગોઠવણ કરી છે ?"

"મને ખ્યાલ નથી."

"મેં પણ હજુ સુધી આ અંગે વિચાર્યું નહોતું... એમ હતું કે આવવા દો, પછી જોયું જશે ! આ મારો પ્રમાદ ગણાય કે જેણે મને મારી ફરજથી અળગો કર્યો. તે જાણતો હોવા છતાં કે અહીં રંગભેદની નીતિ ખૂબ સઘન છે અને તેને કારણે મકાન મળવું મુશ્કેલ પણ બની શકે છે. ફક્ત મકાન જ નહીં, તેમાં સુરક્ષા પણ જોઈએ." આટલું કહીને બેકર ઊંડા વિચારમાં ડૂબી ગયા.

દીવાલ પરની ઘડિયાળ વીતતા સમયનો સંકેત આપી રહી હતી. ગાંધીએ બેકરને ચિંતિત જોઈને કહ્યું, "હું થોડા વધુ દિવસ હોટેલમાં રોકાઈ જઈશ. ત્યાં અમુક યુરોપિયન પણ રોકાયા છે, જે રંગભેદમાં માનતા નથી."

"તમે ઇચ્છો છો કે હું ફરીથી એ જ ભૂલ કર્યા કરું ? એ જ પ્રમાદના ઉંબરે આળસાઈને પડ્યો રહું ! ...ના, ગાંધી ના. યાદ આવ્યું ...હું એક એવી બહેનને ઓળખું છું જે ભઠિયારણ છે અને ગરીબ છે. તેને ત્યાં તમને રહેવાની જગા મળી જશે. એક પંથ દો કાજ ! તમને રહેવાનું ઠેકાણું મળી જશે અને તેને બે પૈસાની આવક થશે. ચાલો આપણે જઈએ."

"તમે આવશો ?"

"એમાં શું ગાંધી ! તમારો મહાન દેશ તો 'અતિથિ દેવો ભવ:'ની જીવતીજાગતી મિસાલ છે. અમે પણ તમારી પાસેથી કંઈક શીખીએ."

ગાંધી ગદ્‌ગદ થઈ ઊઠ્યો. બેકરે સન્માનપૂર્વક ભારતનું સ્મરણ કર્યું તે બાબત ગાંધીને ખૂબ મોટી રાહત આપી ગઈ.

બેકર અને ગાંધી ઊભા થયા. હવે તે બંને ભઠિયારણને ત્યાં હતા. ભઠિયારણે બેકરનું આદરપૂર્વક સ્વાગત કર્યું અને કહ્યું, "યુ નો ગાંધી, મિ. બેકર સાઉથ આફ્રિકા જનરલ મિશનના ડિરેક્ટર પણ છે. તેમણે પોતાના ખર્ચે એક ચર્ચ પણ બનાવ્યું છે."

"પ્લીઝ સુષી !"

"એ જણાવવું જરૂરી છે કે, મિ. બેકર નિરાધાર અને ગરીબોનું પૂરતું ધ્યાન જ માત્ર નથી રાખતા, બલકે સમયે-સમયે તેમની મદદ પણ કરે છે. તેઓ રંગભેદમાં જરા પણ માનતા નથી."

"સૉરી સુષી. જરા આ બાજુ આવ."

બેકર અને સુષી ઊભાં થઈને બાજુના ઓરડામાં ગયાં. ગાંધી તે સ્થળનું નિરીક્ષણ કરતો રહ્યો. તે ઓરડામાં એક ચિત્ર હતું. તેમાં એક યુવતીની બે વ્યક્તિઓ પિટાઈ કરી રહ્યા હતા. તેના હોઠમાંથી લોહી નીકળતું હતું - દૂર ઊભેલો એક સાતેક વર્ષનો બાળક તેને જોઈ રહેલો. આકાશમાં વાદળ હતાં. એવું લાગે કે જાણે વરસાદ વરસશે, કારણ કે તેમાં વીજળી પણ ઝબૂકતી દેખાડી હતી.

નીચે લખ્યું હતું કે 'આ ચિત્રનું શીર્ષક વિચારો, પરંતુ કોઈને જણાવશો નહીં.'

હવે બેકર પાછા આવી ગયેલા.

તેઓ બોલ્યા, "સપ્તાહ દીઠ પાંત્રીસ શિલિંગ નક્કી થયા છે, મિ. ગાંધી."

"બરાબર છે."

"હું હમણાં આવું છું." સુષીએ ઊભા થતાં કહ્યું.

"સુષી નામ તો અમારી બાજુ જેવું લાગે છે, મિ. બેકર."

"યુ આર કરેક્ટ, મિ. ગાંધી. હર મધર વૉઝ હિન્દુ."

બેકરે જરા ઊંચા અવાજે કહ્યું, "સુષી મારે કૉર્ટ પહોંચવાનું છે. નાસ્તો અમે લોકો ઘરે કરીને જ નીકળેલા, અમે જઈએ છીએ."

"ઊભા તો રહો."

"પ્લીઝ, નાસ્તો ઉધાર રહ્યો."

સુષી બહાર આવી ગઈ. તે બંને ઊભા થઈ ગયેલા.

સુષીએ કહ્યું, "ગાંધી, ત્યાં સુધી હું તમારો ઓરડો સાફ કરાવી લઉં છું."

"થેન્ક્સ, સુષી." અને બંને ચાલી નીકળ્યા.

૫

અત્યંત ઉદાસ દિવસ હતો. સૂમસામ રસ્તા તરફ બેચેની તાકતી હતી! પોલીસની ગાડીઓ દોડી રહેલી. ગાંધી ચાલતો નીકળી પડ્યો. એકલો. કોઈ અવરજવર નહોતી. શું કર્ફ્યુ લાગ્યો છે? કોણ જવાબ આપે? તે વિચારવા લાગ્યો, શું કરવું જોઈએ? તે અડધાથી વધારે રસ્તો તો કાપી ચૂકેલો. પાછા વળવા કરતાં તો આગળ જવું જ યોગ્ય હતું.

આકાશમાં એક પક્ષી દિશા ભૂલીને આમતેમ ભટકતું હતું. કદાચ તેને મા યાદ આવતી હતી. તે ભૂખ્યું હોવાની શક્યતા પણ હતી. મોટા ભાગે પક્ષીઓ સવારે ભોજન કરી લે અને દિવસે આરામ કરે. સાંજે ટહેલવાનું અથવા દોડધામ.

ગાંધીએ પોતાનું મન ત્યાંથી હટાવી ને તેની આગળ ચાલ્યા જતા રખડતા કૂતરા ઉપર કેન્દ્રિત કર્યું. તેની ચાલમાં આત્મવિશ્વાસ હતો. તે પોતાનું લક્ષ્ય જાણતો હતો એટલે જ તે નિશ્ચિંત થઈને ચાલતો હતો. દસેક મિનિટ આગળ જઈને તે એક બંગલા સામે ઊભો રહ્યો. પછી બે-ત્રણ વાર ભસ્યો.

અંદરથી સન્નારીનો અવાજ આવ્યો, "જેમ, આવું છું."

ગાંધીએ ચાલ ધીમી કરી. તે જોવા માગતો હતો કે હવે શું થશે?

અંદરથી એક યુરોપિયન યુવતી બહાર આવી. તેણે એક વાસણ કૂતરાંની સામે રાખીને ખૂબ વહાલથી કહ્યું, "જેમ, શરૂ કર."

જેમે માથું નમાવીને અભિવાદન કર્યું અને પછી ધીમે-ધીમે નિરાંતે ખાવા લાગ્યો.

"ઊભા રહો, ગાંધી તમે?"

ગાંધીએ ધ્યાનપૂર્વક જોયું અને ઓળખાણ પડી. કહ્યું, "તમે રોઝી, અહીંયાં?"

"બોલો નહીં. અંદર આવો. જલદી કરો."

ગાંધી અંદર ગયો. ડ્રૉઈંગ રૂમમાં બેસીને તેણે પૂછ્યું, "તમે લોકો આટલાં બધાં ગભરાયેલાં કેમ છો?"

"તમને ખબર નથી?"

"શું ?"

"બે અંગ્રેજ અધિકારીઓને ગોળીથી ઠાર માર્યા."

"કોણે ?"

"ખબર નથી, પરંતુ તાત્કાલિક આખું શહેર બંધ કરાવ્યું. રસ્તાઓ સૂમસામ, ચારેબાજુ પોલીસ ! અહીં જે હાથમાં આવશે તેને પકડી લેશે. મારશે. હિંસાનો બદલો હિંસાથી." રોઝીએ કહ્યું.

"તમે અહીં ક્યાંથી ?"

"મારા પિતાના મોટા ભાઈની દીકરીનું ઘર છે. હું ઘણી વાર અહીં આવું છું. પાછી જવાની જ હતી કે આવો બનાવ બન્યો."

"તમે જોયેલું ?"

"ના, ભાગતા લોકો પાસેથી સાંભળેલું."

"હવે ?"

"તમે ચિંતા ન કરો. આરામ કરવાની ઇચ્છા હોય તો આરામ કરો... ત્યાં સામે મૅગેઝિન છે અને તેની બાજુમાં પુસ્તકો... "

"અહીં મારામારી થતી રહે છે શું ?"

"આ વખતે લાંબા સમય પછી થઈ છે. અગાઉ વારંવાર થતી રહેતી હતી. કોઈ કહેતું હતું કે તેની અંગત અદાવત હતી."

"શું કોઈ અંગ્રેજનું એ કામ છે ?"

"જો એવું હોત તો ભાડૂતી હત્યારાઓ પાસે મરાવ્યા હોત. રંગભેદના નામે તે અંગ્રેજ બચી જશે અને કાળિયા ઉપર અત્યાચાર શરૂ થશે !"

"તો પછી કાયદા-કાનૂન ?"

"કેવો કાયદો ને કેવો કાનૂન ? અહીં તો સરમુખત્યારશાહી છે. તોપણ અંગ્રેજો ડરતા હોય તો આ નિગ્રોથી. તેઓ અહીંના આદિવાસી નિગ્રો અને ગિરમીટિયાઓમાંથી, નિગ્રોનો પક્ષ લઈને ગિરમીટિયાઓને કચડવાનો પ્રયાસ કર્યા કરે છે."

"એવું કેમ ?"

"કેમ કે ગિરમીટિયાએ અંગ્રેજોની વ્યવસાયિક આવક પહેલા કરતાં ઘટાડી નાંખી છે. તેમણે વેપાર ઉપર લગભગ પા ભાગનો કબજો કરી લીધો છે. માલમિલકત પણ ઊભી કરી લીધી છે."

"અને આ નિગ્રોએ ?"

"તે પ્રમાદી જીવ છે. ગિરમીટિયાઓએ અહીંની જમીનને મહેનતથી ખેતીલાયક બનાવી છે. શેરડીની મોટા પાયે ઊપજ કરી. ડેરી ઉદ્યોગ ઉપર કબજો જમાવ્યો. આ બધાથી ગભરાઈને..." રોઝી આગળ બોલતાં-બોલતાં અટકી ગઈ.

ગાંધી એકલો પડ્યો. અત્યાર સુધી તો તે એમ જ સાંભળતો આવેલો કે, ભારતીયોના પરિશ્રમને કારણે દક્ષિણ આફ્રિકાનો ભાગ્યોદય થઈ રહ્યો છે, પરંતુ કાનૂન...! શું અર્થ છે આનો ? કોણ છે તે લોકો, જે બધું જ જાણતા હોવા છતાં પણ ચુપ છે !

***

કાલે તે તૈયબશેઠને મળેલો.

તેમણે એને આવકારીને પૂછેલું, "તમે શેઠ અબ્દુલ્લા માટે કામ કરવા અહીં આવ્યા છો ? શેઠ અબ્દુલ્લાને ખબર પડશે કે તમે મને મળવા આવેલા તો... !"

"શેઠને ખ્યાલ છે, તૈયબશેઠ."

"શું ?"

"નવાઈ પામવાની જરૂર નથી. તમે બંને તો સંબંધી છો."

"પરંતુ હવે..."

"લોહીના સંબંધો પાણી નથી થઈ જતા, શેઠ."

"મને એવી ખબર નથી."

"જૂનાં મડદાં ઊખેડીને શું ફાયદો ? જે થઈ ગયું, તે થયું, પરંતુ સામે દરિયા જેવું ભવિષ્ય છે, જેને પાર કરવાનું છે. એટલે..."

"એટલે શું ?" તૈયબશેઠે કહ્યું.

"એટલે એમ કે આપણે અંદરોઅંદર લડવામાં ગૂંચવાયેલા છીએ અને દિવસ-રાત કેસનું શું થશે તેની ચિંતામાં જ રહીએ છીએ. કોણ જીતશે ?"

"પરંતુ..."

"પરંતુ એમ, શેઠ તૈયબ, કે તમે બંનેએ સારામાં સારા સૉલિસિટર અને બૅરિસ્ટર રાખ્યા છે. તેમની મદદ સારુ સાથે બૅરિસ્ટર કેડરના સહાયક અલગ રાખ્યા છે, જેમ કે મને ભારતથી બોલાવ્યો છે. કેસની પૂરેપૂરી તપાસ કરી ચૂક્યો છું. ખૂબ સારી રીતે ઝીણવટપૂર્વક સમગ્ર કેસ સમજ્યો છું. સૉલિસિટર માટે તથ્યો એકત્રિત કર્યાં છે."

"એટલે ?" શેઠ તૈયબે ગંભીર થઈને જાણવા ઇચ્છ્યું.

"એટલે કે ચાલીસ હજાર પાઉન્ડનો દાવો - લગભગ છ લાખ રૂપિયાની લેણદેણનો મામલો વેપાર સંદર્ભે છે. તે નામા (હિસાબ)ના ચોપડા જોયા, તેની આંટીઘૂંટીઓ સમજ્યો. દાવાનો આધાર છે - કેટલીક પ્રૉમિસરી નોટ્સ અને અમુક

પ્રૉમિસરી નોટ્સ લખીને આપવાનું વચન. તમારા તરફથી દલીલ છે કે, પ્રૉમિસરી નોટ ધોખો કરીને લખાવી લીધી છે અને તેનું પૂરું વળતર મળ્યું નથી. અનેક પત્રો ગુજરાતીમાં હતા, જેનો મેં અંગ્રેજીમાં તરજુમો કર્યો. ઊંડો અભ્યાસ કર્યા પછી હું એ તારણ ઉપર પહોંચ્યો છું કે, શેઠ અબ્દુલ્લાની જીત નિશ્ચિત છે. પુરાવાઓ સંગીન અને સબળ છે."

ગાંધીએ તૈયબશેઠને ધીમે-ધીમે કંઈક એ રીતે વધુ વિશ્વાસમાં લઈને સમજાવ્યું કે જેથી તેમને એવું લાગે જાણે કે ઘરના કોઈ વડીલ ભલા ઉદ્દેશથી તેમના કલ્યાણની વાત કરી રહ્યા હોય ! અને એવું જ થયું. જાણે કે તૈયબશેઠના હાથમાં પોતાની હાર કબૂલવાનો કોરો પરવાનો આવી ચડ્યો !

તેમણે પૂછ્યું, "તમારી શું સલાહ છે, વકીલસાહેબ ?"

ગાંધી કંઈક વિચારતો રહ્યો. પછી તેણે ધીરે-ધીરે બોલવાનું શરૂ કર્યું, "અત્યારે તેમણે કહેલું કે; કેસ માટે તથ્યો જોઈએ. એક રીતે જોઈએ તો તથ્ય જ કેસનો પ્રાણ ગણાય. આખો કેસ પોણા ભાગનાં તથ્યો ઉપર નિર્ભર છે. જો તથ્યોને ક્રમવાર એકઠાં કરી લઈએ અને તેમાંથી પગેરું ડોકાવા ન દઈએ તો, સમજી લો કે બાજી નિશ્ચિત છે. જરા પણ ઉતાવળ નહીં કે તથ્યો સાથે જરા પણ છેડછાડ કરવાની નહીં. તથ્યો પોતે જ પૂરતાં હોય તો, માનનીય મહોદય, કેસ જીત્યા સમજો. કેમ કે પોણા ભાગનાં તથ્યો જ કાનૂન છે."

ગાંધીએ ખોંખારીને વાતાવરણની ગંભીરતાને વધુ ઘેરી કરતાં કહ્યું, "શેઠ સાહેબ, આપણે અહીં પરદેશી છીએ. બે પૈસા કમાવાના ઇરાદાથી આવ્યા છીએ, ગુમાવવા સારુ નહીં. અહીં પોતાનું કોણ છે ! તો પછી જ્યારે પોતાના જ પરસ્પર લડવાની તૈયારી કરે ત્યારે શું થાય ? તમે પેલી કહેવત તો સાંભળી જ હશે કે, ઘર બાળીને તીરથ કરવું - એવો ઘાટ શા માટે થવા દેવો ? ... કેસ દમના રોગ જેવો છે ! સૉલિસિટર, બૅરિસ્ટર અને અમારા જેવા સહાયકોનો તો એવો જ ભલો ઇરાદો હોય છે કે, કેસ ચાલ્યા જ કરે, મુદતો પડતી જ રહે જેથી મહેનત વિનાની કમાણી લાંબા સમય સુધી ચાલુ જ રહે ! અને છેવટે વાદી તથા પ્રતિવાદી બંનેની હાલત રસ્તા ઉપર આવી ગયા જેવી થઈ જાય. રૂપિયા ભેગા કરવામાં ખૂબ પરિશ્રમ કરવો પડે છે, પરંતુ તેને લૂંટાવી દેતાં વાર લાગતી નથી.

હું તો ગુજરાતી વાણિયો છું. આપણે ત્રણેય ગુજરાતી છીએ. હું એવું ઇચ્છતો નથી કે પરદેશમાં ગુજરાતી બંધુની હાલત પોતાનાઓને કારણે જ બગડે. મેં અબ્દુલ્લા શેઠને પણ આવી રીતે જ સમજાવ્યા છે કે કેસ જીતો કે હારો, પોતાની કબર જાતે જ ખોદવા જેવું કામ છે. જીતવાથી તેમને પૂરેપૂરો ખર્ચ મળશે નહીં, તેની

ચોક્કસ મર્યાદા હોય છે એટલો જ મળી શકે. સાચું તો એ છે કે, અસીલે ઘણો વધારે ખર્ચ કરવો પડે છે. હારે તો હારે, પરંતુ પછી તેને દિવસે તારા દેખાવા માંડે છે ! દેવાદારી તો એક બાજુ, ઉપરથી કેસનો ગજા મુજબનો ખર્ચ આપવો અને જે ખર્ચ કર્યો, તે તો બધો વ્યર્થ જવાનો ! ઘરનાં વાસણકૂસણ ને ઠીકરાં પણ વેચાઈ જાય છે ! માણસ એક-એક પૈસા માટે ઓશિયાળો બની જાય છે. તેની દશા તાજ વિનાના રાજા જેવી થાય છે."

તૈયબશેઠને વાસ્તવિકતા સમજાવા માંડી. તે દિવસે ને દિવસે ભીતરથી તૂટતા જતા હતા. તેમનું હૃદય વ્યાકુળ થવા લાગ્યું. તેમને દિવસે તારા દેખાવા લાગ્યા !

તેઓ બોલી ઊઠ્યા, "તો શું કરું, વકીલસાહેબ ?"

"જો આપણા દેશ (ગુજરાત)માં હોત તો શું કરત ?"

"શું કરત ?" કહીને તૈયબશેઠ વિચારવા લાગ્યા.

"તમે બંને નજીકના સંબંધીઓ છો, કોઈ દુશ્મન નથી. વેપારી છો. પોતાના નફા-નુકસાન વિશે સારી રીતે સમજી-વિચારી શકો તેમ છો. પોકળ વાતોથી તમારો દરજ્જો બન્યો નથી, પરંતુ અથાગ મહેનત કરી છે. ધન જીવની જેમ સાચવીને રાખ્યું છે, શું તેને હવે બે હાથે લૂંટાવી દેશો ? અને તે પણ પારકાં ઉપર ! જે કંઈ ઠાઠમાઠ છે, તે આ જ ધનને કારણે છે. તે નહીં રહે તો કોઈ બોલાવશે નહીં."

શેઠ તૈયબ હાજી મહમદને લાગ્યું કે વકીલ પોતાના દેશનો છે. તે બંનેને બચાવવા ઇચ્છે છે. સાચો અને ભલો છે. નહીં તો આજ સુધી કોઈએ આવી સલાહ આપી નહોતી. કોણે રસ્તો કાઢ્યો ! બધા એ જ મતના છે કે, "શેઠ હિમ્મત હારતા નહીં. પાસે પૈસા હોય તો શું નથી થઈ શકતું ? ફરિયાદી પક્ષના સાક્ષી પોતાની વાતથી ફરી જાય, નવા-નવા સાક્ષીઓ, પાકા અને અનુભવી સાક્ષીઓ, એક નહીં હજાર ઊભા થઈ જાય ! ફરિયાદીનો સૉલિસિટર, બૅરિસ્ટર, વગેરે સૌ કોઈ વેચાઉ હોય છે, ફૂટી જાય ! સવાલ આબરૂનો હોય ત્યારે પૈસાનું વિચારાય નહીં. એટલે સુધી કે જજની પણ લે-વેચ થઈ શકે છે !" જેટલા પણ શુભેચ્છકો મળ્યા તે સૌ એક-એકથી ચડિયાતા મળ્યા !

ગાંધીએ ઊભા થતાં કહ્યું, "શેઠ સાહેબ, આપ ઉંમરમાં મારા કરતાં ઘણા મોટા છો. ધન કમાવાનો બહોળો અનુભવ છે, આગળ-પાછળનું વિચારવાની ખુદાએ દૂરંદેશી આપી છે. સાચા-ખોટાની તમારાથી વધારે કોને જાણ હોય ? હું તો કહીશ કે આ રીતે વિચારીને જુઓ અને પરવરદિગારને હાજરાહજૂર માનીને વિચારો. કુરાનને સામે રાખીને વિચારો. કુરાનની સૂરા અલ ઇનશિકાક મક્કામાંથી ઊતરી આવેલી આયાતોને વાંચો. જે કહી રહી છે,

"હે માનવ ! તું મહેનત કરીને પોતાના ખુદા તરફ ખેંચાતો ચાલ્યો જાય છે અને તારે એને જ મળવાનું છે ! ...પછી જેની કર્મકથા એમના જમણા હાથમાં આપવામાં આવશે, તેને સરળ અને તત્કાલ દૃષ્ટિથી લેખવામાં આવશે અને તે પોતાના લોકો પ્રતિ ખુશ થઈને પલટશે... અને જેની કર્મકથા એમના ડાબા હાથમાં આપવામાં આવશે, જેને એમની પીઠ પાછળ રાખવામાં આવ્યા છે, એટલે કે જેમને એની પરવા નહોતી - તેમનું કર્યુંકારવ્યું સામે આવશે. તે ધધખતી આગમાં પડશે.

યાદ રહે, ખુદા બધું જુએ છે. એણે જ બધું આપ્યું છે અને એ ઇચ્છે ત્યારે પળભરમાં બધું સમેટી લેશે ! તારે કમાવું હોય તો અધર્મથી નહીં, ધર્મથી કમાણી કર અને તે પણ એવી દૃષ્ટિથી કે તને એમણે પોતાનો મુનીમ બનાવ્યો છે ! કેમ કે, તું સત્યનિષ્ઠ છે, સિજદો કરે છે, દાન કરે છે, ભેટ ધરે છે અને એના ઉપર આસ્થા ધરાવે છે."

શેઠ તૈયબ હાજી મહમદની આંખો આશ્ચર્યથી વિસ્ફારિત રહી ગઈ ! તેમને લાગ્યું કે ગાંધીને દેવદૂતે તેમની પાસે મોકલ્યા છે. તેમણે જોયા-સમજ્યા વિના ગાંધીની હથેળીને માથે લગાવી અને તેને ચૂમીને કંઈક કહેવા ગયા કે ગાંધીએ રોકીને કહ્યું, "શેઠ તૈયબ, ઉતાવળિયું કામ શેતાનનું કામ ગણાય. પહેલાં ખૂબ નિરાંતે સમજી-વિચારી લો. ભરોસો કરી લો. ખુદાની પરવાનગી લઈ લો. હું કાલે ફરીથી આવીશ. આવતો રહીશ. આમ પણ હું વકીલ તો પછી છું, પહેલા તો તમારો ભાઈ છું અને પોતાના ભાઈની મુશ્કેલી સમજું છું."

ગાંધીને મૂકવા માટે તૈયબશેઠ પોતે છેક બહાર સુધી આવ્યા. ઘોડાગાડીમાં બેસાડીને સલામ કરી. ગાંધીને પોતાના માટે અચરજ થયું. તેણે ક્યારેય વિચાર્યું નહોતું કે તે આટલી લાંબીલચક વાત કરી શકશે અને તે પણ સહજતાથી, ધીરજપૂર્વક અને વિશ્વાસમાં લઈને !

જેની સામે સૌ નમે છે, તે ચોક્કસ છે. લાગ્યું કે તૈયબના મનમાં પણ ખુદા પ્રત્યે એટલી જ શ્રદ્ધા છે જેટલી શેઠ અબ્દુલ્લાના મનમાં છે. એક અનોખા પરંતુ નક્કર અનુભવમાંથી પસાર થવાનો તેને મોકો મળ્યો હતો. ધર્મને વચ્ચે લાવીને મનની ભૂમિને થોડી પોચી કરી જેથી તેમાં એક ખેડૂત સાથે નિકટતા સ્થાપી શકાય. ખેતરને ખેડવું, ખોદવું, બીજ વગેરે નાંખવું જરૂરી છે.

આ જીવન પણ એક ખેતર છે અને ખેડૂત તેનો માલિક-નોકર બધું જ છે. જેમ ખેડૂતની મહેનત-મજૂરી અન્ય લોકોને કામ આવે છે, તેવી જ રીતે દરેક માણસના જીવનનું લક્ષ્ય છે કે તે પોતાના શરીરરૂપી ખેતરને ખેડે, ખોદે, ઘાસ-પાન હટાવે, સમયાંતરે પાણી પાય અને આકાશ સામે જોઈને પોતપોતાના ખુદા, ઈશ્વર, ગૉડને

યાદ કરે. તેમના આશીર્વાદ માગે, વગેરે વગેરે. જેથી તે સમાજને ખુશી-ખુશી એ બધું આપી શકે, જેના વડે તેનું મન પણ તૃપ્તિ અનુભવે, પ્રસન્ન થઈ શકે. જિંદગીનો સૌથી મોટો તહેવાર શ્રમ છે. એ શ્રમ કે જે પોતાને અને સર્વને માટે હોય અને ઈશ્વરને પ્રત્યક્ષ માનીને કરવામાં આવે.

❊ ❊ ❊

"લંચ તૈયાર છે." રોઝીએ એમ કહીને ગાંધીને ચોંકાવી દીધો.

ગાંધીએ ભાવુક થઈને પૂછ્યું, "આપણામાંથી કોણ બચવાનું છે ?"

"કોઈ પણ નહીં." રોઝીએ કહ્યું.

"તો પછી કોઈ, અન્યને કેમ મારે છે ? શું તે નથી જાણતો કે જો તેને કોઈ મારશે નહીં તોપણ તેણે મરવાનું છે !"

"કદાચ તેને પોતાના મૃત્યુનો વિચાર ઘેરતો નહીં હોય." રોઝી બોલી તે જ સમયે બેકરનો પ્રવેશ થયો.

બેકર કહે, "શેતાનનું કહેવું છે કે તે આ રીતે ઈશ્વરના કાર્યમાં મદદ કરે છે."

"તે કેવી રીતે ?"

"તે એવી રીતે કે મારે તો ભગવાન જ છે. કોઈના જીવવા અને મરવાનો સમયગાળો તો કોઈ જાણતું નથી. નિશ્ચિત સમય અને તારીખની તો ખબર પડી જ ન શકે."

"હું તમારી વાત સાથે સંમત નથી, ડેડી !" રોઝીએ કહ્યું.

"કેમ ?"

"કેમ કે જેનું હોવું ટાળી ન શકાતું હોય, જેમ કે સૂરજનું ઊગવું અને આથમવું. મોટા ભાગના લોકો જાણે છે કે, સૂરજ ઊગતો પણ નથી અને ડૂબતોય નથી. તેમ છતાં એ પુરાકલ્પન (મિથ)ને અવગણી શકાય નહીં. તે પુરાકલ્પનનો આપણાં જીવન સાથે ગહન સંબંધ છે. આવા અનેક સ્થાયી સંબંધો સ્થાપિત થઈ જાય છે અને ત્યારે જ સ્વર્ગની કલ્પના કરવામાં આવે છે. અચરજ તો એ છે કે કલ્પનાનું તે સત્ય, જીવનનું સત્ય બની જાય છે."

"ઊભી રહે, રોઝી. તું ભટકી ગઈ છો."

"બહુધા એવું જ થાય છે. આપણે રોજ ભટકી જઈએ છીએ. પછી સાચા રસ્તા ઉપર આવવાનો પોતાની જાતને વાયદો કરીએ છીએ... "

"અને પછી ભટકી જઈએ છીએ. એવું થાય છે અને જ્યાં સુધી આપણે ભગવાન સાથે આપણો સંબંધ જોડી નહીં શકીએ અથવા એમની સાથે સંબંધ બાંધવાના મૃગજળને પોષીશું ત્યાં સુધી એવું થતું રહેશે."

"શું ભગવાન હોવાનું પુરાકલ્પન, જીવનના અન્ય પુરાકલ્પનથી અલગ છે ?"

"તો પછી જીવનને જ પુરાકલ્પન કેમ ન માની લેવાય !" બોલતાં એક વ્યક્તિ પ્રવેશી.

રોઝીએ ઓળખાણ કરાવતાં કહ્યું, "આ છે મિ. ન્યૂટન, મારી બહેનના પતિ. જીજાજીએ ઊડતી ચકલીને જાદુના પ્રયોગથી એક જગાએ લાવીને કેદ કરી દીધી છે !"

"અને ચકલી ઊડી ગઈ છે !" કહેતાં ન્યૂટનની પત્ની મુલોક આવી.

સૌ હસી પડ્યાં. મુલોકે જણાવ્યું કે કોઈ એ બધાની રાહ જુએ છે.

"કોણ ? કોની રાહ જુએ છે ? શું અમારા બધાની ?" રોઝીએ રહસ્ય વધારતાં પૂછ્યું. બધાના સહજ - સરળ ચહેરા ઉપર અચાનક ઉત્કંઠાની રેખાઓ અંકાઈ ગઈ.

"આપણે તેમને વધારે રાહ જોવડાવાય નહીં." મુલોકે કહ્યું.

મુલોકની માતા ફ્રાંસની હતી અને પિતા, બેકરના મોટા ભાઈ હતા. ગાંધીની સામે 'ધ લીવ્સ' સામયિકનું મુખપૃષ્ઠ તરી આવ્યું. તે સામયિકના મુખપૃષ્ઠ ઉપર ફ્રાંસની એક જમાનાની સૌથી સુંદર, સરળ, ખૂબ મોટી મારકણી આંખવાળી ફિલ્મ અભિનેત્રી મૅડમ દોના હતી. ક્ષણભર તો લાગ્યું કે તે જાણે મૅડમ દોનાની દીકરી હોય ! ગાંધી સ્વભાવ મુજબ મૌન રહ્યો.

રોઝી હસીને બોલી, "અહીં કોઈ જાસૂસી કથા સંભળાવવામાં આવી રહી નથી. મારાં પ્રિય દીદી મુલોક, તમને બધાને યાદ અપાવવા આવી છે કે બપોરનું સ્વાદિષ્ટ ભોજન આપ સૌની પ્રતીક્ષા કરી રહ્યું છે !"

ગાંધીને લાગતું નહોતું કે એકદમ નીરસ વિષય સાથે ટકરાઈને બધાંની સ્વાદેન્દ્રિય એટલી ઉદાસીન થઈ જશે કે, મુલોકનું આમંત્રણ મેળવીને પણ મોંમાં પાણી નહીં આવે ! તેણે ક્યાંક વાંચેલું કે જે લોકો ગૂઢ વિષયના અભ્યાસુ બની જાય, તેમનાથી ભૂખ પણ દૂર રહે છે !

રોઝી બોલી, "મહેરબાની કરીને હવે જઈએ ? ...સૌપ્રથમ ગાંધીજી, જે વાસ્તવિક અર્થમાં આજે આપણા અતિથિ છે અને તેમની પાછળ આપણે સૌ... આમ થશે, અતિથિ દેવો ભવઃ, બરોબર ને ગાંધીજી !... દીદી, તમે પથ-પ્રદર્શક બનો."

વાતાવરણ એકદમ લહેજતદાર બની ગયું. જાણે કે નાના-નાના મેઘધનુષ આકાશના રસ્તે દુકાન ખોલી બેઠાં હોય !

બેકર પોતાના લાંબા અંગરખામાં હતા, ઝભ્ભા જેવો પોશાક - જે મોટા ભાગે પાદરી પહેરતા હોય છે. જાણે કે કોઈ અદશ્ય શક્તિ લાઇનોટાઇપના ઉપયોગની કલ્પના કરી રહી હોય !

ગાંધીને નવાઈ લાગતી હતી કે બહારથી આવેલા બેકર અને ન્યૂટને તાજેતરમાં જ ઘટેલી દુર્ઘટનાની કોઈ ચર્ચા કેમ કરી નહીં ! ગાંધીએ તેમને એટલા માટે સામેથી કંઈ પૂછ્યું નહીં, કારણ કે તેને લાગ્યું કે તેઓ જાતે જ તે દુર્ઘટના વિશે ચર્ચા કરશે.

ગાંધીને બેકરની એ વાત બરોબર યાદ હતી, જે તેમણે ક્રિસ્ટીનાના ઘરે રાત્રિભોજન શરૂ કરતાં પહેલાં કહેલી કે "યાદ રાખો ભોજનની પહેલાં અને ભોજન વખતે કમ સે કમ અડધો કલાક સુધી કોઈ ભારેખમ કે અજીર્ણ બાબત અંગે માથાકૂટ કરવી જોઈએ નહીં. અન્યથા તમારું ભોજન સ્વાદ અંગે માથાકૂટ શરૂ કરી દેશે.

પ્રાર્થના અને ભોજન માટે નીરવ શાંતિ, ખુશમિજાજ અને સત્કારયોગ્ય વાતાવરણ જોઈએ... પ્લીઝ, આપણે આપણા દિવસભરની સૌથી વધુ મૂર્ખાઈ ભરેલી વાતને યાદ કરીને થોડો વખત હસીએ. જેમ કે, કોઈ પોતાની ટોપી શોધ્યા કરતું હોય અને ટોપી તો તેણે પહેરેલી જ હોય ! અચાનક આદમકદના અરીસા તરફ તેનું ધ્યાન જાય, તો હસવાનું રોકી શકાશે ખરું ?"

બધાંના ચહેરા એકસાથે હસી ઊઠેલા. મિસ સુષીએ ત્યારે જ જાહેર કરી દીધું કે "હું લાફિંગ ક્લબ ખોલવાની ઘોષણા કરું છું. તે શરત સાથે કે જે તેમાં આવીને પણ હસી નહીં શકે, તેને તેની ફીની રકમ પરત આપવામાં આવશે. ત્રીસ-ત્રીસ પાઉન્ડ કાઢો અને લાફિંગ ક્લબની કલ્પનાના સંસ્થાપક સભ્ય બની જાવ !" ફરી સૌ હસી પડેલા.

ગાંધી આ બધું યાદ કરીને મનોમન હસ્યો. ઇચ્છવા છતાં તે કહી ન શક્યો કે, હાસ્ય એ ઈશ્વરની સૌથી શ્રેષ્ઠ ભેટ છે. હવે તે મુલોકની પાછળ ચાલવા માંડ્યો.

૬

તેણે ફ્રોક અને કોટ પહેર્યાં હતાં. દિવસ હજુ ઊગ્યો નહોતો. ઊગવાની તૈયારીમાં અવશ્ય હતો. સવારનો શાંત પવન મંદ-મંદ લહેરાતો હતો.

મનોમન કોઈ ગીત ગણગણતાં, પાસે આવતાં તેણે અટકીને કહ્યું, “વોન જોર. કોમેન્ટ વોયસ મોર્ટેજ વોયસ.”

ગાંધી અટક્યો. નખશિખ જોઈને બોલ્યો, “નમસ્તે ! તમે કેમ છો ?”

“મારું નામ ગિવ્સ છે અને આપ ગ્સ્યર્વ (શ્રીમાન) ?”

“મને એમ. કે. ગાંધી કહે છે.”

“હું માદમ્વાજેલ (સુશ્રી) છું.”

“શું કરો છો ?”

“લેખક છું.”

“શું લખી રહ્યાં છો ?”

“કંઈ નહીં. હાલ અનુભૂતિમાંથી પસાર થઈ રહી છું. માનવજીવનમાં વ્યાપેલી ઘૃણા, ક્રૂરતા, અન્યાય, શોષણ અને અત્યાચારનાં મૂળમાં જવાની કોશિશ કરી રહી છું.”

“આટલું બધું કર્યું ?”

“ખબર નથી.”

તેઓ બંને ચાલ્યે જતાં હતાં. તે પૂછી રહી હતી, “તમે ફ્રેંચ ભાષા બરોબર જાણો છો ?”

“થોડી-થોડી, કામ પૂરતી.”

“એટલું તો ઘણું.”

“તમે લગભગ રોજ ફરવા આવો છો ?” ગાંધીએ પૂછ્યું.

“હા અને તમે પણ ?”

“હા. મને સહેલગાહ પસંદ છે.”

"મને પણ... તમારો શું અનુભવ છે ?"

"શેના વિશે ?"

"અહીં વિશે... રંગભેદ, જાતિભેદ વિશે."

"છે, ખૂબ ઊંડો છે."

"પરંતુ કેમ ?"

"હજુ અભ્યાસ કરું છું."

"તમે પણ તો... "

"તે અનુભવોમાંથી પસાર થયો છું."

"તેમ છતાં..."

"અંગ્રેજો અગાઉ ભારતીયોને નેટિવ એટલે કે દેશી કહેતા હતા. પછી નિગર એટલે હબ્સી કહેવા માંડ્યા અને હવે ગિરમીટિયા, કુલી વેપારી, કુલી બૅરિસ્ટર! ઘૃણા અને ઉપેક્ષાનો અંત નથી."

"તેમને આપણે સભ્ય અને સુશીલ માનીએ છીએ. તેમની ગણના વિકસિત દેશોમાં કરીએ છીએ અને તેમને આદર આપીએ છીએ... શું ખરેખર તેઓ સભ્ય છે ? ...શું તમારી દૃષ્ટિએ અન્યાય સહન કરનાર અસભ્ય, ગમાર અને પછાત ગણાય ?"

બંને અટકી ગયાં. ગાંધી વિચારવા લાગ્યો.

થોડી વાર પછી તે બોલ્યો, "એ જ તો પ્રતિકૂળ બની રહ્યું છે - માનવતાની વિરુદ્ધ."

"માનો છો ?"

"હા."

"તો પછી તે અંગે શું કરો છો ?"

"થોડો ઘણો સંઘર્ષ..."

"તે પણ વ્યક્તિગત ધોરણે ?"

"હા."

"લોકજાગૃતિ નથી ફેલાતી ?"

"ના."

"તે માટે શું વિચારો છો ?"

"કંઈ ખાસ નહીં."

"ખાસ શું હોય છે ?"

ગાંધી ગૂંચવાઈ ગયો.

"ખાસ કંઈ હોતું નથી; જોકે, તમે ખાસ શેને માનો છો ?"

"સરખી રીતે કહી શકતો નથી."

"જરૂર કરતાં વધુ પ્રામાણિક છો."

"એમ ન કહી શકું."

"તમારી ચાલ ખૂબ તેજ છે."

ગાંધી અન્યમનસ્ક થઈ ગયો.

તે કહેવા લાગી, "તમે તમારી ગતિ જાળવી રાખો. સ્વાસ્થ્ય માટે ચાલવું સારું છે... પ્લીઝ... તમે તમારી ગતિમાં ચાલો, મને ધીમે ચાલવાની ટેવ છે, હવે તમે રોકાવ નહીં, આગળ જતા રહો. મારી શુભેચ્છાઓ તમારી સાથે છે." કહીને તે ચાલવા માંડી.

ગાંધી ઊભો રહી ગયો. તેનાથી એકદમ આગળ વધી શકાયું નહીં. ગિલ્સ ચાલતાં-ચાલતાં અટકી ગઈ. તે પાસે આવીને પૂછવા લાગી, "મેં કદાચ તમારી સવારને ડહોળી નાંખી. આ સમય વાતો કરવાનો નથી હોતો, પરંતુ અંતઃપ્રેરણા થઈ એટલે મારી જાતને હું રોકી શકી નહીં. હું તેના માટે ક્ષમા માગું છું." એટલું બોલીને તેણે નમસ્કારની મુદ્રામાં બંને હાથ જોડ્યા.

સૂર્યોદય હજુ થયો જ હતો. પવન પહેલા કરતાં ઝડપથી ફૂંકાતો હતો. વૃક્ષો સ્વાગત કરી રહ્યાં હતાં - ડાળીઓ, પાંદડાં, કૂંપળ અને ફૂલ ધીમે-ધીમે ડોલતાં હતાં. અપાર ઐશ્વર્ય ! અપાર વૈભવ ! અનંત સુખ - આનંદ ! અપૂર્વ ચેતનાનું સ્પંદન ! ચળાઈને આવતી હવા જાણે ધીમેથી કહી રહી હતી, "મુક્ત પ્રાણવાયુનો અક્ષય ભંડાર મનુષ્ય તારા માટે !"

"મારા માટે !" આશ્ચર્યથી વિસ્ફારિત આંખે, અપૂર્વ સુંદર દશ્યોની હારમાળાને આત્મસાત્ કરતા તેણે સાંભળ્યું.

મર્મર કરતાં પાંદડાં જાણે કે કહેતાં હોય, "સ્વાગત માનવ ! સ્વાગત અભિવાદન ! ધર્મનું નહીં, ન જાતિ કે રંગનું, ફક્ત માણસ તારું અભિવાદન !"

કેવા સરસ વિચારો ! કેવું સુંદર વાતાવરણ ! સ્વયં પ્રકૃતિ બોલી ઊઠી કે, માણસ તું સૌથી સુંદર છે. તું જ એ અદશ્ય સર્જકની અદ્વિતીય કલ્પના છે.

"ભલે તો... " તે એટલું જ બોલી ત્યાં તો ગાંધી પોતાના ગદ્ગદિત હૃદયને રોકી શક્યો નહીં. તે કહેવા લાગ્યો,

"આજનો દિવસ તમે મારા સારુ સુવર્ણ અક્ષરોમાં લખવા જેવો બનાવી દીધો, માદમ્વાજેલ (સુશ્રી) ગિલ્સ ! મને જપાકુસુમ, મોગરો, ગુલાબ, સફેદ કમળ, રાતાં કમળથી ચમકતું - મહેકતું તળાવ અને તેની આસપાસનો સુગંધિત માહોલ યાદ

આવવા માંડ્યો છે. લિનટ, કિનારી અને સોનચટકી જાતિનાં પક્ષીઓ પાંખ ફેલાવીને આપણું સમર્થન કરી રહ્યાં છે. તેઓ કહે છે, મનુષ્ય, તું ઈશ્વરની સર્વોત્તમ કૃતિ છો ! તું અમૃતથી સભર છો ! સ્વર્ગને નિમંત્રણ આપે છે. તો પછી તેં આ ઝેર ક્યાંથી મેળવ્યું ? કેવી રીતે કર્યો તેં પોતાની સાથે વિશ્વાસઘાત ? કેમ સર્વોત્તમ સર્જનને શરમિંદું કર્યું ? તું આવું કરવા ઉપર પણ ડંફાશ ને શેખી મારે છે, બડાઈ હાંકતો ફરે છે ! તારે તો શરમના માર્યા ઢાંકણીમાં પાણી લઈને બૂડી મરવું જોઈએ ! પરંતુ તું તો..."

"તમને બધું યાદ છે ? કંઈ જ ભૂલ્યા નથી ! બધું જ શિશુની સુંદરતા જેવું નિર્મળ, નિષ્કલંક અને નિરંતર પ્રસન્ન વદનની ભેટ જેવું ! દૂર-દૂર સુધી ક્યાંય વેરાન નહીં. બધું જ રસીલું, મોહક, જાદુઈ અને આત્મરત લહેરાતું, હર્યુંભર્યું, આનંદદાયક અને શુભ અંતર્મુખી મધુર ગાન ! હું કવિતા પણ લખવા માગું છું. આ તેનો જ મહાવરો છે."

"હું આભાર માનીને તમારી કવિતાને નારાજ કરવા માગતો નથી."

"મારી પાસે પોતાની જાત સાથે વાત કરવાનો આ જ સૌથી વધુ અનુકૂળ અને અમર્યાદિત સમય છે, ગાંધી ! ફરીથી ક્યારેય મળવાનું થાય તો અહીં જ, આ જ સમયે જૉગિંગ કરતાં-કરતાં, જો મન થાય તો વાત કરીશું. અન્યથા પોતપોતાના મૌનમાં જાતની પણ વિસ્મૃતિની ઇચ્છા સાથે મળ્યા કે મળ્યા વિના આગળ ચાલ્યા જઈશું. કવિતા રોજ નથી સૂઝતી... અરબી કથાઓના સર્વશક્તિમાન જીનની જેમ 'શું હુકમ છે મેરે આકા ?" ...કાશ, એવું હોત ! અહીં કોઈ વેધશાળા હોત તો હું મીટ માંડીને નક્ષત્રોનું અનુમાન લગાવતી રહેત ! શેનું અનુમાન ? એ જ કે પેલો રહ્યો મારી આગલી કવિતાની ભાવાત્મક તરલ પૃષ્ઠભૂમિની આગળનો ચરવૈયો !"

"મને કવિતા લખતા આવડતી નથી."

"સાંભળવામાં ?"

"અત્યંત આકર્ષક. શરત એટલી જ કે કવિતા ખુલ્લી અને હૃદયને સ્પર્શે તેવી હોય."

"ગાંધી, હાઉ સ્વીટ ! તમારામાં કવિતા છે. એવી જ રીતે કે જેમ મંગળ ગ્રહ ઉપર પાણી છે ! ...નાઉ વી વૉન્ટ ટુ સે... ગુડ બાય... ફોર અ સ્વીટ ડ્રીમ !... " આમ કહીને ગિબ્સે રસ્તો બદલાવ્યો.

ગાંધી પણ આગળ ચાલ્યો. મનમાં અનહદ આનંદ અને ઉત્સાહ ભરીને તે જાળવી-જાળવીને ચાલી રહ્યો હતો, કારણ કે દરેક અગોચર સુખદ ક્ષણને તે સાચવી શકતો નહોતો, કંઈક ને કંઈક અણધાર્યું બની જતું હતું.

પ્રેસિડન્ટ સ્ટ્રીટના રસ્તે એક ખુલ્લું, પહોળું મેદાન આવ્યું. વૃક્ષોથી ઘેરાયેલું. અહીં જ પ્રેસિડન્ટ ક્રુગર રહે છે. દેખાડા વિનાનું આલીશાન ભવન ! ચારે તરફ વાડ કે દીવાલ વિનાના સામાન્ય ભવન જેવું જ. જાણે સાદગીનું પ્રત્યક્ષ ઉદાહરણ જોઈ લો !

ગાંધી મોટા ભાગે રોજ અહીંથી જ પસાર થતો હતો. રોજ પગથી ઉપરથી ચાલતાં એ જ સંત્રી પાસેથી જતો. બહુધા દર વખતે સંત્રી નવો જોવા મળતો, પરંતુ તેને નવા કે જૂના સંત્રીથી કોઈ મતલબ નહોતો. જાણે કે તે માઈલ દર્શાવતો મૂંગો પથરો હતો અને તેની પાસેથી પોતે પસાર થઈ રહ્યો હતો ! તે પાછો પણ ત્યાંથી જ વળતો. પાંચેક માઈલનું અંતર થતું. ક્યારેક-ક્યારેક તેનાથી વધારે પણ ચાલતો.

આજે તે જીવંત સુખદ સ્વપ્નને મળીને આવી રહ્યો હતો, ત્યાં જ અચાનક કોઈ જ ચેતવણી કે પૂર્વ સૂચના વિના લગાતાર ધક્કા વાગ્યા ! તેણે લાત અને મુક્કા મારીને ગાંધીને પગથી ઉપરથી નીચે ઉતારી મૂક્યો. તે કંઈક ખૂબ રોષપૂર્વક બોલી રહ્યો હતો, જે ગાંધી સમજી શકતો નહોતો.

"ઊભો રહે, કૉન્સ્ટેબલ !" તે સાંભળીને સંત્રી અટક્યો.

"ગાંધી હું પ્રત્યક્ષ સાક્ષી છું." કોટ્સે કહ્યું. ગાંધીએ સ્મિત કર્યું.

"તેં ધક્કા, લાત ને મુક્કા કેમ માર્યા, સંત્રી ?" કોટ્સ ઘોડા ઉપર સવાર થઈને ક્યારેક-ક્યારેક સવારે ફરવા નીકળી પડતા હતા.

ગાંધી સમજી શક્યો નહીં કે કોટ્સ અને સંત્રી વચ્ચે શું વાત થઈ રહી છે. પછીથી ખબર પડી કે સંત્રી ડચ છે. તેમની વચ્ચે ડચ ભાષામાં વાતચીત થઈ રહી હતી.

આ એ જ કોટ્સ હતા કે જે બેકરના ઘરે અને બહાર પણ ગાંધીને ઘણી વાર મળ્યા હતા. તેઓ પાક્કા ખ્રિસ્તી હતા. ઈસુને એકમાત્ર ઈશ્વરનો અવતાર માનતા હતા. ગાંધીને યાદ આવ્યું કે તેમણે એકવાર ગાંધીને પૂછેલું,

"આ ગળામાં શું પહેર્યું છે ?"

"કંઠી છે."

"શું તમને આવા ટુચકામાં શ્રદ્ધા છે, ગાંધી ?"

"શું કહું ?"

"કેમ, કોઈ વિશેષ રહસ્યની વાત છે ?"

"માનો તો છે."

"એટલે ?"

"ના માનો તો નથી."

"કંઈ સમજ્યો નહીં !"

"મારાં માતુશ્રી પૂતળીબાઈએ આ કંઠી મારાં ગળામાં એ સમયે પહેરાવેલી, જ્યારે હું લંડન ભણવા જતો હતો."

"તો શું ? ...તમારો ધર્મ કેમ તમને આ પ્રકારના વહેમ પાળવાની અનુમતિ આપે છે ?" કોટ્સે પોતાના પ્રબળ વિજ્ઞાન અને સદ્જ્ઞાનની પોટલી ખોલી.

"હોઈ શકે છે, કોટ્સ ! આઇ ડોન્ટ નો."

"યુ હેવ ટુ નો, મિસ્ટર ગાંધી ! અંધશ્રદ્ધા એવી ધૂન છે કે જે અંદર ને અંદર વ્યક્તિ અને સમાજને ખ્યાલ વિના નષ્ટ કરે છે. આફ્ટર ઓલ યુ આર બૅરિસ્ટર !"

"તો શું થયું, કોટ્સ ?"

"જો તમે અંધશ્રદ્ધામાં માનશો તો તમારા ભણતરનો સમાજને શું ફાયદો થશે ?"

"આ સવાલ ફાયદો થવા કે ન થવાનો નથી, કોટ્સ ! મારાં ધાર્મિક અને પવિત્ર માતાનાં હૃદયનો છે. આ કંઠી તેમનું હૃદય છે." ગાંધીએ ધીમે-ધીમે સ્વસ્થ અવાજે કહ્યું.

"પરંતુ તેનાથી આત્મવિશ્વાસ તૂટે છે અને અંધશ્રદ્ધા મજબૂત બને છે."

"ના, કોટ્સ આ તો માતુશ્રીની પ્રસાદી છે. તેમના આશીર્વાદ છે. આશીર્વાદનું પ્રતીક છે. મારું એવું જરાય માનવું નથી કે આ ન પહેરવાથી મારું નુકસાન થશે, પરંતુ આની સાથે મારાં માતુશ્રીની પવિત્ર લાગણીઓ જોડાયેલી છે. હું એમની લાગણીઓને ઠેસ કેવી રીતે પહોંચાડી શકું ! મારામાં એટલી હિમ્મત નથી."

"એનો અર્થ એ કે તમે હંમેશાં તે ગળામાં પહેરીને એવો મૂક સંદેશ આપ્યા કરશો કે કંઠીથી સુરક્ષા મળે છે, તે શક્તિ અને કવચ છે... ! તમે એવા ગિરમીટિયાને જોયા છે, જે ગંદા-ગોબરાં લાંબા-પહોળા ઝભ્ભા પહેરે છે ? તેમના ગળામાં રંગ-બે-રંગી માળાઓ લટકતી હોય છે ! માથા ઉપર લીલું કપડું બાંધી, જંગલીની જેમ હાથમાં મોરપીંછનું ઝાડું લઈ પોતાના ભક્તોના માથા અને પીઠ ઉપર અડાડીને કંઈક બોલતા હોય છે ?"

"કોટ્સ ! તેઓ ફકીર છે, રમતા યોગી છે, પરંતુ આપણું ધ્યાન કુલી લોકો અને નિગ્રો ઉપર જે અત્યાચાર થઈ રહ્યો છે, તેના ઉપર જવું જોઈએ, જેનાથી સામાજિક સ્વાસ્થ્યમાં યોગ્ય સુધારો થઈ શકે. અને જ્યાં સુધી મારા ગળામાંની કંઠીનો સવાલ છે, તો એ નક્કી છે કે સમય આવ્યે તે પણ ઘસાઈને તૂટી જશે. ત્યારબાદ હું કદી કંઠી પહેરીશ નહીં."

કોટ્સે વિચારોમાં ખોવાયેલા ગાંધીને ફરી બોલાવ્યો,

"ગાંધી, ક્યાં ખોવાઈ ગયા ? તે ડચ સંત્રી સમજી રહ્યો હતો કે... "

"હું નિગ્રો છું !"

"હા."

"જેટલા કાળા લોકો છે, તે બધા જ એની નજરમાં નિગ્રો છે." ગાંધીએ સહજપણે કહ્યું.

"અફસોસ છે કે અહીં રંગભેદ કંઈક વધારે જ છે."

"વધારે નહીં, સર્વસ્વ બરબાદ કરવા સારુ તત્પર છે."

"આ ડચ સંત્રી માફી માગે છે."

"શેના માટે ?"

"તમારી સાથે તેણે જે ગેરવર્તન કર્યું તેના માટે."

"તેણે કોઈ જ ગેરવર્તન નથી કર્યું, કોટ્સ."

"તો કોણે કર્યું છે ?"

"એમણે કર્યું છે જેમણે આવો હુકમ આપ્યો છે કે પગથી ઉપર ચાલનારા કુલી પરિવારજનોને ધક્કા મારીને પગથી ઉપરથી ઉતારી મૂકવામાં આવે."

"આવો હુકમ કોઈએ આપ્યો નથી."

"તો પછી કોઈ ગુનેગાર નથી."

"હવે ડચ સંત્રી હાથ જોડીને તમારી ક્ષમાયાચના કરે છે."

"કોઈ જરૂર નથી. તમે એને કહી શકો છો કે ગાંધીને તેના પર જરાય રોષ કે નારાજગી નથી. બની શકે તો ભવિષ્યમાં એ વાતનું ધ્યાન રાખે કે દરેક માણસ, માણસ છે. તેમની સાથે કોઈ ભેદભાવ ન રાખે."

કોટ્સે દુભાષિયાની ભૂમિકા ભજવી. પેલા ડચ સંત્રીએ ગાંધીને સલામ કરી. ગાંધી હસીને આગળ ચાલવા જતો હતો કે કોટ્સે ફરી ગાંધીને બોલાવી કહ્યું, "આજે તમને એક ઉમદા વ્યક્તિની મુલાકાત કરાવું. તે નારીવાદનો એવી જ રીતે વિરોધ કરે છે જે પ્રકારે પુરુષપ્રધાનતાનો."

"નમસ્તે, કોટ્સ !"

"મીટ મિ. ગાંધી, બૅરિસ્ટર."

ગિબ્સ હસી. તે બોલી, "હું મળી ચૂકી છું."

"ગાંધી, શી બિલોંગ્સ ટુ અ રૉયલ ફૅમિલી. શી ઇઝ વેલનોન પોયટ, પેઇન્ટર એન્ડ મ્યુઝિશિયન."

"આટલું બધું... ચોક્કસપણે ખૂબ સારું લાગ્યું."

"ટૂંક સમયમાં જ આફ્રિકા છોડીને અમેરિકા જઈ રહી છે."

"ગાંધી, આજે એક મહાન વ્યક્તિના અહીંથી જવાનો અમને રંજ છે."

"આવતા અઠવાડિયે ગિવ્સ જતી રહેશે. તેના પહેલાં તેને વિદાય આપવા ધામધૂમપૂર્વક પાર્ટીનું આયોજન થશે. તમને પણ બોલાવીશું, પરંતુ એક શરત સાથે !"

"શરત સાથે ?"

"હા કોટ્સ, જરૂરી છે."

"પરંતુ શરત શું છે ?"

"ગાંધી, તે રહસ્યને ગોપિત જ રહેવા દો." ગિવ્સે કહ્યું.

ગાંધી મૌન રહ્યો. તે આમતેમ જોઈ પણ ન શક્યો.

"ચાલો, હું જ મારી બાજી ખોલી નાંખું છું, કોટ્સ."

તેમ છતાં પણ ગાંધી શાંત, સ્થિર અને અચલ હતો.

"પ્લીઝ ગાંધી, તમારે બે શબ્દો બોલવા પડશે."

"હું પાર્ટી કે સભા માટે એકદમ અયોગ્ય વ્યક્તિ છું. ક્યારેય બોલ્યો નથી."

"શું તે સાચું છે, ગાંધી ?"

"એકવાર આવું ધર્મસંકટ થયેલું. તેમાં નિષ્ફળ રહેલો."

"તે ઘટનાની જ વાત કરી દેજો."

"તેનાથી શું થશે ?"

"નિષ્ફળતા જ વ્યક્તિને સફળતાનો મૂળ મંત્ર આપે છે. દરેક નિષ્ફળતા પડકાર આપે છે. જે પડકાર માટે પોતાને સજ્જ કરી લે છે, તેઓ ક્યારેય નિષ્ફળ થતા નથી."

ગિવ્સે કહ્યું, "અમારી વાત માની લો."

"કોશિશ કરીશ."

ત્યારબાદ સૌએ પોતપોતાનો માર્ગ પકડ્યો.

ગાંધી ધર્મસંકટમાં અટવાયો. બોલ્યા વિના તો ખ્યાલ નહીં આવે, પરંતુ શું બોલે ? કેવી રીતે બોલે ! મન શૂન્ય થઈ જાય છે. તેને ખરે ટાણે જ આગળ વિચારો સ્ફુરતા નથી. હારી-થાકીને જ્યારે પાછો વળતો હોય, ત્યારે એ જ વિચારો એવા શૃંખલાબદ્ધ આવે છે કે તેના ઉપર ગુસ્સો ચડે છે ! ક્યારેક હસવું આવે તો ક્યારેક વક્રોક્તિ લાગે ! શું હકીકતમાં નસીબ હોય છે ? શું માણસ ફક્ત તેની કઠપૂતળી છે ?

અહીંથી તે મુખ્ય માર્ગ પરથી એ ગલી તરફ વળ્યો જે તેને મકાન-માલિકણનાં ઘર તરફ લઈ જતી હતી.

૭

કુદરતે કંઈક એવું કર્યું કે ગાંધી ઇચ્છવા છતાં ચાર દિવસ સુધી તૈયબશેઠને મળી શક્યો નહીં. કંઈક અંશે મન પણ રોકતું હતું કે 'તાત્કાલિક મળ નહીં. તેમને પણ વિચારવા માટે સમય આપ. તેઓ પણ તાગ મેળવી લે, જેથી શંકાનાં આવરણો હટતાં જાય અને શ્રદ્ધાનો નૂતન ઉદય થાય.'

ગાંધી કોર્ટમાંથી પાછો ફરી રહ્યો હતો. એક વકીલ, કે જેઓ વયમર્યાદાને કારણે નિવૃત્ત થવાની પ્રતીક્ષા કરી રહ્યા હતા, તેઓ ગાતા હતા,

"એમ ન જુઓ કે તમે જોયું જ નથી,
એમ ન કહો કે તમે કહ્યું જ નથી.
એમ ન વિચારો કે તમે વિચાર્યું જ નથી
એમ ન જાણો કે તમે જાણ્યું જ નથી.
આ કોર્ટ છે, મિત્રો ખુદાની અદાલત નથી,
તે સાક્ષી ઉપર ઊભી છે, તેનો પાયો નથી.
કોઈ વિરોધ ન કરો, તેને દેખાતું નથી.
સ્વાર્થી લોકોએ ખોલેલી છે આ દુકાન નવી,
દરેક વસ્તુ વેચાઉ છે અહીં, કોઈ ઈમાન નથી.
તેના ઉંબરે સાદ ન પાડો, ત્યાં ન્યાય નથી!"

ગાંધી રોકાયો નહીં. તે જાણતો હતો કે તે વકીલની આ પ્રકારની કવિતાઓએ જ તેમને વકીલાતના સુકૂનથી વેગળા રાખેલા અને તેઓ ક્યારેક-ક્યારેક કોર્ટના પરિસરમાં આવીને આવું મનોરંજન કરી જાય છે અને બે પૈસા ખર્ચીને જાય છે! કારણ કે, તેમની પાસે બાપીકી સંપત્તિ ઘણી છે એટલે ધન એ તેમની ચિંતાનો વિષય નથી.

ગાંધી હજુ આવીને તેના ઓરડામાં બેઠો જ હતો કે સુષી આવી. તે કહેવા લાગી, "મિ. તૈયબ સાહેબ બેઠકમાં રાહ જુએ છે. તેમને આવ્યે અડધા કલાકથી વધુ સમય થયો છે."

"ભલે, જાઉં છું."

ગાંધીએ પાંચેક મિનિટ કમર ટટ્ટાર કરી. આજે તેને થોડો થાક લાગેલો. મન પણ ક્યાંય નહોતું લાગતું. ઘરેથી સમાચાર આવેલા કે કસ્તુરને તાવ આવ્યો છે. ભૂતકાળનું એક ચિત્ર તાદશ્ય થયું, જ્યારે તે મુંબઈથી હતાશ થઈને પાછો આવેલો અને રાજકોટ કૉર્ટમાં અરજી લખનારો બનીને રહી ગયેલો, ત્યારે વકીલ હોવાની પીડા ભૂલી શકતો નહોતો !

તે રાત્રે પોતે ખૂબ થાકેલો ઘરે આવેલો. નહાયો પણ નહોતો. ચુપચાપ ઓરડામાં જઈને સૂઈ ગયેલો. જ્યારે આંખ ખૂલેલી ત્યારે રાતના દસ વાગવા આવેલા.

"કસ્તુર, તું હજુ લગી અહીં બેઠી છો ?" ગાંધીએ કહ્યું.

"તમને ઘણો તાવ છે."

"તો શું ?"

"તમારા કપાળે ઠંડાં પોતાં મૂકું છું."

"અને હું . . ."

"તમે બબડતા હતા."

"શું ?"

"આ કેવી વકીલાત ! ...મેં ઓરિજીનલ બુક્સ વાંચી છે. લૅટિનમાં કાયદાની બારીકીઓને સમજ્યો છું પરંતુ હું, સ્મૉલ કૉર્ટમાંથી ભાગી છૂટ્યો ! ...પહેલો કેસ... અને હવે અહીંયાં... અને હજુ ખબર નહીં શું-શું... રોમન લૉ મૂળ લૅટિન હું ભણ્યો... પરંતુ નથિંગ... ! "

"મેં આવું બધું કહ્યું ?"

"ચાલો મૂકો, જે કહ્યું કે ન કહ્યું. હવે શું ? કહેલુંય રહ્યું નથી અને નહીં કહેલું પણ રહ્યું નથી ! પછી ચિંતા ને વિમાસણ શેની ?"

ગાંધી બેઠો થતાં કસ્તુર તરફ જોતો રહ્યો.

કસ્તુર કહી રહેલી, "દુનિયાને તમે તમારી લાઠી વડે હાંકી શકો નહીં. પાંચેય આંગળીઓ એકસરખી હોતી નથી. દુનિયા હંમેશાં પોતાની રીતે ચાલે છે. તમે તો બસ તમારી જ વાત ચલાવ્યા કરો છો ! બધા લોકો ઉપર આવી રીતે દાદાગીરી કરી શકાતી નથી. મારા ઉપર કરો તો ચાલે."

ગાંધી હસવા માંડ્યો.

તે બોલી, "હવે તમે નોકરી કરવા દક્ષિણ આફ્રિકા જઈ રહ્યા છો. ત્યાં આપણું કોણ છે ? જે કરવું-કારવવું હોય તે અહીં જ કરો. પૈસાનો મોહ શા કામનો ? ગરીબ લોકોય પોતાની અમીરીમાં જીવતા હોય છે."

"જો, આ તારી રસોઈ કે ઘરકામની દુનિયાદારી નથી કે મને કોઈ ધન કમાવવાનો મોહ પણ નથી. એક તક મળી છે એટલે ઇચ્છું છું કે કરીને જોઉં કે શું થાય છે ! એક વર્ષની જ તો વાત છે."

"ભગવાન ન કરે ને ત્યાં તમને આવી તકલીફ થાય તો કોણ હશે ત્યાં ?"

"તું હોઈશ, કસ્તુર !"

"એ શું કહો છો !"

"સાચે કસ્તુર, હું સાચું કહું છું. તું દરેક સમયે, દરેક ક્ષણે મારી સાથે હોય છે. તું અહીંથી પ્રાર્થના કરીશ તો ત્યાં મારો વાળ પણ વાંકો નહીં થાય ! તને ભગવાન ઉપર ભરોસો છે ના ?"

"છે. એક એ જ તો છે, ભરોસો કરવાલાયક."

"તો પછી બધી ચિંતા એના માથે નાંખ."

"બોલવું સહેલું છે, પણ કરવું... તમે નિશ્ચય કર્યો તે કર્યો. પછી તેમાં બાંધછોડ કરશો નહીં, તે જાણું છું. બધી લાચારી પત્નીને ભાગે જ... "

"તું આ શું કહે છે ! ...પહેલાં આંસુ લૂછ."

"આંસુ આવે છે તો શું કરું ? પોતાની જાત સાથે વાતો કરી-કરીને થાકી ગઈ છું. જ્યારે તમે લંડન ભણવા ગયેલા ત્યારેય હું એકલી પડી ગયેલી. હરિલાલ (સૌથી મોટો પુત્ર)ને પાસે જોઈને આશ્વાસન લેતી. ભાખરી વણતી હતી કે હરિલાલ લપસી ગયો. એક ભાખરી તાવડી પર હતી અને હું દોડી. પાછી આવી તો ભાખરી બળી ગયેલી !"

"તું તારું ધ્યાન રાખજે, કસ્તુર."

કસ્તુર મૌન રહી જતી. તે પત્ર લખી શકતી નહીં. ગાંધી કાગળ લખે તો વાંચી શકતી નહીં. લાગણીઓનું આદાનપ્રદાન બંધ. ભાઈના પત્રથી સમાચાર મળતા. આઠ દિવસથી તાવ ઊતરતો નથી. કહે છે કે તેને કંઈ નહીં થાય. જેઠને શું કહે ? કેવી રીતે કહે ? લાગણીઓની મૌન વેદના કેટલી નિર્મમ હોય છે ! કેટલી ગૂંગળામણ ભરેલી ! કોઈ પાસે નથી ! આમ બધા છે, પરંતુ ઘરવાળો ક્યાં છે ! પાગલ, શું-શું વિચારતી હશે ? વિચારતાં-વિચારતાં રડી પડતી હશે. હરિને છાતીસરસો ચાંપી લેતી હશે. જોકે, તાવ વધુ છે એટલે હરિને પણ તેનાથી દૂર રાખવામાં આવતો હશે. એકદમ એકલી પડી રહી હશે. તેનામાં કમાલની સહનશક્તિ છે.

આવું વિચારતા ગાંધી બેઠકમાં આવ્યો.

તૈયબશેઠે ઊભા થઈને સલામ કરી. ગાંધી મોં ધોઈને, મનને થોડું તાજું કરીને આવ્યો.

તેણે કહ્યું, "તૈયબશેઠ, મને એ જ યોગ્ય લાગ્યું કે તમને સમય આપવો જોઈએ. ઉતાવળમાં ભરોસો બેસે નહીં."

"હું પોતે જ હાજર થઈ ગયો છું, વકીલસાહેબ !"

"કયા શબ્દોથી તમારું સ્વાગત કરું ! હું પણ વિચારતો હતો કે બીજા વકીલોના પેટ ઉપર શા સારુ લાત મારું ? તો પછી કૉર્ટ-કચેરીના હોવાનો શો અર્થ ?"

ગાંધીનું મન અંદરથી હજુ સુધી ઉદાસ હતું. સૌને પોતપોતાની પડી છે. એક તે જ એવો છે કે જે પોતાના પરિવાર, પત્ની અને બાળકને છોડીને અહીં જખ મારે છે !

"તમે પાછળ નહીં હટો, સાહેબ ! કદાચ અલ્લાહ મહેરબાન થયો છે. એણે તમને પોતાના દૂત બનાવીને મોકલ્યા છે." તૈયબશેઠે ગંભીર થઈને કહ્યું.

"એવું કંઈ નથી, શેઠ તૈયબ !"

"હવે આપ આગળ માર્ગ બતાવો કે, શું અને કેવી રીતે આગળની કાર્યવાહી થશે ?"

"તમે બંને સામસામા બેસશો. પહેલા તો આપ બંને સ્વીકારશો કે તમને પંચનો ફેંસલો મંજૂર છે. એવું ન થાય કે પછીથી તમારામાંથી કોઈ એક નામુકર જાય. નકામો સમય બરબાદ થાય અને પરિણામ શૂન્ય !" ગાંધીએ બેધડક કહી નાંખ્યું.

"મને મંજૂર છે."

"પણ કેવી રીતે ?"

"ઈમાનથી. બીજી કઈ રીતે ?"

"ઈમાનનાં પુસ્તકનું નામ જાણો છો, શેઠ તૈયબ ?"

શેઠ તૈયબ વિચારમાં પડી ગયા.

"કુરાનશરીફ ?"

"હા, એ જ."

"બંનેએ સોગંદ લેવા પડશે."

"લઈશ. પરંતુ તેઓ... "

"સુલેહનામું બંનેની સહમતી ઉપર આધારિત રહેશે. અને પંચ... ?"

"એટલે ?"

"આપ બંને પંચમાં કોને-કોને ઇચ્છશો ?"

"એક તો તમને."

"અને બાકીના ?"

"જેને તમે નિમશો તે."

"ના, તૈયબશેઠ."

"તો ?"

"પહેલા પંચનાં નામ નક્કી કરો. ભલે સંખ્યા દસ-બારની થઈ જાય."

"એટલા પંચ ?"

"આપ બંનેની મરજી મુજબનાં નામ."

"પરંતુ ?"

"તો પછી દસ-બાર નામની ચિઠ્ઠી બનાવીએ."

"બંને વારાફરતી એક-એક ચિઠ્ઠી ઉપાડશે. ફક્ત ત્રણ ચિઠ્ઠી. બે ચિઠ્ઠી તમે બંને ઉપાડશો અને ત્રીજી, ત્યાં હાજર લોકોમાંથી કોઈ પણ વ્યક્તિ ઉપાડે... બોલો, મંજૂર છે ?"

"શેઠ અબ્દુલ્લાને... "

"પહેલા તમારી પોતાની વાત કરો, તૈયબશેઠ !"

"મને મંજૂર છે."

"શેઠ અબ્દુલ્લાને ક્યારે અહીં બોલાવું ?"

"ગમે ત્યારે."

"આ શુક્રવારે ?"

થોડું વિચારીને શેઠ તૈયબે કહ્યું, "ભલે, બૅરિસ્ટરસાહેબ."

"શુક્રવારની નમાજ પછી."

"ખૂબ સારું રહેશે. અલ્લાહનું સુકૂન મળશે."

"તો ભલે. શુક્રવારે બપોરની નમાજ પછી બેઠક અહીં જ રહેશે."

"મારા ગરીબખાને પણ... "

"ત્યાં પછી ક્યારેક, શેઠ તૈયબ."

"જેવી તમારી મરજી, તો મને રજા આપશો ?"

ગાંધી બહાર સુધી શેઠ તૈયબને મૂકવા આવ્યો. શેઠ તૈયબ ગાડીમાં બેસીને ગયા. ગાંધી ફરી પોતાના ઓરડામાં આવ્યો. તેણે મનોમન પોતાને શાબાશી આપી. બે પત્રો આવેલા હતા, તેને ખોલવાનું મન ન થયું. મન તો સૂતાં રહેવાનું હતું. તે આંખો મીંચીને પળભર માટે શૂન્યાવકાશમાં જવા ઇચ્છતો હતો. એ જ સમયે ફરી ટકોરા પડ્યા. માલિકણ હતી. તે કહેતી હતી, "મહેમાન."

"બેઠકમાં."

"હા, તમે ચિંતા ન કરો. બેઠકનો સદુપયોગ થઈ રહ્યો છે."

"ચા-નાસ્તો નહીં, સુષી."

"તે તમે મારા ઉપર છોડો. હું તમારી પાસે કંઈ વધારાની માગણી નહીં કરું, ભરોસો રાખો." એટલું કહીને સુષી ચાલી ગઈ.

હકીકતમાં જો ભગવાન છે, તો તે ગરીબોના હૃદયમાં વસે છે, કારણ કે ગરીબોનું દિલ ખૂબ ઉદાર હોય છે.

ગાંધી ફરી બેઠકમાં પહોંચ્યો. કોટ્સની સાથે ગિવ્સ હતી.

કોટ્સ કહે, "ગિવ્સને સરનામાની ખબર નહોતી."

"આપ બંનેનું સ્વાગત છે."

"આ રવિવારે, સાંજે છ કલાકે."

"વેન્યૂ ?"

"ગોલ્ડન હાઉસ."

"ચોક્કસ આવવાનું છે."

"ચોક્કસ આવીશ, પરંતુ... "

"પરંતુ ગાંધી, ખબર નહીં ફરી ક્યારે મળવાનું થશે કે નહીં." ગિવ્સનો અવાજ થોડો ભારે હતો. તે તુરત અંદર ગઈ. કહેવા લાગી,

"નો ફૉર્માલિટી પ્લીઝ. વી આર ઇન હરી. ચા ઉધાર રહી." તેઓ ચાલ્યા ગયા.

ગાંધી થોડીવાર સુધી તે બંનેને જતાં જોઈ રહ્યો. તેઓ ઘોડાગાડીમાં આવેલાં.

ગાંધીએ પોતાના ઓરડામાં આવીને અંદરથી દરવાજો બંધ કર્યો. બંધ કરતા પહેલાં તેણે બહાર તખતી લટકાવી દીધેલી, "પ્લીઝ, ડૉન્ટ ડિસ્ટર્બ !"

૮

ધીમે-ધીમે પ્રિટોરિયામાં ગાંધીની સારી એવી ઓળખાણ થઈ ગઈ. લોકો તેને એક ભલા માણસ અને સૌના શુભચિંતક તરીકે ઓળખવા લાગ્યા. ગિવ્સની વિદાય પાર્ટીમાં જ્યારે તે બોલવા ઊભો થયો, ત્યારે તેનું શરીર થોડું ધ્રૂજતું હતું. થોડી વાર પછી તે બોલવા માંડ્યો,

"સજ્જનો અને સન્નારીઓ, આપણા માટે ખૂબ આનંદની વાત છે કે મિસ ગિવ્સ જેવું વ્યક્તિત્વ આપણા સમાજમાં કેન્દ્રસ્થાને છે. જેમના પર આપણે ગૌરવ અનુભવીએ છીએ. તેઓ કવયિત્રી છે, લેખિકા છે, સંગીત વિશારદ અને ચિત્રકાર પણ છે. તેઓ માનવસમાજની વ્યથા ઘટાડવા સારુ પ્રયત્નશીલ છે. તેઓ આપણને છોડીને વિદેશ જઈ રહ્યાં છે. જ્યાં સુધી હું સમજ્યો છું, ત્યાં સુધી તેમનો અહીં આવવાનો હેતુ માણસ-માણસ વચ્ચે સેતુ બનવાનો રહ્યો છે. તેઓ મૂક માણસને વાચા આપવા માગે છે. તેમને એક સુઘડ, સમાનતાદર્શી, સન્માનનીય અને સુદઢ સમાજની રચના કરવી છે. તેમને હાર્દિક વિદાય ત્યારે જ આપી શકાય કે જ્યારે તેમની ગેરહાજરીમાં તેમની ઇચ્છા મુજબનો સમાજ બનાવવાના પ્રયત્નમાં જોડાવાનો આપણે સૌ સંકલ્પ કરીએ."

જ્યારે સર્વત્ર તેના ભાષણની પ્રશંસા થઈ ત્યારે ગાંધીને ખૂબ નવાઈ લાગી. તે તેનું લિખિત ભાષણ હતું.

તે રોજ-બ-રોજ પ્રિટોરિયામાં રહેતા હિન્દુસ્તાનીઓને મળતો રહેતો હતો, એક વિચાર-મંત્ર ફૂંકતો રહેતો. સૌને એક સંગઠનના સ્વરૂપે રહેવાની પ્રેરણા આપતો. પરંતુ સૌ એકસાથે કેવી રીતે રહે ? તે માટે સૌનું પરસ્પર મળવું જરૂરી હતું અને ભાવિ દિશાસૂચનનું જ્ઞાન પણ આવશ્યક હતું. પરંતુ આ કામગીરી કેવી રીતે થઈ શકે, તે અંગે સૌ મૌન સાધી લેતાં હતાં !

આજે ગાંધી તે સભાનો મુખ્ય વક્તા હતો. જાણે કે આંધળાઓ વચ્ચે કાણો સરદાર ! ત્યાં બોલી શકે એવું કોઈ નહોતું. મોટા ભાગે તેમાં વેપારીઓ હતા, જેમનું

ધ્યાન હંમેશાં પોતાના વ્યાપાર પર રહેતું હતું - ભાષણબાજી ઉપર તો ક્યારેય નહીં ! તેઓ તો પોતાના કલ્યાણ અને સન્માન-સુરક્ષા અંગે શેઠ હાજી મહમદ હાજી જુસબને ત્યાં એકઠાં થયેલા. મહદ અંશે ત્યાં મેમણ વેપારીઓ હતા. થોડાક હિન્દુ વેપારીઓ હતા. પ્રિટોરિયામાં હિન્દુઓની સંખ્યા ઘણી ઓછી હતી.

બેઠકનું મુખ્ય આકર્ષણ શેઠ તૈયબ હાજી ખાન મહમદ હતા. તેમના પ્રયત્નોને કારણે જ આજે આવડી મોટી સભાનું ગઠન થવા જઈ રહ્યું હતું.

બેઠક કેવી રીતે શરૂ કરવામાં આવે ? કોણ કરે ? તે કંઈ જ નક્કી કરવામાં આવ્યું નહોતું. ગાંધી પણ તેમની સાથે ફક્ત વાત કરવા માગતો હતો. શેઠ જુસબે સમયની નજાકત જોઈને બોલવાનું શરૂ કર્યું, "આપ સૌએ મને તક આપી કે તમે બધા અહીં આવ્યા, તે બદલ આપ સૌ મહાનુભાવોનો આભારી છું. આગળની કાર્યવાહી શેઠ તૈયબ હાજીને સોંપું છું."

શેઠ તૈયબ હાજી ખાન મહમદ ઊભા થઈને વિચારમાં પડ્યા કે તેઓ શું બોલે ? કેવી રીતે બોલે ? થોડીવાર પછી તેઓ બોલ્યા, "સર્વ મહેરબાન ભાઈજાન, ઘણા દિવસોથી અમારા વકીલસાહેબ એમ. કે. ગાંધીની ઇચ્છા હતી કે સમાજના બધા લોકો એક જગાએ ભેગા થાય. કાજી મહમદ હાજી જુસબે આ દાવતનામું કબૂલ્યું. અમે તેમના ખૂબ આભારી છીએ. વકીલસાહેબ આપણા ગુજરાતના છે. ખૂબ ભલા અને પ્રામાણિક માણસ છે. તેઓ અનેક લોકોને અલગ-અલગ મળી પણ ચૂક્યા છે.

દરેક પગલે આપણું અપમાન થતું રહે છે. આપણને કુલી, સામી (તામિલનાડુના સ્વામી), દેશી વગેરે કહીને અપમાનિત કરવામાં આવે છે. આપણા ઉપર જબરજસ્તી દંડ ઠોકી દેવામાં આવે છે અને તેઓ આપણી પાસે વેઠ કરાવવાનું ચૂકતા નથી. ઉપરથી ગાળાગાળી કરે તે અલગ ! આપણે અપમાન, અન્યાય, અત્યાચાર અને ક્યારેક-ક્યારેક અકારણ આર્થિક નુકસાની પણ વહોરવી પડે છે.

તુચ્છકાર, અપમાન અને આર્થિક નુકસાની આપણે શા માટે ઉઠાવીએ ? છેવટે આપણી સહનશક્તિની પણ કોઈ હદ હોય ! આપણને ગર્વ છે કે યુવા બૅરિસ્ટરસાહેબ આ દરેકની પરિભાષા આપણને સમજાવશે. હું તેમને વિનંતી કરું છું કે, તેઓ આવે અને આપણને માર્ગદર્શન આપે."

ગાંધીએ વિચાર્યું નહોતું કે ટૂંકા ગાળાની નોટિસમાં આટલા બધા લોકો એકઠા થઈ જશે. હવે તે ક્યાંથી શરૂ કરે ? શું કહે ? કેટલાય દિવસોથી તૈયારી કરી રહેલો. પાકો નિશ્ચય કર્યો હતો કે, અધિકારની વાત મૂકશે અને સમજાવશે. લખીને તે કંઈ લાવી શકેલો નહીં.

ખોંખારીને તે બોલ્યો, "મને એ જાણીને આનંદ થયો કે આટલી ટૂંકા ગાળાની નોટિસમાં આપ સૌ એકત્રિત થયા. મોટા ભાગે મેં આપમાંથી ઘણા લોકો સાથે વાતચીત કરી છે. તમારા વિચારો પણ જાણ્યા છે. તમને પણ મારી અમુક વાત પસંદ પડી છે. મેં વિચાર્યું કે આપણે પૂરી તાકાત લગાવીને, જીવના ભોગે અહીં સખત મહેનત કરીને ઘણુંબધું કરી શક્યા છીએ. આમ તો આપણે સૌ મુઠ્ઠીભર છીએ, પરંતુ કામ કરવાની બાબતમાં આપણી સામે કોઈ ટકી શકે તેમ નથી. આપણે અહીંની માટીનું સોનામાં રૂપાંતર કર્યું છે.

અહીં ઉપસ્થિત સજ્જનોમાંથી મોટા ભાગના વેપાર કરનારા છો. વેપારી છો, ખુદાપરસ્ત છો - ભગવાનમાં શ્રદ્ધા ધરાવો છો. ખુદાના બંદા છો. પાક ખુદાએ કુરાનમાં વેપારીઓને સલાહ આપી છે કે, અલ્લાહના નામે પ્રામાણિક રહો. વેપારમાં પ્રામાણિકતા અને પવિત્રતા હોય. તમે ખેરાત માટે ધન એકઠું કર્યું છે. તેના વડે ખુદાના બંદાઓ, ગરીબો, જરૂરતમંદ લોકોની સેવા કરો. તેમનું દેવું અને વ્યાજ માફ કરો. પરંતુ ત્યારે જ કે જ્યારે તમે એ કમાણી નીતિમત્તાથી કરી હોય ! ...એ કહે છે કે, એ ઈમાનદારો ! તમારી કમાણી પાક અને યોગ્ય વસ્તુઓ માટે ખર્ચો. તમે જે વસ્તુઓ જમીનમાંથી પોતાના માટે ખોદી કાઢી છે, તેમાંથી પણ ખરાબ ભાગ કે જે તમે પોતે પણ લેવા તૈયાર ન હો, તે બીજાને આપવાનો વિચાર સુદ્ધાં મનમાં ન લાવો. શું તમે લોકો ખુદાના આ નેક – પાક સંદેશાને અનુસરો છો ?"

ગાંધી આટલું બોલીને અટક્યો. હવે દરેકનું ધ્યાન તે દૂબળા-પાતળા, અતિ સામાન્ય દેખાવવાળા, કાળા માણસ ઉપર જઈને અટક્યું, જે કોઈ રીતે આકર્ષક લાગતો નહોતો અને જેના શરીરનો પ્રત્યેક ભાગ સાવ સામાન્ય હતો ! અલબત્ત તેની આંખમાં ચમક હતી. તેની પાસે અસરકારક વાક્છટા પણ નહોતી. તેમ છતાંય કંઈક એવું હતું જે, ત્યાં એકત્રિત ભીડને સંમોહિત કરી રહ્યું હતું.

કાજી જલાલુદ્દીને હિંમત એકઠી કરીને કહ્યું, "અમને કુરાન અમારી જાન કરતાં પણ વધુ પ્યારું છે. તેમાં લખેલો એક-એક શબ્દ અમારા માટે આદેશ છે અને તેનો પાક હૃદયથી અમલ કરવો તે અમારું તેના પ્રતિ કર્તવ્ય છે, પરંતુ વકીલસાહેબ, ધંધાની વાત કંઈક જુદી છે. મારા વેપારી ભાઈઓ ખૂબ સારી રીતે જાણે અને સમજે છે કે ભલે લાખ કોશિશ કરીએ છતાં પણ વેપાર અને સત્યનો કોઈ તાલમેલ બેસતો નથી ! અહીં ઉપસ્થિત ભાઈઓ મારી એ વાત સાથે સંમત થશે કે, વેપાર એટલે રોજગાર, મજહબ (ધર્મ) નહીં."

"કાજીસાહેબે સાચું કહ્યું." સામે બેઠેલી એક વ્યક્તિએ કહ્યું.

ચર્ચાનો વિષય મળી ગયો ! ગુસપુસ શરૂ થઈ ગઈ.

અલ્લાઉદ્દીન ટોપીવાળાએ કહ્યું, "વેપારમાં એટલી જ પ્રામાણિકતા આચરી શકાય, જેનાથી વેપારમાં સુકૂન મળે અને બે પૈસાની આવક પણ થાય. વેપારીની સાચી ધગશ નફો છે. આપણે અહીં ભેગા બેસીને ચોક્કસપણે મનને રાજી કરવા મોટી-મોટી વાતો કરી લઈએ, પરંતુ તે બધો દેખાડો હશે ! સચ્ચાઈ તો એ જ છે કે વેપાર-ધંધામાં થોડી-ઘણી ઘાલમેલ કર્યા વિના ચાલતું નથી."

બધાનું ધ્યાન શેઠ તૈયબ હાજી ખાન મહમદ ઉપર જઈ કેન્દ્રિત થયું. તેઓ બોલ્યા, "વકીલસાહેબ આ વાતથી જરા પણ સંમત નથી. તેમનું કહેવું છે કે વેપાર પણ ખુદાની ઇબાદત કરવા બરાબર જ છે. ઇબાદતમાં બેઇમાની ચાલતી નથી."

"એમ બોલવું સહેલું છે, પરંતુ કરવું... " કહેતાં-કહેતાં કાજી જલાલુદ્દીન અટકી ગયા.

શેઠ તૈયબ હાજી ખાન મહમદે હાથના ઇશારે બધાને ચુપ કરી દીધા અને તેઓ કહેવા લાગ્યા, "આપ સાહેબો, વકીલાતના ધંધા વિશે શું માનો છો ?"

બધાની આંખો ચમકી ઊઠી. સૌને મજા પડી, તેમના હોઠ પર આછું સ્મિત ફરકી ગયું. જાણે કે તે બધા જ એકમત થઈને વિચારવા લાગ્યા કે હવે ગાંધી લાગમાં આવ્યા ! વકીલાત તો ખુલ્લેઆમ સાચાને ખોટું અને ખોટાને સાચું સાબિત કરવાનો ધંધો છે. તેમાં તો પૂરેપૂરું છળ-કપટ જ છે. શિખવાડીને તૈયાર કરેલા ખોટા સાક્ષીઓ, તથ્યને પણ તોડી-મરોડીને એવી રીતે રજૂ કરવામાં આવે કે સત્યના ત્રાજવે પણ તે સાચું ઠરે જાણે !

શેઠ તૈયબ હાજી ખાન મહમદે અટકીને ચારેબાજુ જોયું. તેમની પાછળ શેઠ હાજી મહમદ હાજી જુસબ અને ગાંધી બેઠા હતા. ગાંધી શાંત બેસીને નિશ્ચિંતપણે સાંભળી રહેલા. હાજી જુસબને થોડું અચરજ થતું હતું. બાકી બધાની ચમકતી આંખો, ફેલાતા ખભા, ટટ્ટાર થતી ગરદનોમાં કોઈક અક્કડ હતી !

શેઠ તૈયબ હાજી ખાન મહમદે ધીમેથી ખોંખારી, ગળા નીચે થૂંક ઉતારી આગળ કહ્યું, "વકીલાતના કાળા ધંધાથી કોઈ અજ્ઞાત નથી, પરંતુ ગાંધી એ વકીલોમાંથી નથી કે જેમણે અસત્યને સત્ય સાબિત કરવાની દુકાન ખોલી રાખી છે ! તેઓ ઈમાનદારીથી કૉર્ટ-કચેરીની આંટીઘૂંટીઓથી દૂર રહીને સામસામે બેસાડીને પંચનો ફેંસલો કરવાના હિમાયતી છે. એનાથી તેમને શું મળવાનું ? આવી રીતે તો ચાલી રહી વકીલાત ! ખાવાના પણ સાંસા પડવાના !"

બધા અધ્ધર શ્વાસે, અવાક્ ચહેરે બેઠા રહ્યા. નીરવતા સ્તબ્ધ રહી ગઈ !

તેઓ આગળ કહેવા માંડ્યા, "આપણે આપણા બૅરિસ્ટરની વાત સાંભળવી જોઈએ. તેના ઉપર વિચાર કરવો જોઈએ. શું તમે ક્યારેય આ ઘટના વિશે સાંભળ્યું છે ?

પ્રેસિડન્ટ સ્ટ્રીટ ! પ્રેસિડન્ટ ક્રુગરનું નિવાસસ્થાન. ડચ સંત્રી. ગાંધી પગથી ઉપર ચાલતા હતા. સામે ઝડપથી પેલો સંત્રી આવ્યો. ગાંધીની ગળચી પકડી, બે લાફા માર્યા અને પગથી ઉપરથી ઉતારી મૂક્યા ! કોટ્સ ઘોડેસવારી કરી રહ્યા હતા. તેઓ ઘોડાને વાળીને ઘટનાસ્થળે પહોંચ્યા. સંત્રી સાથે ડચ ભાષામાં વાત કરી. ગાંધીને કહ્યું કે, 'કેસ દાખલ કરો. હું નજરે જોનાર સાક્ષી છું.' એક અંગ્રેજ, કાળા માણસ માટે સાક્ષી આપવા તૈયાર થયો !

ગાંધીએ કહ્યું, 'ના, મિસ્ટર કોટ્સ મારે તેની વિરુદ્ધ કૉર્ટમાં નથી જવું. દોષ ડચ સંત્રીનો નથી, આપણી વિચારસરણી અને આપણી વ્યવસ્થાનો વાંક છે. જ્યારે માણસ વિવેક ખોઈ બેસે છે, ત્યારે તે હિંસક બની જાય છે. હૃદય જે કહે તે ધર્મ છે. તટસ્થ અને સંયત વિવેક જે સુઝાડે તે વ્યવસ્થાનું અંગ બને. સૌપ્રથમ આપણે સામાજિક છીએ, અર્થાત્ બધાની સાથે રહીએ છીએ. ત્યારબાદ આપણું વ્યક્તિત્વ આવે છે. આને સજા અપાવવાથી કંઈ જ નહીં વળે. પરિવર્તન સમાજમાંથી આવશે, સત્તાનાં હુકમનામાં અને કૉર્ટ-કચેરીના ફેંસલાઓથી નહીં. તે આપણને કંઈક કહે છે તો તે નિઃસંદેહ તેના પવિત્ર આત્માનો અવાજ છે.'

હા, તો બૅરિસ્ટર ગાંધી હવે તમારી વાત આગળ ચાલુ રાખો."

ગાંધીએ કંઈક વિચારતાં કહ્યું, "પહેલા તો હું આપને વિનંતી કરવા માગું છું કે, આપ સૌ મને તમારો દોસ્ત માની લો. હું તમારા સારુ બૅરિસ્ટર નથી, તમારો ભાઈ છું. મને ભાઈનું સંબોધન કરશો તો એવું લાગશે કે મને કોઈ પોતીકું બોલાવી રહ્યું છે. તમારા બધા સિવાય અહીં મારું પોતાનું કોણ છે ? કુલી વેપારીઓની સાથે હું કુલી બૅરિસ્ટર છું. તેમ છતાં પણ તમે લોકો અંતર રાખવા માગતા હો, તો મને લાગશે કે તમે હજુ સુધી મને અપનાવ્યો નથી. સાચું તો એ છે કે હું ઘણા સમયથી સપનું સેવતો હતો કે, આપ સૌને એકસાથે, એક સ્થળે કેવી રીતે મળીશ ! પરવરદિગારે મારું એ સપનું સાકાર કર્યું. હું એનો આભારી છું. મારી બીજી ઇચ્છા હતી કે હું તમને સૌને મળીને કહીશ કે –

મારા પ્રિય, જિગરના રાહબરો, સમકક્ષ મિત્રો ! અહીં આપણે જીવવાના અધિકારો ખોઈ દીધા છે. આપણી સાથે જાનવરથી પણ બદતર વ્યવહાર થાય છે. નવાઈ તો એ વાતની છે કે, આપણે મને કે કમને આ બધું સહન કરવા ટેવાઈ ગયા છીએ. કેમ કે આપણો ઉદ્દેશ માત્ર ધન કમાવાનો જ બનીને રહી ગયો છે ! વેપારમાં આપણે જે કરી રહ્યા છીએ તે જ બીજા લોકો આપણી સાથે કરે છે. હે ખુદાના બંદાઓ, પરમેશ્વરના સંતાનો ! સત્યના માર્ગે ચાલવાની હિંમત એકવાર કેળવી લેશો તો સન્માનપૂર્વક જીવવાનો અધિકાર પ્રાપ્ત કરી લેશો. સ્વમાનપૂર્વક

ચાલી શકશો. અનુભવી શકશો કે તમે પણ માણસ છો. આથી હું વિચારું છું કે, બરકત, રોજીરોટી તો ઉપરવાળો આપે જ છે અને તેણે આપવી પણ પડશે. એથી વેપાર-ધંધાને ફક્ત વ્યવહાર માનીને મજહબથી અલગ કરો નહીં.

સત્ય પાયામાં છે, સત્ય ધરી છે. તેને છોડતાં જ બધું વેરવિખેર થઈ જશે, મુશ્કેલીઓની જાળ ફેલાવા માંડશે. તો પછી કોશિશ કેમ ન કરીએ ? પ્રામાણિક્તાથી કરો, રોજાનું સ્મરણ કરીને કરો, કાબાનું ધ્યાન ધરીને કરો, બંધનોથી દૂર રહો, મૂસા પર્વત ઉપર દીપ પ્રગટાવીએ તો ઘણુંબધું સંભવ છે ! પહેલા મનને સંમત કરો, તેને ઈમાનદારી માટે સજ્જ કરો. પછી જુઓ એ પાવન મન નમાજ કરતાં પણ વધારે ફાયદાની અનુભૂતિ કરાવશે ! વાત લંબાતી જાય છે અને બધી વાત શિખામણ ઉપર પહોંચી છે એટલે તે એવી ને એવી મનમાં ઉતારવી શક્ય નથી. તોપણ વિચાર-વિમર્શ માટે આવી પહેલ વ્યર્થ ન ગણી શકાય એવું મને લાગે છે."

ગાંધી એકાએક મૌન ! ઘેરી નીરવતા ! હવા જાણે કે થંભી ગઈ ! વાતાવરણ કંઈક ભારે થઈ ગયું.

પછી મુરાદે પૂછ્યું, "વેપારનો ધર્મ, કર્મ છે. તેમાં નફો-નુકસાન, તડકા-છાયા જેવા છે. વર્તમાનમાં જે નફાકારક લાગે તે નજીકના ભવિષ્યમાં નુકસાનકારક બને. મારું કહેવું એ જ છે કે વેપારમાં જોખમ વધુ છે, તેને કારણે આગળ-પાછળનું બધું વિચારીને કામ કરવું પડે. વેપાર એ ખેડૂતની ખેતી જેવો છે, ક્યારેક-ક્યારેક ઊભા પાક ઉપર પણ કરાની વર્ષા થાય છે ! ફસલ લણતાં પહેલા જ વરસાદનો કેર મચી જાય છે ! છતાં પણ ખુદાને સાક્ષાત માનીને થોડી સાવધાની રાખીશું, નફા ઉપર અંકુશ રાખીશું, પરંતુ આ ઉપરાંત બીજી પણ ઘણી બાબતો કરવા જેવી છે. જેમ કે, બીજી પરેશાનીઓ, જે લગાતાર વધતી જાય છે. અમારા અધિકારો છીનવાઈ રહ્યા છે. બધા નિષ્ક્રિય બેસી રહે છે. અંદરોઅંદર ચર્ચાઓ થાય છે, પરંતુ વાસ્તવમાં કંઈ જ ઠોસ થતું નથી."

"તેના માટે એક સંગઠન જોઈએ. અત્યારે તો બધા વિખરાયેલા છીએ. કોઈ હિન્દુ છે તો કોઈ મુસલમાન, કોઈ ખ્રિસ્તી છે તો કોઈ પારસી છે ! કોઈ સિંધી છે તો કોઈ શીખ, કોઈ કચ્છી છે તો કોઈ સુરતી ! આમ સૌ અલગ-અલગ છે. પોતપોતાની ખોળમાં ડરેલાં !"

ગાંધીએ પોતાની વાત આગળ ચલાવતાં કહ્યું, "આપણે માનવું પડશે કે પહેલા તો આપણે સૌ હિન્દુસ્તાની છીએ, તે પછી બીજું બધું. અહીં આપણું લઘુ ભારત છે. લઘુ હિન્દુસ્તાન ! આપણે હિંમત જાળવી રાખીને આ સાબિત કરવું પડશે."

"પરંતુ સંગઠન ક્યારે બનશે ? અગાઉ પણ ઘણી વાર આવી વાતો સાંભળવામાં

આવી છે કે, એક સંગઠન બની રહ્યું છે જે દરેક નાની-નાની વાતો પર ધ્યાન આપશે. પરંતુ થયું શું ? એ જ, હતા ત્યાંના ત્યાં !... જો કરવું જ હોય તો કંઈક નક્કર થવું જોઈએ." પીરચંદ મુલતાનીએ કહ્યું.

"નક્કર થશે. સભ્યો બનાવવામાં આવશે. મહિનામાં બે વાર નહીં તો કમ સે કમ એકવાર તો ચોક્કસપણે મળીશું જ." ગાંધીએ આમ કહીને પૂછ્યું,

"તમારામાંથી સ્વયંસેવક બનવાનું કોણ-કોણ પસંદ કરશે ?"

"અમને કંઈ સમજ પડી નહીં."

"એમાં સમજાય નહીં એવું શું છે ?"

"માનો તો ઘણું છે અને ન માનો તો કંઈ જ નહીં. સ્વયંસેવક દળ બીજાઓને મદદ કરનારું જૂથ હશે. જે પોતાના માટે કંઈ જ ઇચ્છે નહીં. જેમ કે, સૂરજ સમસ્ત દુનિયાને પ્રકાશિત કરે છે, પરંતુ બદલામાં કંઈ જ માગતો નથી. કુરાન તેનું સમર્થન કરે છે. છેવટે તમારે કોઈકમાં તો શ્રદ્ધા રાખવી પડશે !"

બધા વિચારમાં પડી ગયા. વાત તો સો ટકા સાચી લાગતી હતી, પરંતુ તે કેટલી વ્યવહારિક છે, તે અંગે શંકા હતી. પુસ્તક (કુરાન)માં જે લખ્યું છે અને જીવનમાં જે બને છે, તેમાં સામ્ય હોઈ શકે નહીં. ફરક રહે છે અને લગાતાર રહે છે. તેમ છતાં આવી રીતે જ્યાં સુધી થઈ શકે ત્યાં સુધી કરવું જોઈએ. છેવટે ઈમાનદાર લોકોની ફરજ પણ બને છે.

ગાંધીએ પોતાની વાતને સરળ બનાવતાં કહ્યું, "દરેક સારાં કાર્યની કદર કરવી અને તેનું અનુસરણ કરવાની તૈયારી રાખવી તે દરેક માણસની પહેલી ફરજ છે. આ માટે એકેય પૈસાનો ખર્ચ થતો નથી. તેનાથી માણસજાતને ચેન મળે છે. તમે હજુ સુધી આ દિશામાં શું કર્યું છે ?"

ફરી સભામાં શાંતિ છવાઈ ગઈ.

ગાંધીએ કહેવું પડ્યું, "અંગ્રેજોમાં પણ એવા ગુણ છે, જેની તરફ આપણું ક્યારેય ધ્યાન ગયું નથી. જેમ કે, તેમની રહેણીકરણી સારી છે. તેઓ સમયના પાબંદ છે. તેઓમાં સંપ છે. તેઓ પોતાના સમાજ પ્રતિ સમર્પિત છે. સ્વીકારું છું કે તેઓ હુક એન્ડ ક્રુક (કોઈ પણ રીતે) પોતાના સમાજના કલ્યાણનું કામ કરી લે છે, પરંતુ તે દૃષ્ટિકોણથી આપણે ઘણા પાછળ છીએ. આપણને ગંદા રહેવાની ટેવ પડી ગઈ છે. લેટલતીફ બનવા પાછળ પણ આપણી આળસ જવાબદાર છે. આપણો સમાજ થોડો-ઘણો જોવા મળે છે, તે પણ ટુકડાઓમાં અને પરસ્પર મતભેદોનાં મૂળિયાં વધુ મજબૂત કરતો જોવા મળે છે ! આમાં કોઈએ એક પણ પૈસો ખર્ચવાનો નથી. કામ અહીંથી જ શરૂ કરીએ. તમારા બધાનો શું વિચાર છે ?"

"સારો વિચાર છે. ખરેખર આ રીતે આપણે આપણો સુધાર કરવો જોઈએ."

"કોણ શરૂ કરશે ?"

બધાએ કહ્યું, "અમે બધા !"

"કેવી રીતે ખબર પડશે ?" ગાંધીએ પૂછ્યું.

ફરી ચીનની દીવાલ જેવી શાંતિ !

ગાંધીએ કહેવું પડ્યું, "ખરે વખતે જ તમે ચુપ થઈ જાઓ છો."

"કેવી રીતે ખબર પડશે, તે સવાલ પેચીદો છે."

"દરેક સવાલને સીધી રીતે જોવાની ટેવ પાડશો તો સવાલનું પેચીદાપણું આપોઆપ જતું રહેશે. તેમાં કઈ અઘરી વાત છે ! દર અઠવાડિયે એકબીજાના ઘરે જાઓ. બેસો. ખબર પડી જશે કે સાફસૂફી ઉપર કેટલું ધ્યાન આપવામાં આવી રહ્યું છે. બેઠક કેટલી સુંદર અને ચમકદાર છે ! કપડાં કેટલાં ચોખ્ખાં અને વ્યવસ્થિત ઢબે પહેરેલાં છે. ફક્ત પુરુષો જ નહીં, મહિલાઓ પણ જાય અને પુરુષોના કાર્યમાં મદદ કરે. ઉમદા - આકર્ષક ઘર હશે, સ્વચ્છ - ધોયેલાં કપડાં પહેર્યાં હશે તો તમારો પોતાની જાત તરફનો દૃષ્ટિકોણ પણ બદલાવા માંડશે." ગાંધી વચ્ચે-વચ્ચે રોકાઈને સૌની સામે જોતો રહ્યો.

સૌની સામે એક સપનું ઊભરી આવ્યું... ચોખ્ખુંચણાક આંગણું, સ્ત્રી-પુરુષ અને બાળકો માટે જાણે કે દરરોજ ઈદ ! વ્યવસ્થિત ઢંગનાં કપડાં. આપોઆપ માન મળશે ! હિંગ કે ફટકડી વિના રંગ ચોખ્ખો રહેશે.

બધાએ કહ્યું, "અમને મંજૂર છે. એક મહિનાની અંદર જ આ પરિવર્તન જોવા મળશે."

મિયાં અહમદ ખાન હાજીએ કહ્યું, "પણ ગાંધીભાઈ, તમારે અમારા દરેકના ઘરે ચોક્કસ આવવું પડશે."

"આપનું આગમન અમારે માટે બેહદ ખુશીની બાબત હશે. સ્ત્રીઓ પણ જાણી શકશે કે કોના સલાહ-સૂચનનું આ શુભ પરિણામ છે. દરેક જગ્યાએ આ જ ચર્ચા હશે. સુંદરતા કોને પસંદ નથી ?" આ રહેમાન ખલીફાનો અવાજ હતો, જેઓ વૃદ્ધ હતા અને જેમને સૌ વચનના પાબંધ માનતા હતા.

"ચાલો, આ બહાને પણ અમે સ્વચ્છ-સુઘડ રહેવા માંડીશું. અમને તમારી વાત ગમી છે."

ગાંધીની આંખમાં આછી ચમક, વીજળી જેમ ઝબકી ગઈ. બધાના ચહેરા ખીલી ઊઠ્યા ! વાતાવરણ ખુશનુમા થઈ ગયું !

ગાંધીનો અવાજ ફરી ઊભરી આવ્યો. તે બોલ્યો, "અહીંયાં અંગ્રેજીનો દબદબો છે. દરેક કામ અંગ્રેજીમાં થાય છે અને આપણામાંથી મોટા ભાગના લોકો અંગ્રેજી જાણતા નથી. તેને કારણે પણ આપણે લોકો લઘુતાગ્રંથિથી પીડાઈએ છીએ. જેવો દેશ તેવો વેશ ! અહીં માનપૂર્વક રહેવું હોય તો અંગ્રેજી આવડવું જરૂરી છે."

"આ ઉંમરે શું... ?" એક જણ બોલ્યું.

"શીખવાની કોઈ ઉંમર હોતી નથી. વળી, જીવવા સારુ આ શરત જરૂરી છે. જરા વિચારો તો ખરા, જ્યારે ગોરાઓને તમે લોકો અંગ્રેજીમાં જવાબ આપવા માંડશો ત્યારે તેનું માથું ચકરાઈ જશે ! તેમની બધી પોલ ખૂલી જશે. પછી એમણે કુલી બૅરિસ્ટર, કુલી વેપારી બોલતાં પહેલાં સો વાર વિચારવું પડશે ! તેઓ ડરી જશે કે ક્યાંક સામો વાર કરીને કોઈ કહી ના દે કે, વ્હાઇટ ડૉગ, ડેમ ફુલ, સ્ટુપિડ ફેલો... વગેરે, વગેરે ! લઘુતાગ્રંથિમાંથી બહાર આવવું ખૂબ જરૂરી છે."

"પરંતુ અમને કોણ શિખવાડશે આ ગિટપિટ ?"

"હું. બીજું કોણ ?"

"આપ !"

"હા હું. અને તે પણ મફતમાં અને તમારા ફુરસદના સમયે. જે લોકો તૈયાર હોય તેઓ અહીં નહીં, પરંતુ પછીથી મને પોતાનું નામ-સરનામું આપી દેજો. હું તમારા ઠેકાણે, તમારા અનુકૂળ સમયે ખુદ હાજર થઈ જઈશ."

આ વાતથી સૌ ખુશ થઈ ગયા. ઇચ્છતા તો તે બધા જ હતા, પરંતુ શીખે કોની પાસે ? શિખવાડે કોણ ? પૈસા અને સમય, બધી ઝંઝટ ! એક-એકથી ચડિયાતી મુસીબતો.

એવામાં એક અવાજ સંભળાયો, "એવું થાય તો ખરેખર બધા અવરોધો દૂર થઈ જાય !"

આમ, રાજીખુશીથી ચહેરા ઉપર ચમક સાથે સભા વિસર્જિત થઈ. શેઠ હાજી મહમદ હાજી જુસબ તરફથી ભોજનનો પ્રબંધ હતો. જતાં પહેલાં સૌએ ભોજનનો આનંદ લીધો.

જોકે, ગાંધીને ઘર સુધી મૂકી જવાનો પ્રસ્તાવ ઘણા લોકોએ મૂક્યો, પરંતુ ગાંધીનો એક જ જવાબ હતો, "લાંબા સમયથી બેઠાં-બેઠાં પગ અકળાઈ ગયા છે, તેથી હું પગપાળા જ ઘરે જવા માગું છું."

ગાંધી જેમ આવ્યો'તો એમ જ ચુપચાપ પરત ફર્યો. તેના દિમાગમાં એક ન્યૂઝ રીલ ચાલતી રહી, જેમાં સભાનું દશ્ય વારંવાર દેખાતું હતું. પછી એક અજાણ્યો અવાજ સંભળાયો, જે પૂછતો હતો,

"આ તું શું કરવા જઈ રહ્યો છે? તને ઘણા મહિનાઓ થઈ ગયા છે. શેઠ અબ્દુલ્લાનો કેસ પૂરો થયો નથી કે તારે હિન્દુસ્તાન પરત જવાનું થશે! પછી આ ઝંઝટ શા માટે? એનાથી આ લોકો ઉપર ઊંધી અસર પડશે. ભરોસો અપાવવા કરતાં ઝેર આપવું સારું - એ કહેવત તેં સાંભળી છે ના?"

ગાંધી એકદમ ઊંડા વિચારમાં ખોવાઈ ગયો. તેણે છેવટે શું વિચાર્યું છે? તેણે જે જાગૃતિ માટે પહેલ કરી છે તે કંઈ એકાદ-બે વર્ષનો પ્રૉજેક્ટ નથી, તેમાં વર્ષોનાં વર્ષો નીકળી શકે છે! તેણે પ્રત્યુત્તરમાં કહ્યું,

"કોની વાત માનું? મનની કે અંતરાત્માની? જોકે હું અંતરાત્માને ઓળખતો નથી, તોપણ એવું લાગે છે કે જેને હું જાણતો નથી તે મને કહે છે કે, ઊઠ ગાંધી, જેમને પ્રકાશની જરૂર છે, તેમને ઉજાસ આપ. તેમને ગાઢ અંધારા કાદવમાંથી બહાર લાવ. તેનાથી આગળ ન વિચાર કે તેનું પરિણામ શું આવશે? તારું કાર્ય ફક્ત કર્મ કર્યા કરવાનું જ છે."

"આ બધી તને ભરમાવી દેવાની તરકીબો છે, જેથી તું ભટકી જાય. તારો દેશ તો હિન્દુસ્તાન છે. તે પરાધીન છે. ત્યાંની પરિસ્થિતિ અહીંથી ઓછી ખરાબ નથી. તું કેસનો નિવેડો આવે એવો જ પાછો જા."

"પરંતુ હવે કેવી રીતે પાછો જાઉં? મેં અહીંના ભારતીયોને કેવાં-કેવાં વચનો આપ્યાં છે! તેને કોણ પૂરાં કરશે?"

"તું પારકી ચિંતા પોતાના માથે ન લે. તું ફક્ત તારું વિચાર. જે દિવસ-રાત પારકાઓનું વિચારે છે, તેનું પોતાનું કંઈ જ રહેતું નથી."

"મારી પાસે કંઈ રહે કે ન રહે, તેની મને ક્યારેય ચિંતા નથી."

"તો શેની ચિંતા છે?"

"અહીંના હિન્દુસ્તાનીઓની. હું પણ તેમની જેમ એક હિન્દુસ્તાની છું, જે પોતાને અને તે લોકોને આમ જાહેરમાં બેઆબરૂ થતાં જોવાને કમનસીબી માને છે."

"તો શું થયું? શું તેઓ પહેલા પણ આમ જ નહોતા જીવતા, ગાંધી? ક્યાંક એવું ન થાય કે, તેઓ મઝધારમાં અટકી જાય અને તેમની સ્થિતિ સાપે છછૂંદર ગળ્યા જેવી થાય – ન ગળી શકે, ન છોડી શકે! આ જ કારણસર હું તને ચેતવું છું કે હજુ સમય છે. પોતાની જાતને સંભાળી લે અને તે લોકોને સમજાવી દે કે આગળની લડાઈ તેમણે જ ચાલુ રાખવાની છે."

"જોઈ જોઉં."

"ગોળ-ગોળ નહીં, જે વાત હોય તે સ્પષ્ટ અને સીધી હોવી જોઈએ."

"હા, એમ જ હશે. હું જે પણ નિર્ણય લઈશ અથવા લઈ ચૂક્યો છું, તેના વિશે આગલી સભામાં હું તેમને સમજાવી દઈશ. એ તો અહીં સૌને ખબર છે કે હું વધુમાં વધુ એક વર્ષ માટે આવ્યો છું અને જે પ્રકારનો માર્ગ જડી આવ્યો છે, તેનાથી તો આ કેસનો નિવેડો વહેલો જ આવી જશે. ત્યારે તો મારે પરત જવું જ પડશે."

"આગળ તું જાણે ને તારી મરજી."

સંવાદનો ક્રમ તૂટ્યો.

સુષી દરવાજે ઊભેલી અને પૂછતી હતી, "તમે આ શું કરો છો ?"

"શું સુષી ?"

"ઓરડામાં અંદર આંટા મારો છો. ક્યારેક વચ્ચે જ ચાલતાં-ચાલતાં અટકી જાવ છો. એવું શું બન્યું છે જેનાથી તમે આટલા ચિંતિત છો ?" સુષીનું બધું જ ધ્યાન ગાંધીના ચહેરા ઉપર હતું.

"ના, એવી કોઈ વાત નથી સુષી !"

"માનું છું કે હું પારકી છું. પારકાં સામે હૈયાની વાત ન કરી શકાય, પરંતુ ગાંધી, મારું હૃદય તમને પરેશાન જોઈને ચિંતિત થઈ ઊઠ્યું. તમારા મનની વાત મને કહેશો, તો તમારી સહાયતા થશે કે કેમ તે તો હું કહી શકતી નથી, પરંતુ એટલું ચોક્કસ કહી શકું કે તમારા મનનો બોજ જરૂર હલકો થઈ જશે." સુષીએ આશ્વાસન તથા સહાનુભૂતિ દર્શાવતાં કહ્યું.

"ના સુષી, એવી કોઈ વાત નથી. વાત ફક્ત એટલી જ છે કે કેસનો નિવેડો ઝડપથી આવી જશે તો મારે અવધિથી વહેલું પાછા જવું પડશે." ગાંધીએ સુષીને કહ્યું.

"આપ શું ઇચ્છો છો ? એમ કે આખું વર્ષ અહીં રહો ! હું બેકર સાથે વાત કરું ?"

"શું તે તમારા સગા ભાઈ છે ?"

"અમારે ત્યાં સંબંધોની જાળ-જંજાળ તમારે ત્યાં હોય છે એવી નથી. તોપણ એ મારા ભાઈ જેવા છે." સુષી આમ બોલતાં ગંભીર બની ગઈ. તેનો ચહેરો કરમાઈ ગયેલો. તેને સંબંધોની હૂંફની પ્રતીતિ હતી, તેનું મહત્ત્વ સમજતી હતી. તે દૃષ્ટિએ તેના મનમાં ભારતીય સમાજ પ્રતિ ખૂબ માન હતું. તેમને ત્યાં તો ઘડીકમાં લગ્ન, ઘડીકમાં ફોક, ફરી લગ્ન, ફરી છૂટાછેડા આમ આખું સમીકરણ જ બદલાઈ જતું હતું. તેનામાં એક ટીસ ઊઠી. તે પોતાની જાતને સંભાળતાં બોલી,

"મને બેકર પર ગર્વ છે - ગૌરવ છે. તે એક પવિત્ર આત્મા છે. ઈસુ ઉપર તેમને પૂર્ણ શ્રદ્ધા છે. દરેક દુઃખી જીવ પ્રત્યે તેમને અપાર કરુણા છે, સમર્પણ છે. તેઓ મને ખૂબ ગણે છે. અને આપણા સમાજમાં તેમના જેવા પરોપકારી લોકોની કમી નથી, ગાંધી તમે ઇચ્છશો તો... "

ગાંધીએ વચ્ચે જ કહી દીધું, "ના સુષી, એવી કંઈ વાત નથી. હું પણ બેકરસાહેબનો ખૂબ આદર કરું છું અને તમારો પણ. કેમ કે મને આવાં પરોપકારી ઘરધણી બહેન મળ્યાં !"

"નો નીડ, ગાંધી ! માણસ જન્મથી જ નિષ્ઠાવાન, સાત્ત્વિક અને પરોપકારી ભાવનાઓથી ભરેલો છે. ખરાબ લોકોની સંખ્યા ઘણી ઓછી છે, પરંતુ તેમની બૂરાઈનું ક્ષેત્રફળ ખૂબ વિસ્તૃત છે... ખેર, હું જાઉં છું. મેં નાહક તમને મુશ્કેલીમાં મૂક્યા. સૉરી ગાંધી !"

"નો મેન્શન સુષી." ગાંધી એમ બોલતો રહ્યો ને ત્યાં સુધીમાં તો સુષી ચાલી પણ ગઈ !

૯

આજે વરસાદ વરસતો હતો. કમોસમી વરસાદ, તે પણ ધોધમાર ! ટીપાં પણ મોટાં-મોટાં ! ગર્જના સાથે વીજળી પણ ચમકતી હતી. ગાંધી સવારથી બહાર જવા માટે તૈયાર થઈને બેઠેલો.

તેણે જોયું કે વરસાદ રોકાય તેવું લાગતું નથી એટલે તેણે કપડાં બદલી નાંખ્યાં. તે વખતે ખિસ્સામાંથી એક પીળા રંગનું પરબિડિયું પડ્યું. ગાંધીએ નીચા વળીને પરબિડિયું ઉપાડ્યું અને ધમ્ કરતો ખુરશી ઉપર બેસી પડ્યો. અન્યમનસ્ક ભાવથી ધીમેથી પત્ર ખોલ્યો અને અંદરથી ડોકાતો કાગળ કાઢ્યો. સાદા પરંતુ સુંદર કાગળ ઉપર લખ્યું હતું,

"ડિયર ગાંધી,

તે દિવસે સવારે ચાલતી વેળા તમે મળ્યા હતા, તે અચાનક નહોતું બન્યું. મેં સમજી-વિચારીને ગોઠવેલું હતું. કારણ કે, મેં લંડનમાં મોરગેટને ત્યાં જુલિયાની સાથે તમને જોયેલા. ફક્ત એક અધૂરી અને અટપટી સાંજ ! તેણે પત્રમાં પોતાની પસંદ વિશે મને સંકેત આપ્યો હતો. પછી તે મારી પાસે આવેલી.

મેં આવેશપૂર્વક તેને પૂછેલું, "તેં એ કાળા છોકરામાં એવું શું જોયું કે દિલ હારી બેઠી ? ચહેરે-મહોરે કંઈ ખાસ નથી અને બોલવા-ચાલવામાંય સામાન્ય. તેના ચહેરા પરથી જાણે કે કંજૂસાઈ ટપકતી હતી ! નથી વિચારોમાં એડવાન્સ કે નથી શાયરાના મિજાજ અને સાહિત્ય-સંગીત પ્રેમી પણ નથી."

"જાણું છું, ગિવ્સ."

"તો પછી જાણીબૂજીને ખાડામાં કેમ પડવું છે ? તું એનાથી લાંબી લાગે છે."

"શું કરું ગિવ્સ ? આ દિલ માને તો ને ! તે બોલ્યા વિના પણ ઘણુંબધું કહી જાય છે."

"તે શું બોલશે ? થોડુંક બોલતાં જ તેનું ગળું સુકાય છે ! દર રવિવારે મફતમાં સ્વાદિષ્ટ જમણ અને ઉપરથી તારા જેવી કાબેલ, સુંદર અને કલા-સાહિત્યમાં ડૂબેલી

નવયુવતીનો સાથ ! ...નો, નો, તું નાદાની કર નહીં. ભાવુકતા વિવેકની દુશ્મન છે... ક્યારેય નહીં જુલિયા, તે એકેય રીતે તારે લાયક નથી."

પછી હું સ્પેન જતી રહી. ત્યાંથી રોમ થઈને, ત્યાં થોડો સમય વિતાવીને દક્ષિણ આફ્રિકા આવી ગઈ - ઠંડી સામે લડવા. પછી પ્રિટોરિયા આવી. ત્યાં એક છાપામાં એક પત્ર છપાયેલો, જેની નીચે નામ હતું - એમ. કે. ગાંધી. મારા મગજમાં ખળભળ શરૂ થઈ. શું આ એ જ મોહનદાસ કરમચંદ ગાંધી તો નથી ને ?

ખબર પડી કે એક કાળો યુવક અહીં સવાર-સાંજ ફરતો જોવા મળે છે. ઘણા લોકો તેને જ ગાંધી કહે છે. એ છાપું ખરીદતી હતી, તેના મુખપૃષ્ઠ ઉપર ગાંધીનો ફોટો છપાયેલો હતો. નીચે સમાચાર હતા કે રાતના નવ વાગ્યા પછી તે ફરતો જોવા મળ્યો, જ્યારે આમ કે ખાસ હિન્દુસ્તાનીને રાતના નવ વાગ્યા પછી ફરવાની સખત મનાઈ છે. એક અંગ્રેજ, નિગ્રોને તો પાસ આપે છે, જેથી તે નિગ્રો રાતના નવ વાગ્યા પછી પણ બહાર ફરી શકે છે, પરંતુ તે અંગ્રેજ કોઈ ભારતીયને આવો પાસ આપી શકતો નથી. ફરવા બાબતે ભેદભાવ કેમ ? ભારતીયોના બહાર નીકળવા ઉપર કેમ પ્રતિબંધ ? કેમ તેમને પગથી ઉપર ચાલવાની મનાઈ ! ...મેં તે છાપું ખરીદી લીધું અને નક્કી કરી લીધું કે તમને મળીશ.

તમે ઘણી વાર પ્રેસિડન્ટ સ્ટ્રીટના રસ્તે ખુલ્લા મેદાન સુધી સવાર-સવારમાં ફરવા આવતા હતા. સવારે જ ધુમ્મસમાં તે દિવસે તમારી સાથે મુલાકાત થઈ જ ગઈ. કોટ્સે તમારા વિશે ઘણુંબધું કહેલું. મને અચરજ થયું કે હું જેને ડરપોક, કદરૂપા અને કઢંગા માનીને નાપાસ કરી ચૂકેલી, તે હિંમતવાન છે, ભલા છે અને બુદ્ધિશાળી છે.

આપણી મુલાકાત પણ ત્યારે થઈ કે જ્યારે હું પ્રિટોરિયા જ નહીં, બલકે દક્ષિણ આફ્રિકા જ છોડીને જઈ રહી હતી. મેં જુલિયાને પણ પત્ર લખેલો કે,

'મારું અનુમાન ખોટું નીકળ્યું. તારું દિલ સાચું કહેતું હતું.'

ખેર, માણસને ભૂલ કરવાનો જન્મજાત અધિકાર છે, પરંતુ તેના પુનરાવર્તનનો નહીં. થોડી પંક્તિઓ સાથે વિરમું...

ઓ આગંતુક !
અનાકર્ષક હોવાને કારણે હું તને બહારથી જોઈ શકી
તારી ભીતર નફરત પ્રત્યે પણ અનંત પ્રેમ છે,
તે પિછાણી ન શકી !
વિચારું છું કે, માનવતા શોધવા નીકળેલી હું
પ્રવાસના શોધખોળના પડાવોમાં અટવાયેલી

જાણ્યે-અજાણ્યે ક્યાંક તને ના ઓળખી શકવાની
ભૂલ તો નથી કરી બેઠી ને હું ?
મને માફ કરજે, માનવતાની લડાઈ લડનારા !
મારી પાસે તારા માટે કોઈ વિશેષણ નથી
સિવાય એ કે,
તું ઈમાનની મશાલ લઈને નીડરપણે ફરતો એવો માણસ છો
જે આ ધરા પર બીજાઓ માટે છે...!
તેમને અન્યાય - અત્યાચારનો સામનો કરવા માટે
કેવા જુસ્સા અને જોમ સાથે અડગ ઊભા કરે છે !
સલામ છે તને વારંવાર !
ભીની આંખોથી
અલવિદા !"

અહીં પત્ર પૂરો થયો. તે જતી રહેલી. તેના સોનેરી વાંકળિયા વાળની સુગંધથી લાગતું હતું જાણે કે તે પાસેથી પસાર થઈ ગઈ !

તે આવા અજબ કોયડાને સાચા માને ? કયા શબ્દોમાં વર્ણન કરે ? પવિત્ર આત્માઓનું મિલન કેમ આટલું ક્ષણિક હોય છે ? મનમાં કોઈ પાપ નહીં, પોતાની જાતનો સહજ સ્વીકાર ! ક્યાંય સુધી તે પોતાના વિશે વિચારતો રહ્યો.

આવું કેમ થાય છે ? શું માણસને ખબર નથી કે માણસની એક જાતિ છે, એક જ ધર્મ છે અને એક જ નસલ છે. તો પછી ભેદભાવ કેમ ?

સત્ય અને ઈમાનની દુનિયામાં આવી ભયાનક દુર્ગંધ કેમ ? નેવું ટકાથી વધુ લોકો કોઈ ને કોઈ પવિત્ર ધર્મમાં માનનારા છે. અને એકેય ધર્મમાં ઘૃણા, અન્યાય, અત્યાચાર, ભય ઉત્પન્ન કરવાની મંજૂરી નથી. આ કેવી નકામી લડાઈ છે ! સમયને બરબાદ કરવાની અને બીજાઓની બદદુઆ લેવાની કવાયત !

કાશ, માણસે એક તરફ કૂવો અને બીજી તરફ ખાઈ ઊંડી કરવામાં સમય બરબાદ ન કર્યો હોત તો આ જગત સ્વર્ગથી પણ સુંદર બની ગયું હોત – પ્રેમનું જગત ! એકસાથે નફરત - ઘૃણા, ઈર્ષ્યા, ઊંચ-નીચ, રંગભેદ, મરજાદ, વગેરેથી ઘણું ઉપર ઊઠી ગયેલું જગત ! પરંતુ એવું આજ પર્યંત થઈ ન શક્યું. કેટલા અવતારો અવતર્યા, પયગંબરો થયા, સંત આવ્યા પરંતુ આપણે હતા ત્યાંના ત્યાં જ રહ્યા. ટાઈ ટાઈ ફીસ !

ગાંધી ક્યાંથી ક્યાં પહોંચી ગયો ! ભીતરથી અવાજ આવ્યો,

"તું બોલ, તારાથી દુનિયાનું શું ભલું થશે ? પોતપોતાના ભગવાન, પયગંબરોનું

કંઈ જ સાંભળ્યું નહીં, તે બધા હારી ગયા. લોકોએ તો ખોટા કામ માટે પોતાના ભગવાન-પયગંબરોનો બેધડક ઉપયોગ કર્યો! તો પછી તું વળી કંઈ વાડીનો મૂળો ?"

"તો શું હું હાથ પર હાથ ધરીને બેઠો રહું ? કંઈ જ કરું નહીં ? શું મારી આવી નિષ્ક્રિયતા સમાજના હિતમાં હશે ?"

"તેં સાંભળ્યું નહોતું કે શેઠ તૈયબે તને એકાંતમાં શું પૂછેલું ?"

"એ જ કે તે લોકો ભલા-ભોળા, માર ખાધેલાં મહોરાં છે. તેમને ખબર નથી કે આ નવા માર્ગે ચાલતી વેળા કઈ-કઈ મુશ્કેલીઓનો સામનો કરવો પડશે. જો તમે તેમને મઝધારમાં છોડીને ચાલ્યા જશો તો તેઓ ઘરના પણ નહીં અને ઘાટના પણ નહીં રહે. ત્યારે તેમની સ્થિતિ આજથી પણ બદતર થઈ જશે. કમોતે મરી જશે."

"હમમમ્, તેમ છતાં પણ તું એ લોકોને નવા માર્ગના મુસાફર બનાવવાનું રટણ લઈને બેઠો છે, ગાંધી ! ...છેવટે શું વિચારીને ?"

એ જ સમયે દરવાજે ટકોરાં પડ્યા. બારણું ખોલ્યું. સામે બેકરસાહેબ ઊભેલા. તેઓ અંદર આવ્યા. કહ્યા વિના જ ખુરશી ઉપર બેસી ગયા.

ગાંધીએ પૂછ્યું, "ક્ષેમકુશળ તો છે ને ?"

"એક ખરાબ સમાચાર છે."

"શું ?"

"શેઠ તૈયબ ફરી ગયા છે. તેઓ સમજૂતીનો વિરોધ કરવા જઈ રહ્યા છે. તેમને ખબર પડી ગઈ છે કે, ફેંસલો તેમની વિરુદ્ધ આવવાનો છે."

"એવું તેમને કોણે જણાવ્યું ?"

"જણાવે કોણ ! સમયના બદલાતા વહેણને માપવાની શક્તિ તેમનામાં બીજાથી ઓછી નથી... તેમને હાર મંજૂર નથી. કોઈકે તેમને ભડકાવ્યા છે કે, મિયાં, પોતાની કબર જાતે ખોદવા કેમ બેઠા છો ?"

"અને તેઓ માની ગયા !"

"કેમ ન માને ? દરેક વેપારીનું ધ્યાન પોતાના નફા ઉપર રહે છે. ચાલીસ હજાર પાઉન્ડ (અંદાજે છ લાખ રૂપિયા)ની રકમ તે શું એમ જ આપી દેશે ? જો આપી પણ દે તો રસ્તા ઉપર આવી જાય ! કોર્ટમાં કેસ ચાલતો રહેશે. વર્ષોનાં વર્ષો જતાં રહેશે. તેઓ આ પૈસા પોતાના વેપારમાં રોકશે. બની શકે કે, તેઓ આ પૈસાને કારણે જ એટલું કમાઈ લે કે પછી તેમને પોતાની હારનો ભય ન રહે. અત્યારે તો તેમને ભય છે."

"આપ બેફિકર રહો, બેકરસાહેબ. હું તેમને મળીશ."

"તેમને મળીને જ તો આવી રહ્યો છું."

"કંઈ વાંધો નહીં. એકવાર હું પણ કોશિશ કરી જોઉં. ના તો ના છે જ. તેમ છતાં આપણે આટલો પ્રયત્ન કર્યો છે, એક-એક મુદ્દાની જાંચતપાસ કરી છે, એક-એક કાગળને કેટકેટલી વાર વાંચ્યો છે. તેમને પણ જણાવ્યું છે. તો પછી શું આપણે આ બધી મહેનત ઉપર તેમના બિનજવાબદાર વલણને કારણે પાણી ફેરવી શકીએ ? બાકી તો કરવા અને કરાવવાવાળો ઉપરવાળો છે." ગાંધી આ નવી ગૂંચમાં અટવાઈ ગયો.

"તેમણે પોતાના વકીલને પણ કંઈક શિખામણ આપી છે."

"સમય કેવી રીતે પાસા બદલે છે. નસીબમાં શું લખ્યું છે તે તો કોઈ જાણતું નથી, બેકરસાહેબ."

"એ જાણે છે, બધું જાણે છે."

"આપનો ઈસા મસીહ ?"

"હા, એ જ. તમે એકવાર એની શરણમાં આવીને તો જુઓ, ગાંધી !"

ગાંધી મનોમન બોલ્યો, "તમને જોઈને પણ શું મારે એમની શરણમાં જવાની જરૂર રહે છે ખરી !" પછી તેણે કહ્યું, "પહેલા શેઠ તૈયબ સાથે તો નિવેડો લાવીએ. અત્યારે તો આપણા સારુ તે જ ખૂબ મોટી સમસ્યા છે, બેકરસાહેબ."

"મને તો હવે કોઈ ચાન્સ દેખાતો નથી."

"દર્દી બચવાનો નથી તે જાણવા છતાંય ડૉક્ટર છેલ્લી ક્ષણ સુધી તેને બચાવવાનો પ્રયત્ન કરે છે. અને કોઈકવાર અસંભવ પણ સંભવ થઈ જાય છે. ડૉ. મિલ્ટન સાથે આવું જ તો થયું. શહેર અને શહેરની બહારના વરિષ્ઠ ડૉક્ટરો જે યુવતી માટે આશા છોડી ચૂકેલા, તેને તેમણે બચાવી લીધી અને રાતોરાત તેમની ગણના મોટા ડૉક્ટર્સમાં થવા લાગી." ગાંધીએ એવું દૃષ્ટાંત રજૂ કર્યું, જેની સચ્ચાઈથી સૌ વાકેફ હતા. બેકર કેવી રીતે નકારી શકે !

તેમને ગાંધી પાસેથી ચમત્કારની આશા કાયમ રહેતી હતી. પ્રિટોરિયામાં આવ્યાને સાવ થોડો જ સમય થયો હોવા છતાં ગાંધીને બધા સાથે ઓળખાણ થઈ ગયેલી. તે એવા માણસ છે કે જે દરેક ધર્મમાંથી સારપ શોધીને તેનો પ્રયોગ કરે છે. તેઓ કહે છે, "ઘૃણા-નફરતને બોલાવશો તો તેમાંથી ઝેર જ મળશે, અમૃત નહીં." તેમના આવા સૂક્ષ્મ અને ગહન તર્કને કોણ ખાળી શકે ?"

ગાંધીએ બેકરને ઊંડા વિચારોમાં ખોવાયેલા જોઈને કહ્યું, "બેકરસાહેબ, આપણે પોતાને પહેલા બદલીએ અને બીજાને તેનો અનુભવ કરવાનું કહીએ, પ્રેરિત કરીએ એટલું પૂરતું છે. તમે આ કેસ માટે દિવસ-રાત એક કર્યાં છે અને સ્વીકાર્યું છે કે,

આ પ્રકારની કાર્યવાહી શરૂ થઈ ગઈ તો કોર્ટ-કચેરી, વકીલો, બૅરિસ્ટરોના ચક્કર, સાક્ષીઓને લાવવા-લઈ જવાની જવાબદારી, તે માટેનો ખર્ચ કર્યા પછી પણ નક્કી તો ન જ કહી શકાય કે કોની તરફેણમાં ચુકાદો આવે – આનો તણાવ, જીવનના સોનેરી દિવસોની પાંખ કાપવા માંડે છે. પાંખ વિનાનું પંખી કેવી રીતે ઊડશે ! આવી સ્થિતિ થઈ જાય છે... કાલે કે પરમદિવસે હું મળી લઈશ."

"ઝડપ કરજો, ગાંધી."

"કેમ ?"

"ક્યાંક કંઈ ઊંધુંચતું ન થઈ જાય !"

"તો થવા દો, બેકરસાહેબ... આપણે દરેક પરિસ્થિતિમાં આત્મવિશ્વાસ અડગ રાખવો જોઈએ."

"કાશ, તમે કંઈ નક્કી કરી શકો !"

બેકર એવો કોઈ મોકો જવા દેવા માગતા નહોતા કે જેનાથી ગાંધીને ઈસુ તરફ લઈ જઈ શકે. તે ઇચ્છતા હતા કે ગાંધી ઉપર દબાણ ઊભું થાય, જેથી તે ધર્મ-પરિવર્તન માટે તૈયાર થાય.

"બેકરસાહેબ, હું તમારી સાથે એવા કેટલાય ધાર્મિક સંમેલનોમાં સામેલ થયો છું, જ્યાં મારા સન્માનની રક્ષા માટે તમે તમારી જાતને ઝોંકી દીધેલી. પરંતુ તે બધાનો અર્થ એવો તો નથી કે હું ખ્રિસ્તી બની જાઉં !"

"ખ્રિસ્તી બનવામાં તમારું કલ્યાણ છુપાયેલું છે."

"મારું કલ્યાણ મારા પોતાના ધર્મમાં છે. શું કોઈ પોતાના માતા-પિતા બદલી શકે છે ?"

બેકરને મૌન જોઈને આગળ કહ્યું, "ધર્મ બદલવા માટે નથી હોતો. તમે લોકો કેમ અન્ય ધર્મ પાળનારા લોકોને ક્રિશ્ચિયન બનાવવાના અભિયાનમાં લાગેલા છો ! ક્યારેય તમે એ વિચાર્યું છે કે તમે બીજા લોકોનું ધર્મપરિવર્તન શા માટે કરાવવા માગો છો ? તમારા ધર્મ અન્વયે એવું કોઈક કાર્ય કરો કે જેનાથી આપના ધર્મના લોકોનું ઉત્થાન થઈ શકે; તેઓ અત્યાચાર ન કરે, અન્યનું શોષણ ન કરે. તમે તમારા ધર્મના લોકોના, બીજા ધર્મના લોકો સાથેના આચરણ, વ્યવહાર અને વર્તન જોઈને મૌન રહો છો, શા માટે ? બેકરસાહેબ, બહેતર છે કે આપ જેવા સજ્જન પોતપોતાના ધર્મનું પાલન કરે."

"ગાંધી, દરેક ધર્મે પોતાની વાત કરી છે, પરંતુ જે ઊંડાણ, સચ્ચાઈ અને જીવંતતાથી ખ્રિસ્તી ધર્મ માણસને માર્ગ બતાવે છે, એવું અન્ય ધર્મમાં જોવા મળતું નથી. વેલિંગ્ટન સંમેલન યાદ છે ?"

બેકરે હિંમત હારી નહીં. તે સાચા પાદરી બનવાનો પૂરો અભ્યાસ કરી લેવા માગતા હતા. તે એમ માનતા હતા કે તેણે જે રીતે ગાંધીને પોતાના સમાજમાં લાવીને ઝિંદાદિલીનો પરિચય આપેલો, તેનાથી ગાંધીના અંતઃકરણ ઉપર અવશ્ય છાપ પડી હશે. કેમ કે, ગાંધી અંતઃકરણ કે અંતરાત્માને વચ્ચે લાવીને સ્પષ્ટપણે બચી નીકળે છે ! તે કલાકોની મહેનતને એક ક્ષણમાં એકતરફી કરી દે છે. તેઓ કહી દે છે,

"બેકરસાહેબ, દરેક સમજુ અને સ્વયં દિશા શોધનારો માણસ કોઈ બીજાના ઇશારે નહીં, બલકે પોતાના અંતરાત્માથી ચાલે છે. તેના નિર્દેશ મુજબ જ આગળ ડગ માંડે છે. તેને પોતાની અંદરથી શું પ્રેરણા મળે છે, નિર્દેશ મળે છે, તેના માટે એ જ સૌથી વધુ મહત્ત્વનું હોય છે."

બેકરને એકાદ-બે વાર એકસરખો જવાબ સાંભળીને ચીડ પણ ચડી. તે દબાયેલા અવાજે બોલી પણ ગયેલા, "ગાંધી બ્રધર, અમે પણ અંદરની પ્રેરણા અને નિર્દેશથી જ જિસસની આજ્ઞાનું પાલન કરવા માટે તત્પર રહીએ છીએ. જિસસ કહે છે કે, માણસ ભલો છે, પ્રામાણિક છે, મોમિન અને પરોપકારી છે. પછી તે અશ્વેત છે કે વિધર્મી છે, તેવો વિચાર કરવાનો કોઈ અર્થ નથી. તે ધર્મ વિના એક પણ ડગલું ભરી શકે નહીં... તે તારી સાથે વેલિંગ્ટન આવવા માટે એટલે તૈયાર થયો, કારણ કે તેની પાછળ હું હતો. તે સારી રીતે જાણતો હતો કે ત્યાં આ એકલો કાળો માણસ હશે, તેને અંગ્રેજ ક્યારેય પસંદ નહીં કરે. હોટેલવાળા તેને રહેવા નહીં દે. તેને ગોરાઓની સાથે ડાઇનિંગ ટેબલ પર બેસવા નહીં દેવાય... ગોરાઓની આવી નાદાની, અણસમજ અને ખોટી શાનને કારણે ગાંધી તમારા જેવા સાચા ભક્તોને પણ પરમાત્માના અક્ષય સામ્રાજ્યમાં લાવવામાં મને મુસીબતોનો સામનો કરવો પડી રહ્યો છે. ગાંધીનું સ્વાગત કરો, તે માનવતાનો પાક્કો દોસ્ત છે અને નવા સમાજની દોરવણી કરવાને તે લાયક છે."

બેકરની આવી યુક્તિની સામે ગાંધીનું કંઈ ચાલતું નહીં. એમને દ્વિધા સતાવવા માંડતી. બેકરને પોતાની ફજેતી થવાની કદી ચિંતા કે ફિકર રહેતી નહીં. તેમની નિષ્ઠા અને ભક્તિમાં કોઈ કમી નહોતી.

ગાંધી જરા નરમ પડીને બોલ્યો, "બેકરસાહેબ, આપ એક સમજદાર, સૌમ્ય અને પવિત્ર હૃદયના માનવી છો. હું તમારી હૃદયપૂર્વક કદર કરું છું. તમને મોટા ભાઈ માનું છું. એ સાચું છે કે આ સમયે પ્રકાશ શોધું છું અને નિતાંત અંધારી કુદરતી સુરંગમાંથી પસાર થઈ રહ્યો છું. જેનો હું છેડો નથી જાણતો, કે તેમાંથી બહાર નીકળવાનું કૌશલ પણ નથી જાણતો !

તમે મારી મુશ્કેલીઓને સમજો. જ્યારે વ્યક્તિ પોતાની જાત સાથે લડી રહી હોય, પોતાના વિશે કોઈ નિર્ણય ઉપર પહોંચી ન શકતી હોય, ત્યારે તેની પાસેથી એવી કોઈ ઉમેદ રાખીને ચાલવું કે તે કોઈ બાહ્ય દબાણમાં આવી જશે, તો તે વ્યર્થ છે. દરેક ઈમાનદારની સાથે એ જ તકરાર છે કે તે પોતાનું જ સાંભળે છે, બીજાઓના મનમાં ઊઠતા તોફાન વિશે વિચારતો નથી.

મારી આપને વિનંતી છે કે, બારી-બારણાં, જાળિયું, વગેરે ખુલ્લાં રહેવા દો, તાજી હવા ત્યાંથી જ આવશે અને અલૌકિક રોશની પણ ત્યાંથી જ આવશે. બાકીનું કામ બેકરસાહેબ, તમારું નહીં એનું છે, જે તાજી હવા, રોશની અને અમૃતનો માલિક છે. તમે તો વધુમાં વધુ એના ઉંબરા સુધી લઈ જઈ શકો અને તમારા ખુદાને કહી શકો કે હજૂર, આપના દરબારમાં આપનો બંદો હાજર છે. મેં આપના હુકમનો અમલ કરી દીધો છે... આનાથી વધુ બેકરસાહેબ, તમારી ભૂમિકા નથી. તમે મને સમજવાનો પ્રયત્ન કરો. હું પણ આપના પ્રિય ભક્તોમાંનો એક છું, પરંતુ મારી પોતાની મરજીનો માલિક છું."

બેકર એ સમજી ચૂક્યા હતા કે ગાંધી વકીલ માત્ર નથી, પરંતુ તેમને આટલી નાની ઉંમરમાં દુનિયાદારીની પણ ખાસ્સી સમજ છે. તે એ દિવસની રાહ જુએ જ્યારે જિસસ તેની અંદરનું ગાઢ કાળું અંધારું હટાવીને તેને ઊજળા, ચમકતા અને મહેકતા શાંત પ્રકાશનાં કિરણોથી ભરી દે. ત્યારે તે દોડતા-દોડતા હાંફતા એની મહેફિલમાં આવીને કહેશે કે,

"સંભાળો તમારા નાદાન ભક્તને ! તે ખૂબ ભટકી ચૂક્યો છે, ઠેર-ઠેર ઠોકરો ખાઈ ચૂક્યો છે. નિતાંત અંધકારથી ઘેરાયેલો છે - તેના ઉપર કૃપા કરો, તેને સંપૂર્ણ શાંતિ આપો."

હવે તેના માટે આવા દિવસની રાહ જોવાનું જ યોગ્ય છે, એ જ એના ધર્મની ઉદારતા ગણાય. ત્યારબાદ બેકર મનમાં સંતોષનો ઉજાસ લઈને ત્યાંથી રાજી-ખુશી ચાલ્યા ગયા.

૧૦

સાંજ ઢળતી હતી. સૂરજ દેખાતો નહોતો. ઝાંખા ધુમ્મસમાં તેનાં અમુક બોલકાં કિરણો જાણે કે પ્રકાશતાં હતાં ! પ્રકાશનાં એ જ નાજુક કિરણો હતાં કે જેને સૂરજે છૂટ આપી રાખી હોય ! એના કારણે જ વાતાવરણ આટલી ઠંડીમાં પણ રાહતની અનુભૂતિ કરતું હતું. તેમાં થોડીઘણી પવનની કૃપા પણ સ્પષ્ટપણે જોઈ શકાતી હતી, કેમ કે તે પોતાની પ્રિયતમાની ઉત્કટતાથી પ્રતીક્ષા કરી રહેલો ! વૃક્ષો પરથી પડછાયાઓ અદૃશ્ય થઈ રહ્યા હતા. સાંજ જાણે કે મળસકાનું પુનરાવર્તન કરી રહી હોય એવું લાગતું હતું ! ક્યાંક દૂરથી અદૃશ્ય પાવાનો મીઠો સૂર ટકોરા માર્યા વિના જ જાણે કે હૃદયનાં પગથિયાં ચડીને સીધો અંતઃપુરમાં પ્રવેશી જતો હતો !

તમસ-ઉજાસની આ સંતાકૂકડીમાં ગાંધીને વધુ રસ પડતો જતો હતો. આમ તો આ રોજની ઘટના હતી, પરંતુ ઘટના-ઘટનામાં ફરક હોય છે. એટલેસ્તો ઘટનાઓની ઉપર કોઈ આલીશાન ઘટના આવી પડતી હોય છે – વાજતી-ગાજતી અને શરણાઈ-સારંગી સાથે !

ફરસ કરવા ચણેલી ઊભી ઈંટો વચ્ચેથી ડોકિયું કરતી મોસમની લાવણ્યમય આંખ, પાંદડાંના મંદ પાયલ જેવા મર્મરની આશંકા અને કોઈ અબુધ બાળકે ખડી માટીથી ખેંચેલી આડીઅવળી લકીરો, એક-એક કરીને ખૂંચતાં કાંટાની યાદ અપાવતાં હતાં !

આવા અંતર્મુખી સમયમાં જ્યારે પડછાયો પણ સાથે ન હોય ત્યારે, માણસ કુદરત તરફ પાછો વળવા માંડે છે અને તે પણ આપોઆપ - આ વિચારવાનો નહીં બલકે અનુભૂતિનો વિષય છે. અનુભૂતિથી પણ પર થઈને થતો સાક્ષાત્કાર, કે જેનું હજુ સુધી નામકરણ થયું નથી અને જે અચરજથી પણ આગળ પહોંચે છે ! હદથી આગળ પણ કંઈક અનહદ છે, કંઈકથી આગળ પણ કંઈક છે ! તે શું છે ?

ગાંધી જ્યારે ને ત્યારે બધામાંથી મુક્ત થઈને પગપાળા ચાલી નીકળતો હતો - રસ્તા વિનાનો માર્ગ શોધવા માટે ! ત્યારે તેને આ પ્રકારની એવી ગહન અનુભૂતિ

થતી હતી કે તે એને સમેટી શકતો નહોતો અને એક અણજાણ વ્યક્તિની માફક પોતાનાથી અલગ પોતાને પામતો જતો હતો !

આ બધું જગત જ તો છે ને ! નફો-નુકસાન, લેણ-દેણ, ઉચિત-અનુચિત, કાળા-ગોરા, અમીર-ગરીબ, નાના-મોટા, આવન-જાવનની રોજનીશી, ઊલટસૂલટ થતાં નામાના ચોપડાના ભોંયરાઓમાં ગૂંચવાતું જગત ! જગતની ઉપર પણ એક જગત છે - પોતાની આઝાદીનું પોતે સર્જેલું જગત ! તેની કોને પરવા છે ? દુઃખ, મુશ્કેલીઓ, થોડી ખુશીઓને એકઠી કરવાથી પણ ઉપરનું જગત ! જ્યાં મોહ નથી, લાલચ નથી, પુણ્ય નથી, પાપ નથી કે મારું-તારું નથી - અનામી જગત - જગતથી ઉપરનું જગત ! ક્યારેક-ક્યારેક વિચારોને ખળભળાવી દેનારું જગત !

જે કહેતું હોય છે કે, 'કરોળિયાનું જાળું તેં ગૂંથ્યું છે, કર્મની ફસલ તેં વાવી છે અને લણી છે. હવે તું કેમ તરફડે છે ? જા એની પાસે જ જા, જેના રડવાથી તેં પોતાનાં અંધારાં-અજવાળાંનો આપોઆપ હિસાબ-કિતાબ કર્યો છે ! દરિયાના તોફાની મોજાંઓ તેને ફરી ઉછાળીને કિનારા ઉપર ફેંકી દે છે.'

ગાંધી, તરંગોની આ તરન્નુમમાં, ચિંતા માત્રને એક બાજુ ફગાવીને ફરીથી પગથીની દિશા તરફ જોવા લાગે છે. આગળ બજાર છે. બજારના એક વળાંકથી થોડાક ત્રાંસા જઈએ કે સામે જ શેઠ તૈયબ હાજી ખાન મહમદનો આલીશાન બંગલો છે. બંગલાની બહાર દરવાન છે, જે ગાંધીને સારી રીતે ઓળખે છે અને દરેક વખતે સલામ કરે છે, પરંતુ તેની સામે ગાંધી આજ સુધી ક્યારેય 'સલામ આલેકુમ' કહી શક્યો નથી. જોકે, આજે રોકાઈને તેણે સામે 'સલામ આલેકુમ' કહ્યું. દરવાનની આંખો ચમકી અને તેના રતુંબડા ચહેરા ઉપર ખુશીની લહેર દોડવા માંડી !

ગાંધીને બેઠકખંડમાં બેસાડવામાં આવ્યો. હાજીસાહેબ સૂર્યાસ્ત પછીની નમાજ કરી રહ્યા હોવાનું જણાવવામાં આવ્યું. અમુક પત્રિકા-સામયિકો તેની સામે મૂકીને મિયાં રમઝાન જવા માંડ્યો કે તરત જ ગાંધીએ તેને પાસે બોલાવીને પૂછ્યું,

"મિયાં રમઝાન, આવતાવેંત જ તમે ડ્યૂટી બજાવવા માંડો છો. શું ક્યારેય તમને વાત કરવાનું મન નથી થતું ?"

મિયાં રમઝાન પૂતળાની જેમ ઊભો રહ્યો - ન તો ના પાડી શકે કે હા પાડી શકે ! તેની તો જાણે કે બધી હવા જ નીકળી ગઈ ! કંઈ જ હલનચલન નહીં.

ગાંધીએ ફરીથી તેને ઢંઢોળ્યો, "તમને જ્યારે જોયા ત્યારે મશીનના એક ભાગ જેવા જ જોયા છે."

"જી હજૂર, હવે જાઉં ?"

"શું તમને હળવું-મળવું ગમતું નથી ?"

મિયાં રમઝાને માથું હલાવ્યું.

ગાંધીએ હસીને પૂછ્યું, "તેનો મતલબ હા સમજું કે ના ?"

આ અગાઉ ગાંધીએ કદી રમઝાન સાથે વાત કરી નહોતી. આજે તે એક અલગ વહેણમાં વહેતો જતો હતો.

રમઝાન બોલ્યો, "મારા માલિક ખૂબ દયાળુ છે. મિયાંની દોડ મસ્જિદ સુધી !"

"અને હું... ?"

"આપનો તો મારા માલિક પણ ખૂબ આદર કરે છે. ઊંચો દરજ્જો આપે છે. આપ મારા માલિકના શુભેચ્છક છો, એથી મારા પણ શુભેચ્છક ગણાવ, હજૂર !" રમઝાને ધીમે-ધીમે, વિચારી-વિચારીને કહ્યું.

પછી કંઈક વિચારીને તે બોલ્યો, "હજૂર, હવે હું જઈ શકું ?"

"જાવ, રમઝાન મિયાં !"

એક મૅગેઝિને ગાંધીનું ધ્યાન ખેંચ્યું. એક માતા પોતાના બાળકને સ્તનપાન કરાવતી હતી. દીવાલ ઉપર માતાની તસવીર ટીંગાડેલી હતી. માતાના ચહેરા ઉપર અપૂર્વ શાંતિ અને હોઠ ઉપર અદશ્ય ગરિમાયુક્ત સ્મિત હતું ! જિંદગીમાં આવો જ વિશ્વાસ જોઈએ, જેથી તે બાળકની જેમ નિષ્ફિકર, પ્રસન્ન અને નિશ્ચિંત રહી શકે.

શેઠ તૈયબ આવી ગયા. દુઆ-સલામ કર્યા પછી આડીઅવળી વાતો કરવા લાગ્યા. મુખ્ય વાત ઉપર બેમાંથી કોઈ આવ્યું નહીં. તે દરમિયાન નાસ્તો પણ કરી લીધો. ગાંધી ચર્ચા કરવા આવ્યો હોવા છતાં તેણે કોઈ ચર્ચા શરૂ કરી નહીં. શું ચર્ચા કરે ? તૈયબશેઠની આંખ કંઈક ઝૂકેલી હતી !

ગાંધીએ જવાનું કર્યું ત્યારે તૈયબશેઠે કહ્યું, "તમે ખરાબ તો નહીં લગાડો ને ગાંધીભાઈ ?"

"ના, મને ખરાબ લગાડતાં નથી આવડતું, શેઠ તૈયબ ! અને તમારી વાતનું શું માઠું લગાડવાનું ? જે દિલમાં હોય તે કહી દો."

"અમારા વકીલ કહે છે કે આ કેસમાં હાર અમારી છે."

"જે સાચું હશે એ જ સામે આવશે."

"હું આત્માને ઢંઢોળીને સમજ્યો કે શેઠ અબ્દુલ્લા કેસ જીતશે."

"હજુ ફેંસલો ક્યાં થયો છે ?"

"થઈ ગયા જેવો જ છે, ગાંધીભાઈ."

"તમે તો ફેંસલો માની લેવાનો ભરોસો સંપાદિત કરાવ્યો હતો."

"કરાવ્યો તો હતો, પરંતુ... !"

"પરંતુ શું, તૈયબશેઠ ?"

"હું એકસામટા આટલા રૂપિયા આપી દઉં તો હું બરબાદ થઈ જઈશ." શેઠ તૈયબે કહ્યું.

"આ વાત પહેલાં વિચારવી જોઈતી હતી. કોઈ પણ સમયે કોઈ પણ વળાંક આવી શકે, એ બાબત અગાઉથી જ સમજાવેલી હતી." ગાંધીએ યાદ અપાવ્યું.

"સમજું છું, ગાંધીભાઈ !"

"એક-એક કાગળ-પત્ર જોઈ લેવામાં આવ્યા, તપાસણી કરી. મુનીમ પણ હાજર રહ્યા અને સલાહકાર પણ હતા, જેથી તમે પોતે પણ આખી પરિસ્થિતિનો તાગ મેળવી શકો."

"એ બધું બરોબર છે."

"કૉર્ટ-કચેરીમાં કેટલો સમય અને કેટલો ખર્ચ થઈ જશે, તેનો કોઈ અંદાજ છે ?"

"મારી પાસે બીજો રસ્તો નથી, ગાંધીભાઈ... છ-સાત, આઠ વર્ષે થાય તો થાય ! ત્યાં સુધી તો રૂપિયા આપવા નહીં પડે. રૂપિયો, રૂપિયાને ખેંચે છે ! બની શકે કે હાલત સુધરી જાય." તૈયબશેઠ મધ્યમ અવાજે બોલ્યા.

"હું સમજતો હતો કે બંને હાજી છે, સગા-સંબંધી છે, અલ્લાહને માને છે તો બધું સમુંસૂતરું પાર પડશે. બીજા વેપારીઓ માટે પણ એક ઉદાહરણ પૂરું પડશે અને કૉર્ટ-કચેરીની બહાર જ નિવેડો આવવા માંડશે."

"હું પણ એમ જ ઇચ્છતો હતો અને આજે પણ એમ જ ઇચ્છું છું."

"મને આજે પણ તમારા ઉપર ભરોસો છે અને ત્યારે પણ હતો. તમે ત્યારે કહેલું કે શેઠ અબ્દુલ્લા નહીં માને. એમણે પણ કહેલું કે શેઠ તૈયબ સીધી રીતે માને તેવા નથી. જીદ્દી છે, સમજૂતી તેઓ સ્વીકારશે નહીં. તેમણે સલાહ આપેલી કે હું તમારી પાસેથી કોઈ ઉમેદ રાખું નહીં."

"કૉર્ટમાંય પહેલા તો એ જ ગયેલો !"

"ઉઘરાણીની વાત હતી. તેમને પોતાની રકમ જોઈતી હતી, જે મળતી નહોતી તો શું કરે ? શું હાથ ઉપર હાથ ધરીને બેસી રહે ? ચાલીસ હજાર પાઉન્ડને પાણીમાં વહી જવા દે ! તેમણે તમને વ્યક્તિગત પત્રો પણ લખ્યા હતા. તમે ઉંમરમાં મોટા છો, તે વાતનું પૂરેપૂરું ધ્યાન રાખ્યું હતું. ઉદાહરણ તરીકે બે પત્રોનું લખાણ સાંભળો...

"ભાઈજાન, તૈયબ હાજી સાહેબ,

આદાબ અર્ઝ !

ઘણા દિવસોથી કોઈ પત્ર મળ્યો નથી. કુશળતા માટે દુઆ કરું છું. હાલ જ દરગાહથી આવ્યો છું. અલમા અને નૂરાનું સ્મરણ થયું. સામે તે બંનેની તસવીર છે. અકબર અને શાહજાદા જલાલ પણ યાદ આવ્યા. હવે તો જલાલ વહીવટમાં મદદ કરવા માંડ્યો હશે.

દુકાનના સરનામે બે પત્રો મોકલેલા, તમે તેનો જવાબ આપવાની તસ્દી લીધી નહીં. શેખ વલ્લી કહેતો રહેતો તે યોગ્ય જ હતું કે સંબંધોમાં આર્થિક લેણ-દેણ ન કરવી જ સારી. જોકે, તમે તો મારા માટે પરાયા તો નહોતા !

પત્રમાં એકેએક બાબત વિગતવાર લખવામાં આવી છે. તેમ છતાં પણ કોઈ ફેરફાર જણાય તો ફોડ પાડીને લખી મોકલશો. ફરીથી હિસાબકિતાબ મેળવી લેવામાં આવશે. તમે તો કોમની શાન છો અને વિપુલ સાહસ ધરાવનારા છો ! કંઈક એવો માર્ગ શોધો જેથી નિવેડો આવે. કૉર્ટ-કચેરીનો માર્ગ તમને અને મને શોભતો નથી. છેવટે ફેંસલો તમારા હાથમાં છે.

આપનો,

અબ્દુલ્લા"

ગાંધી મૌન થઈ ગયો. તૈયબની બેચેની વધવા માંડી. તેમની સામે અબ્દુલ્લા તાદશ્ય થયો. બંને ભેટી પડેલાં. સ્નેહ-દોસ્તી તો જોતાં જ દેખાતાં હતાં. બંનેનો પરિવાર એકસાથે હતો !

ગાંધીએ જાણી જોઈને કહ્યું, "હવે હું બીજો પત્ર વાંચી સંભળાવું છું. પત્ર ખુદ તમારી કલમે ગુજરાતીમાં લખવામાં આવ્યો છે... "

"ઊભા રહો ગાંધીભાઈ ! એ સાચું છે કે અબ્દુલ્લાએ મારી નાનકડી ચિઠ્ઠીનું પણ કાયમ માન રાખ્યું છે. જ્યારે રૂપિયાની જરૂર પડી ત્યારે મોકલી આપ્યા છે. ક્યારેય નન્નો ભણ્યો નથી, ઊલટાનું દર વખતે એમ જ કહ્યું કે, ચિંતા-ફિકર નહીં ભાઈજાન, ખરાબ સમયમાં પોતાના જ કામ ન આવે તો પોતાના હોવાનો શો અર્થ રહે ? મુશ્કેલી કદી કહીને આવતી નથી. વેપારની પ્રકૃતિ છે – ક્યારેક ઉપર, કદી નીચે. ઉતાર-ચડાવ આવતાં જ રહે છે, પરંતુ આપના ઉપર કાયમ ખુદાની કૃપા રહી છે અને સદાય રહેશે. મારે લાયક કોઈ કામ હોય તો અડધી રાત્રે પણ સંકોચ રાખશો નહીં."

ત્યારબાદ ફરી નીરવતા. ફરી વાતાવરણ કઠોર અને કોમળની વચ્ચેનું બન્યું. ગાંધી બોલવા માંડ્યો, "લ્યો, તમારો પત્ર સાંભળી લો...

"ભાઈજાન અબ્દુલ્લા હાજી,

સલામ !

તમારો પત્ર મળ્યો. વાંચી રાજી-ખુશીના સમાચાર જાણ્યા. અહીં પણ અલ્લાહતાલાની કૃપાથી બધું ઠીક છે.

આગળ સમાચાર એ છે કે હમણાં કામધંધો ઠીક નથી ચાલી રહ્યો. કંઈક જરૂરી દેણદારી માથા ઉપર છે. લખવા-વાંચવાની કમજોરીને કારણે જે રકમ ચૂકવતા રહ્યા

તેમાં ઘણો ફર્ક નીકળ્યો છે. જે દોસ્ત હતા, તે દુશ્મન થઈ ગયા ! નહીંતર બાકીની રકમ ક્યારની ચૂકવાઈ ગઈ હોત.

હવે રહ્યો સવાલ તમારો. કારકુન-મુનીમ હિસાબકિતાબ તપાસી રહ્યા છે. શું તમે માગો છો, શું ચૂકવી દેવામાં આવ્યું છે, શું લેણ-દેણ બને છે ? આ બધી વાતની તપાસ ચાલી રહી છે. તમે ચોપડાઓનો હવાલો દેતાં ઘણી લેણદારી બતાવી છે, જે ઠીક નથી. ઘણી રકમ ચૂકવી દેવામાં આવી છે. ઘણી વખત જે રકમ તમને, ખુદને, આપવામાં આવી હતી તેની રસીદ પણ તમારી પાસેથી લેવાની બાકી રહી ગઈ છે.

આપણા હિસાબકિતાબને વરસો ગુજરી ગયા. હું પણ લાચાર છું. અલ્લાહનો જ સહારો છે. હવે એ જ મદદ કરે તો કરે.

તમે પણ કૉર્ટ-કચેરીની વાત ઉઠાવી ચૂક્યા છો તો પછી કોના ઉપર ઇત્મીનાન કરવામાં આવે ? હમણાં હું ઘણી ઉલઝનોમાં ફસાયેલો છું. ચાહતો હોવા છતાં પણ હું તમારા માટે કંઈ નથી કરી શકતો. આપણો જે કંઈ પણ હિસાબ નીકળે તેમાં ઇનકાર નથી. છતાંય તમે જો કૉર્ટ-કચેરી જાઓ તો તમારી મરજી.

તમારો,

તૈયબ"

રમઝાન મનોમન ગુજરાતી પત્રનો અનુવાદ કરતો ગયો. તેણે તૈયબશેઠને ટોક્યા પણ હતા કે, મોટાએ મોટાઈ દર્શાવવી જોઈએ, પરંતુ તેઓ માન્યા નહોતા. રમઝાને જોયું કે ગાંધીએ પત્ર વાંચી લીધેલો. તૈયબશેઠ પણ પોતે લખેલો પત્ર સાંભળી ચૂકેલા. બંને મૌન હતા.

રમઝાને એકવાર કહેલું, "માલિક, તેમણે આપની માગણીને કારણે મને પોતાના ઘરેથી અહીં મોકલેલો. મોકલતી વખતે કહેલું કે હું તમારો ભરોસો જીતીને કાયમ તમને ખુદાના હોવાની યાદ અપાવતો રહું."

તેણે પૂરેપૂરી ફરજ બજાવેલી એટલે જ તૈયબશેઠે તેને પોતાના પરિવારમાં સામેલ કરી દીધેલો. પાક્કો નમાજી અને મદદગાર છે. તે એંહરામ (હજમાં હાજી દ્વારા ધારણ કરાતો સીવ્યા વગરનો પોશાક) ધારણ કરનારો અને તલબિયા (એક ખાસ દુઆ) કરનારો છે. ઈમાનદાર છે અને સૂતા પહેલાંની નમાજ કરવાનું કદી ભૂલતો નથી. તૈયબ પણ સંપૂર્ણપણે ખુદાપરસ્ત છે. આ જ કારણે તે ક્યારેક-ક્યારેક પોતાનો મત તૈયબ સમક્ષ રજૂ કરી દે છે. તેણે કહેલું,

"શેઠ, ભાઈ અબ્દુલ્લાને વિનંતી કરો. તેઓ ઉદાર દિલના છે, ચોક્કસ સમય આપશે."

"રમઝાન, તું હજુ શેઠ અબ્દુલ્લાનો જ વફાદાર છે ?"

"તેમણે મને હું પાંચ વર્ષનો હતો ત્યારથી પાળ્યો છે, મારી શાદી કરાવી. હું ત્રીસ

વર્ષથી પણ મોટો હતો ત્યારે તેમણે મને તમારી પાસે મોકલેલો. આજે સાઠથી વધુ ઉંમર થઈ. હું નથી ઇચ્છતો કે તમારા બંને વચ્ચે દાવો ચાલે. દિવસ-રાત ખુદાને વિનંતી કરું છું કે તમારા બંનેમાં ભાઈચારો જળવાઈ રહે. આપ બંને વચ્ચે પ્રેમ કાયમ રહે. બધાએ એક દિવસ જતાં રહેવાનું છે. જે કંઈ છે, તે ખુદાનું છે. પછી ડર શેનો ? એ જેવી રીતે રાખે તેમ રાજી-ખુશીથી રહેવાનું છે."

"તું સાચું કહે છે, રમઝાન તારા ઉપર ખુદા મહેરબાન છે."

"તો પછી હજૂર-એ-આલા, કોઈ માર્ગ શોધો. નેક પાકદિલને માર્ગ શોધવામાં વાર લાગતી નથી. ગાંધીભાઈને એમણે જ મોકલ્યા છે. નહીં તો શું તે, અહીં શેઠ અબ્દુલ્લાના વકીલને બધી હકીકત સમજાવત ભલા ! અગત્યના કાગળોની નકલ કરાવીને તેમને સોંપત ? ચોક્કસપણે શેઠ અબ્દુલ્લાએ ગાંધીભાઈને એમ સલાહ આપી હશે કે, તે તમને કદી મળે નહીં. તેમ છતાંય તે તમને મળવા આવ્યા. આપ બંને વચ્ચે સમજૂતી કરાવવાનો માર્ગ બતાવ્યો. આ બધું અલ્લાહના ઇશારે થઈ રહ્યું છે, માલિક. આપ કોઈનું સાંભળો નહીં, ફક્ત ગાંધીભાઈનું સાંભળો અને માનો. આપની બધી તકલીફો તે દૂર કરી દેશે." રમઝાને પોતાનું દિલ ઠાલવી નાંખ્યું.

આ વાતો, તૈયબના મનને રાહત આપતી હતી અને તેને ખુદાના રાહ ઉપર ચાલવા માટેની યાદ અપાવતી રહેતી હતી.

ગાંધીએ જ બોલવું પડ્યું, "તૈયબભાઈ, સમજૂતીનો એક અંતિમ માર્ગ છે- ખુદાની રોશની ! એ ફેંસલો કરવા માગે છે, તેના ઉપર ભરોસો મૂકો. એના આદેશને સમજો."

તૈયબ એકદમ જાગીને બોલ્યા, "ગાંધીભાઈ, ઉંમરમાં તમે મારાથી નાના છો, પરંતુ સમજદારીમાં મારાથી ઘણા મોટા છો. તમે કુરાન તો વાંચ્યું જ હશે."

"કુરાન જીવવાનું પુસ્તક છે, ભાઈ તૈયબ ! આપની જાણકારી સારુ કહી દઉં કે, મેં કુરાન પણ વાંચ્યું છે, બાઇબલ પણ અને ગીતા પણ ! કુરાન - કુરાનશરીફના અર્થોને સમજવાની અને અપનાવવાની કોશિશ પણ કરી છે. એટલા સારુ જ કહું છું કે, માણસે બૂરાઈથી દૂર રહીને ભલાઈ સાથે જીવવું જોઈએ. જે અલ્લાહ ઉપર ભરોસો રાખે છે, તેને કોઈ ડર સતાવતો નથી. જેને ડર નથી સતાવતો તે જ અલ્લાહના બંદા છે, તેમના પ્યારા છે." ગાંધીએ તૈયબને મનના ઉંબરને પાર કરાવીને આત્મા પાસે લઈ જવાની કોશિશ કરી.

તૈયબનું મન હળવું થયું. બેચેની દૂર થઈ અને એક શાંત રોશનીમાં તેમણે પ્રવેશ કર્યો. બધી ઝંઝટ જાણે કે ગાયબ ! તેની અંદરથી અવાજ ઊઠ્યો, "તું હાજી છો, મિયાં ! પછી ભયભીત કેમ ? નફા-નુકસાનના વિચારોની ભૂલભૂલૈયામાં કેમ

અટવાયો છે ? તું અલ્લાહે દેખાડેલા પાક માર્ગે ચાલ અને શેતાનને દિલમાંથી ફેંકી દે. તું ગાંધીનું સાંભળ. તેમણે કહેલું માન. મારો તને આ જ આદેશ છે."

તે ગદ્દગદિત થઈને બોલી ઊઠ્યો, "ગાંધીભાઈ, જ્યાં સુધી તમે મારી સાથે હો છો, ત્યાં સુધી કોઈ હરખ-શોક નજીક ભટકતાંય નથી ! દરેક શંકા-ફરિયાદો કપૂરની જેમ ઊડી જાય છે. એક અજ્ઞાત રોશની જેવું મારી અંદર-બહાર ઝગમગવા માંડે છે ! મારા ભાઈ, મને તમે દેખાડેલા માર્ગ પર ચાલવાનું મંજૂર છે. ભલે મારો રુઆબ ઘટી જાય, ધન-દોલત ન રહે ! હવે મને કોઈ ફિકર-ચિંતા નથી. મને આ સમજૂતી કબૂલ છે."

"ઈમાનદારીથી ભાઈજાન ?"

"પૂરી અને પાક્કી ઈમાનદારીથી." તૈયબશેઠે ખુશ થઈને કહ્યું.

"તો સાંભળો, ભાઈજાન ! મારું તમને વચન છે કે, હું અબ્દુલ્લા શેઠને પણ મનાવી લઈશ કે તેઓ તમારી પાસેથી આ રકમ એકસાથે ન લેતાં, તમારી સગવડ મુજબ સરળ હપતાઓમાં વસૂલ કરવાનું કબૂલે."

"શું એવો ચમત્કાર થઈ જશે ?"

"અલ્લાહ શું ન કરી શકે, ભાઈજાન !"

"કાશ, માણસ પોતપોતાના ખુદા ઉપર ભરોસો મૂકી શકે ! એને કોઈ પણ નામથી પોકારો, નામ તો ભાષાઓનો કરિશ્મા છે - ક્યાંક નદી છે, ક્યાંક દરિયો અને ક્યાંક રિવર, પરંતુ તે એક જ છે ને ! કે પછી અલગ-અલગ નામ આપવાથી જુદાં થઈ જાય છે ? અમદાવાદમાં સાબરમતીને નદી કહો, દરિયો કહો કે રિવર ! તે છે તો કાયમ વહેતું રહેતું પાણી જ ને ? આબ છે, વૉટર છે. વિજ્ઞાનની ભાષામાં કહીએ તો તે ઑક્સિજન અને હાઈડ્રોજન નામના બે વાયુઓનો સંગમ છે (એચટુઓ) !

ભાઈજાન, ભાષા ત્યાંથી જ જન્મે છે જ્યાં સમાજ રહેતો હોય. જેમ-જેમ તેની ઓળખ ઊભી થાય તેમ-તેમ જ્ઞાન વધે છે. ભીતરનો અવાજ આવે તો કોઈ તેને રંગ અને બ્રશ દ્વારા ચિત્ર બનાવીને વ્યક્ત કરે છે તો કોઈ તેને પોકારી-પોકારીને સમજાવે છે. અહીં રોશની છે અને આગ પણ છે. આગ અને પ્રકાશમાં તત્ત્વ એક જ છે, પરંતુ કાર્યો ભિન્ન-ભિન્ન. રોશની માર્ગ દર્શાવે છે, તો અગ્નિ રાંધવામાં ઉપયોગી છે. ચૂલામાં તે આગ, ચિરાગમાં તે પ્રકાશ !

ભાઈજાન, ભાષા ઉપર જાવ નહીં, દિલનું માનો તો સમગ્ર જગત એક છે - એક જાતિ, એક રંગ, એક સંપ્રદાય, એક ઓળખ. વિશ્વાસ જ ધર્મ છે, અવિશ્વાસ અંધારું છે. મને ખબર હતી. આમ તો બેકરસાહેબ મારી પાસે હતાશા અને ધૂંધવાટ સાથે આવેલા અને મને તાત્કાલિક ધોરણે તમારી પાસે મોકલવા ઇચ્છતા હતા.

મેં તેમને કહેલું, તમારા દિલમાંથી ચિંતા કાઢી નાંખો. ચિંતા ચિતા સમાન છે. બધું બરોબર થઈ રહેશે."

ગાંધીને બેકર સાથે થયેલી વાત યાદ આવી...

"અસંભવ ગાંધી !"

"હા, ગાંધી માટે એ અસંભવ છે, પરંતુ પરવરદિગાર માટે કંઈ જ અસંભવ નથી. મને એના પર પાક્કો ભરોસો છે."

"તમે એમને જોયા છે ?"

"એની જરૂર નથી, બેકરસાહેબ. શ્રદ્ધા છે તો એ છે. પોતાની જાતને ફંફોસીને જોઈ લો. શ્રદ્ધા હશે તો આગનો દરિયો પણ ડર વિના હસતાં-હસતાં પાર થઈ જશે અને શ્રદ્ધા નહીં હોય તો સળગતી દીવાસળીની એક નાનકડી ચિનગારી પણ, જોત-જોતામાં આલીશાન મહેલને પણ રાખના ઢગલામાં પરિવર્તિત કરી જશે !"

ગાંધીએ વિચારોમાંથી નીકળીને તૈયબશેઠને કહ્યું, "ભાઈજાન, તમે બેફિકર થઈને નિરાંતે સૂઈ જાઓ અને અલ્લાહની કૃપાને યાદ કરો. ભલે તો હવે મને રજા આપો." એટલું કહીને ગાંધી ઊભો થયો.

તૈયબે ગાંધીનો હાથ પોતાના હાથમાં લઈને તેને માથે લગાવીને ચૂમ્યો. થોડી વાર સુધી હાથ પકડીને ઊભા રહ્યા. આત્માની પકડ એવી મજબૂત હોય છે કે તે એકવાર જોડાઈ જાય તો હાથ છોડવાથી પણ છૂટતી નથી.

"ગાડી નહીં ભાઈજાન ! હું ગાડીમાં બેસીને આવ્યો નહોતો." ગાંધીએ કહ્યું.

"પણ... !"

"પણ શું ?"

ઘડિયાળ તરફ જોઈને તૈયબે કહ્યું, "ઘણું મોડું થઈ ગયું છે. રાતના નવ તો ક્યારના વાગી ગયા છે." તૈયબ ચિંતાતુર થઈ ગયા.

"ચિંતા ન કરો, ભાઈજાન ! જાણું છું કે હું કુલી બૅરિસ્ટર છું. રાતના નવ વાગ્યા પછી બહાર ન નીકળી શકું ! કાશ, હું નિગ્રો હોત અને અંગ્રેજ માલિક પાસે કામ કરતો હોત તો મને તેઓ પાસ આપત અને હું રાતના નવ વાગ્યા પછી પણ બહાર ફરી શકત. જ્યારે પ્રેસિડન્ટ સ્ટ્રીટની પગથી ઉપરથી મને ધક્કા મારીને ઉતારી મૂકેલો ત્યારે તે ડચ સંત્રીએ મને નિગ્રો જ માનેલો."

કંઈક વિચારીને ગાંધી આગળ બોલ્યો, "બેકર મને ખ્રિસ્તી બનાવવા માગે છે. એકવાર મેં ટીખળ કરીને કહેલું કે, 'મહેરબાની કરીને મને રાત્રે નવ વાગ્યા પછી બહાર નીકળવા માટેનો પાસ બનાવી દો.' તો ભાઈજાન, એમને પરસેવો વળી ગયેલો !

સૅબથનો સાતમો દિવસ હતો, રવિવાર પણ હતો. એ દિવસે ઈસુ પુનર્જીવિત થયેલા. તે દિવસે ખ્રિસ્તીઓ પ્રાર્થના કરે છે. મને તેમણે આમંત્રણ આપેલું. એ પાર્ટીમાં અન્ય અંગ્રેજોની સાથે હું પણ બેકરના મહેમાન તરીકે હતો. બધા એક હોટેલમાં રોકાયેલા. હોટેલના મૅનેજરે જ્યારે મને ઓરડો આપવાની સ્પષ્ટ ના પાડી દીધી ત્યારે તેમણે કહેલું, ગાંધી મારી સાથે તો રહી શકે છે ને ? મૅનેજર બેકરની સામે જોતો જ રહી ગયો ! હું બેકરના ઓરડામાં ત્રણ દિવસ રહ્યો... અને એ જ સાહસિક બેકર પાસ આપવા અંગે ચિડાઈ ગયા ! હું જાણતો હતો કે કોઈ અંગ્રેજ, કુલી ગિરમીટિયાને પાસ આપીને પોતાની ફજેતી કરાવે નહીં.

મેં તો હમણાં જ તમને કહ્યું ને કે, ડરવાનું નહીં. મારું તો કંઈ નહીં બગડે, બગડશે તો એમનું કે જેમણે કુદરતના કાનૂનની વિરુદ્ધ જઈને પોતાના કાનૂન બનાવ્યા છે. અને તે પણ ખુદાના બંદાઓમાં ભેદભાવને અંડરલાઈન કરવા માટે ! ...હવા, પાણી અને પ્રકાશ માટે શું કોઈ કાયદો કામ આવી શકે ખરો ? હવા, પાણી, પ્રકાશ, વગેરે તો બધા માટે છે - એ પરવરદિગારનું વરદાન છે... ભલે, સલામ ભાઈ."

"સલામ." તૈયબશેઠ ગાંધી તરફ જોતા જ રહ્યા. તેઓ પોતાની જગાએથી ત્યાં સુધી હલ્યા નહીં જ્યાં સુધી ગાંધી તેમની આંખોથી ઓઝલ ન થયા ! તેમણે મનોમન અલ્લાહને વિનંતી કરી કે,

"તે આપનો જ બંદો છે. તેમની સંભાળ લેજો." એ સાથે જ તેઓ અંદર પાછા વળ્યા.

રમઝાને ઉપર ઊભા-ઊભા જોયું. તેની આંખમાંથી બે આંસુ સરી પડ્યાં !

૧૧

આજની બપોર કોઈ મહારાણીની હઠ માફક ડેરો જમાવીને બેઠી હતી ! મહારાજ આવ્યા નહીં. શું નહીં આવે ? પોતાની માનીતી મહારાણીની યાદ તેમને સતાવશે નહીં ! આ તેમણે શું કર્યું ? મહારાજ નહીં આવે તો બીજી રાણીઓ અને અંતઃપુરમાં એ સમાચાર ફેલાતાં વાર નહીં લાગે કે મહારાજનું દિલ તેમના ઉપરથી ઊઠી ગયું છે ! કદાચ તે કોઈ બીજીની માયાજાળના ચક્કરમાં ફસાયું છે ! કલ્પનાનો આ દોર, હાલમાં જ વાંચેલી વાર્તા "અપને કો બિસૂરતી આંખો"એ સૂઝાડેલો. વાર્તા અંતના કિનારાની કમોસમી કલ્પનાની જાળ ગૂંથીને પોતાને જ વિખેરી રહી હતી !

સમય વીતરાગી બનીને પસાર થઈ રહ્યો હતો. ગાંધીનું મૌન, આંખ મિલાવી શકતું નહોતું. બજાર ન હોવાની પીડા લાચાર બનીને ઊભી હતી !

તેણે કાગળ લખ્યો હતો, "શેઠ અબ્દુલ્લા, તાર દ્વારા વાત નહીં થઈ શકે. રૂબરૂ આવવું પડશે. હું પણ આવી શકું છું, પરંતુ તે આવવું ન આવ્યા બરોબર હશે. આપણે છેલ્લી ઘડીએ પાછા વળવા ઇચ્છતા નથી. અહીં શેતરંજ બિછાવેલી છે. શેહ અને માત ઉપર બાજી આવીને ઊભી છે. રમતના નિયમાનુસાર આ ચાલ તમારે જાતે ઘોડો ઉઠાવીને ચાલવી પડશે. હું રાહ જોઉં છું. તમારો, એમ. કે. ગાંધી."

અબ્દુલ્લા વિચારતા હશે કે, તેને અગાઉથી જ લોકોએ સમજાવેલો કે તે ત્યાં સતર્ક રહે, પરંતુ... તેમાં જરા પણ શંકાને સ્થાન નહોતું કે પોતે પણ તેની અંદર-બહારનો ઢાંચો ખૂબ દુરસ્ત બનાવી લીધો હતો. ઘણો સમજાવી-બૂઝાવી દીધેલો. ઉદાહરણ પણ આપેલાં કે જ્યારે તૈયબશેઠે પોતાના નજીકના સંબંધીઓને પણ છોડ્યા નથી તો પછી તે વળી કઈ વાડીનો મૂળો !

"ગાંધીભાઈ, મેં અગાઉથી જ સમજાવેલું કે અબ્દુલ્લાના હૃદયનો તાગ ખુદા પણ પામી શકે નહીં."

"તૈયબભાઈ, ખુદાને વચ્ચે ન લાવો."

"કેમ ન લાઉં, ગાંધીભાઈ ?"

ગાંધી મૌન થઈ જતો.

"ગાંધીભાઈ, ખુદ તમે જ તો ખુદાનો વાસ્તો આપેલો. નહીં તો હું... ! હવે ? તમને હજુ આશા છે કે... હું તેને સારી રીતે ઓળખું છું... દોસ્તી જ્યારે દુશ્મનાવટમાં પરિણમે છે ત્યારે અદબ, શરમ, ઓકાત, લોહીની સગાઈનો સાદ - બધું જ વિધવાનો પોકાર બનીને રહી જાય છે ! મને દુઃખ છે... "

"બસ, આગળ કંઈ નહીં તૈયબભાઈ, હું ઉંમરમાં તમારાથી ભલે નાનો હોઉં પણ માણસની પરખમાં હું કોઈ અનુભવી સોનીને પણ માત દઈ શકું એવો છું. તમે મારા ઉપર ભરોસો રાખો."

"એ જ તો રાખ્યો છે, પરંતુ ભરોસાની કોઈ સીમા હોય ને ? ...હદ હોય છે. હદથી વટી જાય પછી ભરોસો પોતે જ ગાળિયો બનીને સામે ઝૂલતો દેખાવા માંડે છે !"

"મારો કાગળ તાર મારફત ગયો છે."

"તાર પહોંચ્યાને ત્રીજો દિવસ આથમી રહ્યો છે."

"તેમનો તાર આવી ગયો છે. તેઓ આવે છે." એમ કહીને ગાંધીએ પોતાની જાતને પણ આશ્વાસન આપ્યું અને તૈયબને સમજાવ્યું.

"કોઈકે સાચું જ કહ્યું છે કે, અજાણ્યાની દોસ્તી ગળાનો ફાંસો બની જાય છે."

"તમને આવું બધું વિચારવાનો પૂરેપૂરો હક છે." એટલું કહીને ગાંધી પોતાની જાત સાથે સંવાદ કરવા માંડેલો, "હું તો મહેનતાણા ઉપર આવેલો ગિરમીટિયો છું, વકીલ થયો તો શું ? કામ તો મારે અહીં ગિરમીટિયાનું જ કરવું પડે છે ને ! એટલા માટે જ તો કુલી બૅરિસ્ટર બન્યો છું. લંડનમાંથી ડિગ્રી લેતી વખતે વિચાર્યું પણ નહોતું કે બૅરિસ્ટરની ડિગ્રીને અપમાનિત કરવાનો શ્રેય પણ મારા ફાળે જ આવશે ! પરંતુ હવે કંઈ જ થઈ શકે નહીં. ભાડૂતી માણસની આબરૂ કેવી ને વાત કેવી !

તૈયબ જતા રહેલા. છેલ્લી ટ્રેનને આવ્યાને પણ લગભગ બે કલાકથી વધુ સમય થઈ ગયેલો. હવે ઘડિયાળમાં જોવાનો કોઈ અર્થ નહોતો. અબ્દુલ્લા તો ગાંધીને જોતાં જ સમજી ગયેલા કે પોતે સામે ચાલીને મુસીબત વહોરી છે. સફેદ હાથી પાળ્યો છે !

ગાંધીને પણ લાગ્યું હતું કે પોતે પૂરતી તપાસ કર્યા વિના બગલમાં બિસ્તરો દબાવીને આવી જવું નહોતું જોઈતું. રાજકોટથી મન ઊખડી ગયેલું એનો અર્થ એ તો નહીં કે ઊલમાંથી ચૂલમાં પડવું ! ક્યાં હિન્દુસ્તાન અને ક્યાં દક્ષિણ આફ્રિકાનું પ્રિટોરિયા ! અહીંની સ્થિતિ તો બદથી બદતર છે. અને તેમાંય તે બંને સંબંધીઓના મનમાં પડેલી ગાંઠ ખોલીને તેમને ફરી એક કરવાનું સાહસ ખેડવા નીકળ્યો છે ! આવી સલાહ તેને કોણે આપેલી ? આટલાં અપમાન, મારપીટ સહન કર્યા પછી પણ વાણિયા જાતિનો અનુભવ કંઈ કામ આવ્યો નહીં !

ગાંધીની જિંદગીનાં આ ઊડતાં-વિખરતાં પાનાંઓ, તેના લાખ પ્રયત્નો છતાં પણ પકડમાં આવતાં નહોતાં. ધીરજ શું માર ખાવાનું નામ છે ? તાકાત હોત તો શું તે ઈંટનો જવાબ પથ્થરથી ન આપી શકત ? તે પડકારોનો જવાબ કાગળથી આપતો રહ્યો. શું તેને પોતાની પિટાઈનું દુઃખ નહોતું થયું કે આજે પણ એ દુઃખ નથી ? શું તે ઈસુએ પહાડ ઉપર આપેલા મંત્રની અસલ પ્રસ્તુતિ આપવાનો નિશ્ચય કરી બેઠો છે ! ક્રિશ્ચયન સમાજના વડાઓ આ જ કારણસર તો તેની પાસે ઉમેદ રાખી બેઠા છે કે, તે અત્યાર સુધી ઈસુના પદચિહ્નો ઉપર ચાલ્યો છે અને આગળ જતાં તેની પાસેથી ઘણીબધી આશાઓ રાખી શકાય તેમ છે.

કોટ્સ બેકરને કહી રહેલા ત્યારે તેણે સાંભળેલું કે, "ગાંધીને આપણા ધર્મમાં લઈ આવીએ તો સૌથી મોટો ફાયદો એ થશે કે આપણને ઈસુના પદચિહ્નો ઉપર ચાલનારો એક અજોડ ભક્ત મળી જશે. તમે કોશિશ કરતા રહો. ઈસુ તમને સફળતા અપાવે. આ ગોલ્ડન ઓપર્ચ્યુનિટિ (ઉત્તમ અવસર) છે."

ગાંધી સસ્મિત વિચારતો હતો કે, દોસ્તીને કોઈ મકસદ સાથે જોડ્યા વિના ચાલતું નથી. ઉપર ચડવા માટે માણસનો ઉપયોગ કરતા જાઓ, સીડી તો લાગણીહીન છે. તેને ચાલનારા કે ચડનારા પગની ઓળખ હોતી નથી !

બેકર જાતે જ આવી ગયેલા. જતી વેળા એમણે કહેલું, "ગાંધી, આનાથી આપણું કાર્ય સરળ નથી બન્યું કે નથી કેસને જરા પણ આગળ ધપાવી શક્યા. બધો જ સમય અને પરિશ્રમ વ્યર્થ ગયો. નલ એન્ડ વૉયડ (રદબાતલ) ! ગીધ !"

"ગીધ... વર્સ્ટ !"

"કોણ ગીધ ?"

"હું. બીજું કોણ ? આટલી લાંબી શાનદાર વકીલાતની કારકિર્દી... ઓહ, ગાંધી !"

"મેં એ જ કર્યું જેનો મને ભીતરથી આદેશ મળ્યો." ગાંધીએ તટસ્થ ભાવે કહ્યું.

"અંતરનાદ !" વાતાવરણમાં કપાયેલી પાંખનો કટાક્ષ તરફડિયાં મારવા લાગ્યો !

"માણસ ક્યારેય પરાજય પોતે સ્વીકારતો નથી. તેનો આરોપ બીજાનાં માથે જ નાખવા ઇચ્છે, પછી ભલે ને તે કોઈ પણ હોય ! આવે વખતે સંબંધોનું મૂલ્ય રહેતું નથી."

એણે કોઈ ખોટું કામ કર્યું નહોતું. તેને તો પૂર્ણપણે શ્રદ્ધા છે કે, ઉમદા આત્માઓ વચ્ચે એકવાર તાર જોડાઈ ગયા પછી શેતાનો લાખ કોશિશ કરે તોપણ તે તૂટે નહીં.

ગાંધીએ બેકર અને તૈયબ, બંનેને અનુરોધ કર્યો, "વિશ્વાસનું પારખું ધીરજ વડે થાય. વિશ્વાસ કંઈ મીણ નથી કે સળગતાવેંત જ પીગળવા માંડે ! તે ધ્રુવ સત્ય છે. આજે થોડા સમય માટે આ ઘટનાને મગજમાંથી કાઢી નાંખશો તો અજુગતું થવાનો ભય ટળી જશે."

તેમની પાસે બીજો કોઈ ઉપાય નહોતો. તેઓ જેવી રીતે વિલા મોંએ આવેલા, એવા જ અલગ-અલગ દિશામાં જતા રહ્યા.

ગાંધી માટે પોતાની જ રીતનો આ એક અલાયદો અનુભવ હતો. શ્રદ્ધાનું સ્થિર થવું શું એટલું સરળ કાર્ય છે ! તે બીજા કામમાં પરોવાઈ ગયો. આવવું કે ન આવવું તે અબ્દુલ્લાનું કામ છે, તેનું નહીં.

* * *

તે ફરીથી રોમન-ડચ કાયદો શીખવા માંડ્યો, કારણ કે દક્ષિણ આફ્રિકામાં તે એકને જ પ્રમાણભૂત શાસ્ત્ર માનવામાં આવતું હતું. મેહનનો 'હિન્દુ લૉ' ફરીથી જોઈ ગયો. જાણવા માગતો હતો કે કાયદાઓમાં તફાવત પડવાથી, ચુકાદા ઉપર તેની શું અસર પડે છે ? જસ્ટિનિયનના અભ્યાસમાં પણ કાલાંતરે કેમ ફરક આવી જાય છે ? શું કાળચક્ર બધાને પ્રભાવિત કરે છે ? ન્યાયાલયના ચુકાદાથી પ્રમાણિત થયેલા સત્ય કે અસત્યને સો ટચના સોનાનું પ્રમાણપત્ર કેવી રીતે આપી દેવામાં આવે છે ! તેનાથી સમાજવ્યવસ્થા અને તેનો વ્યવહાર કેમ પ્રભાવિત થવા માંડે છે ? અને જો થાય તો તે કેટલી હદ સુધી પ્રભાવિત થાય છે !

"ગાંધી તો પરવાનાધારી વકીલ છે." તે મનોમન હસી ગયો અને વિચારોમાં સરી પડ્યો,

"તે પહેલા માણસ છે, પછી વકીલ !"

"માણસને વસ્તુ માનીએ તો ડૉક્ટરની જેમ ચીરફાડ કરવાની ચીજ બની જાય !"

"એનો શું મતલબ ?"

"વકીલાત એક વ્યવસાય છે - ધંધો. દરેક ધંધાનો હુન્નર આવડવો જરૂરી હોય છે, નહીં તો આખી જિંદગી ઘાસ કાપવાનું રહે છે ! જે પુસ્તકોમાં નથી, તે અનુભવમાં છે. અનુભવ સાચો, પુસ્તક ખોટું. આ સમજી લેવું આવશ્યક છે."

"મારે તને કોઈ સવાલ કરવો નથી. તું તારા જ્ઞાનનો ખજાનો તારી પાસે રાખ."

"જેવી ભક્તની મરજી !"

એક સંવાદ શાંત થઈ ગયો.

વધુ પડતું ખાઈને સૂતેલા અજગર જેવી ગહન નીરવતા છવાઈ ગઈ, જેમાં સરકવાની પણ ઇચ્છાશક્તિ ન હોય એવી !

આ સંદર્ભે ઠોસ બાબતનું હોવું અગત્યનું છે. કાયદાના સામયિકનો કોઈ જૂનો અંક હતો. તેની અંદરનાં પૃષ્ઠમાં મોટા-મોટા અક્ષરોમાં લખેલું હતું, "પોતાને ઓળખીને જ કૉર્ટના ઉંબરે પગ રાખો. ન્યાયનું ત્રાજવું આંખે પટ્ટી બાંધેલી વ્યક્તિના હાથમાં ભલે હોય, પરંતુ તેના કાન ખુલ્લા છે અને તે દરેક બાબતને સમજવા-સમજાવવા માટે સજ્જ હોય છે."

ગાંધીએ નક્કી કર્યું હતું કે, વાદી-પ્રતિવાદીઓના જૂથને બરબાદ થવામાંથી બચાવશે. કૉર્ટ-કચેરીના ચક્કરમાંથી મુક્તિ અપાવશે. એટલા માટે તો તેણે અબ્દુલ્લા અને તૈયબ વચ્ચેની ખાઈ પૂરવા આ પહેલ કરી હતી. તેને એ વાતની ખુશી હતી કે તે આ બાબતમાં સફળતાના ઉંબરે પહોંચી ગયેલો. શું સચ્ચાઈને સામે રાખવાનું કામ વકીલ-બૅરિસ્ટરનું નથી ? વકીલ લૂંટવાના કે કમાવાના ઉદ્દેશથી કૉર્ટમાં દાખલ થાય તો વાદી-પ્રતિવાદીઓ વચ્ચે વિસંવાદિતા વધે અને સત્ય-અસત્યને સાબિત કરવાના કાર્યનો માપદંડ, વકીલની એ કુશળતાને આધારે નક્કી થવા માંડે કે તે કેસ જીતાડવામાં કેટલી હદે સફળ રહે છે ! તેને સત્ય શું છે, તેની ચિંતા જ નહીં રહે ! તેને ચિંતા એ બાબતની રહેશે કે, તે અસત્યને સત્ય સિદ્ધ કરવામાં કેટલી હદે સફળતા મેળવે છે !

ગાંધી પોતે આવું કાર્ય નહીં કરે. તે સત્યને જ્યાં સુધી શક્ય બનશે ત્યાં સુધી હારવા નહીં દે. એટલે તો તૈયબને સમજાયેલું કે, તેમનો પક્ષ નબળો છે. તેમના ઉપર ચાલીસ હજાર પાઉન્ડનું દેવું છે. તેને બેકર સાથેની ચર્ચા યાદ આવી . . .

"શું કૉર્ટનું આ ઉદાહરણ સામે ન આવી શકે કે, તેના ચુકાદાઓને કારણે દિવસે ને દિવસે કેસ ઓછા થતા જાય છે ! બેકર, તમે વકીલાતથી હટીને જે પણ પરોપકારનાં કાર્યો કરી રહ્યા છો તેમાં સારા વકીલ હોવાને નાતે કાયમ એ બાબતનો પ્રયત્ન કરો કે પરસ્પર બેસીને તથ્યોને સામસામે રાખતાં, અસીલોના મનમાંથી અસત્ય, દગો, ચાલબાજી અને બેઈમાની દૂર થાય." ગાંધીએ ઊંડાણમાં ડૂબીને આગળ કહ્યું, "એક વકીલ માટે તેનો માનવ-ધર્મ આ જ છે."

બેકર, ધર્મનું નામ પડતાં જ સહજ બની જતા, કારણ કે તે એક સારી છાપ ધરાવતા, પરોપકારી જીવ તરીકેની પોતાની છબિ લોકોના હૃદયમાં અંકિત કરવા માગતા હતા. તેમણે ખૂબ ધન કમાઈ લીધેલું. કેટલીયે પેઢીઓ સુધી ચાલે તેટલી સંપત્તિ હતી.

તે લાચાર થઈને બોલ્યા, "ગાંધી, આમ તો બંને મોટા આસામીઓ છે. કંઈક ઊંધા-ચત્તા ધંધા કરીને સંપત્તિ ઊભી કરી છે અને ધન ભેગું કર્યું છે."

તેઓ આ માની પણ ગયા. બેકરે પણ અબ્દુલ્લા શેઠને ગાંધીનો હવાલો આપતાં સમજાવેલું કે, આ સહજ અને સરળ સત્યનો માર્ગ છે, જેને બંને વાદી-પ્રતિવાદી માની શકે છે.

ક્રિસ્ટીના બોલેલી, "સમાજ પ્રતિ તેમણે બદદુઆ વ્યક્ત કરી છે. સમાજ અને ઘર બનાવનારી તો પત્ની છે - સ્ત્રી છે. પુરુષ તો ઘરમાં હોટેલ જોવા માગતો હોય છે ! જોકે, અનેક કારણોસર ઘર ઉપર પુરુષનું આધિપત્ય રહે છે. જેવાં કે, તાકાત, સંપત્તિ, ગઠબંધન, અસામાજિક પ્રવૃત્તિઓનું સંચાલન, વગેરે."

ક્રિસ્ટીનાનો સંવાદ લંબાઈ ગયેલો, જે તેના સ્વભાવ અને તેની માન્યતાઓથી પણ વિરુદ્ધ હતું. કેમ કે, આ સંવાદોમાં એવું કંઈ નહોતું કે જેને કોઈ સાંભળવાનું પસંદ કરે. તાળી બેય હાથથી વાગે છે. ઘણી વાર એક ઉદાહરણ, સમગ્ર સંવાદ ઉપર પાણી ફેરવી દેતું હોય છે. ગાંધીને તેનો સંવાદ, કેટલાય નવા મુદ્દાઓ ઉપર વિચારવાની સામગ્રી આપતો ગયેલો.

ભગવાનની પહેલા પણ પાપ હતું. એટલે તો એમણે આવવું પડ્યું ! એમના પવિત્ર સમયમાં પણ પાપ હતું અને એમના પછી પણ પાપની તાકાત વધી. એ જ વિસ્તર્યું અને એ જ ફેલાયું. પવિત્રતા તો ઘાયલ થઈને કણસતી રહી. કોઈએ તેની તરફ જોયું નહીં.

* * *

વિચારો ખંખેરીને ગાંધી ઊભો થયો. તેને ડર લાગ્યો કે આ તોફાની પ્રભાવ તેને બેચેન કરી દેશે અને આજે રાત્રે તે સૂઈ શકશે નહીં. ઉજાગરાથી તે પરેશાન જેવો રહે છે. તેના મોંનો સ્વાદ એકદમ કડવો થઈ જાય છે. તેનો ચહેરો અજાણ્યા જેવો થઈ જાય છે અને તેના વિચારો થાકેલા, ઊંઘરેટા થવા માંડે છે. તેણે સમયની પરવા ન કરી. ઘડિયાળમાં નવ વાગીને દસ મિનિટ થયેલી. તે જાણે કહેતી હતી કે, આ સમય કેવળ ગોરી ચામડીવાળા લોકો માટે જ છે, કાળી ચામડીવાળા લોકો માટે નહીં !

"શા માટે નથી ? હોવો જોઈએ. આ ગોરી ત્વચા ધરાવતા લોકોનું આચરણ ઈસુની શિક્ષણ-નીતિથી એકદમ ઊંધું છે. તેઓ શોષણ કરી રહ્યા છે અને બીજાઓના શ્રમનો લાભ પોતે ઉઠાવી રહ્યા છે. તેમને સચ્ચાઈ કોણ બતાવશે ? કોણ ?? કોણ ???"

ગાંધીએ ઓરડાને તાળું માર્યું અને ઝડપથી ચાલવા માંડ્યો.

૧૨

મંગળવાર હતો.

આગલા દિવસની સરખામણીમાં આજનો દિવસ વધારે ઠંડો હતો. આકાશમાં વાદળો હતાં. હવા પણ થરથરતી હતી. ગાંધી ગાડીમાં બેઠાં-બેઠાં રસ્તા ઉપર એક ગોરી યુવતીને જોઈ રહેલો, જેની પીઠ ઉપર તેનું બાળક બાંધેલું હતું અને એક હાથમાં છત્રી પકડેલી હતી... ત્યાં જ ગાડી અટકી. તે ગાડીમાંથી ઊતર્યો. દરવાને સલામ કરી.

અન્ય એક વ્યક્તિએ કહ્યું, “અંદર પધારો !” તે માણસ ચાલ્યો ગયો.

દરવાને ગાંધીને ધ્યાનપૂર્વક જોઈને કહ્યું, “જરા ઊભા રહો હજૂર, હું હમણાં આવું છું.”

થોડી વારમાં તે પરત આવ્યો. તેની પાછળ-પાછળ શેઠ અબ્દુલ્લા હતા. ગાંધીને આવકારીને તેઓ અંદર લઈ ગયા. તેમણે જણાવ્યું, “રાત્રે મારે જોહાનિસબર્ગમાં રોકાઈ જવું પડ્યું. એક પાર્ટી સાથે કામ હતું. તેમાં મોડું થયું. તમને તારથી જણાવી ન શક્યાનો રંજ છે. તે આસામી અહીં સુધી સાથે આવેલો. આ ભવ્ય મકાન તેનું જ છે. હોટેલમાં રોકાવા ન દીધો. અહીં લઈને આવ્યો.”

તેઓ અંદર જવા માટે પગથિયાં ચડી રહ્યા હતા. શેઠ અબ્દુલ્લા બોલતા હતા, “આ શેઠ જહાંગીરનું ગેસ્ટ હાઉસ છે. તે તરફ જનાના (સ્ત્રીઓનો) રૂમ અને બેઠક વગેરે છે.”

ગેસ્ટ હાઉસ ભભકાદાર હતું. ઓરડાઓ મોટા હતા. બધા પશ્ચિમની શૈલીના હતા.

“હા તો ગાંધીભાઈ, તમે શું ઇચ્છો છો ?” શેઠ અબ્દુલ્લાએ પૂછ્યું.

“શેઠ તૈયબ દેવું કબૂલવા તૈયાર છે, પરંતુ...”

“ચૂકવવા માટે નહીં, એમ જ ને ! હું તેમને સારી રીતે ઓળખી ગયો છું. તેમની આપવાની દાનત જ નથી. તે આવી રીતે સમય પસાર કરવા માગે છે.”

"હું એમ તો નહીં કહું કે તમે ખોટું વિચારો છો. આ દિવસોમાં અહીં રહીને, તેમની સાથે વાતચીત કરીને હું એટલું તો સમજી શક્યો છું કે તેમને તમારા પ્રતિ આદરભાવ છે. આપનો ઉપકાર માને છે. એકવાર તો ચુકાદાનો અંદેશો મેળવીને તે ઊખડી પડેલા ત્યારે મેં તેમની સાથે લંબાણપૂર્વક ચર્ચા કરી. બેકર તો હતાશ થઈ ગયેલા, તેઓ આને સમયની બરબાદી માનતા હતા. મારા ઉપર-તળે કરવાથી શેઠ તૈયબ કાગળ-પત્રો, ચોપડાઓ મંગાવીને બોલેલા – 'ગાંધીભાઈ, પહેલાં આ બધું જોઈ લો, પછી મને જેમ કહેશો તેમ હું કરીશ.' તેઓ ચાલ્યા ગયેલા. એ સાંજે અમારી ફરી બેઠક મળી. મેં બધા કાગળો અને ચોપડાઓ જોઈ લીધા અને એક વિસ્તૃત નોંધ તૈયાર કરી. આ તેની નકલ છે."

ગાંધીએ એક પરબિડિયું શેઠ અબ્દુલ્લાની સામે ધરતાં કહ્યું, "નિરાંતે આ કાગળો જોઈ લો. કોઈ પોતાની જાંઘ બીજાની સામે અમથી જ ખોલતું નથી !"

"શા માટે જોવું ?"

"કંઈ દેખાય તો ! ન દેખાય તો ક્યાં જોવા બંધાયેલા છો ?"

"આમાં શું છે, ગાંધીભાઈ ?"

"આ બધું મેં પોતે તૈયાર કર્યું છે. તેમનાં બધાં લેખાં-જોખાંનો સારાંશ આ જ છે."

અબ્દુલ્લા તે કાગળોને ઝડપી નજરે જોતાં એક જગાએ અટક્યા, જ્યાં દેણદારીમાં અબ્દુલ્લાનો ઉલ્લેખ હતો અને સાથે દેણદારીની સંપૂર્ણ રકમ, વ્યાજ સાથે લખેલી હતી.

તેઓ વિચારમાં પડી ગયા કે હવે શું ? ને તેમણે પૂછ્યું, "હવે પછી... ?"

ગાંધીએ થોડા કાગળ કાઢ્યા અને અબ્દુલ્લા તરફ કંઈ જ બોલ્યા વિના ધરી દીધા. અબ્દુલ્લાએ આ વખતે કોઈ જ પ્રશ્ન કર્યો નહીં. તેઓ લાંબા સમય સુધી એ કાગળો જોતા રહ્યા અને વિચારતા રહ્યા.

એ જ વખતે કોઈ આવીને કહી ગયું, "ભોજન તૈયાર છે, આપની જ પ્રતીક્ષા થઈ રહી છે."

ગાંધીએ કહ્યું, "તમે જાઓ, હું અહીં બેઠો છું."

"ભોજનનો સમય થઈ ગયો છે, ગાંધીભાઈ !"

"આપ જમી લો."

"અને તમે નહીં જમો ?"

"તમને ખ્યાલ જ છે."

"તમારા માટે જ નહીં, આજે બધા માટે શાકાહારી ભોજન જ બન્યું છે, ગાંધીભાઈ ! આમ પણ આ લોકો શાકાહારી ખાણાના પક્ષમાં છે. ચાલો, ચાલો.

આ લોકોએ તમારા માટે આજની રસોઈ, એક હિન્દુ પાસે બનાવડાવી છે."

"આટલી તસ્દી શા માટે ?"

"તમારા સ્વાગત માટે !"

ગાંધી હસીને ચાલવા માંડ્યો. જહાંગીરે ઊભા થઈને ગાંધીનું સ્વાગત્ત કર્યું. આખો પરિવાર - વહુ, દીકરી, જહાંગીરનાં પત્ની-બાળકો, બધાં જ ત્યાં બેઠાં હતાં.

ગાંધીએ પૂછ્યું, "શું દરરોજ સવાર-સાંજ આવી જ રીતે તમે સાથે ભોજન લો છો ?" તે પોતાની જિજ્ઞાસા રોકી ન શક્યો.

જહાંગીરનાં પત્ની સલમાએ કહ્યું, "હા ભાઈજાન, કમ સે કમ એકવાર તો આખો પરિવાર આ રીતે સાથે બેસીને ભોજન કરે છે. અલ્લાહને યાદ કરે છે."

"આ શાકાહારી ભોજન... !"

"અઠવાડિયામાં બે દિવસ જરૂરી છે. આમ પણ અમે લોકો શાકાહારી ભોજન જ પ્રિફર કરીએ છીએ."

"મહેરબાની કરીને શરૂ કરો." સલમાએ કહ્યું.

"તમે હિન્દી સારું બોલી શકો છો."

"અસલ હિન્દુસ્તાનની છે. ઘરમાં બધાંનું હિન્દી સુધારી દીધું છે."

"કારણ... !"

"તેમને પોતાના દેશ પ્રત્યે અનહદ પ્રેમ છે. પોતાની ભાષાને ચાહે છે. અહીં અમારી પોતાની ઓળખ અકબંધ રહે તે માટે પોતાની ભાષા હોવી જોઈએ. જેમ કે, અંગ્રેજોની પોતાની અંગ્રેજી, ફ્રાંસના લોકોની ફ્રેંચ, જર્મનીની જર્મન."

"તમે બરોબર કહો છો."

"આ અમારી મોટી પુત્રવધૂ રોશનારા છે. શોખને કારણે સ્કૂલ ચલાવે છે, માત્ર છોકરીઓની શાળા."

"રોશનારા, કેટલી છોકરીઓ આવે છે ?"

"સાત. તે પણ મહામુસીબતે આવે છે."

"કેવી રીતે ?"

"તેમને અહીં કંઈક કામ પણ મળી રહે છે એટલે. એમ કહો ને કે બે પૈસાની કમાણી કરી લે છે."

"શું ભણાવો છો ?"

"પુસ્તક વિના હિન્દુસ્તાની ! થોડી વાર્તાઓ, ગીત. અમે સૌ સાથે મળીને ગીત ગાઈએ છીએ. તેઓ ગીત ખૂબ રસપૂર્વક ગાય છે. તેમનો અવાજ પણ સૂરીલો છે."

"કેટલાં કલાકના હોય છે આ વર્ગો ?"

"કંઈ નક્કી નહીં. ક્યારેક કલાક-દોઢ કલાક અને વધુમાં વધુ બે કલાક. ક્યારેક-ક્યારેક વચ્ચે ખાડા પણ પડે – ક્યારેક મારા તરફથી તો કોઈક વાર તે લોકો તરફથી ! બસ, આમ મારો શોખ પૂરો થાય છે અને તેમનામાં શીખવા-જાણવાની ધગશ પણ જાગી રહી છે."

"વધારે છોકરીઓને કેન્દ્ર ઉપર બોલાવો !"

"કેન્દ્ર જેવું કંઈ નથી. નીચેના એક ઓરડામાં જમીન ઉપર બેસી જાય છે. પેન્સિલ-પાટીથી લખવા-વાંચવાનું અને ડ્રોઇંગ વગેરે. જો તડકો હોય તો ખુલ્લામાં પણ બેસીએ."

જહાંગીર વચ્ચે બોલી ઊઠ્યા, "અબ્દુલ્લાભાઈ, આજ સવારે આપણે જે બગીચામાં ફરતા હતા, તેની દેખરેખ અમારી વહુ, એ છોકરીઓની મદદથી કરે છે."

"હા, ત્યારે ચોક્કસ ત્રણેક કલાકનો વર્ગ ચાલે છે. એ કામમાં તેમનું મન ખૂબ લાગે છે. એમ સમજો ને કે આ સાતેક મહિનામાં, તેઓ બાગકામમાં - આધુનિક પ્રકારના બાગકામમાં - ખૂબ હોશિયાર થઈ ગયાં છે." રોશનારાએ ઉત્સાહપૂર્વક જણાવ્યું.

આમ જમવાની મજા પડી. ગાંધીએ બાકરખાની (એક પ્રકારની મુસલમાની રોટલી)નાં ખૂબ વખાણ કર્યાં. તે હતી પણ ખૂબ સ્વાદિષ્ટ !

જમ્યા પછી ગાંધી અને અબ્દુલ્લા બગીચા તરફ ગયા. ગાંધી બગીચો જોઈને ગદ્‌ગદિત થઈ ગયો. ફળોથી લદાયેલાં વૃક્ષો. શાકભાજી પણ ખરાં. લીલુંછમ્મ ઘાસ અને ચોતરફ અનેક જાતિ-પ્રજાતિનાં ફૂલો ! કેવી નિરાંત મળી ! અદ્વિતીય ! ક્યાં થોડી વાર પહેલાનું રસ્તા પરનું ક્રૂર દૃશ્ય – હૃદયવિદારક અને ક્યાં આ સ્વર્ગ ! શાંતિ, સૌંદર્ય અને કલાત્મક અભિરુચિનું અજોડ દૃષ્ટાંત ! નહીં ગવાયેલું, નહીં વગાડાયેલું અજ્ઞાત સંગીત !

ગાંધી બોલ્યો, "અબ્દુલ્લાભાઈ, માનવજાતિનું ધ્યાન કેમ આ તરફ નથી જતું ? જ્યાં જીવનની નિરાંત છે, હર્ષ છે, આનંદ છે અને ભરપૂર પ્રેમ છે ! દરેક વસ્તુનો વ્યવસાય કરી શકાતો નથી. એની આપેલી જિંદગી ભેટ છે, બક્ષિસ છે."

"હા, તમે વાજબી કહ્યું, પરંતુ... " બોલતાં-બોલતાં તેમનું ધ્યાન લીલીનાં ફૂલો તરફ ગયું અને તેઓ કોઈ શાયરની ગઝલ ગણગણવા માંડ્યા.

પ્રકૃતિના મુક્ત વાતાવરણમાં એક અજબ નશો હોય છે, જ્યાં લયનું સંગીત, કોઈ અડચણ કે બંધન વિના વહેવા માંડે છે ! આવા સમયે કોઈ અજ્ઞાત આંખોના શહેરમાંથી પસાર થયાની યાદ કે કોઈ નવયુવતીના હાથમાં પહેલી વાર લાગેલી મહેંદીની સુગંધ જેવું રોમેરોમમાં સમાવા માંડે છે અને નીલી આંખો, ગુલાબ જેવી ચમકતી અપલક રહી જાય છે !

જ્યારે તે બંને ઓરડામાં પાછા ફર્યા ત્યારે તેઓ આંતરિક આનંદના અતિરેકના સપનામાં ખોવાયેલા હતા, જે સપનું તેમણે ખુલ્લી આંખે જોયેલું !

થોડી વાર આરામ કર્યો. ઝોકું પણ આવી ગયું. ગાંધીને પ્રિટોરિયા આવ્યે ઘણા મહિના વીતી ગયેલા, પરંતુ આવા આનંદનો સ્રોત પહેલી વાર તેનામાં ફૂટેલો ! શા માટે માણસ પોતાના હાથે જ પોતાને મસળે છે, મારે છે ? કુદરતી સૌંદર્યથી નવોઢા જેવું સજેલું આ જગત, કેમ આપત્તિઓ, ઘૃણાસ્પદ સ્મૃતિઓનું પ્રત્યક્ષ સાક્ષી બનીને રહી ગયું છે ? આ તેના જીવનની કવિતાની ક્ષણો હતી. એ કવિતાની, જેનું ક્યારેય સર્જન થયું નહીં અને જેના સર્જનની સોનેરી આશા, ક્યારની પ્રતીક્ષા કરી રહી હતી !

* * *

એકવાર જુલિયાએ લંડનમાં પર્વતો ઉપર ખીલેલી વસંતની માદકતાથી અધમીંચી, કેફી આંખોની મંજરી મહેકમાં ખોવાતાં કહેલું, "જીવન અહીં છે, ખુલ્લાશમાં છે. ભાષા વિના છે. કવિતા અહીંથી જ ચોરીને સર્જાતી હોય છે. આ કવિતાનો સ્રોત છે. અહીં કવિતા ક્યારેય ઘરડી નથી થતી. આ જ તેનું સ્વર્ગ છે. તેની સ્વપ્ન સેવવાની સૃષ્ટિ છે !" અને કોણ જાણે તે ખભા ઉપર સ્વેટર નાંખીને શું બોલતાં કે શું ન બોલતાં ધીમે-ધીમે ચાલતી જતી હતી.

ગાંધી મૌન હતો. ક્યારેક તેના ઉન્મુક્ત સૌંદર્યથી અભિભૂત થઈને મનોમન બોલતો હતો કે જીવનનો પ્રારંભ આવા જ સપનાથી થવો જોઈએ, જ્યાં દિલમાં મેઘધનુષ છે, આંખોમાં વસંત અને હોઠ ઉપર સંગીત છે ! આજે તેને તે યાદ આવી ગઈ...

જુલિયા પોતાનું ફરવાળું ચેસ્ટર ગાંધીને પકડાવતાં બોલેલી, "ગાંધી, મેં જોયું છે કે તમને કવિતા-સંગીતમાં રુચિ નથી, શા માટે ?"

"છે તો ખરી, પણ ઓછી. જુલિયા ! જીવનની કંઈક પોતાની મર્યાદાઓ છે, મજબૂરીઓ અને માન્યતાઓ પણ છે."

"પરંતુ વસંત તો વસંત છે અથવા તો કહો કે પુરાકલ્પન છે, જે જીવનમાં કદી આવે નહીં, જેની જીવનમાં ફક્ત કલ્પના કરવામાં આવે છે." જુલિયાએ સહજપણે કહ્યું.

ગાંધી મૌન રહ્યો.

"લાગે છે કે તમે આવી ભાવુક ક્ષણોમાં અદશ્ય હોવાની ભૂમિકા ભજવવા માંડો છો ! કોણ રોકે છે તમને, ગાંધી ? તમારા ચહેરા ઉપર અજ્ઞાત અપરાધબોધ છવાઈ જાય છે." જુલિયાનું હૃદય પહાડી સરોવર જેવું એકદમ પારદર્શી હતું. જે અંદર હોય એ જ બહાર જોવા મળતું.

તે એને કેવી રીતે કહે કે, તે એક પુત્રનો પિતા છે, માતા પૂતળીબાઈને વચન આપીને આવ્યો છે કે... તે એ આરોપિત ભૂલને કેવી રીતે સુધારે ?

* * *

અબ્દુલ્લાએ કહ્યું, "હા તો ગાંધીભાઈ, મેં ફરીથી બધા કાગળો જોઈ લીધા છે... તમે શું સૂતા હતા ?"

ગાંધીએ સ્વપ્નિલ પ્રમાદમાંથી બહાર નીકળતાં કહ્યું, "નાનકડું ઝોકું આવી ગયેલું."

"તો સૂતા રહો ગાંધી !"

"ના, મને મોટા ભાગે દિવસે ઊંઘ આવતી નથી."

"તૈયબશેઠ દેવું આટલા બધા વર્ષોમાં ચૂકવશે ! શું તે વધારે નથી ?"

"છે, પરંતુ તે વાયદો પૂરો કરવામાં થોડી લિબર્ટી ઇચ્છે છે. તેમાં એક લીટી ઉમેરી છે કે, સગવડ-સરળતા થશે તો અવધિ પહેલા દેવું ચૂકતે કરી આપશે."

"તમારું દિલ શું કહે છે ?"

"મારા દિલનું શું અબ્દુલ્લાભાઈ ? મારે તો હિન્દુસ્તાન પરત ફરવાનું છે. વિચારવાનું ને મનને મનાવવાનું તો તમારે છે. તમને તૈયબશેઠ ઉપર કેટલો ભરોસો છે તે તો તમે જાણો ! સવાલ રૂપિયાની લેતીદેતીનો છે, વાતોનો નહીં. બરોબર સમજી-વિચારીને નિર્ણય લો. મારું કામ હતું કે આ કેસને પૂરેપૂરો ખોલીને સમજાવી દઉં. જેથી આપ બંને સરોવરનાં સ્થિર, પારદર્શક પાણીમાં પૈસા નાંખીને સરોવરનો તાગ મેળવી શકો."

"તમે ગાંધી, છેલ્લી ઘડીએ બાજી સંકેલીને ઊભા થઈ જાવ છો ! યાદ છે, દગલા નદી ઉપર જ્યારે આપણે ફરતા હતા ત્યારે તમે કહેલું - અબ્દુલ્લા શેઠ... ત્યારે તમે મને શેઠનું સંબોધન કરતા હતા... સારું છે કે તે તો હવે ગયું - હા, તો તમે કહેલું,

'સવાલ ભૂલને શોધવામાં સમય બગાડવાનો નથી. સવાલ સફેદ હાથીને ઘરના આંગણામાં બાંધવો કે ન બાંધવો તે છે. હું રાજીખુશીથી પાછો પણ જઈ શકું એમ છું, પરંતુ કોઈના ઉપર બોજ બનીને રહેવું મને જરાય પસંદ નથી. ભૂલચૂક તો સુધારવાથી જ દૂર થઈ શકે છે. મન ઉપર બોજ રહે તેવું કામ કરવા કરતાં ન કરવું જ બહેતર છે. આવે વખતે લાગણીથી નહીં, બલકે વિવેકબુદ્ધિથી નિર્ણય લેવાનો હોય છે. તમે એક કુશળ અને જાણીતા વેપારી છો. જાણીજોઈને કોઈ ભૂલ ન કરી બેસતા, નહીં તો તેનો પસ્તાવો જીવન પર્યંત રહેશે. સવાલ પૈસાનો એટલો નથી જેટલો તમારા મનનો છે.' - કહેલું આ બધું ?"

"હા, કહેલું."

"પણ શા માટે ?"

"એટલા માટે કે હું નથી ઇચ્છતો, ક્યારેય ઇચ્છીશ પણ નહીં કે મારા હોવાનો અર્થ, કોઈને અણગમતા બોજની પીડા આપતો રહે."

"ગાંધીભાઈ, મેં એ જ વખતે નક્કી કરી લીધું હતું કે તમે મારા ઉદ્ધારક બનશો, બોજ નહીં. કેમ કે, આત્માની ભાષા આત્મા સમજી જાય છે. મારો તે નિર્ણય, આજે પોતાના હોવાની કાબેલિયતનો પરિચય કરાવી રહ્યો છે. મને આ પ્રતિજ્ઞાપત્ર મંજૂર છે, ગાંધીભાઈ. શેઠ તૈયબને મારા તરફથી સલામ પાઠવીને કહેજો કે, કાલે આપણે તેમના ઘરે બપોરનું ભોજન લઈશું, પરંતુ આપણા ગાંધીભાઈ સાથે જમવાનો આનંદ પ્રાપ્ત કરવા માટે ખાણું શાકાહારી હોવું જોઈશે."

"મને વચ્ચે ન લાવો. તમે બંને ભોજનની મજા માણો."

અબ્દુલ્લા શેઠ થોડી વાર અટકીને, એક કાગળ ઉપર લખીને, તેને પરબિડિયામાં બંધ કરીને બોલ્યા, "ભૂલચૂક માફ કરજો. આ પરબિડિયું અને સંદેશ દેવાનો એકમાત્ર અધિકાર મારા મોટાભાઈને છે અને તે આપ છો... !"

"આ તમે શું કહી રહ્યા છો ?"

"જે હૃદય કહેવડાવે છે, ભાઈજાન મારા માટે આટલી તકલીફ વધારે !"

ગાંધીએ પરબિડિયું બૅગમાં મૂકીને કહ્યું, "આ કાગળ તમે તમારી પાસે રાખો. તેની નકલ શેઠ તૈયબને પણ આપી ચૂક્યો છું. કાલે પાક્કો પ્રતિજ્ઞાપત્ર તૈયાર થઈ જશે." આટલું કહેતાં ગાંધી ઊભો થઈ ગયો.

શેઠ અબ્દુલ્લા તેને બહાર સુધી મૂકવા આવ્યા. ગાડીમાં બેસાડ્યો. ગાડી ચાલવા માંડી. હવે ગાંધીનું ધ્યાન બજાર તરફ નહોતું. જોકે, તે યુવતી, માર ખાતું તેનું શરીર અને ખુલ્લેઆમ કચડાયેલું તેનું માન-સન્માન – તેનું મન તો હજુ સુધી બજારની હેસિયત અને મર્દાનગી ઉપર તુચ્છકાર અનુભવતું હતું. જ્યારે અબ્દુલ્લા શેઠ, તેની શ્રદ્ધાનું આયુષ્ય અને સ્વાસ્થ્ય સુધારતા હતા.

ગાડી વળી. ગાંધીએ ઇચ્છવા છતાંય કોચવાનને કહ્યું નહીં કે ગાડી સીધી લે. તેને શેઠ તૈયબના ઘરે મૂકીને જાય. આનંદનો મહાસાગર પોતાની સીમા-મર્યાદાને સાચવી રાખવામાં આદર પામે છે. કાલે સવારે તે આ સમાચાર એમને આપશે. એ બહાને ફરવાનું થઈ જશે અને સાથે કામ પણ થશે. તે ઘર પાસે ઊતરી ગયો.

૧૩

બુધવાર હતો.

શેઠ અબ્દુલ્લા ગયા અઠવાડિયે પાછા જતા રહેલા. હવે ગાંધીને પ્રિટોરિયામાં રહેવાનું કોઈ કારણ નહોતું. શેઠ તૈયબ રોકવા માગતા હતા. ગાંધીના મનમાં આજીવિકાનો વિચાર હતો. તેના માટે તે શું કરે ? બેકર બહાર ગયા હતા. તેઓ પાછા આવે ત્યાં સુધી એણે રોકાવાનું હતું.

ક્રિસ્ટીના આવેલી. એક પેઇન્ટિંગ લાવેલી, જેમાં એક છોકરીને ફ્રોક પહેરાવેલું. છોકરીના ચહેરા ઉપર તેજ હતું, પરંતુ તેના માથાના વાળ ચોંટેલા દેખાતા હતા. ગાંધીએ તેનો આભાર માન્યો.

"આ પેઇન્ટિંગ ખાસ તમારા માટે છે."

"કંઈ ખાસ વાત છે ?"

"તમને શું લાગે છે ?"

ગાંધીએ ફરીથી તે ચિત્ર જોયું, સમજવાની કોશિશ કરી. ખૂબ ધ્યાનપૂર્વક જોતાં લાગ્યું કે, તેની આંખ ક્યાંક ખોવાયેલી હતી. કંઈક શોધતી હોય એવી. આ બધું ગાંધીએ ધીમેથી તેને જણાવી દીધું.

"ના." ક્રિસ્ટીનાએ કહ્યું.

"તો ?" આશ્ચર્ય સાથે ગાંધીએ તેની સામે જોયું.

"તે મૂંગી છે અને અંધ પણ છે !"

"પરંતુ એની આંખો તો... !"

"ચમકતી નથી, બલકે તેની આંખ ઉપર સૂર્યનો પ્રકાશ વૃક્ષનાં પાંદડાંની વચ્ચેથી પડી રહ્યો છે."

ગાંધીએ ધ્યાનપૂર્વક જોયું. સમજાયું એટલે કહ્યું, "તમે બરોબર કહી રહ્યાં છો."

"તેના ચહેરા ઉપર કશિશ છે - સાવ આછેરી કશિશ ! કેમ કે, તે છ-સાત વર્ષથી અંધાપાની અને મૂંગાપણાની આંતરવ્યથા સહેતાં-સહેતાં એવી વિષમ સ્થિતિમાં પહોંચી ગઈ છે કે, તેની પોતાની જાત સાથે કોઈ નિસબત નથી કે રંગો સાથે પણ નથી. એવામાં તેનાં માતા-પિતા પણ તેને છોડીને ક્યાંક ચાલ્યાં ગયાં છે. હવે તે એક પરિવારની સાથે રહે છે અને ત્યાં કામ કરે છે. તે ધીમે-ધીમે લાગણીશીલ બની રહી છે.

આ પેઇન્ટિંગ તેના પોતાના સંઘર્ષનો મૌન ચિતાર છે. બધા રંગ ઉદાસ છે. સાંજનાં ધૂંધળાં કિરણોને લઈને તે પોતાની દૃષ્ટિનો અનુભવ કરે છે." ક્રિસ્ટીનાએ વિસ્તારપૂર્વક સમજાવ્યું.

"તમે મને પણ એક નવી દૃષ્ટિ પ્રદાન કરી છે. જોકે, મેં ઘણી વાર અંધ બનવાનું રિહર્સલ કરીને, આંખની નિષ્ક્રિયતાને કારણે દૃશ્ય ઉપર શી અસર થાય છે, એ જાણવાનો પ્રયાસ કર્યો છે. મને અંધારામાં પણ પ્રકાશની અનુભૂતિ થતી રહી છે અને મન સ્થિર થતું અનુભવ્યું છે."

"મેં મારા ચિત્ર દ્વારા વર્તમાન સમાજની માનસિકતા ચીતરવાનો પ્રયાસ કર્યો છે."

"શું તમારો સમાજ માતા-પિતા વિનાનો છે ? શું તેમનાં સંતાન અંધ અને મૂંગા છે ?"

"હા છે. આ યુગના અંતની એ જ કઠણાઈ છે કે, આપણે સંવેદન વિના જીવવાનો ઢોંગ કરી રહ્યા છીએ." ક્રિસ્ટીનાએ ભીના અવાજે કહ્યું.

"મૂંગા અને આંધળા તો ગિરમીટિયાઓ છે."

"ફક્ત એ લોકો જ કેમ ? તે લોકો પણ ખરાં, કદાચિત્ એમનાથી વધારે. અધિકાર છીનવીને તેનો દુરુપયોગ કરવાથી કોઈ શક્તિશાળી બની જતું નથી."

"લો." કહેતાં ગાંધી અને ક્રિસ્ટીનાની વચ્ચે પ્લેટ મૂકતાં સુષી આનંદપૂર્વક બોલી,

"આ નાસ્તો તળેલો નથી અને એકદમ નૈસર્ગિક છે, ગાંધીની દેખરેખમાં બનેલો. સ્પ્રાઉટેડ બ્રેકફાસ્ટ. શું નામ કહેલું, ગાંધી ?"

નામ યાદ કરતાં બોલી, "હા, યાદ આવ્યું... આંકોરટ !"

"નો... નો... સુષી... અંકુરિત... !"

"ઓઉકુકિટ." સુષી ફરી બોલી.

"નો, નો... સુષી... ધ પ્રોપર પ્રનાઉન્શિયેશન ઇઝ – અં... કુ... રિ... ત.... અંકુરિત !"

"અંકુરિટ... નો... નો... અંકુરિટ... " ક્રિસ્ટીનાએ બેવડાવ્યું.

"ધ લાસ્ટ વર્ડ ઇઝ... 'ત' નોટ 'ટ' પ્લીઝ સ્પીક 'ત'... 'ત'."

"ટ... ટ... ટ..."

"નો 'ટ'... બટ 'ત'... 'ત'..."

કોઈ ફાયદો થયો નહીં. 'ટ'નો 'ત' ઉચ્ચાર શક્ય બન્યો નહીં. તોપણ અંકુરિતનો ઉચ્ચાર 'અંકુરિટ' ચોક્કસપણે શક્ય બન્યો.

આ વાત પર સૌ મોકળાશથી હસ્યાં.

ક્રિસ્ટીનાએ કહ્યું, "ઇઝ ઇટ યોર હિન્ડી લૅન્ગવેજ ?"

"નોટ હિન્ડી... કરેક્ટ પ્રનાઉન્શિયશન... હિન્દીમાં 'ડી' નહીં 'દી'... દી... "

સુષી પૂરેપૂરું જોર લગાવીને બોલી, "દી... દી... દી... દી... દી..."

"દી... દી... દી, દી !" ક્રિસ્ટીનાએ લયમાં ઉચ્ચારણ કર્યું.

"કરેક્ટ !" ગાંધીએ ફુલસ્ટોપ લગાવ્યું.

એકવાર ફરીથી ખડખડાટ હાસ્ય ગુંજી ઊઠ્યું.

ક્રિસ્ટીનાનું મખમલી અને બાળસહજ સ્મિત જ્યારે હાસ્યમાં પરિવર્તિત થવા માંડે ત્યારે તેની સુરાહીદાર ગરદનની નસ થોડી ઊભરી આવે અને તેના મોતી જેવા દાંતની સફેદી, હોઠની રતાશથી આછી ગુલાબી થવા લાગતી હતી ! ગાંધીની નજર તેના ખુલ્લા હાસ્યમાં અટવાઈને રહી જતી હતી. ગાંધી ઇચ્છવા છતાં પણ તેના ચહેરાથી પોતાની નજર હટાવી શકતો નહોતો, પછી ભલે ને ત્યાં હાજર સજ્જનો કંઈ પણ વિચારે ! સૌંદર્ય સ્વયં ચિત્તને સંમોહિત કરે છે, ત્યાં કોઈ મધ્યસ્થી કરનારું હોતું નથી.

લંડનમાં ભણતી વેળા ત્યાંના મુક્ત વાતાવરણમાંથી તે ચોક્કસપણે એ બાબત શીખ્યો હતો કે, સૌંદર્ય એ કુદરતી બક્ષિસ છે. બધા માટે છે. નિર્મળ છે. નિર્દોષ છે. વિકૃતિ નથી. પછી મન કેમ બગડે !

ક્રિસ્ટીનાના ચહેરા ઉપર આછેરી ઉદાસી છવાઈ ગઈ, તે પોતાનો ભાવ છુપાવી ન શકી. તેણે ગાંધીનો હાથ પોતાના હાથમાં લઈને કહ્યું,

"હવે તમે આજે નહીં તો કાલે જતા રહેશો. પ્રિટોરિયા છોડી જશો. શું ખબર તમને ક્યારેય પ્રિટોરિયાની યાદ આવશે કે કેમ ? અને પ્રિટોરિયાની કોઈ અસફળ પેઇન્ટર યાદ રહેશે કે નહીં ! પરંતુ અમે તમને ક્યારેય ભૂલી નહીં શકીએ... તમારા પાવન આત્માની યાદ દરેક પગલે આવશે."

તેણે આગળ આવીને સુષી તરફ જોયા વિના ગાંધીને કિસ કરી લીધી અને બોલી, "હું સ્ટેશને સી ઑફ કરવા આવીશ."

ક્રિસ્ટીના પછી રોકાયા વિના ઝડપથી ચાલી ગઈ. કૉરિડોરના છેવાડે પહોંચીને પણ તે અગાઉ બહુધા કરતી - અટકીને પાછળ ફરીને હાથ હલાવતી ચાલી જતી– એવું કશું તેણે કર્યું નહીં.

સુષી પણ ચાલી ગઈ.

ગાંધી કિંકર્તવ્યમૂઢ બનીને, સુગંધ લઈને વહી જતી હવાની એક મુલાયમ લહેરને જોતો રહ્યો. એ લહેર તેને ભીતર સુધી તરબતર કરી ગઈ !

૧૪

ગાંધી બુધવારે જવાનો હતો. આજે શુક્રવાર હતો. શુક્રવારની નમાજ કરીને શેઠ અબ્દુલ્લા હજુ હમણાં જ પરત આવેલા. ગાંધી આવીને બેઠકમાં બેઠો હતો. તે છાપું વાંચતો-વાંચતો એક જગાએ રોકાઈ ગયો. છાપાના એક ખૂણામાં શીર્ષક હતું – "ઇન્ડિયન ફ્રેન્ચાઇઝ (હિંદી મતાધિકાર) !" ગાંધીનું માથું ભમ્યું. આ શું થવા બેઠું છે ? તે ચમક્યો. શેઠ અબ્દુલ્લા પાસે ઘણા શેઠ બેઠા હતા.

ગાંધીએ કહ્યું, "આ શું થવા જઈ રહ્યું છે, શેઠ ?"

"શું ગાંધીભાઈ ?"

"નાતાલની ધારાસભામાં એક ખરડો પસાર થવાનો છે – ઇન્ડિયન ફ્રેન્ચાઇઝ – એટલે કે, તમારી પાસેથી મતાધિકાર છીનવી લેવા માટેનો કાયદો બનવા જઈ રહ્યો છે."

"શું અમને ધારાસભાના સદસ્ય બનવામાંથી વંચિત કરવામાં આવશે ?"

"હા, આમાંથી એ જ મતલબ નીકળે છે."

"આ કાયદો બની જશે તો... !" શેઠ ગનીએ કહ્યું.

"ધારાસભામાં આ ખરડા ઉપર ચર્ચા ચાલી રહી છે."

"તો ?"

"એને રોકવો પડશે."

"પરંતુ કેવી રીતે ?"

"તમે તો જાવ છો, અમને કંઈ ખબર પડતી નથી."

"શેઠ, જો આવી રીતે આ કાયદો બની ગયો તો, હિન્દુસ્તાનીઓ ઉપર એક નવું સંકટ આવી પડશે. એનાથી હિન્દુસ્તાનીઓની વસતી મુશ્કેલીમાં મુકાશે."

"અમે તો આ બધાથી અણજાણ છીએ."

"શું કરીએ ?"

"હવે તો ચર્ચા ચાલુ થઈ ગઈ છે. પછી મતદાન થશે અને પછી આ કાયદાનું સ્વરૂપ લેશે."

ગાંધી વિચારમાં પડી ગયો. આ કાયદો તેમને દક્ષિણ આફ્રિકામાંથી નીકળી જવાનો માર્ગ બતાવી દેશે. તેમના અધિકારો ઉપર આ સીધો પ્રહાર છે.

ગાંધીએ કહ્યું, "પહેલાં મને આ વિશે બધી જાણકારી મેળવી લેવા દો, કેમ કે છાપામાં બધા સમાચાર વિગતવાર નથી. કંઈક ગરબડ તો ચોક્કસ છે જ !"

ગાંધી ત્યાં ઘણાં સ્થળોએ ગયો. અદાલતમાં પણ ગયો. ઘણીબધી જાણકારી મેળવી અને કેટલાંય વર્તમાનપત્રો જોયાં. એક છાપામાં કંઈક વિગતવાર છપાયેલું અને તેનું શીર્ષક પણ સીધો જ પ્રહાર કરતું હતું – "ભારતીયો પાસેથી મતાધિકાર હડપવાની તૈયારી !" એક બીજા છાપામાં હતું – "ભારતીયોનું અસ્તિત્વ જોખમમાં."

હજુ સુધી મુખ્ય બાબત ગાંધીની સમજમાં આવી નહીં. છાપાં વાંચવાથી એવો કોઈ મુદ્દો જડ્યો નહીં, જેનાથી તેની પૃષ્ઠભૂમિ સ્પષ્ટ થઈ શકે.

છેવટે ગાંધીએ વિચાર્યું કે, તેણે તો હિન્દુસ્તાન પાછા જવાનું છે. પોતાની પત્ની કસ્તુર અને બાળકોને મળવાનું છે. એક વર્ષ થવા આવ્યું છે. તે નાહક ગઈ ગુજરી કાઢવા કેમ બેઠો છે ? તેને શું પડી છે કે, તે કાયદાથી એ લોકોને શું નુકસાન થવાનું છે, તે વિશે સમજાવીને પોતાના ગળામાં ગાળિયો નાંખે છે ! તેઓ શું એને પૂછીને અહીં આવેલા ? પોતે જે કામ માટે અહીં આવેલો, તે તો સારી રીતે પતી ગયું છે.

"નમસ્તે, ગાંધીજી !"

"નમસ્તે !" કહીને ગાંધીએ તેની સામે જોયું.

"હું રુસ્તમ ધારીવાલ."

"બોલો."

"તમે આ કાયદો બનતો રોકવા માગો છો ?"

"હું તો ચાલ્યો જવાનો, આજથી છઠ્ઠા દિવસે."

"એટલે કે શુક્રવારે ?"

"હા."

"મને પૉલસાહેબે તમારી પાસે મોકલ્યો છે."

"ડરબન અદાલતમાં જેઓ દુભાષિયાનું કામ કરે છે, તે જ ને ?"

"શેઠ આદમજી મિયાંખાનનો માણસ પણ આવેલો."

"કોણ આદમજી ?"

"બપોરે જેમણે તમારી પાસેથી આ કાયદા સંબંધી માહિતી માગેલી."

"હા."

"તો હું જેટલું કંઈ જાણું છું એટલું જણાવી શકું છું."

"ભલે. રસ્તામાં ઊભા રહીને વાત કરવા કરતાં બહેતર છે કે શેઠ અબ્દુલ્લાની બેઠકમાં બેસીને શાંતિથી વાત કરીએ."

બંને પગપાળા જ અબ્દુલ્લા શેઠને ત્યાં પહોંચ્યા. પૉલ પણ તેમની સાથે થઈ ગયો. ત્યાં પારસી માણેકજી, રંગસામી પડિયાચી, વેલ્લુ પીલે, મહમદ કાસમ કમરુદ્દીન, આમદ જીવા વગેરે લોકો પહેલેથી જ બેઠા હતા અને ગાંધીની રાહ જોતા હતા.

ગાંધીની સાથે પૉલને જોઈને સૌને આનંદ થયો, કેમ કે પૉલ જ તેમને વખતે-કવખતે મદદ કરતો હતો. તે એના બૅરિસ્ટર એસ્કમ્બનો ખૂબ કામનો માણસ હતો.

થોડી વાર પછી ગાંધીએ કહ્યું, "તમારા બધાનું ભેગા થવાનું કારણ શું... ?"

"એ જ એક સમસ્યા – ઇન્ડિયન ફ્રેન્ચાઇઝ !"

"પરંતુ આમ અચાનક કેમ બન્યું તેના ઉપર મિ. પૉલ પ્રકાશ પાડશે. પહેલા મિ. પૉલને સાંભળો... હા, તો મિ. પૉલ તમે જણાવો."

પૉલે ખોંખારીને ગળું સાફ કર્યું અને ગુજરાતી, હિન્દી-અંગ્રેજી મિશ્રિત ભાષામાં બોલવાનું શરૂ કર્યું,

"તમારા લોકોના કેસ મોટા ભાગે મિ. એસ્કમ્બસાહેબ લડે છે."

"હા." આમદ જીવાએ કહ્યું.

"તેઓ પાકા સિદ્ધાંતવાદી અને સાચા વકીલ છે."

"થોડા હઠીલા ચોક્કસ છે." રંગસામી વચ્ચે બોલી ઊઠ્યા !

"તેમને આપણે સૌએ જીતાડ્યા છે." વેલ્લુ પીલે બોલ્યા.

"મિ. એસ્કમ્બને જીતાડવાનું જ તમારા માટે ભારે પડ્યું છે. 'ઇન્ડિયન ફ્રેન્ચાઇઝ' તેનું જ પરિણામ છે." પૉલે જણાવ્યું.

"કેવી રીતે ?" શેઠ અબ્દુલ્લાએ પૂછ્યું.

"મિ. એસ્કમ્બ ધારાસભા માટે ચૂંટણી લડવાના હતા."

"હા, તો ?" મહમદ કાસમ કમરુદ્દીને વિચારતાં, ધીરેથી કહ્યું.

"ત્યારે તમારાં બધાનું નામ મતદાર યાદીમાં નહોતું."

"પરંતુ અમે મિ. એસ્કમ્બના કહેવાથી અમારા બધાનાં નામ મતદાર યાદીમાં ઉમેરાવ્યાં છે અને મિ. એસ્કમ્બે તેમાં પણ અમારી મદદ કરેલી."

"પરંતુ કેમ ?"

"કેમ કે, તેઓ ચૂંટણી લડી રહ્યા હતા અને અમારે તેમને જીતાડવા હતા. અમે સૌએ તેમને જ મત આપેલો અને તેઓ ભારે બહુમતીથી જીતેલા." પારસી માણેકજીએ કહ્યું.

"મિ. ગાંધી, ઝઘડો અહીંથી જ શરૂ થયો. એસ્કમ્બની સામે ઊભા હતા... "

"જેટી એન્જિનિયર !" રંગસામી બોલ્યા.

"હા, જેટી એન્જિનિયરને સત્તાધીશ પાર્ટીનું સમર્થન હતું... તેમની હાર, તમારા બધાને કારણે ભારે પડી. 'ઇન્ડિયન ફ્રેન્ચાઇઝ' ઝૂંટવી લેવા પાછળ જેટી એન્જિનિયરનો પરાજય મુખ્ય કારણ છે. એમને મતદાનમાંથી જ કાઢી નાંખો તો બધી ઝંઝટ ખતમ !" પૉલે સમગ્ર પરિસ્થિતિ સ્પષ્ટ કરી આપી.

"તેમના માણસની હારની આ સજા આપણે બધાએ ભોગવવી પડશે." શેઠ અબ્દુલ્લા બોલ્યા.

"મારે એક કામ છે, હું રજા લઈશ." કહીને પૉલ ઊઠ્યો. ગાંધીને નમસ્તે કરીને ચાલી નીકળ્યો. કેટલાક લોકો તેને બહાર સુધી મૂકવા પણ ગયા. શેઠ અબ્દુલ્લાની ગાડી પૉલને લઈ જવા માટે તૈયાર ઊભેલી.

હવે સૌ ચિંતાગ્રસ્ત હતા. બધાની નજર ગાંધી ઉપર હતી.

ગાંધીએ કહ્યું, "તમારે મતાધિકાર સારુ લડવું જોઈએ."

"પરંતુ કેવી રીતે ?"

"શ્રીમાન એસ્કમ્બસાહેબ સાથે વિચાર-વિમર્શ કરો. તેમણે મતદાર યાદીમાં તમારાં બધાનાં નામ ઉમેરાવ્યાં હતાં તો તેઓ જ કંઈક રસ્તો કાઢશે... !" ગાંધીએ દડો તેમના તરફ નાંખતાં કહ્યું.

એ સમયે સુભાન ગૉડફ્રે કે, જેઓ ત્યાંની એક મિશનરી સ્કૂલના હેડમાસ્તર હતા, તેઓ પ્રવેશ્યા. શેઠ અબ્દુલ્લાએ ઉત્સુક્તાથી પૂછ્યું,

"હેડમાસ્તરસાહેબ, શું તમે એસ્કમ્બસાહેબને મળ્યા ?"

"હા, તેમની પાસેથી જ આવી રહ્યો છું. રસ્તામાં પૉલસાહેબ મળી ગયા. તેમની પાસેથી ખબર પડી કે શેઠ અબ્દુલ્લાને ત્યાં બેઠક ચાલી રહી છે. એથી જ મારાં ઘરે જવાને બદલે સીધો અહીં ચાલ્યો આવ્યો."

"શું કહ્યું મિ. એસ્કમ્બસાહેબે ?" સુભાન ગૉડફ્રેની થોડી વાર પછી આવેલા સી. લક્ષ્મીરામ પૂછી બેઠા.

"શું કહે ? આમતેમ જોવા માંડ્યા. મેં તેમને વિનંતી કરી કે તેઓ એ બધાની બેઠક બોલાવે અને તેમને માર્ગદર્શન આપે. આ ખરડો કોઈ પણ હિસાબે પસાર થઈ શકે નહીં. તેનાથી સૌથી પહેલો પ્રહાર તમારા ઉપર થશે. આપ બીજી વાર ધારાસભામાં પહોંચી શકશો નહીં."

તેમણે કહ્યું, "જાણું છું, હેડમાસ્તર ! પરંતુ આપણી બહુમતી ક્યાં છે ? હું એકલો શું કરી શકું ? આના વિરોધમાં બોલીશ."

"બસ ! બાકી ટાઈ ટાઈ ફિસ ! એમણે તો હાથ ઊંચા કરી લીધા." સુભાન ગૉડફ્રેએ ધીમે-ધીમે કહ્યું અને સાથોસાથ બેસવાની દિશા બદલી.

ફરી સૌની નજર ગાંધી ઉપર ઠરી. વાતાવરણ ગંભીર બની ગયું. ગાંધીની સામે મુશ્કેલી વધી. કારણ વિનાની શું મુસીબત વહોરી લીધી ? હવે ઘેરો અંધકાર ! શું કરે ? કંઈ સૂઝ્યું નહીં ! મૌન રહેવું જ યોગ્ય લાગ્યું.

ઘરથી કેટલો દૂર ! મુસીબત જ મુસીબત ! પોતાનું વતન જ પોતાનું છે. પોતાના મારે તોપણ છાંયે નાંખે છે !

"શું વિચારો છો, ગાંધીભાઈ ?"

"હું શું વિચારું ? મારી પાસે વિચારવા સારુ બચ્યું છે જ શું ? વિચારવાનું તમારે છે. કરવાનું ઇચ્છો તે પણ તમારે જ કરવાનું છે. હું તો એક વર્ષ માટે આવેલો. મારું કાર્ય પૂરું થયું એટલે પરત જઈ રહ્યો છું." ગાંધીએ ભાવુકતામાંથી નીકળીને યથાર્થવાદી દષ્ટિકોણ અપનાવ્યો.

બધાની નજર શેઠ અબ્દુલ્લા ઉપર ઠરી. તેઓ ગુમસૂમ બેઠા હતા. જાણતા હતા કે તેઓ ગાંધીને રોકાઈ જવાની અપીલ કરશે તો તેમનો ખર્ચ પણ પોતે જ ઉઠાવવો પડશે. તેઓ એ ખર્ચ શા માટે ઉઠાવે ? જે થશે તે સૌનું થશે, પોતાનું એકલાનું તો નહીં થાય !

સી. લક્ષ્મીરામે પરિસ્થિતિ સમજતાં કહ્યું, "શેઠ અબ્દુલ્લા, ગાંધીભાઈને તમે બોલાવેલા એટલે તેઓ તમારી વાત ટાળશે નહીં. બાકી રહી તેમનો ખર્ચની વાત, તો તે આપણે સૌ ભેગા મળીને ઉઠાવીશું. તમારા એકલા ઉપર બોજ નહીં પડવા દઈએ."

શેઠ અબ્દુલ્લા પણ આ વિષમ પરિસ્થિતિમાં એવું જ ઇચ્છતા હતા કે, ગાંધી રોકાઈ જાય. હવે ગાંધીને રોકવામાં કોઈ અડચણ નહોતી. તેથી એમણે કહ્યું,

"ગાંધીભાઈ, અમારા બધાની હાલત તમારાથી વધુ કોણ સમજી શકે તેમ છે ? હવે એ ફેંસલો કરવાનું તમારા ઉપર છોડીએ છીએ કે તમે અમારી મદદ કરવા માટે અહીં રોકાઈ જાઓ છો કે હિન્દુસ્તાન પાછા જાઓ છો !"

હવે ગાંધી પર બધો મદાર હતો. શેઠ અબ્દુલ્લાએ કંઈક એવી રીતે કહ્યું કે તે અંદરથી ખળભળી ગયો. નિર્ણય તેણે લેવાનો હતો. એ બધા મુસીબતમાં હતા. કામ સમાજસેવાનું હતું.

* * *

ગાંધી પ્રિટોરિયામાં રહેતા બ્રિટિશ એજન્ટ જેકોબ્સ ડિ-વેટને મળ્યો. જાણકારી મેળવી. જોકે, તેઓ મદદ કરવા ઇચ્છતા હોવા છતાં પણ લાચાર હતા. તોપણ તેમની નૈતિકતા, ભારતીયોના પક્ષે હતી. તેમની સાથે વાતચીત કરવાથી ઘણી

બાબતો સ્પષ્ટ થઈ, ઘણાં રહસ્યો છતાં થયાં. કાનૂનમાં જે હતું, તે હિન્દુસ્તાનીઓ માટે નહોતું ! કાનૂન એક બાજુ હતો અને હિન્દુસ્તાનીઓ સાથેનું વર્તન બીજી બાજુ હતું ! જેકોબ્સ ડિ-વેટ માનવતાવાદી હતા. તેમણે ગાંધીને અનેક દસ્તાવેજો વંચાવ્યા અને ગાંધીના પ્રશ્નોનો જવાબ આ રીતે આપ્યો...

તેમણે ગાંધીને કહ્યું, "તમે એ ઇન્ડિયામાંથી આવ્યા છો, જે અંગ્રેજોનો ગુલામ છે, ફ્રાંસનો પણ. ત્યાં શું નથી થઈ રહ્યું તેનો અનુભવ તમારાથી વધુ કોને હોઈ શકે ! અહીંયાં જે ઇન્ડિયન ગિરમીટિયા અને કુલી વેપારી, બૅરિસ્ટર વગેરે છે, જે શાસકની ઇચ્છાથી છે. ગિરમીટિયા તો એક કરારને આધિન અહીં મજૂરી કરવા આવ્યા છે. તેઓ તો પોતાના માલિક ઉપર નિર્ભર છે.

માલિકો તો તમારે ત્યાં પણ જમીનદાર, ઠાકુર, ઠેકાદાર, નવાબ વગેરે છે, તેઓ પણ આમનાથી ઓછો અત્યાચાર પોતાના મજૂરો પર નથી કરતા ! ત્યાં પણ મજૂરોએ બધું જ સહન કરવું પડે છે. ઘેટાં ઉપર કોઈ ઊન છોડતું નથી ગાંધી, એ વાત યાદ રાખો ! ઘેટું જ્યાં રહે, જ્યાં જાય, ત્યાં મૂંડાઈ જાય છે. અહીં પણ કુલી વેપારી વર્ગ છે, તેઓ પણ ઇન્ડિયન લેબર સાથે કોઈ બહુ સારો વ્યવહાર કરતા નથી - ન તો પગાર આપવામાં કે ન સુવિધાઓ આપવામાં !"

"ડિ-વેટ, એનો અર્થ એવો થયો કે બિચારો મજૂર હંમેશને માટે ખરીદાયેલું જનાવર બનીને રહેશે ?"

"ખરીદાયેલું કહો કે વેચાયેલું, વાત તો એક જ છે. તેને તો પોતાના માલિક ઉપર જ નિર્ભર રહેવું પડે. તેના મુજબ જ કમાવાનું કે મરવા પડવાનું !" જેકોબ્સ ડિ-વેટે સિગાર સળગાવી.

ગાંધી ઇચ્છવા છતાં તેમને ધૂમ્રપાન કરવાની ના પાડી શક્યો નહીં.

તેમણે એક-બે કશ લઈને કહ્યું, "તમે અહીં આવ્યા. તમે અપમાન - ઉપેક્ષા સહન કર્યાં, તમને ખરાબ લાગ્યું. તમને ગુસ્સો આવ્યો. જ્યારે આપણે પશુ-પક્ષીઓને પાંજરામાં કેદ કરીએ છીએ ત્યારે તેમની આઝાદી ઝૂંટવી લઈને આપણી મનગમતી રીતે તેને ઢાળીએ છીએ. કોના દિલમાં એ દર્દ જાગે છે કે, તે પણ આપણી બિરાદરીના જ છે, આપણે તેની સાથે આવો નિર્મમ ક્રૂર વ્યવહાર કરવો જોઈએ નહીં ? આપણે આપણાં સુખ અને આનંદ માટે જ્યારે મૂંગાં પશુ-પક્ષીને છોડતાં નથી, ત્યારે આપણે કોની સાથે બરોબરીનું, સન્માનનીય વર્તન કરી શકીશું ? એટલા માટે જ અમારા ધર્મમાં પશુ-પંખીને આત્મારહિત જાહેર કર્યાં છે, જેથી અમારી ઉદ્દંડ સ્વતંત્રતા જ માનવામાં-સમજવામાં આવે અને અમારે તેના માટે શરમિંદા ન થવું પડે, પસ્તાવો કરવાનું વિચારવું ન પડે !"

"હા, પરંતુ હું તેને ઉચિત ગણતો નથી."

"ગાંધી, ડરબનમાં તમે મિ. સ્પેંસર વોલ્ટન દંપતીને મળેલા ?"

"જી."

"તેમણે તમને પ્રિટોરિયામાં પણ શોધી કાઢેલા ?"

"જી."

"જાણો છો કે, તેઓ દક્ષિણ આફ્રિકા મિશનના પ્રમુખ છે ?"

"હા."

"તેઓ ઇચ્છતાં હતાં કે તમે ખ્રિસ્તી બની જાઓ. તમે એક ભણેલા-ગણેલા ભલા માણસ છો. તમે ખ્રિસ્તી બની જાઓ તો બીજા ઇન્ડિયન પણ ખ્રિસ્તી બની શકે... તમે તેમને એ સ્પષ્ટપણે કહી દીધેલું કે તમે એ તથ્યને સ્વીકારતા નથી કે, ઈસુ એકલા ભગવાન છે કે પછી તેમના રક્ત વડે જગતનાં પાપ ધોવાયાં છે.

પ્લીમથ બ્રધરને પણ તમે કહેલું કે, તમને પાપના પરિણામથી નહીં, પણ પાપવૃત્તિ, પાપકર્મથી મુક્તિ જોઈએ છે. ખ્રિસ્તી ધર્મ કરતાં પણ આગળ બે ડગલાં ભરવા જેવી એ સ્થિતિ ગણાય... હું જાણતો નથી અને જાણવાની જિજ્ઞાસા પણ નથી કે આમાંથી સાચું શું છે ? તમે દર રવિવારે વેસ્લિયન ચર્ચમાં ગયા અને કંટાળી ગયા. હું તો એમ માનું છું કે ધર્મોએ જે અંદર-બહારના મતભેદો, સંઘર્ષો અને અનુયાયીઓની સંખ્યા વધારવા માટેનાં અભિયાનો ચલાવ્યાં તે અસલ સામ્રાજ્યવાદ છે. એણે દિલ તોડ્યાં છે, ભેદભાવનો જ્વાળામુખી ત્યાંથી જ ઊઠ્યો છે, શાંતિને નામે અશાંતિ ત્યાંથી જ પ્રસરી છે, કૉલોનીઓને એણે જ સમર્થન આપ્યું છે.

ગાંધી, હું આ ચક્કરોથી દૂર રહું છું. મારા પોતાનામાં મજામાં છું. જેના મનમાં બીજાઓને જગાડવાનો, સુધારવાનો, ચેતવવાનો અને ઉપર ઉઠાવવાનો કીડો સળવળતો હોય છે, તેમના મનમાં ક્યાંક ને ક્યાંક ધર્મના વિકૃત તાંતણા બંધાયા કરે છે અને સમય આવ્યે એક સંપ્રદાય ઊભો કરી દે છે. ખેર, હું વધુ જાણતો નથી એટલે હું ચર્ચ-દેવળથી જ્યાં સુધી દૂર રહી શકું ત્યાં સુધી દૂર રહ્યો છું અને મારા કાર્યને જેટલું અને જ્યારે પણ શક્ય હોય, પૂરું કરવાનો પ્રયાસ કર્યા કરું છું."

ગાંધીના વિચારોની કેટલીય ધારાઓ એકસાથે ઊછળી પડી ! કાશ, તે વેસ્લિયન ચર્ચમાં જઈને, તેમની નીરસ વાતો સાંભળીને ઝોકાં ખાતો રહેતો હોત તો તેને અનેક ઝંઝટોમાંથી છુટકારો મળી જાત !

એકવાર, કદાચ તેમની ગાંધી સાથેની છેલ્લી મુલાકાત હતી અને તે દિવસે એ તેમના ઘરે ડિનર લઈ રહ્યો હતો, ત્યારે તેમણે કહેલું, "મીટ, માઈ ડાર્લિંગ મુજા, રશિયન છે."

ગાંધીએ તેની તરફ ધ્યાનપૂર્વક જોયું. તેની આસમાની-ભૂરી આંખો ન ફક્ત મોટી-મોટી હતી, પરંતુ કાળી ભમરોની નીચે પાંપણોથી ઢંકાયેલું કોઈ રહસ્ય ખોલતી હોય એવું લાગતું હતું ! જાણે કે કોઈએ તેને કાચી નિંદરમાંથી જગાડી દીધી હોય. તેના રતુંબડા કપાળની જમણી બાજુ એક ઝાંખું નિશાન હતું – કદાચ નાનપણમાં કંઈક ઈજાનું નિશાન હશે, જે તેનાં સૌંદર્યમાં વૃદ્ધિ કરતું હતું ! તેણે ચેસ્ટર પહેર્યું હતું, જેના આગળના બટન ખુલ્લાં હતાં.

મુજાએ ડિનર પછી કહેલું, "ગાંધી, દરેક વ્યક્તિ સુખની શોધમાં છે, દરેકના મનમાં કોઈ ને કોઈ ચોર છે – પછી તે પોતાની હયાતીને મનાવવા માટેનો હોય કે બીજા કોઈ પ્રકારનો – પરંતુ હોય તો છે જ. તેને શોધો, ઓળખો અને બચી શકો તો બચો. કેમ કે, તે જ્યારે હાવી થવા માંડે છે અથવા સવાર થઈ જાય છે, પછી તે કોઈને બક્ષતો નથી ! જેમ કે મને ભેટમાં પરદાદાનું નાક અને પરદાદીનો તલ મળ્યાં છે, એવી મારા પરિવારમાં ચર્ચા થતી હોય છે. એવી જ રીતે આપણે સૌ વારસામાં કંઈ ને કંઈ લઈને આવ્યાં છીએ, તેની ઓળખ થઈ શકી હોય કે નહીં – તે એક અલગ વાત છે, પરંતુ સચ્ચાઈ એ જ છે કે, આપણાં આનંદિત કે દુઃખાંત ક્ષણોની એક હદ તેનાથી જ નક્કી થતી હોય છે. આપણે આપણા વિચારોનાં પણ પાળેલા છીએ, પાળેલા હોવું સારું નથી.

ક્ષમા કરજો ગાંધી, તમારી અને ડિ-વેટની વાતચીત સાંભળવામાં મારું ધ્યાન હતું, મને લાગ્યું કે મારો વારસો સંવાદ કરવા લાગ્યો છે ! આપણે બીજાઓને નહીં, પોતાને જોઈએ અને પોતાને એવા બનાવીએ જેથી બીજાને કામ આવી શકીએ અને તેમાં જ રસ અને આનંદ લેવાની ટેવ કેળવીએ તો કદાચ આ દુનિયાના ભલા માટે કંઈક કરી શકીશું, આવું વિચાર્યા વિના પણ વારસાગત પ્રવાહી, લોહીમાં હળી-ભળી શકશે. બાકી તો આપ વધારે સમજદાર છો."

* * *

ગાંધીને તેના આ સંવાદો અટકાવી દેતા હતા. કંઈક અજાણ્યા બોલવા માંડતા હતા, જાણે કે તે માત્ર સંવાદ નહીં પરંતુ સંવાદોની ક્યારેય ખતમ ન થનારી આખી શ્રેણી હોય !

ગાંધીએ જોયું-સાંભળ્યું, તે ચુપ રહ્યો. બોલવાની ઇચ્છા ન થઈ. તે પોતાની અંદરના સંવાદ-વિશ્વમાં ખોવાયેલો હતો. પોતાના કર્તવ્યને નક્કી કરવું સહજ નથી.

છેવટે એ. કોલન્દાવેલ્લુ પીલેએ અસહ્ય બનતાં જતાં મૌનને તોડતાં કહ્યું, "ગાંધીભાઈ, હવે અમને સૌને તમારા નિર્ણયની પ્રતીક્ષા છે. સ્વીકારું છું કે આ નિર્ણય કરવો સહેલો નથી, અને તે પણ એ પરિસ્થિતિમાં કે જ્યારે ઘરે જવાની

ટિકિટ ખિસ્સામાં હોય ત્યારે તો વધુ મુશ્કેલ છે. અમારી સાથે તમારે ક્યાં કોઈ સગાઈ છે! સમસ્યા અમારી છે અને અમારે જ સહેવાની-ભોગવવાની છે.

અત્યાર સુધી અમે પણ શું કર્યું છે? વેપાર ક્ષેત્રે કંઈક કર્યુંકારવ્યું છે, તે પણ એ મહેણાં પછી કે અમે કુલી વેપારી છીએ. અમે કુલી કેમ છીએ અને અમારાથી પણ ખરાબ દશાવાળા ગોરા વેપારીઓ કુલી કેમ નથી? તે લોકો પણ બહારથી જ આવ્યા છે તોપણ કેમ નહીં? તેઓ પણ અહીંના વતની નથી.

અપમાન, નફરત અને તિરસ્કાર સહન કરવાની અમારી નિયતિ બની ગઈ છે. એટલું જ નહીં અમે તો આ પરિસ્થિતિને ગમતી બનાવી લીધી છે! દેશનિકાલની યાતના સહન કરવી તે અમારો રોજિંદા જીવનનો એક આવશ્યક હિસ્સો બની ગયો છે. તેમ છતાંય રાખ નીચે ઝબૂકતી ચિનગારી જેવી એક ધૂંધળી ઉમેદ તમે ખોદીને કાઢી છે.

મારી તો મારા સર્વ શ્રેષ્ઠીભાઈઓને એ જ વિનંતી છે કે, ગાંધીભાઈને હવે એકાંત આપો, જેથી તેઓ નિરાંતે નિર્ણય લઈ શકે. કેમ કે આ કોઈ મામૂલી કે થોડા દિવસોમાં પતે એવી વાત નથી. ઘણો સમય થાય એવું પણ બની શકે."

પીલેનો ગંભીર અવાજ, અવાજની કસક અને કસકની મનોવેદના એટલી ઊંડી અને એટલી સ્પષ્ટ હતી કે તેણે ગાંધીને હલબલાવી દીધો. તેની ભીતર અફસોસનો ભાવ ઊભરી આવ્યો.

બધાએ અંદરોઅંદર નક્કી કર્યું કે, અત્યારે તો છૂટાં પડવું જોઈએ કેમ કે બેઠક ઘણા લાંબા સમયથી ચાલી રહી હતી. વકીલાત-જમાનતનો સીધો સવાલ હતો – કાફિયાબંધીથી કંઈ વળવાનું નહોતું!

તેઓ ઊઠવા જતા હતા કે, ગાંધી ખોંખારીને પોતાના તરફ સૌનું ધ્યાન ખેંચતાં બોલ્યો, "મહાનુભાવો, એ. કોલન્દાવેલ્લુ પીલેસાહેબે મારા ભીતરને ઢંઢોળી દીધું છે. હું તેમના પ્રતિ આભારની લાગણી પ્રદર્શિત કરું છું. જખમ ઊંડો છે, આ જખમનો ઇલાજ ઉપરથી થઈ શકવાનો નથી. મનનાં ઊંડાણમાંથી ઊઠતી ટીસ, આજે સમગ્ર હાલતની આરપાર નીકળી ગઈ છે. જો આપ મારા જવા - ન જવાની બાબતને આની સાથે સાંકળો નહીં તો હું તમારા સૌ સમક્ષ એક પ્રસ્તાવ રજૂ કરવા માગું છું."

"આપ હુકમ કરો."

"હુકમ તો બાદશાહ કરે, હું તો કુલી બૅરિસ્ટર છું. અરજ કરી શકું છું." ગાંધી ધીમેથી બોલ્યો.

"આપ આગળ કહો, ગાંધીભાઈ." શેઠ અબ્દુલ્લાએ કહ્યું.

"આ હું સાવધાની વર્તવા માટે કહી રહ્યો છું. કદાચ કોઈ માર્ગ નીકળે. આમ

તો મને એવો કોઈ અનુભવ નથી, તોપણ વિચારું છું કે, દરેક નવો માર્ગ, દરેક નવી શોધ, આવી જ પરિસ્થિતિઓમાંથી ઉદ્ભવતાં હોય છે, જેવી પરિસ્થિતિમાંથી હાલ આપણે પસાર થઈ રહ્યા છીએ. અત્યાર સુધી અમારી વાત ફક્ત તમારી સાથે જ થઈ છે, એ લોકો સાથે નથી થઈ શકી, જેમની સંખ્યા તમારા કરતાં ઘણીબધી વધારે છે અને જે આપણા ભાઈઓ, ખ્રિસ્તી બનીને પોતાને આપણાથી અલગ સમજવા માંડ્યા છે. આવું કોના તરફથી થયું અને શા માટે થયું ? તેના ઉપર ચર્ચા કરવાની કોઈ જરૂર નથી, બલકે આવા સમયે તેમની સાથે પણ આ વાત કરવી જરૂરી છે. કેમ કે, એક વતનમાં તો અનેક ધર્મ રહી શકે છે, પરંતુ અનેક વતન નહીં ! તેઓ પણ હિન્દુસ્તાની છે, જેવી રીતે આપણે સૌ હિન્દુ, મુસલમાન, પારસી, વગેરે છીએ અને આપણા સૌનો ઉદ્દેશ એક છે." આટલું બોલીને ગાંધી તે બધાની પ્રતિક્રિયા જોવા અટક્યો.

"હું'ને 'અમે'માં પરિવર્તિત કરવા સારુ શરીરની જે અંદરની અને બહારની તૈયારી જોઈએ, તાકાત જોઈએ, સહનશક્તિ અને ધીરજ જોઈએ, તેનો આપણને અંદાજ પણ નથી... પરંતુ... અંદાજ લગાવવો આવશ્યક છે. પોતાની તાકાત, સાહસ અને ઉમેદને પારખ્યા વિના કોઈ નિર્ણય લઈ શકાય નહીં. તમારી જેમ એ લોકો શું વિચારે છે, તે આપણે જાણવું જરૂરી છે, કેમ કે આ લડાઈ ફક્ત એક વર્ગ-વિશેષ દ્વારા શરૂ તો થઈ શકે છે, પરંતુ જીતી શકાતી નથી."

ગાંધીએ જાણી જોઈને આગળ એમ ન કહ્યું કે, પૈસાવાળાની તાકાત ધન-દોલત હોય છે, માનવતા કે આત્મા નહીં. જોકે, તેઓ આ તરફ એમનાથી વધારે ધ્યાન આપતા જોવા મળે છે, જેઓ શક્તિશાળી હોવા છતાં પણ શક્તિને ઓળખતા નથી, અનુભવતા નથી હોતા. હકીકતમાં અહીં તેમની શક્તિની આવશ્યકતા છે.

ગાંધીને મૌન જોઈને શેઠ અબ્દુલ્લાએ કહ્યું, "શું તમે ઇચ્છો છો કે તેમની સાથે વાત કરવામાં આવે ?"

"જો તમે બધા પણ એવું જ માનતા હો તો... "

"પરંતુ ક્યારે ?" શેઠ આદમજી મિયાં ખાને પૂછ્યું.

"મારી પાસે જાણવા માગતા હો તો, હું મારી અનુકૂળતા જોઈને કહેવા માગીશ કે, આજે સાંજે. પરંતુ અહીં આપ સૌને ક્યારે અનુકૂળ છે તે જોવું જરૂરી છે. સમય તો સરતો જ જવાનો. બાકી જેવી તમારી સગવડ - અનુકૂળતા હોય એમ."

હવે ગુસપુસ વાતો શરૂ થઈ ગઈ. તેમને એ લોકો સાથે સંબંધ ઓછો જ હતો. પરસ્પર પણ, જાતિ-ધર્મ, અમીર-ગરીબનો ભેદભાવ રહેતો હતો.

શેઠ ગનીએ સમજાવ્યું, "ગાંધીભાઈની વાતમાં દમ છે. આપણે તો મુઠ્ઠીભર

લોકો છીએ. ગિરમીટિયાની સંખ્યા સૌથી વધુ છે. આપણે બધા વિસ્તાર વહેંચીને પ્રયત્ન કરીએ તો સાંજ સુધીમાં ઘણાં લોકો એકઠાં થઈ શકશે."

એ. કોલન્દાવેલ્લુ પીલેએ કહ્યું, "હું મહત્તમ ગિરમીટિયાઓને લાવી શકું એમ છું, શરત એટલી જ કે તમે મારી સાથે આવો. ગાડીમાં જઈશું. એકાદ-બે ગાડી તેમના વડાઓને આપીશું. તેમને કહીશું કે તેઓ પ્રયાસ કરે. સાથે આપણા માણસો પણ હશે. આ રીતે સાંજ સુધીમાં સભા થઈ શકશે."

"જગા - સ્થળ - વેન્યૂ... ?" શેઠ ગનીએ પૂછ્યું, "જેથી સૌને સ્થળ અને સમયની વિગત આપી શકાય. અને જો થોડી ગાડીઓની વ્યવસ્થા થાય તો તેમને લેવા-મૂકવાનું પણ થઈ શકે. ઘણા લોકો તો ખૂબ દૂર રહે છે. જો ગાડી મારફત તેમને લેવા-મૂકવાની સગવડ કરી આપવામાં આવે તો, બહોળી સંખ્યામાં તેઓ આવી શકશે. ગાંધીભાઈ પણ આવડી મોટી સંખ્યામાં લોકોને જોઈને કંઈ ને કંઈ વિચારવા મજબૂર થશે !"

શેઠ ગનીનો પ્રસ્તાવ સહજપણે સ્વીકારાયો. હવે ભેગા થવા માટેનું સ્થળ નક્કી કરવાનું હતું અને એ જ કામ સૌથી અઘરું હતું. બધા માથું ખંજવાળવા માંડ્યા, અલગ-અલગ વાતો કરવા લાગ્યા.

"કેટલા લોકો આવી શકશે ?" શેઠ અબ્દુલ્લાએ પૂછ્યું.

"તે તો અત્યારથી કેવી રીતે કહી શકાય ?" રંગસામી પડિયાચીએ કહ્યું.

શેઠ અબ્દુલ્લાએ ગાંધીને આરામ કરવા મોકલ્યા. તેમના ગયા પછી તે સૌ વચ્ચે ખૂલીને ચર્ચા થવા માંડી. એવી ચર્ચા પણ થઈ કે, આનાથી શું વળશે !

સી. લક્ષ્મીરામે પોતાનું મંતવ્ય વ્યક્ત કરીને સૌને શાંત પાડ્યા. તેઓ બોલ્યા, "આવે વખતે આપણે તેમના હોવા કે ન હોવા વિશે ચર્ચા કરીને સમય બગાડવો જોઈએ નહીં. ભીડ થવી જોઈએ. બધાંનાં મંતવ્યો મળે, તેમાં દરેકની સામેલગીરી હશે. આનાથી ઊંધું પણ શક્ય બને, પરંતુ અત્યારે આ બધી બાબતો અંગે કશું જ કહી શકાય નહીં."

"લક્ષ્મીભાઈ બરોબર કહે છે."

"આપણે પોલીસ વિભાગને પણ જાણ કરવી જોઈએ."

"કરી દઈએ."

"તે કામ મારા ઉપર છોડો." આમદ જીવાએ કહ્યું.

"તો પછી શું વિચારવાનું છે ? કામ શરૂ કરી દઈએ. વિસ્તારો વહેંચી લઈએ." મહમદ કાસમ કમરુદ્દીને કહ્યું, "ઑરેન્જ ફ્રી સ્ટેટથી ભારતીયોને કાઢી મુકાયા છે, તેનાથી સૌથી વધુ ગેરફાયદો આપણને વેપારીઓને જ થવાનો છે. ગાંધીભાઈનું

સૂચન યોગ્ય છે કે આપણે અહીંયાં એક થઈને રહેવું જોઈએ. આપણે બધા હિન્દુસ્તાની છીએ તે વાત સૌના ગળે ઉતારવી જોઈએ."

"તમે સાચું ફરમાવ્યું. અમારા વડવાઓ નવેમ્બર, ૧૬૭૦માં સૌ પ્રથમ ડરબન આવેલા. ત્યારથી લઈને અત્યાર સુધી, ધીરે-ધીરે હિન્દુસ્તાનીઓ પ્રત્યે અહીંની સરકાર કઠોર થતી ગઈ છે. ગોરા વેપારીઓ ગિરમીટિયાની તુલનામાં આપણને વધારે ખતરનાક માને છે. ગિરમીટિયાના વર્ગને કારણે તો ગોરાઓની આર્થિક સ્થિતિ સુદઢ બની છે. નિગ્રો પણ આપણા કરતાં વધુ ખુશ છે, કારણ કે તેમની સાથે વેપાર કરવાની આપણી રીત તેમને સન્માન આપે છે. તેઓ સંતુષ્ટ રહે છે." રુસ્તમજીએ શાંત ચિત્તે કહ્યું.

"સ્થળ અને સમય ?" આમદ જીવાએ યાદ અપાવ્યું.

શેઠ દાઉદ મહમદ કે જેઓ ઘણા સમયથી મૌન બેઠેલા, બોલી ઊઠ્યા, "મારી જગ્યા કેવી રહેશે ?"

"નયા (નવું) ભવન !"

"હા."

"એકદમ બરોબર રહેશે."

સાંજે સાતનો સમય નક્કી થઈ ગયો. બધા ઊભા થયા.

શેઠ આદમજી મિયાં ખાન, શેઠ દાઉદ મહમદ અને પારસી રુસ્તમજી, શેઠ અબ્દુલ્લા પાસે રોકાઈ ગયા. તેમણે પોતાની ગાડીઓ આપી દીધી.

હવે શેઠ દાઉદ મહમદે સવાલ ઊઠાવ્યો, "શું આ અવસરે કોઈ નાસ્તા-પાણીની વ્યવસ્થા કરવી છે ?"

"એવા ચક્કરમાં ન પડો. હજુ કંઈ જ સ્પષ્ટ નથી કે બેઠકમાં શું થશે ? એ લોકોને પહેલી વાર બોલાવીએ છીએ. તેમની પ્રતિક્રિયા શું હશે, શું ખબર ! શેખ અહમદ પઠાણ, સુરેશ પાંડે, જય રેડ્ડી, વગેરે ગિરમીટિયા સમાજના નેતા છે. તેમના ઇશારે જ બધા ચાલે છે. મેં તેમને નોંતરું મોકલ્યું છે. તેઓ આવી જાય તો આપણું અભિયાન સફળ સમજો. તેઓ પૈસાના લોભી અને શરાબી છે. મજૂરોના નેતા છે એટલા માટે તેમને સાચવવા જરૂરી છે. આપણે ત્રણેય એમાંથી એક-એકને વહેંચી લઈએ તો કેમ ? શું કહો છો ? એટલા માટે મેં તમને રોકાવાનું કહેલું."

શેઠ અબ્દુલ્લા દરેક બાબતે હોશિયાર હતા. તેઓ યુક્તિના દરેક દાવપેચ જાણતા હતા. તેઓ વ્યવહારકુશળ અને ચતુર માણસ હતા. તેઓ દરેક ચાલનો વાસ્તવિક તોડ જાણતા હતા. સૌ તેમની આ આવડતને માનતા હતા. બધાએ સ્વીકારી લીધું. વાત પૂરી.

૧૫

આજની સાંજ ખુશનુમા હતી. હવા પણ શાંત હતી. સમુદ્ર પણ વિશ્રામ કરી રહ્યો હતો. ચાર પોલીસવાળા આવી ગયેલા. શેઠ અબ્દુલ્લા અને શેઠ દાઉદ મહમદને પોલીસ સાથે સારી એવી લેતીદેતી હતી. ગાંધીને બધી વ્યવસ્થા થઈ ગયા પછી બોલાવવાનું નક્કી કરવામાં આવેલું. શેખ અહમદ પઠાણ અને સુરેશ પાંડે પણ આવી ગયેલા. ગિરમીટિયાઓની બધી જ વ્યવસ્થા એ ત્રણેયના હાથમાં હતી. પૉલ પણ આવી પહોંચેલો. શેઠવર્ગ પોતપોતાની જગાએથી બધી જાણકારી મેળવી રહ્યો હતો.

ગાંધીનું નામ જાણીતું હતું. લોકોમાં તેને જોવાની ઉત્કંઠા પણ હતી. ધાર્યા કરતાં વધુ ભીડ થયેલી. તે ત્રણેય તરફથી વારંવાર મેદનીને સૂચનાઓ મળતી હતી. આવી સભા અહીં પહેલી વાર મળી રહી હોવાથી પણ કુતૂહલ ચરમ સીમાએ હતું. બધાંના ચહેરા ખીલેલા હતા અને સૌ ગપસપમાં રત હતાં.

ખબર વહેતી થઈ કે, ગાંધી આવે છે. ગાંધી સાથે કેટલાય શેઠ હતા. ગાંધી જેવો ડાયસ ઉપર પહોંચ્યો કે બધા ઊભા થઈ ગયા.

ગાંધી કોટ-પેન્ટમાં, દૂબળા-પાતળા સામાન્ય ભારતીય જેવો લાગતો હતો. શેઠ દાઉદ મહમદે ગાંધીનો પરિચય આપ્યો. શેઠ અબ્દુલ્લાએ ગાંધીને આજની સભા વિશે વાત કરવાનું કહ્યું.

સભામાં શાંતિ છવાઈ ગઈ.

બૅરિસ્ટર ગાંધી ! એક મોટું નામ ! ફર્સ્ટક્લાસના ડબ્બામાં પ્રવાસ કરીને જ માનેલો ! કોઈથી ડર્યો નહીં. ડરબન કોર્ટમાં પણ પાઘડી ઉતારી નહોતી !

ગાંધીએ ખોંખારીને ગળું સાફ કરવાનો અભિનય કર્યો. આટલા બધા હિન્દુસ્તાનીઓને એકસાથે જોઈને તેને આશ્ચર્ય થયું. અનેકતામાં એકતાનું સૂત્ર તેને સમજાયું.

તે બોલ્યો, "મારા વતનના લોકો, (નીરવ શાંતિ) તમારી વચ્ચે આવીને મને દક્ષિણ આફ્રિકામાં હિન્દુસ્તાનની પ્રતીતિ થવા લાગી છે. તમને લોકોને જે લાલચમાં

ફસાવીને હિન્દુસ્તાનના વિભિન્ન ભાગોમાંથી અહીં હજારો-હજારો માઈલ દૂર લાવવામાં આવ્યા છે અને અહીં લાવીને જાનવરથી પણ બદતર, ચાબુકના જોરે કામ લેવામાં આવ્યું, તે દર્દનાક દાસ્તાન હું જાણું છું.

હું વકીલ છું, લંડનમાં મેં અભ્યાસ પૂર્ણ કર્યો અને સન્માનપૂર્વક ડિગ્રી મેળવી. મને ક્યાં ખબર હતી કે અહીં આવીને મને 'કુલી બૅરિસ્ટર' બનાવી દેવાશે! પરંતુ બન્યો. માણસના માણસની સાથે આવા ભેદભાવ, ગેરવર્તન, છળ-કપટ વગેરે પોતાને સભ્ય, સંસ્કારી અને શક્તિશાળી માનનારી ગોરી જમાતને શોભતા નથી.

તે કેવી રીતે મોટા છે ? મોટા તો આપ સૌ છો, જેમણે પોતાના વતનની પ્રતિષ્ઠા, શાન અને કુદરતે આપેલાં વરદાનને અહીં પણ અકબંધ રાખ્યાં. તેનાથી મારું જ નહીં, બલકે દરેક હિન્દુસ્તાનીનું માથું ગર્વથી ઊંચું ઊઠ્યું છે. તમારાં કઠોર પરિશ્રમ અને એકાગ્રતાપૂર્વક કામ કરવાની ટેવ, નિષ્ઠા, પ્રામાણિકતા અને ધીરજ - સંતોષ, એવા ગુણો છે, જેને કારણે અહીંની બિનઉપજાઉ, ઊબડખાબડ ખાડાવાળી જમીન પણ ફળદ્રુપ બની શકી. તમે માટીને સોનું બનાવ્યું ! આ તમારી, આ દેશને આપેલી ખૂબ મોટી બક્ષિસ છે.

હવે વધુ એક જટિલ સમસ્યા તમારી સામે છે. ક્યારેય તમે લોકોએ પોતાના હિતાહિતનો વિચાર કર્યો નથી. તમને હિન્દુસ્તાનથી એક કરાર આધિન અહીં લાવવામાં આવેલા. તે કરાર મુજબ - અવધિ પૂર્ણ થયે તમને આ લોકો પોતાના ખર્ચે હિન્દુસ્તાન પરત મોકલી આપે અને જો તમે જવા ન ઇચ્છતા હો તો, જમીન ખરીદીને તમે અહીં રહી શકો - શું તમારી સાથે આવું જ થયું ?"

એકસામટો અવાજ આવ્યો, "હા, આ સાચું છે."

"હવે આ લોકો તમને આપવામાં આવેલો મતાધિકાર ઝૂંટવી લેવા માટે ધારાસભામાં ખરડો રજૂ કરી ચૂક્યા છે. જો તે ખરડો, કાયદો બની જશે તો આપ અહીંના નાગરિક રહેશો નહીં. ધારાસભામાં પોતાના પ્રતિનિધિને મોકલવાનો અધિકાર તમારી પાસેથી છીનવાઈ જશે. શું તમે ઇચ્છશો કે આ પ્રકારનો ખરડો, કાયદો બને ?" ગાંધી આટલું બોલીને ફરી અટક્યો. ચારેબાજુ જોયું.

બધાએ ખૂબ જોરથી કહ્યું, "ના... ક્યારેય નહીં !"

"તો દોસ્તો, એના સારુ લડાઈ લડવી પડશે. કદાચ આ લડાઈ લાંબા સમય સુધી ચાલે. કંઈ જ કહી શકાય નહીં, પરંતુ એટલું ચોક્કસપણે કહી શકાય કે જે સાહસથી તમે અહીં આવવાનું જોખમ ઉઠાવેલું, જો એવા જ દૃઢ ઈરાદા સાથે જોખમ ઉઠાવવાનું સાહસ ટકાવી રાખશો તો તમારી જીત નિશ્ચિત છે." ફરી ગાંધી અટક્યો.

સૌના ચહેરા ઉપર જુસ્સો હતો. કંઈક કરી દેખાડવાનો ઇરાદો સ્પષ્ટપણે જોઈ શકાતો હતો. એકસામટો અવાજ ઊઠ્યો,

"અમે બધા તૈયાર છીએ."

"હસતાં-હસતાં મરી જશો ?"

"અમારો અધિકાર લઈને રહેશું."

"આપ અમને આદેશ આપો."

"અમે બધા માથાં વધેરી દેશું."

"હિન્દુસ્તાન વીરોની ભૂમિ છે."

આવા વિવિધ પ્રકારના નારા પૂરી તાકાતથી ગુંજવા માંડ્યા.

ઠંડી કપૂરની જેમ ઊડી ગઈ. વાતાવરણમાં તાજગી પ્રસરી ગઈ. શેઠવર્ગ આશ્ચર્યચકિત થઈ જોતો રહ્યો. ચોક્કસપણે કંઈક થઈ શકશે અને તે બધું જ આ બધાની તાકાતથી જ થઈ શકશે, તેવો વિશ્વાસ પ્રગટ્યો.

"કાલે આપણે તાર મોકલીને આ ખરડાનું વાચન અટકાવવાનો પ્રયાસ કરીશું. પછી વિનંતીપત્ર તૈયાર કરીને ધારાસભાના અધ્યક્ષ અને અન્ય સંસદસભ્યોને મોકલીશું અને પછી આગળની રણનીતિ ઘડીશું. મને પણ આ બાબતે કંઈ વધુ માહિતી નથી. અહીંના કાયદા-બંધારણની જાણકારી મેળવીશ. હું તમને કોઈ વચન આપી શકું નહીં, કેમ કે મારા હાથમાં ફક્ત કર્મ કર્યે જવાનું છે, તેનું ફળ નહીં. તોપણ એમ કહી શકું કે સત્ય માટે કરવામાં આવેલો સંઘર્ષ ક્યારેય વ્યર્થ જતો નથી. તેનાથી સંતોષ મળશે, શાંતિ મળશે અને સદ્કર્મ કરતા રહેવાની પ્રેરણા મળશે." ગાંધી ખૂબ ધીમે-ધીમે, રોકાઈ-રોકાઈને કહેતો હતો, જેથી પોતે જે કંઈ પણ બોલે તે પોતાને પણ સમજાતું જાય !

ત્યારબાદ એ સભા સંપન્ન થઈ. એ લોકોને પહેલી વાર એવું લાગ્યું કે તેમનું પણ કોઈ છે. તેમના માટે પણ કોઈ, કંઈક કરવા માગે છે.

બધા ગયા પછી ગાંધીએ દિવસમાં તૈયાર કરેલો તાર, શેઠ દાઉદ મહમદને આપતાં કહ્યું, "તમે લોકો જોઈ લો અને તેને તાત્કાલિક ધોરણે મોકલવાની વ્યવસ્થા કરો."

તાર મુખ્યમંત્રી સર જૉન રોબિન્સન અને સંસદસભ્ય એસ્કમ્બના નામે લખ્યો હતો, જેમાં લખ્યું હતું,

"જે ખરડો એ હિન્દુસ્તાનીઓને અસરકર્તા છે, કે જેઓ અહીં વસેલા છે અને જેને ધારાસભામાં પોતાના પ્રતિનિધિ નક્કી કરવાનો મતાધિકાર છે, આ ખરડો તેના ઉપર ખોટી અસર પાડવાનો છે, આથી તે ખરડા ઉપર વિચારવાનું મુલતવી રાખવા માટે આપને વિનંતી છે."

તારનું લખાણ સૌને પસંદ પડ્યું. તે મોકલી આપવામાં આવ્યો, પરંતુ કોઈને ઉમેદ નહોતી કે તે તારની ધારાસભામાં કોઈ અસર પડશે. જોકે, સૌના આશ્ચર્ય વચ્ચે બીજે દિવસે તારનો જવાબ આવ્યો કે તે ખરડાનું વાચન, બે દિવસ માટે મુલતવી રખાયું છે. વર્તમાનપત્રોમાં આ સમાચાર મથાળામાં હતા.

આ પહેલી જીત હતી. બધા ખુશ હતા. દૂર-દૂરથી લોકો મળવા અને અભિનંદન આપવા આવવા લાગ્યા.

ગાંધીએ કહ્યું, "આ તો લડાઈનો પ્રારંભ છે."

"પ્રારંભે જ આપણી જીત થઈ છે." શેઠ દાઉદ મહમદે ઉમંગમાં આવીને કહ્યું.

"ના દોસ્તો, એવું નથી. આ તો દુનિયાને દેખાડવા માટેની એક ચાલ છે. તેઓ દેખાડવા માગે છે કે તેઓ કેટલા ઉદાર છે, કેટલા સહિષ્ણુ છે અને નીતિમાન છે. વાસ્તવિકતા કંઈક બીજી જ છે. તેમના મનમાં કંઈક જુદું છે. તેઓ આવો તાર મોકલીને આપણી પ્રતિક્રિયાનો તાગ મેળવવા માગે છે. આથી આપણે ખુશ થવાની જરૂર નથી." ગાંધીએ કહ્યું,

સૌ આશ્ચર્યમાં પડી ગયા. બધાને આ ચોખ્ખેચોખ્ખી જીત દેખાતી હતી.

શેઠ અબ્દુલ્લાએ કહ્યું, "ગાંધીભાઈ, મને તો આ આપણી ખૂબ મોટી જીત થઈ હોવાનું લાગે છે."

"ના શેઠભાઈ, આ ગોરાઓ ઉપર ભરોસો કરી શકાય નહીં. હું પત્ર તૈયાર કરી રહ્યો છું. હમણાં પૉલ અને સુભાન ગૉડફ્રે અમુક પુસ્તકો લઈને આવતા જ હશે. પત્રની ચાર-છ નકલ કરવામાં આવશે. મારા અક્ષર એવા સરસ છે કે વાંચવામાં મુશ્કેલી થશે ! સારા અક્ષરવાળા ચાર-પાંચ માણસો શોધી કાઢો, જેથી આપણા તરફથી મોડું ન થાય."

ગાંધીએ પાંડે, દાઉદ મહમદ અને બીજા બધાને આમ સમજાવ્યું. સાથોસાથ તેમને સાવચેત પણ કરી દીધા કે, તેઓ આને જીત માને નહીં. માન્યું કે દક્ષિણ આફ્રિકાની ધારાસભામાં આવો ધડાકો પહેલી વાર જ થયેલો, પરંતુ તેનો અર્થ આપણી જીત થઈ છે, એવું ક્યારેય માનશો નહીં.

શેઠ અબ્દુલ્લા ચાલ્યા ગયા. ગાંધીએ જે જરૂરી જાણકારી માગેલી, તે પૉલે આપી. સાથે પુસ્તકો પણ આપ્યાં. તે પુસ્તકો પણ જે, સુભાન ગૉડફ્રેએ ગાંધીને આપવા માટે તેને આપેલાં.

હવે ફરી શાંતિ છવાઈ ગઈ. નીરવ શાંતિ ! ગાંધી ચુપચાપ પુસ્તકોને ઊથલાવતો-ફેરવતો રહ્યો. તેમાંથી નોંધ લખતાં-લખતાં અટકી જતો. તેના મનમાં સવાલ થયો,

"આ શું કરે છે, ગાંધી ?"

"નથી જાણતો."

"તો જાણ્યા વિના કરે છે ?"

"શું કરું ? માણસ કોઈ જનાવર તો નથી ! સભ્ય, શિક્ષિત અને સંસ્કારી સમાજ કેમ પ્રકાશની જગાએ અંધારું ફંફોસ્યા કરે છે ? શું કાળા, શું ગોરા ? ભેદભાવ શા માટે ? બધા એકસાથે ખુશ કેમ રહી શકતા નથી ? પોતે જ ખાડા ખોદી રહ્યા છે ! દુનિયાને અરાજકતા તરફ દોરવા માટે વિવશ કરી રહ્યા છે !"

"તું વિચારે છે તો સાચી દિશામાં, પરંતુ..."

"પરંતુ શું, ભાઈ ? મને માર્ગ દેખાડો, મારી પ્રેરણા બનો. મહેરબાની કરીને મારું મનોબળ ઘટાડવાની વાતો ન કરો. તમારો સહયોગ ફક્ત મારા સારુ જ નહીં, બલકે સમગ્ર પીડિતો સારુ વરદાન સાબિત થશે. મારો માર્ગ પ્રશસ્ત કરો !" ગાંધીએ મનોમન પ્રાર્થના કરી.

ફરીથી ગાંધી પુસ્તકોમાં ખોવાઈ ગયો. ઊંડા ચિંતનમાં ઊતરી ગયો.

શેઠ અબ્દુલ્લા, શેઠ દાઉદ મહમદ સાથે એવા પાંચ લોકોને લઈને આવ્યા, કે જેમના અક્ષર સારા હતા. જોકે, ગાંધીને ઊંડા વિચારોમાં ખોવાયેલો જોઈને તેઓ બધાને લઈને પાછા વળ્યા.

ગાંધીના હૃદયમાંથી એક અવાજ ઊઠતો હતો. તે અવાજ બધાં પુસ્તકોથી અલગ હતો. તેમાં કંઈક જાદુ હતો, જે ગાંધીને મોહિત કરતો જતો હતો !

એક મૌન આનંદની આત્મીયતા સાથે તાર જોડીને, ધીમે-ધીમે પત્ર આગળ વધતો ગયો. તે ક્ષણો અદ્‌ભુત હતી, જેમાં ગાંધી પોતાને અલિપ્ત રાખીને, તે વર્ગની સાથે હતો ! તે કેટલો ધીમો, સ્પષ્ટ અને અસરકારક અવાજ હતો, કે જેને સાંભળતા રહેવાની ઇચ્છા ગાંધીને થઈ અને તે બધા કાગળ-પત્રો એકબાજુ મૂકીને એ અવાજને સાંભળતો રહ્યો. જાણે કે કોઈ અજ્ઞાત ભાષાનું તે મધુરું સંગીત હોય, જેને સાંભળીને તેનાથી અપિરિચિત વ્યક્તિ પણ આનંદના અતિરેકમાં ઝૂમવા માંડે !

"કઠોર નહીં, સહજ. તરલ ! એકપક્ષીય નહીં. ભૂલ તો ક્યાંક ને ક્યાંક એ લોકોની પણ છે કે તેમણે પોતાના અધિકારો માગ્યા કેમ નહીં ? શા માટે પહેલી વાર એસ્કમ્બને મત આપ્યા ? તે અગાઉ કેમ પોતાના મતાધિકારનો ઉપયોગ ન કર્યો ? શોષણ અને અપમાનના ચક્રવ્યૂહમાં તે લોકો જ ફસાય છે અને પિસાય છે, જે લોકો પોતાના સમયની સાથે ચાલી શકતા નથી અને પોતાના સમય સામેથી મોં ફેરવી લે છે !

તેઓ પોતાનો દેશ છોડીને આવેલા. દેશની સાથે પોતાની ભાષા પણ છૂટી ગઈ, કારણ કે ત્યાં અંગ્રેજીનું ચલણ હતું. અંગ્રેજી શીખ્યા હોત, કાયદો જાણ્યા હોત,

અન્યાય-અત્યાચારનો વિરોધ કર્યો હોત ! આ બધું ફક્ત પારકા દેશમાં જ નહીં, બલકે પોતાના દેશમાં પણ આવશ્યક છે. ત્યાં પણ તેમનું જોરદાર શોષણ થતું હતું. આજે પણ થઈ રહ્યું છે. એટલા માટે જ તો આ અભાગિયાઓ પોતાનો દેશ છોડવાને તૈયાર થયા ! એવા પાલતું બન્યા એવા પોતાની આઝાદી ખોઈ બેઠા !"

ગાંધી હતપ્રભ થઈ ગયો.

દરવાજે ટકોરા પડ્યા અને મનનો સંવાદ તૂટ્યો. વૉલ્ટર આવેલા. અગાઉ પણ તેઓ ગાંધીને મળતા રહ્યા હતા. વૉલ્ટર બેઠા. ખબરઅંતર પૂછીને પછી બોલ્યા,

"તમે આ સારું પગલું ઉપાડ્યું છે."

"અજ્ઞાન અભિશાપ છે. એ જ શોષણકર્તાઓનું મનોબળ વધારે છે. અંધકાર વડે અંધકાર દૂર કરી શકાય નહીં, પરંતુ એનો અર્થ એવો પણ નથી કે ક્યારેય જાગો જ નહીં, કાયમ સૂતાં જ રહો !" ગાંધીના મનમાં ટીસ ઊઠી રહેલી. દુનિયામાં એવા લોકો વધુ છે જે નિરક્ષર છે. નિરક્ષરતા, સાક્ષરતાનો ખોરાક છે.

"તમે બરોબર વિચારો છો... આ અહીંની કૉલોનીના વાસ્તવિક ડ્રાફ્ટની નકલ છે. કદાચ તમને કામ આવે."

"આભાર, મિ. વૉલ્ટર... ! તમે તકલીફ ઉઠાવી."

"સમાચારમાં હતું કે તમે નિવેદન તૈયાર કરી રહ્યા છો, એટલે મને થયું કે આની જરૂર પડશે."

"તમે મારું કાર્ય સરળ કરી આપ્યું, મિ. વૉલ્ટરસાહેબ. ફરીથી આભાર."

"નો મેન્શન, ગાંધી. તમારો સમય કીમતી છે, હું રજા લઉં."

ત્યારે જ કૉફી, નાસ્તો અને દૂધ આવતાં, વૉલ્ટરે રોકાવું પડ્યું. ગાંધીએ આગ્રહ કર્યો. વૉલ્ટરે સાથ આપ્યો.

ગાંધીએ પૂછ્યું, "શિક્ષિત લોકો સભ્ય કેમ નથી હોતા ? કેમ તેઓ શોષણ કરવામાં આનંદ મેળવે છે ?"

"કેટલા લોકો જાણે છે કે આનંદ શેમાં છે ?" કહીને વૉલ્ટર આગળ બોલ્યા, "બીજાંઓને દુઃખ પહોંચાડીને કોઈ સુખી થઈ શકે નહીં - આ વાક્ય બધાએ અનેક વાર સાંભળ્યું છે, પરંતુ કોઈ તેને અમલમાં મૂકવા માગતું નથી."

"પરંતુ શા માટે વૉલ્ટરસાહેબ ?"

"કારણ કે દુનિયાના લોકો જેટલા દુઃખી હશે, કષ્ટ ભોગવશે એટલા જ કાદવમાં ફસાયેલા રહેશે અને મનસ્વી લોકો માટે તે ઊંચે ઊઠવાનું સાધન બની રહેશે. આ એક સ્થાયી રોગ છે. તેમાંથી છૂટવા માટે સૌએ સંપીને સામનો કરવો જોઈએ. પરંતુ કેવી રીતે !" વૉલ્ટર ભાવુક થઈ ગયા.

"પરંતુ કેવી રીતે વૉલ્ટરસાહેબ ?"

"ખબર નથી. જેટલું વિચારું છું, એટલો જ ગૂંચવાતો જાઉં છું. ક્યારેક લાગે છે કે ફક્ત પ્રાર્થના સિવાય હું કશું જ કરી શકું નહીં, પરંતુ પ્રાર્થના પણ કોને કરું ?"

"ઈસુને."

"કોઈ ફાયદો નથી, ગાંધી !"

"કેમ ભલા ?"

"શું આ તમને ઈસુના અનુયાયીઓ લાગે છે ?"

ગાંધી અવાચક બની ગયો. તે શું બોલે ? ધર્મે પણ ભાગલા પાડ્યા છે, ઢોંગ ફેલાવ્યો છે. લૂંટ્યા પણ છે. પરંતુ કોણે ધર્માધિકારીઓએ... કે... !

"જાઉં છું."

ગાંધી, વૉલ્ટરને બહાર મૂકવા ગયો. વૉલ્ટર જતા રહ્યા, પરંતુ ગાંધી વિચારતો ઊભો રહી ગયો. આકાશમાં વાદળો ઘેરાતાં જતાં હતાં. ઠંડી વધતી જતી હતી. આ અહીંના જૂન મહિનાની સ્થિતિ છે.

ક્યારેક-ક્યારેક ગાંધી, પોતાની અંદર જ એવો ખોવાઈ જતો કે તેનું કંઈ ધ્યાન રહેતું નહીં ! ક્યારેક આકાશમાં ઘેરાતાં વાદળોમાંથી તેનું ધ્યાન ક્યાંક બીજે ચાલ્યું જતું, જ્યાં ન તો આકાશ હોય કે ન બીજું કંઈ હોય ! ત્યાં શું હતું ? તે આજ સુધી જાણી શક્યો નહોતો. ત્યારે પણ નહોતો જાણી શક્યો જ્યારે અંગ્રેજો તેને ઘોડાની સિગરામમાં મારતા જતા હતા. માર ખાઈને તે ચુપચાપ બેઠો રહેલો. શું તેના મનમાં કોઈ આવેશ ઊઠ્યો નહોતો ? શું આવેશથી પણ આગળ કંઈક છે ?

જોહાનિસબર્ગથી તે જ્યારે નીકળેલો ત્યારે પણ તેના ગાલ ઉપર કોઈ નિશાન ન હોવા છતાં પણ, તેની નજર સામેથી પોતાના ગાલ ઉપર પડેલા ઈજાનાં નિશાન હટતાં નહોતાં ! ગાલની પાછળ પણ શું કોઈ ગાલ છે ? ગાલ ઉપર, પીઠ ઉપર, ખભા અને છાતી ઉપર માર સહન કર્યો. તે બધા અંગો તો માર ખાઈને શાંત થઈ ગયેલાં, પરંતુ તે મારપીટની પીડાનો સણકો તો ફાંસ નીકળી ગયા પછી પણ એવો ને એવો જ અનુભવાતો રહ્યો છે !

"ગાંધી, તું એ સણકાને કેવી રીતે ભૂલી શકીશ ? શું તું આ અભાગિયા, અભણ, હારેલા, પીડિત ગિરમીટિયાઓની વચ્ચે પોતાને એવો જ અનુભવતો નથી ? તારામાં અને તેમનામાં શો ફેર છે ? શું હકીકતમાં તું તારી જાતને સમજાવી શક્યો છે, કે પછી તારી અંદર પણ એમની દહેશતે ભરડો લીધો છે !"

ધીમે-ધીમે તે અંધકારના છેવાડેથી પાછો વળવા માંડ્યો. અચાનક તેનો હાથ

પોતાના ગાલ સુધી પહોંચ્યો. તે તરફડી ઊઠ્યો. આગ ક્યાંક બીજેથી ઊઠતી હતી અને દર્દનો સણકો બીજે ક્યાંકથી !

ગાંધી ભીતરના વિશ્વમાંથી બહાર નીકળ્યો.

* * *

તેને યાદ આવ્યું...

ક્રિસ્ટીનાએ કહેલું, "ગાંધી, જખમની નિશાની તો અદશ્ય થઈ જાય છે, પરંતુ તેની પીડા ક્યારેય મટતી નથી."

"તમે કયા જખમની વાત કરો છો, ક્રિસ્ટીના ?"

"પોતાના જખમની, જેનાં નિશાન રુઝાઈ ગયાં છે, પરંતુ ટીસ જતી નથી." ક્રિસ્ટીનાએ વાત ફેરવી નાખી. સહજપણે કહ્યું, "અમે સભ્ય ક્યારે બનીશું ?"

"તમે તો સભ્ય જ છો, ક્રિસ્ટીના ! તમે તમારા એક ચિત્રમાં હબસી યુવતીને સૂતેલી દોરી છે અને તેનું બાળક પોતાના નાના-નાના હાથ વડે તેને જગાડી રહ્યું છે."

"ના ગાંધી, તે એને જગાડી રહ્યું નથી, બલકે તે ભૂખ્યું છે અને... " કહેતાં-કહેતાં અટકી ગઈ. કંઈક વિચારીને તે આગળ બોલી,

"ભૂખ, ગાંધી, જન્મથી લઈને અંત સુધી રહે છે. માણસમાં પણ અને જાનવરમાં પણ. ભૂખની વિકૃતિ જ આ આપણો સમાજ છે. કેમ બરોબર ને, ગાંધી ?"

"બરોબર રીતે કહી શકતો નથી."

"કે પછી કહેવા માગતા નથી ?"

ગાંધી મૌન રહ્યો. અદશ્ય ભૂખ ! અતૃપ્ત ભૂખ ! ભૂખ જ છે, જે તેને હિન્દુસ્તાનથી અહીં લઈ આવી ! શું તે ભૂખનો પીછો કરતો અહીં સુધી આવી ચડ્યો નથી ? અને હવે... હવે શું ?

ક્રિસ્ટીના ઊભી થઈ ગઈ.

"બેસો, ક્રિસ્ટીના !"

"ના, મારે જવું જોઈએ."

"કંઈ ખાસ કામ છે ?"

"માણસ કામ વિના તો સપનામાં પણ રહી શકે નહીં. કાર્યથી જ તો આ જીવન છે, જેની પાછળ દોડીને આપણે હાંફીએ છીએ."

"તમે શું ફિલસૂફી ભણવા માંડ્યાં છો ?"

"ના, આજે હું પીને આવી છું."

"એટલે ?"

"નાસપાતીના શરાબના બે પેગ લઈને આવી છું."

"તમે દિવસે શરાબ પીવાનું કેમ શરૂ કરી દીધું ?"

"તમે શું રાત્રે પીવો છો ?"

"ના, હું રાત્રે કે દિવસે ક્યારેય પીતો નથી."

ક્રિસ્ટીનાએ કહ્યું, "પીતા રહો ગાંધી, તેનાથી ઇમ્પેરિટી (અસમાનતા) દૂર થઈ જાય છે."

ગાંધી કંઈ ન બોલ્યો.

"નફરત કરો છો ?"

"શેને ?"

"શરાબને ?"

"ના."

"તો કેમ એને અડતા નથી ?"

"મારી મરજીથી."

"એટલે તો કહું છું કે ગાંધી, હું હવે જાઉં."

"જેવી તમારી મરજી."

"તમારી નહીં, ગાંધી ? ...યાદ રાખજો, સત્યને પચાવવાની તાકાત કાં તો શરાબમાં છે અથવા સ્ત્રીમાં છે, પુરુષમાં નથી. તે પંગુ છે."

"એટલે હું... !"

"તમે નહીં."

"કેમ ?"

"કેમ કે, તમે સત્યને જાણવા માગો છો અને તે પણ સત્યની અસરથી બચીને. હું કહી શકતી નથી કે આવો કોઈ પ્રયોગ સફળ થઈ શકશે કે... બેકર કહે છે કે ક્રિસ્ટીના, તું ઈસુ અને તેમની સાથે જોડાયેલી ઘટનાઓ ઉપર ચિત્ર દોરીશ તો પ્રસિદ્ધિ પણ મળશે અને પૈસા પણ મળશે... બોલો ગાંધી, આ પ્રસ્તાવ કેવો છે ? મારે શું કરવું જોઈએ ?" ક્રિસ્ટીનાએ ઊભા થઈને કહ્યું.

ગાંધીને ચુપ જોઈને તેણે કહ્યું, "જાણું છું, તમે આવે વખતે શું કરશો તે."

"શું કરીશ ?"

"તમે તમારા સત્યને બચાવી લેવા માગશો."

"એટલે શું ?"

"એટલે કે મૌન રહેશો." ક્રિસ્ટીના સહેજ હસી અને અટક્યા વિના ચાલી નીકળી.

ગાંધી ફક્ત જોતો જ ન રહ્યો, પરંતુ વિચારતો પણ રહ્યો અને તે પણ કશા મુદ્દા વિના !

આવા જ સમયે જુલિયાની વાત પડઘાવા માંડે છે.

તેણે કહેલું, "તપ્યા વિના તાપનો અનુભવ થઈ શકે નહીં. અનુભવ ખુલ્લા રસ્તાઓ ઉપર નહીં, પરંતુ ગલીઓ અને તે પણ અંધારી ગલીઓમાં કામ આવે છે અને તમને અંધારાથી ડર લાગે છે!"

* * *

"નહીં... નહીં... નહીં...!"

ગાંધીને ખ્યાલ જ ન રહ્યો કે તે બહારથી ક્યારે આવ્યો અને ક્યારે નિદ્રાધીન થઈ ગયો! તેને એકલો જોઈને સપનાંએ પકડી લીધો અને તે ચીસ પાડી ઊઠ્યો. આંખ ખૂલી. બારણું ખુલ્લું હતું. હવાની લહેરખીઓ અંદર આવતી હતી.

તે ઊભો થયો. તેણે વિખરાયેલા કાગળો સમેટ્યા. કાગળ, ક્યાંના ક્યાં ઊડી ગયેલા! ગાંધીએ કામળો ઓઢેલો હતો. ખબર નહીં કોઈ ઓઢાડી ગયેલું કે પોતે જાતે જ ઓઢેલો? કંઈ યાદ નહોતું. બારણું બંધ કર્યું.

ખુરશી ઉપર બેસીને કાગળોને ક્રમવાર ગોઠવીને ફરી વાંચવા માંડ્યો. ક્યાંક અટકતો, ચેકતો અને ફરી કંઈક નવું ખૂણામાં લખવા લાગતો. એક નવો કાગળ લઈને હાથમાં કલમ લઈને વિચારવા લાગ્યો.

૧૯

એ પત્ર જેવો પહોંચ્યો કે વિચાર્યું નહોતું એવું બન્યું. ત્યાંના અંગ્રેજી અને લંડનમાંથી નીકળતાં વર્તમાનપત્રોના મથાળે તે પત્રનો ઉલ્લેખ છપાયો. આ સમાચારને ભારત તથા અમેરિકાનાં છાપાઓમાં પણ સ્થાન મળ્યું. ડચ અખબારોએ પણ તેને મહત્ત્વ આપ્યું અને તે ચર્ચાનો વિષય બન્યો. ધારાસભાના સભ્ય એસ્કમ્બે પણ આ પત્રને સદનની સામે મૂક્યો અને તેની તરફેણમાં જોરદાર દલીલો કરી.

નાતાલ અને નાતાલની બહાર, દરેકની ચર્ચાનો એ જ વિષય બન્યો. ગોરાઓની ઊંઘ હરામ થઈ ગઈ. તેમને એ શોધવામાં વાર ન લાગી કે આ બધું કુલી બૅરિસ્ટર ગાંધીનું કામ છે. તે પોતાના અપમાનનો બદલો ત્યાંની સરકારને વિશ્વમાં બદનામ કરીને લેવા માગતા હતા! કૉલોનીના પ્રધાનમંત્રી જૉન રોબિન્સને ચુનંદા ગોરા સંસદસભ્યોની એક જરૂરી બેઠક બોલાવી. તેમાં આ મુદ્દો રજૂ કર્યો.

જૉનસને કહ્યું, "મિ. ગાંધી એક ચાલાક અને આક્રમક વકીલ જ નહીં, પરંતુ એક કપટી નેતા પણ છે. ચાણક્ય જેવા રાજનેતા હિન્દુસ્તાનની દેન છે. તેની સાથે જે ગેરવર્તન અહીં થયું તે, એણે શાંતિથી સહન કરી લીધું."

"મારો આ બાબતે વિરોધ છે." વારકરે કહ્યું, "તેણે ડરબન કૉર્ટમાંથી મળેલા તત્કાલીન આદેશનું પાલન કર્યું નહોતું. પાઘડી ઉતારી નહીં અને કૉર્ટની બહાર ચાલ્યો ગયેલો. ત્યારબાદ તેણે આ બાબતને અખબારના માધ્યમથી ઉછાળીને. ખૂબ અપમાન કર્યું. તેમ છતાં પણ આપ, મિ. જૉનસન એમ કેવી રીતે કહી શકો છો કે... "

"આવું જ તેણે નાતાલની રાજધાની મેરિત્સબર્ગમાં પ્રથમ વર્ગના ડબ્બામાંથી ઉતારી દેવાથી કર્યું. દરેક સ્થળે તાર મોકલ્યા. જનરલ મૅનેજરે જેમ-તેમ કરીને તે મામલો થાળે પાડ્યો. માન્યવર પ્રધાનમંત્રી, તે એક ખતરનાક, ચાલાક અને કપટી માણસ છે. જેણે ખૂબ ચાલાકીથી અમુક અંગ્રેજોને પણ પોતાની તરફ ફોસલાવી લીધા છે. તે આ મુદ્દાને આંતરરાષ્ટ્રીય સ્તરે લઈ જવા માગે છે."

"માન્યવર, હજુ મારી વાત પૂરી થઈ નથી. મહેરબાની કરીને મને મારી વાત પૂરી કરી લેવા દો." જૉનસને આટલું બોલીને પ્રધાનમંત્રી જૉન રોબિન્સન સામે જોયું. તેમના ઇશારા પછી તેણે કહ્યું,

"પરંતુ ત્યાર પછીની ઘટનાઓમાં – જેવી કે, સિગરામમાં તેની સાથે થયેલી મારપીટ, ડચ પહેરેદારે તેને પગથી ઉપરથી ધક્કા મારીને ઉતારી મૂકેલો – તે પછી તેણે પોતાની પ્રતિક્રિયાની રીત બદલાવી નાખી છે. ઊલટાનું તેણે એમ કહીને પોતાની મહત્તા સાબિત કરી કે, સંત્રી તો ઉપરથી મળેલા આદેશનું પાલન કરી રહ્યો છે, તેમાં તેનો કોઈ વાંક નથી. મિ. કોટ્સ અને બેકર જેવા પાક્કા ખ્રિસ્તીઓ અને અંદરથી કટ્ટરપંથીઓ પણ તેની સામે હારી ગયા. કોટ્સે તો એટલે સુધી કહ્યું કે, તે પેલા સંત્રી ઉપર કેસ કરે અને પોતે પ્રત્યક્ષદર્શી સાક્ષી બનશે !

પ્રિટોરિયામાં રહીને તેણે બ્રિટિશ ઍજન્ટ પાસે હિન્દુસ્તાનીઓ અંગે થયેલા પત્રવ્યવહારનો તલસ્પર્શી અભ્યાસ કર્યો. એટલે જ એણે ઑરેન્જ ફ્રી સ્ટેટમાં હિન્દુસ્તાનીઓ ઉપર થયેલા નિર્મમ અત્યાચારનો હવાલો આપતાં, તેમને ત્યાંથી દેશનિકાલ આપવાની વાત યાદ કરાવી અને અહીં તેનો ઉપયોગ દૃષ્ટાંત તરીકે કરીને ગિરમીટિયાઓના મનમાં વિદ્રોહની ભાવના જગાડી છે."

જૉનસને થોડું અટકીને કહ્યું, "આવા ચાલાક માણસને તેની ચાલાકીથી મારવામાં આવે એ જ ઉચિત છે."

આટલું બોલીને જૉનસન બેસી ગયો. બિલ ઊભા થઈને બોલવા માંડ્યા, "આપણા ગુપ્ત વિભાગના રિપોર્ટ ઉપરથી જાણવા મળ્યું છે કે, ગાંધી હિન્દુસ્તાન પરત જઈ રહ્યો હતો. તેની ટિકિટ પણ આવી ગયેલી. થોડા દિવસો અગાઉ 'ઇન્ડિયન ફ્રેન્ચાઇઝ' અંગે એક ટચૂકડી ખબર વાંચી અને તેણે પોતાનું વિચારવાનું શરૂ કરી દીધું. ઇન્ડિયન તેની પાછળ આવીને સાથમાં ઊભા રહ્યા એટલે તેને નવી ઊર્જા મળી. લડવા તૈયાર થયો અને એક મહિનાથી વધુ સમય થઈ ગયો છે અને હવે તે અહીંથી જવાની ઇચ્છા ત્યજી ચૂક્યો છે. તે એક ખતરનાક, ચાલાક અને દગાબાજ માણસ છે. આપણે તેનો કોઈ ને કોઈ તોડ કાઢવો રહ્યો."

"તેની પ્રખ્યાતિને પાંખો ફૂટી છે ! તે અહીં રોકાઈ જવાનો નિશ્ચય કરી બેઠો છે. તેને મૉરલ જ નહીં, પરંતુ આર્થિક સપોર્ટ પણ આપવામાં આવી રહ્યો છે. સાંભળ્યું છે કે તે અહીં પ્રૅક્ટિસ શરૂ કરવા માટેની અરજી પણ આપી ચૂક્યો છે અથવા આપવાનો છે." સ્પ્રિંટે આવું જણાવ્યું.

"હવે આપણે કયું પગલું લેવું જોઈએ ?"

"તેની અરજી રદ કરી દેવી જોઈએ જેથી તે કોર્ટમાં જઈ શકે નહીં અને તેની આજીવિકાનું કોઈ સાધન ન રહે."

"તેનો પ્રયત્ન થઈ શકે તેમ છે. એની અધર પોઇન્ટ ?" જૉન રોબિન્સને કંઈક નોંધતા આગળ ચલાવવા જણાવ્યું.

"તેની ધરપકડ કરીને તેને અંદર કરી દેવામાં આવે." બેકને સૂચન કર્યું.

"નો, મિ. બેકન, તેનાથી તો એ ઇન્ડિયનમાં વધુ મજબૂત પકડ મેળવી લેશે. તેમના માટે તે પૂજવાયોગ્ય સ્થાન પ્રાપ્ત કરી લેશે." જૉનસને પોતાનો મત રજૂ કર્યો.

"હા, આપણે કોઈ એવું પગલું ભરવું નથી, જેનાથી તેના પક્ષે સહાનુભૂતિ ઊભી થાય અને તે કારણ વિના હીરો બની જાય." જૉન રોબિન્સન સિગાર સળગાવતાં બોલ્યો.

"આ મુદ્દો સંવેદનશીલતા સાથે જોડાયેલો છે. તે લોકોની લાગણી ભડકાવી ચૂક્યો છે. કુલીન વર્ગને તે એક હદ સુધી પ્રભાવિત કરી લે છે. તે નિગ્રોની વસતીમાં પણ જવા માંડ્યો છે."

બેકન આટલું બોલીને બંને તરફ જોવા માંડ્યો.

"શું હજુ આપણે કંઈક એવું ન કરી શકીએ કે 'ઇન્ડિયન ફ્રેન્ચાઇઝ'ને ઢીલું મૂકી દઈએ ? તે પછી તેનું અહીં રહેવાનું કોઈ કારણ જ નહીં બચે."

"તેનાથી ગિરમીટિયા અને કુલી વર્ગમાં એવો સંદેશો જશે કે, તે દિવ્ય પુરુષ છે. સરકાર તેનાથી ડરી ગઈ છે. ઉપાય એવો હોવો જોઈએ કે જેથી સાપ પણ મરી જાય અને લાઠી પણ ન તૂટે !" જૉન રોબિન્સને સિગાર ઍશ-ટ્રે ઉપર ખંખેરતાં કહ્યું.

એકાએક સૌ શાંત થઈ ગયા.

બેકનના મનમાં ગુસ્સો ધણધણી ઊઠ્યો, "સાલો, બદમાશ ! ભારતમાં તો એનાથી કંઈ થયું નહીં, અહીં તીસમારખાં બનવા નીકળ્યો છે !" તે કંઈ વધુ બોલે તે પહેલા જૉનસને બોલવાનું શરૂ કર્યું,

"આપણે હજુ પણ તેની ગતિવિધિઓ ઉપર નજર રાખીએ તો ? ...તેને જરૂર કરતાં વધારે મહત્ત્વ ન આપીએ. જોઈએ કે તે આગળ શું કરે છે ! આ ગિરમીટિયાઓમાં એટલી હિંમત નથી કે તેઓ પોતાના ગોરા માલિકોનો સામનો કરે ! શું આપણે એવો પ્રયાસ ન કરી શકીએ કે જેનાથી તેમની વચ્ચે મતભેદ ઊભો થાય ?"

"કેવી રીતે ?" જૉન રોબિન્સને પૂછ્યું.

"મેં અગાઉ પણ કહેલું કે આપણી મિશનરી... એમાં પણ ક્રિશ્ચિયન પ્રિસ્ટ (પાદરી)ની ભૂમિકા ધર્માન્તરણ કર્યા પછી ખૂબ કમજોર પડી જાય છે. આપણે

તેમને જે આશાઓ દેખાડીએ છીએ તે મૃગજળ સાબિત થાય છે. એટલે તો તેઓ એ સભામાં ગયા અને ઇન્ડિયનની સાથે હાથ મેળવ્યો. કાશ, તેમના ઉપર આપણી પકડ મજબૂત હોત! તેમના માટે સુવિધાઓ ઉપલબ્ધ કરાવી હોત તો તેઓ કદી એ સભામાં જાત નહીં. તેઓ તો આજે પણ ઇન્ડિયનના ઇન્ડિયન જ રહ્યા! ...હિન્દુસ્તાન પ્રત્યે તેમને ઊંડો લગાવ છે." બેકને વાત બદલતાં કહ્યું.

"મિ. બેકન, ભૂતકાળને હાલ ભૂલી જાઓ. અહીં આપણે એકબીજાની નબળાઈઓ ગણાવવા માટે ભેગા નથી થયા. અહીં આપણે જે વિચારવાનું છે અને નિર્ણય લેવાનો છે, તે આજની પરિસ્થિતિ અંગે. મહેરબાની કરીને આ બાબતને અનુલક્ષીને તમારું મંતવ્ય રજૂ કરો." જૉન રોબિન્સને ઍશ-ટ્રેમાં સિગાર બુઝાવતાં બોલવાનું ચાલુ રાખ્યું,

"તમે સૌ પોતપોતાના ક્ષેત્રમાં ઘણા શક્તિશાળી છો. આ સમયે કોઈ હિંસાત્મક પગલું ભરી શકાય નહીં. આપણે બહારથી સહાનુભૂતિ દર્શાવીએ અને આ વિકટ તથા જટિલ પરિસ્થિતિમાંથી નીકળી જઈએ, એવું કંઈક થાય."

"જેમ કે ? અત્યારે તમને કંઈ સૂઝે છે ?"

જૉન રોબિન્સને કંઈક વિચારતાં કહ્યું, "ગિરમીટિયાઓ જે અંગ્રેજો પાસે કામ કરે છે, તેઓ તેમના પ્રત્યે દયા બતાવે, તેમને અમુક સુવિધાઓ આપે અથવા આપવાનો દિલાસો આપે."

"તેમને એમ પણ સમજાવે કે આ કાયદો બનશે તો તેમને તેની અસર થશે નહીં. તેમને તેમના પાદરીઓ પણ સમજાવે કે આ કાયદામાંથી તેમને છૂટ અપાવશે. ત્યાં તેમનાં ક્ષેત્રના સંસદસભ્યો મળવા જાય અને તેમને આશ્વસ્ત કરે કે તેમનો વાળ પણ વાંકો થશે નહીં."

બેકને ચાલ બદલી. તેને જૉન રોબિન્સનની સૌથી વધુ નિકટનો સમજવામાં આવતો હતો. તે ઘણી સમિતિઓનો સભ્ય પણ હતો. તેણે સમયની નજાકત જોઈને પોતાની વાત કહી દીધી.

"પરંતુ ધ્યાન રાખજો, ગાંધી તેમની પાસે જવા માંડ્યો છે. તે તમારા ઇરાદા ઉપર પાણી ફેરવી શકે તેમ છે. તેની પાસે એક જ એવું સુદર્શન ચક્ર છે, કે જેનો સામનો કરી શકે એવું આપણી પાસે કંઈ જ નથી. ભલે આપણે તેની ગમે એટલી નિંદા કરીએ, તેના માટે ગમે તેવા શબ્દોનો ઉપયોગ કરીએ, પરંતુ તે બધું વ્યર્થ સાબિત થઈ શકે છે... તમે લોકોએ તેના પત્રની શૈલી જોઈ, કેટલી માર્મિક છે! એક તરફ તે લખે છે કે –

'બ્રિટનનાં સમ્રાજ્ઞી, તમારી સૌથી મોટી કૉલોનીની પ્રજા વિનંતી કરે છે કે, મત આપવાનો અધિકાર, કે જે પહેલેથી જ ભારતીયોને મળેલો છે, તેનાથી અમને વંચિત કરવામાં ન આવે - છીએ તો અમે તમારી જ પ્રજા. મહારાણી તો બધાની માતા હોય છે. બધાની પાલનહાર ! આ સમયે નાતાલની સંસદમાં એવું સંશોધન બિલ, કાયદો બનવા જઈ રહ્યું છે, જેનાથી તમારી હિન્દુસ્તાની પ્રજા મતાધિકારથી વંચિત રહી જશે, તે લોકો આપના પ્રતિ પૂરેપૂરા વફાદાર હોવા છતાં !

અમારા ઉપર એવો આરોપ લગાવીને અમને મતાધિકારથી વંચિત રાખી શકાય નહીં કે જેમ તેઓ કહે છે કે અમે અયોગ્ય, અસભ્ય, અશિષ્ટ અને અસંસ્કારી છીએ... જ્યારે યુરોપિયન વિદ્વાનો, ગવર્નરો અને રાજનેતાઓએ કહ્યું છે કે અમે લોકો યુરોપના લોકોથી કોઈ પણ રીતે ઊતરતા નથી.

તેમ છતાં પણ, મહામંડિત, તથ્ય-તજજ્ઞ અને પ્રજાપાલક સમ્રાજ્ઞી, આપનાં મનમાં કોઈ પણ સંદેહ હોય તો આપ એક સમિતિ બેસાડીને સચ્ચાઈની તપાસ કરાવી શકો છો.

અમે તો પૂરેપૂરા આપ ઉપર નિર્ભર છીએ, આપની આજ્ઞાકારી પ્રજા છીએ. અમે બિનઉપજાઉ જમીનને કઠોર પરિશ્રમ કરીને ઉપજાઉ બનાવી છે. શેરડીની ડોલતી ફસલ અમારી વફાદારી, કઠોર પરિશ્રમ, અદ્‌ભુત આવડત અને દક્ષતાનો સૌથી મોટો પુરાવો છે. મહિષી માતાને નમ્ર વિનંતી છે કે ઇન્ડિયન પ્રજા ઉપર દયા કરે અને તેમને અગાઉની માફક જ મતાધિકારનો ઉપયોગ કરવાના આશીર્વાદ પ્રદાન કરે.'

જો આપણે આ પત્રનો મુસદ્દો અને તેની ભાષાકીય નમ્રતાને ધ્યાનમાં લઈએ તો તેમાં એટલી શક્તિ છે કે તે પથ્થરદિલને પણ પીગળાવી શકે."

સૌએ એકશ્વાસે ફરી પત્ર સાંભળ્યો. એકસાથે સૌ હતપ્રભ થઈ ગયા.

"આ પત્ર કે તેનો સારાંશ મોટા ભાગે દરેક છાપામાં છપાયો છે. બ્રિટનના સંસદસભ્યોએ પણ આ પત્ર વાંચ્યો છે. આવા સંજોગોમાં આપણે દરેક પગલું સંભાળીને ઉઠાવવું જોઈએ. બની શકે કે, ગાંધીએ આ પત્ર તેના અંગ્રેજ મિત્રોને પણ મોકલ્યો હોય. સાથે છાપાનાં કતરણ પણ મોકલ્યાં હોય. તે આને એક આંદોલનનું સ્વરૂપ આપવા માગે છે." જૉનસને સ્થિતિ સ્પષ્ટ કરી.

"હા, તો હું એમ કહેતો હતો કે ગાંધી પાસે એક એવી શક્તિ છે, જેનો સામનો કરી શકે એવું કંઈ આપણી પાસે નથી. જાણો છો મેં સુદર્શન ચક્રનું નામ કેમ આપ્યું ? ...એવી કઈ શક્તિ છે તેની પાસે ?" જૉન રોબિન્સને ગંભીરતાથી કહ્યું અને સૌની સામે જોયું.

"તે નિષ્ફળ બૅરિસ્ટર છે." બ્રેને કટાક્ષ કરતાં કહ્યું, "મુંબઈની કૉર્ટમાં એક કેસમાં પોતાના અસીલની વકીલાત કરી શક્યો નહીં અને પૈસા પાછા આપીને નાસી

છૂટેલો ! ભાગીને રાજકોટમાં અરજી લખવાનું કામ કરવા લાગ્યો હતો."

"તે બરોબર છે, પરંતુ એ પણ સાચું છે કે તેણે શેઠ અબ્દુલ્લા અને શેઠ તૈયબને કૉર્ટ-કચેરીમાંથી બચાવીને તે બંને વચ્ચે સમજૂતી કરાવી. આ એક અસંભવ કાર્ય હતું અને અહીંનો સૌથી પહેલો ચમત્કાર પણ ! શું કોઈ આ સચ્ચાઈ સામે આંખ આડા કાન કરી શકશે ?" જૉન રોબિન્સને આ બાબતને સર્વથા નવી રીતે રજૂ કરી.

કોઈ કંઈ બોલ્યું નહીં. જૉન રોબિન્સને આગળ કહ્યું,

"આપણામાંથી ઘણા લોકોનાં ફાર્મહાઉસ છે, જેમાં આ ગિરમીટિયાઓ ચાબુકના જોરે, ખૂબ ઓછા પગારે અને સુવિધાઓ વિના કામ કરે છે. તેમના મનમાં આપણા માટે નફરત છે. એ નફરતને તેમનામાંથી કાઢવાનું કામ પગમાંથી કાંટો કાઢવા જેવું કામ નથી ? ગાંધી પાસે મૉરાલિટી છે, તે સત્યવાદી છે. તેનામાં લોભ નથી. તે આપણી દૃષ્ટિમાં કનિંગ, બદલો લેનારો, ભડકાવનારો, વગેરે હોઈ શકે છે. માફ કરજો, પરંતુ આપણે આવા વ્યવહારથી ટેવાઈ ગયા છીએ એટલે દરેકને આવી દૃષ્ટિએ જ જોઈએ છીએ. તોપણ આપણે એવા પાદરીઓને બોલાવવા પડશે જેમની પાસે નૈતિક સંપદા છે. મહેરબાની કરીને તમે લોકો આ બાબતમાં તપાસ કરો અને મને વ્યક્તિગત રીતે રિપોર્ટ આપો. તમે સૌ સમજુ છો, તમારી યોગ્યતા અને ક્ષમતા ઉપર મને પૂરેપૂરો ભરોસો છે. આથી આ બેઠકને અહીં સંપન્ન કરીને એક સર્વથા નવા પ્રભાતની મહેચ્છા વ્યક્ત કરું છું." જૉન રોબિન્સન ઊભા થયા.

કોઈ ચિંતિત થઈને તો કોઈ નિશ્ચિંત બનીને પોતાના અપાર બળના અભિમાનના જોરે - એમ સૌ ચાલવા માંડ્યા.

જૉન રોબિન્સન ઘરે પહોંચ્યા, તેમનાં પત્ની મરસીએ તેમને ગમગીન જોઈને પૂછ્યું, "આજે સંસદમાં કોઈ ખાસ બાબત બની છે કે શું ?"

"શું હોય ? એ જ હંમેશની સંસદ, એ જ કાયમના સંસદસભ્યો અને એ જ તેમની સ્વકેન્દ્રિત દાનત. મરસી, હું પ્રધાનમંત્રી અવશ્ય છું, પણ મારી પોતાની મરજીનો માલિક નથી !"

"તમે શું ઇચ્છો છો જૉન ? પોતાની મરજીના માલિક બનવા કે પ્રધાનમંત્રી રહેવા ?"

કંઈક વિચારીને રોબિન્સને કહ્યું, "પોતાની મરજીનો માલિક બનવા."

"તો પ્રધાનમંત્રી પદ છોડી દો."

"ઘણા રાહ જોતાં બેઠા જ છે !"

"કેમ ન બેઠા હોય ? જરૂર રાહ જોતા હશે. કેમ કે કૉલોનીના પ્રધાનમંત્રી બનવું તે ઠાઠમાઠ, રુઆબ અને પ્રતિષ્ઠાની બાબત છે. તમે તો શરૂઆતથી જ - જ્યારથી હું તમને ઓળખું છું ત્યારથી જ - તમે નિર્લોભી, બીજાઓ પ્રત્યે અત્યંત નમ્ર,

તેમની તકલીફોને શેર કરનારા, કપટહીન અને સહૃદય વ્યક્તિ છો - જસ્ટ લાઇક અ સ્કાય ! પરંતુ મેં ઘણીવાર કહ્યું છે, તે આજે ફરીથી કહીશ કે શાસન વૈમનસ્ય, સ્વાર્થથી ભરપૂર અને બેવડા માપદંડવાળો કપટથી ભરેલો દુર્ગમ રસ્તો છે, જેના પર ચાલવાની શુદ્ધ આત્માને સખત મનાઈ છે. વાંચ્યું નથી ? ઝડપથી વળાંક લેતા રસ્તાઓ ઉપર વારંવાર લખ્યું હોય છે કે, 'આગળ ખતરો છે'.

યુ આર નોટ અ કનિંગ (ધૂર્ત) પરસન... સો આઇ લવ યુ !" કહેતાં મરસીએ તેના ખભાને હળવેથી દબાવવા માંડ્યા. ક્યારેક તેના વાંકડિયા વાળને પસવાર્યા. તે ખુરશી ઉપર બેઠો, આંખ મીંચીને અજ્ઞાત દિશા તરફ કેફમાં ડૂબવા માંડ્યો !

"બ્રેને પોતાના વફાદાર ગિરમીટિયાને ખેતરમાં જ મારી નાંખ્યો ! ...હી હેસ કટ થ્રોટ - તે હત્યારો છે. ખૂની ! પરંતુ તે એક વ્હાઇટ કૉલર સંસદસભ્ય છે - માન-સન્માન ધરાવતો ! સાલો 'કશટ' (જંગલી કબૂતર) ! તે આજે પણ ગર્વથી સમતા, નૈતિકતા, પ્રામાણિકતા ઉપર લેક્ચર આપે છે - દંભી !"

"તમે તો જૉન, ફક્ત પ્રેમ કરવાને લાયક છો. મનમાં કંઈ રાખતા જ નથી." મરસીએ પોતાના હાથ તેના ખભા ઉપર વીંટાળતા, ધડકતી છાતીની માદકતાથી તેને ઘેરીને વહાલથી, અતિ મધુર અવાજમાં કહ્યું.

તે પોતાના મધુર અને સ્નિગ્ધ અવાજને કારણે દરેક પાર્ટીની રોનક બનતી હતી અને દરેકના હૃદયના પ્રાણ જેવી લાગતી હતી ! તે જેટલી નાજુક, આકર્ષક, સુંદર અને સમજુ છે એટલી જ શાંત, ઘરરખ્ખુ, પ્રકૃતિપ્રેમી, કલાકાર અને ઘરનો પ્રાણ છે. પોતાના પતિના હૃદયમાં સહજપણે વાંસળીના સૂરને ઉતારનારી જાદુગરણી જાણે ! તેની આસમાની, મોટી-મોટી માદક આંખોમાં મધુશાલાનો કેફ સહજ જોવા મળે છે.

તે ખૂબ વહાલથી બોલી, "જૉન, મેં તમારા માટે... "

"મારા માટે... ?"

"ના, આપણા માટે... સૉરી આપણા બેય માટે એક ખાસ સ્વીટ ડિશ બનાવી છે - એકદમ નવી, સ્વાદિષ્ટ અને લહેજતદાર ! તમે શેર કરશો કે અત્યારે મૂડ ખરાબ છે ?".

"પેલો ગાંધી !"

"આઇ સોર (આંખની કણી) !"

"તને કેવી રીતે ખબર ?"

"એ ફેબ્યૂલસ (કપોળકલ્પિત) પરસન... જે લેજન્ડરી ટેલ્સ (પૌરાણિક કથા)... ફેબલ (બોધકથા) માટે ઓળખાય છે."

"તું આ શું બોલે છે ?"

"પેલો કુલી બૅરિસ્ટર જ ને !"

"હા, પરંતુ કમ સે કમ આપણે કોઈ માટે અપશબ્દ બોલવા જોઈએ નહીં."

"ગહન પ્રેમથી કે નફરતથી પણ નહીં ?"

"નહીં."

"જૂઠા, તમે હંમેશાં પ્રેમ કરતી વખતે, પથારીમાં એટલા બદમાશ બની જાવ છો કે... " બોલતાં-બોલતાં તે અટકી ગઈ. થોડી વાર પછી બોલી, "તે શબ્દો-બોલ અને અધૂરાં વાક્યોને યાદ કરી-કરીને હું એટલી હસી પડું છું અને ખુશ થઈ જાઉં છું કે... બિચારી આપણી પુવર ડિક્શનરી શિવરિંગ વિથ કોલ્ડ (ઠંડી અથવા બીકથી થરથરવું) ! બરોબર ને... જૉન ડિયર !"

"હમણાં થોડા સમય પહેલાં તું કંઈક બીજું કહેતી હતી."

"કોના વિશે ?"

"ગાંધી વિશે... !"

"હા."

"તે સાવ સામાન્ય જેવો, સુકલકડી ગાંધી ! ...નથી ચહેરે-મહોરે દેખાવડો ! જોકે, કદરૂપો તો ન કહેવાય, પરંતુ સામાન્ય ભારતીય જેવો દેખાય, પણ અંદરથી પર્વત જેવો ! ...મેં તેને જોયો છે."

"ક્યારે ?"

"કદાચ પરમ દિવસે કે એમ !"

"ક્યાં ?"

"દરિયાકિનારે... સવારે ચાલવા નીકળી ગયેલી - એકલી."

"એકલી ?"

"ગાર્ડ-વાર્ડ સાથે હોય છે તો હું, હું રહી શકતી નથી, જૉન, કંઈક જુદી જ બની જાઉં છું."

"એટલે ?"

"પ્રધાનમંત્રીની પત્ની !"

"તે તો તું છે જ."

"નેવર, જૉન, નેવર ! હું કાયમ જૉનની પત્ની બનીને રહેવા માગું છું. હોદ્દો તો નિર્જીવ બાબત છે અને અચલ પણ. નકલી પણ છે. મને ઠાઠમાઠ પસંદ નથી. સીધી-સાદી જિંદગી... સાદી એટલે, લાલ જાતિની, ભૂરા રંગની ઝાંયવાળી, એક સરસ મજાની, નાનકડી ચકલી જેવી !

...મેં તેને એકલો જોયેલો. તે મૌન હતો. તેની ચાલમાં ગતિ હતી. તેની આંખમાં નક્કી કંઈક એવું હતું જે દરેકનું ધ્યાન તેના તરફ ખેંચી શકે ! ...તેણે જ કેટલાંય હજારો ગિરમીટિયા અને કુલીઓની સહી કરાવીને." એ નિવેદન આપ્યું છે.

"હા, મરસી !"

"હી ઇઝ કરેક્ટ, જૉન... હી ઇઝ નોટ અ કલ્પ્રિટ (અપરાધી). તમે કયુ કૉરિજેન્ડમ (શુદ્ધિપત્ર) કાઢવાના ચક્કરમાં છો ?... ના, જૉન... તે ગિરમીટિયાઓ માટે એવી સજા નહીં, જેની આપણે પશુ-પંખીઓ માટે પણ કલ્પના કરતાં ધ્રૂજી ઊઠીએ છીએ !"

"હું પણ આવું જ માનું છું. એક એસ્કમ્બ સંસદસભ્ય શું બન્યા કે બધા ગોરાઓ ઉપર જાણે કે વીજળી પડી ! છેવટે તે લોકો પણ માણસ છે. તેમને પણ કોઈ ને કોઈ હદ સુધી, પોતાના શ્વાસમાં આઝાદીની તરોતાજા હવા શ્વસવાનો હક છે. તેમનાં ઘરની અંધારી કોટડીઓમાં પ્રકાશનું એક કિરણ ફૂટવા દે ! પરંતુ ના, ગોરાઓએ જીદ પકડી છે કે... આ તેમની જીદનું જ પરિણામ છે કે, આપણા સંસદસભ્યો મનસ્વીપણા પર ઊતરીને ડેમોક્રસીનો ઇલ્યુઝન (ભ્રમ) ઊભો કરે છે. અતિની ગતિ નથી હોતી !"

"મેં તેને જોયો છે - એક ભલો, પ્રામાણિક, શાંત ચિત્તવાળો અને પોતાની આંખોમાં ખુશહાલ દુનિયાનું સપનું લઈને ફરતો સામાન્ય પણ વિશિષ્ટ માણસ ! મને એવી પ્રેરણા થાય છે કે હું તેનું પોર્ટ્રેટ (ચિત્ર) બનાવું !"

"તું તેના કુલી હોવાનું પોર્ટરેજ (મજૂરી) ચૂકવવા માગે છે શું મરસી ?"

"ના, જૉન, આ એક નિષ્ફળ પોટ્રેઅર (ચિત્રકાર)ની નાનકડી ઇચ્છા છે, ઊછળતી ઇચ્છા, બાળસહજ ઇચ્છા !"

"આઇ હેવ નો ઓબ્જેક્શન. મારા તરફથી તું સ્વતંત્ર છે."

"આપણે આટલું ભણીગણીને, ઊંચા-ઊંચા હોદ્દા ઉપર પહોંચ્યા પછી પણ જીવનનું પૂરાં દિલથી સ્વાગત કરવાનું કેમ શીખી શક્યાં નથી ? લાઈફ ઇઝ એન આર્ટ ! જીવન પૂજા માટે છે, ચીરી-ફાડીને હવામાં વિખરાવાની ખોટી ટેવ માટે નથી. ચોક્કસપણે આપણા શિક્ષણની જ આ ખામી છે. તે કયા સ્તરનું છે ? તે ચર્ચાઓ માટે છોડી દઈએ, તો એટલો ખ્યાલ આવે છે કે, તે જીવનને જીવન માટે સમર્પિત કરવાથી વિમુખ કરે છે." મરસીનું મન નિર્ઝર થઈ ઊઠ્યું અને સમગ્ર વાતાવરણ તેના નિનાદથી ગુંજી ઊઠ્યું.

"મરસી, પ્રેમમાં શક્તિ છે, શાંતિ છે અને સૌંદર્ય છે. જ્યારે નફરતમાં નિર્બળતા છે, અશાંતિ છે અને કુરૂપતા છે. પરંતુ શું કરીએ ? સમગ્ર વ્યવસ્થાએ પ્રેમના પોસ્ટર

ચહેરા ઉપર લગાવીને નફરતનો કાર્ય-વેપાર ફેલાવ્યો છે અને તેને જ પોતાનાં ધર્મ, કર્મ અને લક્ષ્ય બનાવી દીધાં છે.

બધા ઉપરછલ્લાં ટુચકા, ચાલચલણ, વાર્તાલાપો, બેઠકો, ચૂંટણીની પ્રક્રિયા, સંસદ-વિધાનસભા, વગેરે બધા જ લોકશાહીના ઘટકો - એક ફરેબ, માયાજાળ, દંભ બનીને રહી ગયાં છે... બધો જ નફરતનો ખડકલો !" જૉન રોબિન્સને પોતાના મનની કડવાશ અગાઉની જેમ જ ઠાલવી દીધી.

"હું સમજું છું. હવે તમારા મન પરથી પ્રધાનમંત્રી હોવાનો બોજ ઘટી ગયો હશે. ચાલો, મારી આંગળીને ચાટી જવાની ઇચ્છા ધરાવતાં જૉન, મારા હાથે બનાવેલી ડિશ (વાનગી)ની લિજ્જત માણો. ચાલો, ઊઠો અને આસ્વાદ લેવા માટે તૈયાર થઈ જાઓ અને મને પણ લેવા દો." મરસીએ જૉન રોબિન્સનનો હાથ પકડીને તેને ઊઠાડતાં કહ્યું.

જૉન રોબિન્સન જાણી જોઈને આળસ મરડતો ઊભો થયો. અચાનક તેનું ધ્યાન મરસીના નવા ડ્રેસ ઉપર ગયું અને એકાએક બોલી ઊઠ્યો,

"હાઉ સ્વીટ મરસી... ઇટ ઇઝ અ ગારમેન્ટ... ડિસવીલ (ઢીલું વસ્ત્ર) વસ્ત્રહીન સમાન વસ્ત્ર ! યુ આર લુકિંગ નાઈસ !"

મરસી શરમાઈને ડાઇનિંગ હૉલ તરફ જવા લાગી. મરસીના તાજા ધોયેલા અને છૂટા કેશનો કેફ, તેની નાસિકાઓમાંથી થઈને તેના અંતઃકરણ સુધી છવાતો ચાલ્યો. વસંતની સાથે-સાથે જે માદક નશો, તન-મનમાં છવાતો જાય છે, વસંતના આગમન વિના જ તેનામાં તે છવાયો અને અર્ધબેહોશી જેમ ઘેરાતો ગયો !

૧૭

ઘરેથી કાગળ આવેલો. કસ્તુરે પોતાની કોઈ ખાસ બહેનપણી પાસે લખાવેલો. શું કરે! મન લાગતું નહોતું. જીવનની ઝંઝટમાંથી ક્યારેક એકાંત મળતું ત્યારે સ્મૃતિઓ જાગી ઊઠતી અને મન કોઈ લોકગીતના સૂરને ગણગણવા માંડતું, ત્યારે રાત પૂરી જ નહોતી થતી અને એક છબી તાદશ્ય થઈ જતી!

તેની ખાસ બહેનપણી ચાલાક અને મનના ભાવોને વાંચી લેનારી હશે એટલે જ કાગળમાં એ મીઠું દર્દ વાચાળ બન્યું. કસ્તુરનું મન તો એવું સજાગ છે કે પગરવથી પણ ચેતી જાય છે અને ઝાંઝરની ઘૂઘરીઓને આંખના ઇશારે જ શાંત કરી દે છે! તેણે લખાવેલું,

"અક્ષર અને શબ્દોના પ્રકાશથી દૂર રહીને પણ મન તો બોલે છે, તોતડાય છે, રોષથી ભરાઈ જાય છે. ત્રણ વર્ષ લંડનમાં ભણ્યા. પછી એક વર્ષથી વધુ સમય દક્ષિણ આફ્રિકામાં થયો... અને હવે સંજોગોની દુહાઈ આપીને થોડી વધુ ધીરજ રાખવાનું કહો છો, એ જ એક ખૂણામાં પડી રહું! આ વખતે તો અવધિ પણ નક્કી નથી. શું એમ વિચારો છો કે આમ શબ્દોથી ચાલશે? હવે એકલું એકાંત ખાવા ધાય છે.

બાળકો પણ પિતાનો ચહેરો જોવા તરસી ગયા છે. દિવસ-રાત 'બાપુ બાપુ'નું રટણ કરે છે. મને તો કંઈ આવડતું નથી અને તમે નક્કી કરી લીધું છે કે, જેને લખતાં-વાંચતાં આવડતું ન હોય તેને મન, દિલ કે લાગણીઓ જેવું પણ કંઈ ન હોય – એ તો પથ્થરની મૂર્તિ હોય છે! નિસ્પંદ, નિર્જીવ, સંવેદનહીન!

પતિ પરદેશમાં હોય અને પરત આવવાની મુદત વધારતા જતા હોય ત્યારે ચિંતા થવા માંડે છે. અને અમારે વિચારવું પડે છે કે અમે તમારા જેવાં ભણેલા-ગણેલાં, મક્કમ અને ચાલાક નથી. મેં દુનિયામાં જોયું છે જ શું? કાં તો મારું ઘર અથવા તમારું ઘર! મુંબઈ ગયેલા ત્યારે અમને ચાર દિવસ માટે પણ સાથે લઈ નહોતા ગયા, કેમ ભલા? શું હું એ રસોઇયાથી પણ ઊતરતી છું! એકટાણાનો ઉપવાસ

તો મેં મહિનાઓના મહિના સુધી કર્યો છે. શું કોઈ પોતાના લોકોને દબાવીને બીજાઓને ઉઠાવી શકે ?

સચ્ચાઈની બીજી એક બાજુ એ પણ છે કે તમારા વિના, રણના બોઝિલ સૂસવાટા નાહક સાંભળ્યે રાખ્યા સિવાય કે ક્યારેક-ક્યારેક અચાનક સાંસા પડે ત્યારે, તે વિના મારું કોઈ અસ્તિત્વ નથી ! સગવડ હોય તો અમને લઈ જાવ અથવા અહીં પાછા આવતા હો તો કોઈ પ્રશ્ન નથી, થોડા મહિના વધારે રાહ જોઈશું. કાગળનો જવાબ તાર સમજીને આપજો.

- તમારી કસ્તુર."

ગાંધીની નજર સામે કસ્તુરનો ચહેરો તાદૃશ્ય થયો અને બધું યાદ આવ્યું. ઘરની યાદ મનમાં ઘેરાતી ગઈ. ત્યાંની સવાર-સાંજ, બધું જ દેખાવા લાગ્યું. કેટલાંય સાથી-સંગાથી, ચાલવા માટે સાથે આવતા મિત્રો, વકીલ-લહિયો અને બીજા લોકો.

તે ઊભો થયો. કૉર્ટમાં જવાનું હતું. આજે ન્યાયાલયમાં ગાંધી વકીલાત કરી શકે કે કેમ તે અંગે ફેંસલો થવાનો હતો. કપડાં બદલાવીને સીધો કૉર્ટમાં પહોંચ્યો.

મુખ્ય ન્યાયાધીશની કૉર્ટમાં જઈ ઊભો રહ્યો. બાર કાઉન્સિલ તેના પ્રવેશના વિરોધમાં હતી. તેણે ફક્ત તેનો વિરોધ કર્યો એટલું જ નહીં, પરંતુ ધમકી પણ આપેલી ! ગાંધીને સમજાતું નહોતું કે હવે શું થશે ? શું મુખ્ય ન્યાયાધીશ તેમના પ્રભાવમાં આવી જશે ? વળી સરકાર પણ ઇચ્છતી નથી કે પોતે ત્યાં સ્થિર થઈ શકે.

ગાંધી પાસે ત્યાં અસલ પ્રમાણપત્ર નહોતું એટલે તેની સામે એ દલીલ પૂરતી હતી કે તેનાં પ્રમાણપત્રો નકલી તો નથી ને ? તેણે અસલી પ્રમાણપત્રની જગ્યાએ પ્રતિજ્ઞાપત્ર રજૂ કર્યો હતો. હકીકતમાં તેની પાસે અસલી પ્રમાણપત્રને બદલે મુંબઈ હાઈકોર્ટનું પ્રમાણપત્ર હતું. વિલાયતનું પ્રમાણપત્ર, મુંબઈ હાઈકોર્ટમાં જમા હતું. સાથે બે અંગ્રેજોનાં પ્રમાણપત્રો પણ બીડેલાં હતાં. એસ્કમ્બ એટર્ની જનરલ હતા, એટલે જ ગાંધીએ પોતાનો વિનંતીપત્ર તેમના મારફત રજૂ કર્યો હતો. બાર કાઉન્સિલ છેવટ સુધી પોતાનો અસંતોષ વ્યક્ત કરતી રહી.

મુખ્ય ન્યાયાધીશ કૉર્ટમાં પ્રવેશ્યા. સૌએ ઊભા થઈને તેમનું અભિવાદન કર્યું. ગાંધીએ આજે પણ પાઘડી પહેરી હતી. મુખ્ય ન્યાયાધીશની નજર તેની પાઘડી ઉપર ગઈ. ગાંધી શાંત અને સ્થિર રહ્યો. ગાંધીએ કૉર્ટમાં પ્રવેશવાની અનુમતિ મેળવવા માટે જે વક્તવ્ય આપેલું, તે વર્તમાનપત્રોમાં છપાયું હતું. તે પણ સૌના ધ્યાનમાં હતું. વર્તમાનપત્રની ટિપ્પણી ગાંધીની તરફેણમાં હતી.

ગાંધીને એ વાતનું સુખદ આશ્ચર્ય થતું હતું કે, વર્તમાનપત્રો અને પત્રિકાઓના સંપાદક, સહસંપાદક વગેરે બધા જ ગોરાઓ હતા, તોપણ તેમણે ગાંધીને કૉર્ટમાં

પ્રવેશવા અંગે અનુમતિ આપવાની વાતનું સમર્થન કર્યું હતું! આ અગાઉ પણ ગાંધીને પત્ર-પત્રિકાઓનું સમર્થન મળતું રહ્યું હતું. ગાંધીને અનુભવ થયો કે, મોટા ભાગના સંપાદકો નિષ્પક્ષ છે અને તેમનામાં ગોરા-કાળાઓનો ભેદ નથી. ત્યાં હકીકતમાં લોકશાહી વ્યવહાર છે.

મુખ્ય જજના ટેબલ ઉપર એક તરફ આજના 'ટાઇમ્સ ઑફ નાતાલ'નું એ પાનું રાખવામાં આવેલું, જેમાં ગાંધીને ત્યાં વકીલાત કરવાની અનુમતિ આપવી તે લોકશાહી તંત્રની ફરજ ગણાવામાં આવેલી. બીજી તરફ નાતાલનું 'નાતાલ મર્ક્યુરી' છાપું હતું. તે ગાંધીની તરફેણમાં વકીલોની સભાનો વિરોધ કરતું હતું.

એક મહિલા કે જેની આંખે પટ્ટી બાંધેલી અને એક હાથમાં ત્રાજવું પકડીને ઊભેલી. તેનાં બંને પલ્લાં સરખાં હતાં, કોઈ ઉપર-નીચે નહીં. આ હતું ન્યાયાલયનું પ્રતીક!

મુખ્ય ન્યાયાધીશે ખીચોખીચ ભરેલી કૉર્ટમાં પોતાનો ચુકાદો વાંચવાનું શરૂ કર્યું,

"મિ. એમ. કે. ગાંધીના વિનંતીપત્ર ઉપર વિચાર કરીને આ અદાલત એ નિર્ણય ઉપર પહોંચી છે કે, અરજદારે પોતાના વિનંતીપત્રની સાથે અસલ પ્રમાણપત્ર રજૂ ન કરતા, મુંબઈ હાઈકૉર્ટનું પ્રમાણપત્ર આપ્યું છે. તે બાબતે અહીંની બાર કાઉન્સિલે એ વાંધો ઉઠાવ્યો છે કે, અરજદાર અસલ પ્રમાણપત્રની રજૂઆત કરી શક્યા ન હોવાથી તેમની વિનંતી રદબાતલ કરવામાં આવે. આ અદાલત, તે વાંધાને નામંજૂર કરે છે. જો અરજદારે ખોટા સોગન ખાધા હશે તો તેના ઉપર નિયમાનુસાર ફોજદારી કેસ થઈ શકે છે. એ સાચું સાબિત થતાં તેમનું નામ વકીલોની યાદીમાંથી કાઢી નાખવામાં આવશે. ન્યાયાલયના નિયમોમાં ગોરા-કાળાનો કોઈ ભેદ નથી. પરિણામ સ્વરૂપે, આ અદાલત, વિનંતીપત્રનો સ્વીકાર કરે છે અને મિ. એમ. કે. ગાંધીને સોગન લેવાનો નિર્દેશ આપે છે."

ગાંધીએ રજિસ્ટ્રારની સામે ઊભા થઈને સોગન લીધા અને આ રીતે તે ત્યાં વકીલાત કરવા માટે અધિકૃત બની ગયો.

મુખ્ય ન્યાયાધીશે ગાંધીને અભિનંદન આપતાં કહ્યું, "મિ. ગાંધી, વકીલ હોવાને નાતે હવેથી તમે ન્યાયાલયના પોશાકના નિયમોનું પાલન કરો અને તમારી પાઘડીનો મોહ છોડો."

ક્ષણભર તો ગાંધી ખચકાયો. આ એ જ કૉર્ટ હતી, જ્યાંથી તેણે બહાર ચાલ્યા જવાનું પસંદ કરેલું, પરંતુ પાઘડી ઉતારી નહોતી. આ ડરબન મૅજિસ્ટ્રેટની કૉર્ટ હતી. હવે તે શું કરે? આ સવાલ આબરૂનો નહોતો. હવે જ્યારે તે વકીલોની સભાનો સભ્ય બની ચૂકેલો ત્યારે તે વકીલોના પરિવાર સાથે જોડાઈ ગયેલો. આથી ત્યાંના

નિયમોનું પાલન કરવાનું તેણે ઉચિત માન્યું. જીદ પર ઊતરી આવવું એ ત્યાંની પ્રતિષ્ઠાના વિરોધમાં ગણાય.

ગાંધીએ જરા પણ વાર ન લગાડી અને શાલીનતાથી પાઘડી ઉતારી લીધી. સૌએ તેની નમ્રતાનું અભિવાદન કર્યું.

ગાંધી હજુ સુધી શેઠ અબ્દુલ્લાને ત્યાં જ રહેતો હતો. પાછા વળતાં બધું શાંત હતું. બેઠકમાં પહોંચ્યો, જ્યાં બીજા પણ ઘણા મિત્રો હાજર હતા. એક સભ્યે ગાંધીને ટોક્યો,

"ગાંધીભાઈ, અમારી સમજમાં એ ન આવ્યું કે તમે કેમ એટલા જલદી મીણની જેમ પીગળી ગયા !"

"તેનાથી એવું થયું કે, વકીલોની સભાની તો મૂછ ઊંચી રહી અને મુખ્ય ન્યાયાધીશ પણ મનોમન રાજી થયા." દાઉદ મહમદ બોલ્યા. તેમનો અવાજ થોડો વ્યથિત લાગતો હતો.

"તેનાથી તમારી ઇમ્પ્રેશન સારી પડી નહીં." આમદ જીવાએ કહ્યું.

શેઠ અબ્દુલ્લા પણ પોતાને રોકી શક્યા નહીં અને બોલ્યા, "કાશ ! તમે પાઘડી ઉતારી ન હોત... આપણી હિન્દુસ્તાનીઓની તે ઇજ્જત છે, ઓળખ છે. એનાથી આપણને ગર્વ થાય છે. પરંતુ... હવે !"

"શાખ ગઈ, શોભા ગઈ !" શેઠ આદમજી મિયાં ખાને ગંભીર થઈને કહ્યું.

"અગાઉ હું બાર એસોસિએશનનો મેમ્બર નહોતો. અહીંની કૉર્ટમાં મને વકીલાત કરવાનો અધિકાર નહોતો, પરંતુ હવે હું તે જમાતનો સભ્ય બની ગયો છું. આથી મારી ફરજ બને છે કે, હું તેમની પરંપરાઓનું પાલન કરું, તેને અપનાવું." ગાંધીએ વિચારીને ધીમે-ધીમે જવાબ આપ્યો.

"ગાંધીભાઈ, અમે તમારી પાસેથી ખુલાસો માગતા નથી, પરંતુ અમારી લાગણી વ્યક્ત કરી રહ્યા છીએ કે અમને તમારો પાઘડી ઉતારી લેવાનો ઝડપી નિર્ણય દુઃખી કરી ગયો છે. ભલે તમે બીજે દિવસે ઘરેથી પાઘડી પહેરીને ન ગયા હોત તો કોઈ રોકટોક ન થાત, પરંતુ મુખ્ય ન્યાયાધીશના કહેવા માત્રથી તમે પાઘડી ઉતારી લીધી તે અમને યોગ્ય લાગ્યું નહીં." શેઠ દાઉદ મહમદે પોતાની વાતનો ખુલાસો કરતા કહ્યું.

"હવે જે થવાનું હતું તે થઈ ગયું છે. તેને કારણે મારામાં કોઈ ગિલ્ટ સેંસ (અપરાધભાવ) નથી."

"તે તમારો વિચાર છે, ગાંધીભાઈ ! અમારી વિચારસરણી તમારા કરતાં અલગ હોઈ શકે છે. આને કારણે ગોરા વકીલોએ પોતાની જીતનો જલસો મનાવ્યો હશે."

ગાંધીએ મૌન રહેવું ઉચિત માન્યું, કેમ કે તે પોતે પણ પોતાના મનને સમજી શકતો નહોતો.

"નહીં તો આજે આપણે ઉત્સવ મનાવતા હોત ને, શેઠ અબ્દુલ્લા ?" શેઠ દાઉદ બોલ્યા.

"કંઈ વાંધો નહીં, શેઠ દાઉદ ! ઉત્સવ તો આપણે જ્યારે ઇચ્છીએ ત્યારે મનાવી શકીએ છીએ... આજે અને અત્યારે આપણે સૌ એ વાત માટે જલસો કરીએ કે, ગાંધીભાઈને પ્રૅક્ટિસ કરવાનો અધિકાર મળી ગયો છે. આપણે ગાંધીભાઈથી નાઉમેદ થવું જોઈએ નહીં. નક્કી તેમાં પણ કોઈ કાનૂની મુદ્દો હશે."

પાર્ટી થઈ. મોડી રાત સુધી ચાલી. ગાંધીનું તો બહાનું જ હતું ! કારણ કે તે તો ઉપવાસ હોવાનું જણાવી, પાર્ટીને નશામાં ડૂબતી જોતો બેઠો રહેલો !

ગાંધી વિચારતો રહ્યો કે, બધા અમીરોની એક જ જાતિ હોય છે, એક જ રંગ હોય છે.

તે પોતાના ઓરડામાં આવીને બેઠો અને વિચારવા લાગ્યો કે, આ સમાજ શું છે ? તેનાં સુખ અને દુઃખ કેટલાં નબળાં છે ! તેઓ નથી સુખને સમજી શકતા કે નથી દુઃખમાંથી કંઈ શીખી શકતા. ઘડીકમાં રાજા, ઘડીકમાં રંક ! શું જીવવાનો આ જ અર્થ છે ? તે ચારેબાજુ જોતાં-જોતાં બાલ્કનીમાં આવીને ઊભો. ઠંડી થોડી ઓછી લાગી. કદાચ એટલા માટે કે હવા શાંત હતી.

ગાંધીને લાગ્યું કે જેણે તેને પાઘડી ઉતારવાની હિંમત આપી, તે શક્તિ કઈ હતી, તે પોતે જાણતો નહોતો. કદાચ એટલા માટે પણ બન્યું હોય કે, એક ગોરો મુખ્ય ન્યાયાધીશ આટલી સરળતાથી તેને પ્રૅક્ટિસ કરવાનો અધિકાર આપી દેશે, તેવી તેને ઉમેદ નહોતી !

એક કાળાના વકીલ બની જવાથી ગોરા વકીલોએ વિચાર્યું હશે કે, હિન્દુસ્તાની શેઠોના કેસ તેની પાસે જ જવાના અને તે કૉર્ટની બહાર તેમની વચ્ચે સમજૂતી કરાવવાનો પ્રયાસ કરશે. પરિણામે, તેમની આવક ઉપર અસર પડશે. આંધળી લૂંટમાંથી તેમને હાથ ધોઈ નાખવાનો વારો આવશે.

થોડી વાર સુધી તે શાંત સમુદ્રને પડછાયો બનતો જોતો રહ્યો. તેણે રસ્તા ઉપર અચાનક એક યુગલને અશ્લીલ હરકતો કરતું જોયું. તે બંનેએ એને જોયો, પરંતુ તેમને એની કોઈ પરવા નહોતી. તે બંને ખૂબ નશામાં હતાં અને થોડાં લથડાતાં હતાં.

ગાંધી પોતાના ઓરડામાં આવી ગયો. અંદરથી બારણું બંધ કર્યું, પરંતુ મોરગોટને બંધ બારણું પણ રોકી શક્યું નહીં ! તે વિચારોમાં સરી પડ્યો...

* * *

"તમે અહીંયાં ?"

"હું જુલિયા નથી, ગાંધી !"

"મોરગોટ છો, તમે !"

"ગાંધી, મેં પણ તમને ખૂબ દિલથી અનુભવ્યા છે...! "

"શું ?"

"એ જ કે, અતૃપ્ત પ્રેમની ભૂરી-ભૂરી જ્વાળા તમને પરેશાન કરી મૂકે છે અને તમે પોતાની જાતને પરાણે બાંધી રાખવાની કોશિશ કરો છો... પ્રેમની અધૂરપ આખી જિંદગી સતાવે છે. લગ્નની ઉંમર પહેલા જ અદીઠ, અજાણ્યા લગ્નબંધનમાં બંધાઈ જવાથી જીવનમાં કાયમી અતૃપ્તિ રહી જાય છે."

"મને એવું કંઈ નથી, મોરગોટ !"

"હું તમારી પાસેથી જવાબ માંગતી નથી. જેમ કે, હમણાં તમારા મિત્રોએ પાઘડી ઉતારવા ઉપર શોક મનાવ્યો અને પછી તમને પ્રતીતિ કરાવવાનો પ્રયાસ કર્યો, એક શાનદાર જલસા દ્વારા !"

"હું એક રીતે એ જલસામાંથી બહાર જ હતો."

"એ હું નથી જાણતી. જુલિયાએ મને જણાવ્યું હતું કે પ્રેમની ઉત્કટ ક્ષણોમાં તમે કોઈ અદશ્ય છાયાને નજીક આવતી અનુભવીને દૂર થઈ જતા હતા."

"મહેરબાની કરીને એ વિશે કંઈ જ વાત ન કરો. તે મારો ભૂતકાળ હતો. હું તેને ભૂલી ચૂક્યો છું. મને તે યાદ ન કરાવવા વિનંતી."

"હું કંઈ પણ યાદ કરાવતી નથી. હું તો ફક્ત એટલું કહું છું કે, પ્રેમમાં નિષ્ફળ ગયેલી વ્યક્તિ કાં તો કલાકાર - સાહિત્યકાર બને છે અથવા તો સમાજસેવક. તમે સમાજસેવાનો માર્ગ ભલે પસંદ કરી લીધો હોય ગાંધી, પરંતુ જુલિયાની અદશ્ય અનુભૂતિ કાયમ તમારો પીછો કરશે."

"તો હું શું કરું, મોરગોટ ? હકીકતમાં હું મારા કઢંગા અતીતને દફનાવી ચૂક્યો છું."

"તમે એવું કહી શકો છો ! તમે શું દરેક વ્યક્તિ આવું જ કહેશે; કારણ કે, નબળાઈ ઉપર શબ્દથી પડદો તો પાડી શકાય છે, પરંતુ તે પડદો ફક્ત બીજાઓ માટે હશે, જુલિયા જેવા પોતીકા માટે નહીં."

* * *

ગાંધીએ હાથ લંબાવીને લાઇટ બંધ કરી. પ્રકાશ અચરજથી પોતાને અદશ્ય થતો જોતો રહ્યો ! ગાંધી પલંગ પર સૂતો. કામળો ઓઢીને ઊંડા શ્વાસ લેતાં અને છોડતાં પોતાને રિલેક્સ કરવા લાગ્યો.

૧૮

૨૨ મે, ૧૮૯૪. નાતાલમાં નવો ઉત્સવ!

ગાંધી નિરંતર એવો પ્રયાસ કરતો રહ્યો કે તે વધુમાં વધુ ગિરમીટિયાઓને મળતો રહે. સમય કાઢીને તે ત્યાં જતો. તેમની સાથે અધકચરી ગુજરાતી, તામિલ, હિંદી, અંગ્રેજી, વગેરે ભાષાઓના મિશ્રણથી વાત કરતો. તેમને સમજાવતો. તે હસ્તાક્ષર અભિયાન અંતર્ગત પણ ઘણાં સ્થળોએ ગયેલો. ગિરમીટિયાઓના ગોરા માલિકોએ તેને મળવા દેવાની મનાઈ ફરમાવી દીધેલી ત્યારે તેમના સુધી પોતાની વાત પહોંચાડવા માટેનો માર્ગ શોધી કાઢવામાં આવ્યો.

ભજન-કીર્તનનો કાર્યક્રમ, તુલસીકૃત રામચરિતમાનસનો પાઠ. હનુમાનચાલીસા તો ઘણા ગિરમીટિયાઓને કંઠસ્થ હતાં. તે બધા એક ટેકરી ઉપર અલગ-અલગ ભેગા થતા. કીર્તન કરતા, ભજન ગાતા. ક્યાંક-ક્યાંક સુંદરકાંડના પાઠ પણ થતા. આ બધાની વચ્ચે હસ્તાક્ષર પણ કરાવી લેવાતા. આ અભિયાન કેટલું અઘરું હતું, કેટલું જોખમભરેલું અને દુર્ગમ હતું તે તો તેનો પ્રારંભ થતાં જ ખ્યાલ આવી ગયેલો.

આ બધાથી એક ફાયદો એ થયો કે, સામાન્ય લોકો પરસ્પર હળવા-મળવા લાગ્યા. પોતાના ભાવિ અંગે વિચારતા થયા, તે વિશે વાત કરવા માંડ્યા. ભક્તિના કાર્યક્રમોએ તેમનામાં નવો પ્રાણ ફૂંક્યો.

ગોરાઓને કંઈ ખબર પડી નહીં. ગાંધી ઘણાં સ્થળોએ ગયો. તેમને સમજાવ્યું કે તેમનું એક એવું સંગઠન હોવું આવશ્યક છે કે જે તેમના હિતોનું રક્ષણ કરી શકે.

ગાંધીનો મહતમ્ સમય પોતાનાં લોકોને હળવા-મળવામાં વીતવા લાગ્યો. આમ વકીલાત એક બાજુ રહી ગઈ!

તે યાદ કરાવ્યે રાખતો કે, "તમને મતાધિકારથી વંચિત રાખવાના ખરડાની વિરુદ્ધમાં જે વિનંતીપત્રો મોકલેલા, તે પૂરતાં નથી. લાગે છે કે ખરડાને થોડા સમય માટે એક બાજુ દબાવી દીધો છે. જ્યારે તક મળશે કે મહારાણી તેના ઉપર પોતાના હસ્તાક્ષર કરી દેશે અને તે કાયદો પણ બની જશે. વખત નીકળી ગયા પછી રડતાં બેઠા રહેવાથી કોઈ ફાયદો થશે નહીં!"

"તો શું કરીએ ?"

"આગને ઠંડી પડવા ન દો."

"કેવી રીતે ?"

"તે અંગે સતત કંઈક કરતા રહો, અવાજ ઉઠાવતાં રહો. જેથી તે વર્તમાનપત્રોનાં મથાળાં બનતાં રહે અને કૉલોનીના મંત્રી ચિંતિત રહે."

"તો તમે કરો, અમે બધા તમારી સાથે છીએ."

ગિરમીટિયાઓ પર્વતો ઉપર છૂટાંછવાયાં ઝૂંપડાંમાં રહેતા હતા. બહુધા ગોરા માલિકો તેમની પાસે દિવસ-રાત કામ લેતા હતા. જ્યારથી ગાંધી તેમની વસતીમાં ફરવા માંડેલો, ત્યારથી ગોરાઓનું ધ્યાન ગિરમીટિયાઓ ઉપર વધુ કડક બન્યું હતું. તેઓ તેની દરેક ગતિવિધિઓ ઉપર ધ્યાન આપવા માંડેલા.

ગાંધી જ્યારે પણ તેમને મળતો, બે-ચાર અંગ્રેજી શબ્દો શિખવાડતો હતો, તેનો અર્થ પણ સમજાવતો. સાથોસાથ દર વર્ષે તેમની મજૂરીમાં થનારા વધારા વિશે પણ સમજાવતો, જેનો નિર્દેશ તેમને લાવતી વખતે કરેલા કરારમાં કરવામાં આવેલો. તેમને ઘરની સ્વચ્છતા વિશે, સાફ ધોયેલાં કપડાં પહેરવાનું અને દર વર્ષે પોતાના માલિક પાસેથી બે જોડ કપડાં મળવાની સુવિધા અંગે પણ જણાવતો.

તે એમને કહેતો, "ભાઈ, હવે તમે એમ માનીને ચાલો કે તમે અહીંના જ નિવાસી થઈ ગયા છો. કદાચ ક્યારેય તમારા વતનમાં પાછા જવાના નથી."

"કદાચ !" તેમાંથી કોઈ બોલતું.

એ કહેતો, "એટલે જ તમારું અહીંના નાગરિક હોવું જરૂરી છે. જો એ પરિવર્તન થઈ જશે તો તમે અહીંના નાગરિક રહેશો નહીં. ગમે ત્યારે તમને ઊભા-ઊભા અહીંથી કાઢી મૂકવામાં આવી શકશે."

"તમે અમને બચાવો ભાઈ, અમે તો કંઈ જાણતા નથી. અમે જોઈએ છીએ કે તમારાથી ગોરાઓ ગભરાવા માંડ્યા છે."

"ના, એવી કોઈ વાત નથી."

"અમે સાચું કહીએ છીએ, મોટા ભાઈ !" તેમાંથી એક ગળે અડીને સમ ખાતાં કહેતો. "ગોરાઓ પણ અમને સમજાવે છે."

"શું સમજાવે છે ?"

"એમ જ કે ગાંધી સારા માણસ નથી. ચાલબાઝ છે. દગાબાજ છે. ભડકાવી રહ્યા છે ! જેથી તમારે રોજી-રોટીના સાંસા પડી જાય ! તમે ઘરના કે ઘાટના, ક્યાંયના રહેશો નહીં... ! વગેરે, વગેરે."

"તમે શું સમજો છો ?"

"શું સમજીએ મોટા ભાઈ ? તમે અમને માંગ્યા વિના બે જોડ કપડાં અપાવ્યાં."

"અમારો પગાર વધારો કરાવ્યો. તેનો અર્થ અમે સારી રીતે સમજીએ છીએ."

"શું ?"

"તેઓ તમારાથી ગભરાવા માંડ્યા છે. નહીં તો આ પહેલા તેઓ અમને ન તો દર વર્ષે કપડાં આપતા હતા કે પગારમાં પણ એકેય કોડી વધારતા નહોતા. ઘાંચીના બળદની જેમ જોતરતા રહ્યા. હવે અમને પૂછે છે કે આ ગણિત પણ એમણે જ શીખવ્યું હશે !"

"કયું ગણિત ?"

"મકાઈ કેટલી ઊગી ? શેરડી કેટલી ? પડતર ખર્ચ કેટલો ? મજૂરી કેટલી ? વેચાયું કેટલામાં ? નેટ ફાયદો કેટલો થયો ?"

"પછી ?"

"અમે કહેવા લાગીએ છીએ અને તે ચોંકી ઊઠે છે ! અમને સમજાવે છે કે એવું નથી. પડતર ખર્ચમાં વ્યાજ પણ છે, નફો-નુકસાન પણ છે. ફસલની કમાણી કાયમ એકસરખી નથી હોતી. કુદરત મહેરબાન ન હોય તો ફસલ પણ નારાજ સમજો, બરબાદ પણ ! ...વળી પાછો ફસલ ઉપર ટેક્ષ ! બજારમાં ટેક્ષ ! ઘણી બધી ખટપટ છે.

ગાંધીએ કદી ખેતી કરી નથી. તેમને ખેતીના નફા વિશે શું ખબર પડે ? તે ભટકાવે છે. અમારે શું ? તમે નહીં કરો તો બીજા કેટલાય મળી રહેશે. તે તો થોડા મહિનાઓ પછી જતા રહેશે, અમારે ને તમારે જ અહીં રહેવાનું છે. તે ઇચ્છે છે કે આપણી વચ્ચે સંબંધ બગડે."

"અમારા માલિક કહે છે કે આ ખરડો ગાંધીને કારણે જ લાવવામાં આવ્યો છે. શું આ અગાઉ ક્યારેય આવું થયું છે ? હજુ સુધી ખરડા ઉપર બહાનાબાજી ચાલી રહી છે. મહારાણી સાહેબાના હસ્તાક્ષર થયા નથી. ગાંધી અહીંથી જતા રહે તો આપોઆપ તે ખરડો, કાયદો બનતો અટકી જશે. મહારાણીસાહેબા ખૂબ દયાળુ છે અને પછી તો અમે પણ તમારી સાથે તેનો વિરોધ કરીશું. કોઈ પણ રીતે ગાંધી જાય !" બીજો બોલવા માંડ્યો.

"તમે શું ઇચ્છો છો ભાઈ, હું રહું કે જાઉં ?"

" જાય ! તમારા દુશ્મન તમે શા માટે જાઓ ? તમે તો અમારા માથા ઉપર ! તમે જતા રહેશો તો આ ગોરા માલિક ચાબુક મારી-મારીને અમારી હાલત ખરાબ કરી નાખશે. કહેશે કે હવે બોલાવ તારા ગાંધીને ! જા એમની પાસે, મિટિંગ કર, નફા-નુકસાનની ફોર્મ્યુલા સમજ, અમારે શું કરવું જોઈએ તે શિખવાડ ! એક-એક

કરીને, ગણી-ગણીને બદલો લેશે.

ના બાબા, તમે જવાનું નામ ન લેતા, નહીં તો અમે ક્યાંયના રહેશું નહીં- ધોબીનાં કૂતરાં જેમ, ન ઘરના કે ન ઘાટના - એવી હાલત થશે! જીવતેજીવત મરી જઈશું. આવો વિચાર કદી મનમાં લાવતા નહીં, એવી અમારી તમને બે હાથ જોડીને વિનંતી છે."

"તમે તો અમારા ભગવાન છો." બીજાએ કહ્યું.

"ના, ના... એવા પાપમાં ન નાખો. હું પણ તમારા જેવો જ છું - કુલી બૅરિસ્ટર! એમના અન્યાયનો ભોગ બનેલો છું. નહીં... નહીં... ફરી ક્યારેય આવી વાત કરશો નહીં."

"મન થાય છે એમ કહેવાનું મોટા ભાઈ. અમારી પત્ની પણ એમ જ કહે છે. મનને કોણ સમજાવે? કેવી રીતે સમજાવે? એ તો અમારા અંતરાત્માનો અવાજ છે."

ગાંધી ગભરાઈ ગયો. તે પચીસ વર્ષનો જ તો છે. કાળોમેંશ, દૂબળો-પાતળો, સાવ સુકલકડી... પાપડતોડ પહેલવાન!

તેનામાં કપડાંની અને વ્યવસ્થિત રહેવાની સૂઝ પણ નથી. મુક્કા-લાત ખાધા તે અલગ! હે ભગવાન, બચાવો! અહીંયાં ભગવાન બનવા માટે રોકાયો નથી. જે ભગવાન બની જાય છે, તે માણસ બનવા લાયક રહેતો નથી - પૂજવાને લાયક બની જાય છે - સજીવમાંથી નિર્જીવ! તે ક્ષણભરમાં પોતાનાથી એટલો ગભરાઈ ગયો કે તેની બોલતી બંધ થઈ ગઈ અને તે કયા મિશન માટે નીકળ્યો છે તે પણ ભૂલી ગયો!

થૂંક ગળે ઉતારીને, અંધારામાંથી બહાર આવીને બોલવા માંડ્યો, "તમે લોકો મારામાં ભગવાનને જુઓ નહીં. હું સોગંદપૂર્વક કહું છું કે ભગવાનના પગની હું ધૂળ પણ નથી. હું તો તમારી પાસે એટલા માટે આવતો-જતો રહું છું અને તમને એટલા માટે સમજાવતો ફરું છું કે, જેથી હું અહીંથી જતો રહું પછી તમે લોકો એમ કહીને મને કોસો નહીં કે, તમારા હર્યાભર્યા પરિવારોમાં આગ લગાડીને હું ચાલ્યો ગયો."

"તમે આ શું બોલો છો, મોટા ભાઈ? અમને પાપમાં પાડો નહીં. તમે અમારી શ્રદ્ધા અને ભક્તિ છો. મહેરબાની કરીને તેને કોસો નહીં."

ગાંધીએ સમયનો તકાજો જોઈને કહ્યું, "ભાઈઓ, હું પ્રયત્ન કરી રહ્યો છું કે તમારી એક સંસ્થા હોય - જેમ કે, મંદિર. જ્યાં આપ સૌ, અહીં રહેનારા એકત્રિત થઈ શકો અને પોતપોતાનાં દુઃખ-દર્દ, અગવડ-સગવડ વગેરે ઉપર ચર્ચા કરી શકો.

દક્ષિણ એશિયામાં રહેતાં હિન્દુસ્તાનીઓ ક્યારેક-ક્યારેક એક છત, એક આસમાન નીચે હળીમળીને વાતો કરી શકે. નિર્ણય લઈ શકે. વાતચીત કરી શકે. તમારા જીવનમાં જીવંતતા આવે. જાગૃતિ પ્રગટે. તમારાં બાળકોનું ભાવિ ઉજ્જ્વળ બની શકે. શિક્ષણ ઉપર ધ્યાન આપવામાં આવે, તમારાં બાળકો સ્કૂલમાં જવા માંડે. થોડું અંગ્રેજી બોલી-સમજી શકે. અહીં રહેવું હશે તો અંગ્રેજી બોલ્યા વિના કલ્યાણ નથી. શિક્ષણ, માણસ બનવાની કાબેલિયત જગાડે છે, પોતાના અધિકારો અને ફરજો વિશે વિચારતાં કરે છે."

"તો... ?"

"એક સંસ્થા બને... "

"જેમાં અમે બધા, દૂરના અને નજીકના લોકો એકઠાં થઈ શકીએ."

"અમારું સંગઠન બને."

"સાચું સંગઠન."

"એટલે ?"

"જે પોતાના અધિકારોની સાથે પોતાની ફરજ ઉપર પણ ધ્યાન આપે. ફરજ પહેલા, અધિકાર પછીથી. પહેલા પૂજા પછી પ્રસાદ."

"અમે તૈયાર છીએ... તમે આદેશ આપો, અમારે શું કરવાનું છે ?"

"અમે એ જ કરીશું."

"ના, જે પણ કરો તે સમજી-વિચારીને કરો. આંખ બંધ કરીને, સમજ્યા વિના કંઈ જ કરવાનું નહીં."

"અમે તૈયાર છીએ."

આમ ગાંધી દૂર-દૂર સુધી ગયો. લોકોના બંધ દિમાગ ખોલ્યા. હવા, પાણી, પ્રકાશ પ્રવેશવા દીધા. તેમનામાં કંઈક કરવાની ઇચ્છા જન્માવી. તેમનામાં જોશ ઉત્પન્ન કર્યો, હોશ જગાડ્યો. ઘેરા અંધકારને પ્રકાશનું એક કિરણ કેવી રીતે ચીરી જઈ શકે છે, તેની અનુભૂતિ કરાવી. ઉકરડાનું નસીબ પણ બાર વર્ષમાં તો બદલાતું હોય છે, જ્યારે તેમને તો ત્રણ દસકા થવા આવ્યા છે ! પરિવર્તન તો પ્રકૃતિનો નિયમ છે, તે તો આવશે જ. દુનિયા આ નિયમ ઉપર જ ટકેલી છે. જે આપણે કાલે હતા તે આજે નથી અને જે આજે છીએ તે આવતીકાલે નહીં હોઈએ. બદલાઈ જઈશું. જરૂર પરિવર્તિત થઈશું.

આમ ગાંધીએ મહિનાઓ ખપાવ્યા ત્યારે તે લોકો જાણી શક્યા કે જીવન શું છે ? માણસાઈ શું છે ? જીવનનો વ્યવહાર શું છે ? દુઃખનાં મૂળિયા ક્યાં સુધી ઊંડાં ઊતરેલાં છે ? તેને કેવી રીતે કાપી શકાય ? પારકાંઓને પોતીકાંની હદમાં કેવી રીતે

લાવી શકાય ? શક્તિનો સ્રોત ક્યાં છે ? ઊર્જા ક્યાંથી આવે છે ?

ગાંધીનું યુવા મન જાણે કે સાગર બની ગયું ! ધીમે-ધીમે તેનામાં આત્મવિશ્વાસ આંખ ખોલીને જોવા માંડ્યો – સમજવા-સમજાવવા લાગ્યો ! સપનું કેમ જન્મે છે ? કલ્પનાઓનું ખેડાણ કેમ થાય છે ?

ગાંધીએ બીચ ગ્રોવામાં બે માળનું મકાન લઈ લીધેલું. શેઠ અબ્દુલ્લાએ તેમાં ફર્નિચર વસાવી દીધેલું. બે પૈસાની કમાણી પણ થવા માંડેલી. લાગતું હતું કે ત્યાં કોઈ વકીલ રહે છે ! વિશ્વાસનું ઘર વસવા લાગેલું, ચૂનો-માટી, ઈંટ-પથ્થર વિના એક પૈસાના ખર્ચ વિના તેનો પાયો પાતાળ સુધી જાણે કે પહોંચ્યો હતો ! તે વિશ્વાસના ઘરમાં આવી બેઠેલો ! પુસ્તકોની બહારની દુનિયાને વાંચવા-જાણવા-સમજવાની કોશિશમાં હતો. ક્યારેક-ક્યારેક તે રોમાંચિત થઈ ઊઠતો અને ખુરશીમાંથી ઊભો થઈને દિશાહીન માર્ગે ચાલી નીકળતો હતો – બહુધા સવાર-સાંજ !

"હલો... હાઉ આર યુ ?"

"વેલ."

"હલો, અહીં જ રહો છો, આસપાસમાં ?"

"હા, ત્યાં સામે."

"હું ગાંધી."

"ગાંધી - ઇન્ડિયન બૅરિસ્ટર !"

"બૅરિસ્ટર ઇન્ડિયન-નોન ઇન્ડિયન નથી હોતો. જેવી રીતે આકાશ, આકાશમાં તારા, ચંદ્ર, સૂરજ !"

"ઓહ, આઇ સી. યુ આર ફિલોસૉફર ઓલ્સો."

"જીવનનું બીજું નામ જ ફિલોસૉફી છે, જેન્ટલમૅન !"

"વેરી ફાઈન."

"નો વેસ્ટેડ ઇન્ટ્રેસ્ટ (નિહિત સ્વાર્થ), નો ટેન્શન. વી કેન લીવ વિધાઉટ ટેન્શન. ડોન્ટ ટ્રાય ટુ મેક યોર લાઈફ... જસ્ટ અ કૉફિન (શબપેટી) !"

"પ્લીઝ કમ એટ માય રેસિડન્સ. ગમશે."

આમ ગોરાઓ સાથે મિત્રતા થતી ગઈ. તેમને ત્યાં આવવા-જવાનું શરૂ થયું. વાતચીત થઈ. હૃદય જોડાયાં. તે લોકો પણ આવવા માંડ્યા. ખંડમાંથી હૃદય સુધીનો રસ્તો કેવી રીતે કપાઈ ગયો, તેની કોઈ ખબર પણ ન રહી !

યાદ આવ્યું કે, તે મે મહિનામાં જ ડરબન પહોંચેલો. લગભગ એક વર્ષ અને એક અઠવાડિયું વધુ કે ઓછું થયું.

આ બધાની વચ્ચે શેઠ અબ્દુલ્લા, શેઠ દાઉદ, મહમદ કાસમ કમરુદ્દીન, એ. કોલન્દાવેલ્લુ પીલે, શેઠ આદમજી વગેરે આવતા-જતા રહેતા. બેઠકો થતી રહેતી.

તેમની સાથે પણ સંસ્થા સ્થાપવા બાબતે તલસ્પર્શી ચર્ચા થતી રહી. વર્તમાનપત્રોમાં પણ ચર્ચા શરૂ થઈ - દક્ષિણ આફ્રિકાના સ્વાસ્થ્ય માટે, તેની ખુશાલી માટે, તેની પ્રગતિ અને તેની ઉન્નતિ માટે !

બધા આશ્ચર્યચકિત રહી ગયા !

દક્ષિણ આફ્રિકાનો રાષ્ટ્રીય ધ્વજ. ત્યાંનું જ રાષ્ટ્રીય ગાન. ત્યાંની જ સોનું ઉગાડતી ધરતી ! માટી સાથે જોડાવાનો એક નવો વિચાર. એક નવો રંગ, દરેક રંગનો ભેદ મિટાવી દેતો રંગ ! રાષ્ટ્રીયતાનો રંગ ! જ્યારે દેશ આપણો તો વિદેશી કોણ ? ભેદભાવ કેમ ? ઘૃણા-નફરતનાં કારખાનાં કેમ ? ભેદભાવ-ભાગલા, મારામારી કેમ ? સુકૂન કેમ નહીં ? જીવવાનો સુકૂન !

હળીમળીને રહેવાનું સુખ ! જેમ ફસલ રંગ-બે-રંગી હોય છે - પીળી મકાઈ, સફેદ મકાઈ - છેવટે તે છે તો મકાઈ જ ને ! આ ધરતી સૌની છે, સૌ આ ધરતીના છે. તો પછી પોતાની - પારકી જમીન શા માટે ? આમ ગાંધીનું મનોમંથન વર્તમાનપત્રોનાં માધ્યમથી લોકોનાં મનને વલોવવા માંડ્યું.

નવું-નવું કામ હતું, નવો-નવો ઉત્સાહ હતો. બધામાં રસ હતો. શું થઈ શકશે તેના ખ્યાલ વિના, કંઈક થવાની ઉમેદ હતી.

નામકરણ માટે ખેંચતાણ જરૂર થઈ. ગાંધીએ સમજાવ્યા, "હિન્દુસ્તાનમાં કૉંગ્રેસ આપણી આઝાદી માટે કામ કરી રહી છે. જો આપણે પણ આપણી આઝાદી માટે 'નાતાલ ઇન્ડિયન કૉંગ્રેસ' નામ પસંદ કરીએ તો તેનાથી હિન્દુસ્તાનની તાકાત પણ જોડાઈ જશે."

ધીમે-ધીમે સૌ શાંત થયા. ૨૨ મે, ૧૮૯૪ના રોજ 'નાતાલ ઇન્ડિયન કૉંગ્રેસ'નો જન્મ થયો. ૨૩ મેના છાપાઓમાં આ સમાચાર મથાળામાં ચમક્યા.

શેઠ અબ્દુલ્લાનો ઉપરનો ઓરડો ખીચોખીચ ભરેલો હતો. ગાંધીએ તેનું બંધારણ સાદું રાખ્યું હતું. ખર્ચ કેવી રીતે ? ક્યાંથી ? કોણ ઉઠાવે ? સંસ્થા સૌની. સભ્ય સૌ. પછી ખર્ચનું શું ?

ગાંધીએ દરખાસ્ત મૂકી, "દાન. તે પણ સ્વેચ્છાએ. યથાશક્તિ. મનથી આપવાનું. જ્યાં અમીર છે ત્યાં ગરીબગરબાં લોકો સૌથી વધુ. તેમની પાસેથી કેવું દાન ? હવે ગધ્ધાપચીસીથી કામ નહીં ચાલે !"

ફાળાની રકમ લખવાની કામગીરી શરૂ થઈ. નિયમમાં તો હતું કે તેના સભ્યે દર મહિને કમ સે કમ પાંચ શિલિંગ આપવાના રહેશે. ગાંધી જાણતો હતો કે ગિરમીટિયાઓ ક્યાંથી લાવશે !

તેણે શેઠોને કહ્યું, "આગળ આવો અને તમારી શક્તિ મુજબ ફાળો લખાવો."

"બે પાઉન્ડ." શેઠ અબ્દુલ્લાએ પહેલ કરી.

શેઠ દાઉદ મહમદે ત્રણ પાઉન્ડ લખાવી દીધા. ચડસાચડસી વધી.

ગાંધી કેવી રીતે પાછળ રહે ! તે બોલ્યો, "એક પાઉન્ડ."

આમ શિલિંગથી પાઉન્ડ સુધીની યાત્રા પૂરી કરી ગયો આ પ્રવાસ ! પરંતુ ફાળો ઉઘરાવે કોણ ? દરેકને આપે કોણ ? ગાંધીએ આ જવાબદારી લઈ લીધી.

તે વકીલાત કરે કે ફાળો ઉઘરાવતો ફરે ? એક દિવસ તેના લહિયાએ તંગ આવીને કહી દીધું, "આવું રોજેરોજ નહીં ચાલે. પોતાનું કામ પહેલા, પછી આવું આલતું-ફાલતું કામ. તમે એકસાથે બે નાવ ઉપર સવારી ન કરી શકો. કામ મળશે તો બે પૈસા કમાણી થશે. કામ નહીં મળે તો શું પૈસા આકાશમાંથી કે ઝાડ ઉપરથી ટપકશે !"

"સમજું છું ભાઈ, હું પણ રોજ-રોજ ઉઘરાણી કરીને થાકી ગયો છું. મેં મિટિંગ બોલાવી છે - વર્ષમાં એકવાર જ ફાળો લેવાનો અને તે પણ એડવાન્સ ! નો ઘર-ઘરનાં ચક્કર, નો વારંવારની ભાગદોડ ! કેમ કેવો છે આ પ્રોગ્રામ ? ભાઈ, માણસને અનુભવ જ તો શીખવે છે ને ? કોઈ પણ માતાના ઉદરમાંથી શીખીને નથી આવતું, સિવાય કે અભિમન્યુ !" એટલું બોલીને ગાંધી હસી પડ્યો. તે મોજમાં હોય ત્યારે તેનું હાસ્ય ખખડતું !

"આ અભિમન્યુ કોણ છે ?"

ગાંધીને પોતાની ભૂલ સમજાણી અને પછી તેણે અભિમન્યુની વાર્તા કહેવા-સમજાવા માંડી. તે ગર્ભમાંથી જ ચક્રવ્યૂહમાં પ્રવેશવાનું રહસ્ય શીખી ગયેલો, પરંતુ અધૂરું. તેમાંથી બહાર નીકળવાનું રહસ્ય, અર્જુન તેની પત્ની સુભદ્રાને જણાવી શક્યો નહોતો, કેમ કે તેને ઊંઘ આવી ગયેલી.

લૉરેન્સ હસવું રોકી શક્યો નહીં.

ગાંધી પૂછી બેઠો, "કેમ લૉરેન્સ, શું તને તારો ધર્મપરિવર્તનનો સમારંભ યાદ આવી ગયો !" ગાંધી કટાક્ષ કરવામાં પાછો પડે એમ નહોતો !

"અમે આજે પણ છીએ તો ઇન્ડિયન !"

"હંમેશાં રહેશો. ધર્મ બદલવાથી શું માતા-પિતા બદલાઈ જાય છે ? ...નહીં લૉરેન્સ, નહીં. સાચો ધર્મ પોતાનું કર્મ છે. કર્મ જ સાચો ધર્મ છે."

"એટલે દુનિયાને સુખી-સંપન્ન કરવા, ભર્યોભાદર્યો સંસાર છોડીને પારકા દેશની વાટે નીકળી પડ્યો ?" શેખ મહેતાબ બોલ્યો. તેને ગાંધીએ રાજકોટથી બોલાવેલો. તે તેનો બાળગોઠિયો હતો.

ગાંધીએ કહ્યું, "શેખ, યાદ રાખજે, મસ્જિદ અને આજીવિકા સામે ઘરની કિતાબ ખોલીને બેસાય નહીં."

"અહીં કોણ પારકું છે હું કે... ?"

"ના, ના શેખ એવું કંઈ નથી."

"કેમ હવે ભરાયો ને !" એમ કહીને શેખ મહેતાબ ખડખડાટ હસવા માંડ્યો.

ગાંધીના ચહેરા ઉપર પણ સ્મિત ફરકી ગયું. પછી બંને ઘરે જવા નીકળ્યા. આખા રસ્તે મૌન રહ્યા. ઘરે જઈને પણ એમ જ થવાનું ! ગાંધી બીજાં કાર્યોમાં પોતાને ખૂંપાડી દેશે. ક્યાંક વચ્ચે રાજકોટ ધૂંધળું યાદ આવશે. સામાન્ય લોકો પણ આવશે. વાતો શરૂ થશે, પૂરી થશે. પરંતુ હવામાન સમાન રહેવાનું.

છેવટે તેણે પૂછી જ લીધું, "તેં આ શું ઝંઝટ ગળે વળગાડી છે ?"

"કઈ ? અહીંના ભારતીયો લાચાર છે, પીડિત છે અને પશુથી પણ બદતર જીવન વ્યતીત કરે છે. તેમના જીવનમાં આશાનું એક નાનકડું કિરણ પ્રગટાવવાનો મારો પ્રયાસ શું ખોટો છે ?"

"હું એમ નથી કહેતો, પરંતુ આપણા દેશમાં શું અહીં કરતાં ઓછી સમસ્યાઓ છે ? ત્યાંનું સામાન્ય જીવન ભયગ્રસ્ત છે... અહીં આપણું કોણ ?" શેખ મહેતાબ ગંભીર થઈને બોલ્યો.

"જો ભાઈ શેખ, અહીંના હિન્દુસ્તાનીઓના પ્રેમે, તેમની દયનીય હાલતે મને બાંધી દીધો છે. મને કંઈ સૂઝ્યું જ નહીં."

"ન ઘર-પરિવાર, ન પોતાના લોકો, દેશ-પ્રદેશ, શું કંઈ જ યાદ નથી રહ્યું ? ભાભીએ લાડવા આપતી વખતે... "

"શું - શું કહ્યું હતું ?"

"લાજ કાઢે છે. લાંબો ઘૂમટો તાણીને એ શું બોલે ! મેં જ કહેલું, 'ભાભીજાન. હું ભાઈને લઈને આવીશ, તમે જરા પણ ચિંતા કરતાં નહીં.' અને અહીં તને એક નવા રૂપમાં જોઉં છું... અન્યની ચિંતા-ટેન્શનમાં પોતાની જાતને હોમી દેવાની આ ઉંમર નથી. તું મને અત્યારથી ઓલ્ડમેન જેવો લાગવા માંડ્યો છે ! આ લોકો પણ તને જરૂરતથી વધારે માન આપીને ઘરડો બનાવવાના પ્રયાસમાં છે."

શેખ મહેતાબ આ વખતે પહેલાં કરતાં વધારે ગંભીરતાથી બોલતો હતો. આમ તો તે ખુશમિજાજ ખૂબ મૈત્રીભાવ ધરાવતો માણસ હતો - ઉદ્ધત વલણવાળો અને દાદા ટાઇપ ! સ્કૂલમાં સૌની મજાક ઉડાડતો, ટીચર્સને પણ છોડતો નહીં ! વળી પાછો આખાબોલો ! બધા તેનાથી ડરતા હતા, સિવાય કે ગાંધી.

તે એને કહેતો, "તું આટલી શરારત કેમ કરે છે, શેખ ?"

"સાચું કહું, મોહન ?"

"તારી મરજી, તું સાચું બોલ કે ખોટું ! પરંતુ શરારત છોડ, ભણવામાં મન લગાડ."

"મારે કોઈ ડેપ્યૂટી કલેક્ટર તો બનવું નથી ! ...મારું મન લાગતું નથી. જેટલું લાગે છે એટલું ભણી લઉં છું."

એ દિવસો કેટલા ઉજ્જ્વળ હતા, કેટલા પોતીકા અને કેટલા અજાણ્યા ! નાનાં-નાનાં સપનાં, ક્યારેક-ક્યારેક સૂતેલાં શિશુની જેમ આંખ ખોલતાં હતાં અને તરત માતાનો પડછાયો જોઈને સૂઈ જતાં હતાં ! હવે તેને અહીંયાં કંઈ જ ગમતું નહોતું.

વાતચીતને અચાનક અટકાવવી પડી. કૉલોનિયલ બોર્ન ઇન્ડિયન એજ્યુકેશનલ એસોસિએશન સાથે જોડાયેલા કેટલાક સભ્યો આવ્યા. તેમાં એ યુવકો હતા, જેમનો જન્મ ત્યાં જ થયેલો. તેઓ ભણેલા હતા. કૉંગ્રેસનો આ બીજો હિસ્સો, આકાંક્ષાઓથી ભરેલો હતો.

કૉંગ્રેસનો ત્રીજો ભાગ હતો, જેના માટે એક પુસ્તિકા પ્રસિદ્ધ કરવામાં આવેલી – 'દક્ષિણ આફ્રિકાના અંગ્રેજ નિવાસીઓને વિનંતી'.

શેખ મહેતાબ ઊભો થઈને ઉપર જતો રહ્યો, તેને ખૂબ ઊંઘ આવતી હતી. તે બેઠાં-બેઠાં પણ ઊંઘતો હતો. ગાંધી ઇચ્છતો હતો કે તે ત્યાં રોકાય, પરંતુ તેણે તેને ટોક્યો કે રોક્યો નહીં.

તે બોર્ન ઇન્ડિયન એજ્યુકેશનલ એસોસિએશનમાંથી આવેલા સભ્યો પાસેથી એમની મુશ્કેલીઓ સાંભળતો રહ્યો. એક પ્રશ્ન સિદ્ધાંત સાથે જોડાયેલો હતો, ત્યાં તેણે એ લોકોને સમજાવ્યા,

"મિત્રો, તમારા ઉપર બેવડી જવાબદારી છે - એક તો આવનારી પેઢીને તૈયાર કરવાની અને બીજી, આવનારી પેઢી માટે પોતાની જાતને તૈયાર કરવાની. તેમનાં શિક્ષણમાં મદદ કરવી અને કોઈ ભેદભાવ વિનાનો સમાજ તૈયાર કરવો. ઘૃણા કોઈના પ્રત્યે નહીં. નફરત રાખીને જીવશો તો સામે ફળરૂપે પણ નફરત જ મળશે. કોઈ ખરાબ નથી કે કોઈ પારકું નથી. બધા પોતાના છે. આ સમગ્ર જગત આપણું છે. જ્યારે વાત ન્યાયની હોય, અત્યાચાર-દુરાચારનો સામનો કરવાની હોય, ત્યારે પણ અત્યાચારી-અન્યાયી પ્રત્યે નફરત નહીં પરંતુ નમ્ર નિવેદન કરો. ધીરજ રાખો. છેવટ લગી અંદરથી તૂટવાનું નહીં. સામે ચાલીને દરેકની મદદ કરો.

આજકાલ તમે ફાળો ઉઘરાવીને રસીદ આપી રહ્યા છો. યાદ રાખજો, આ કાર્ય સાધનાનું છે. તેનો સીધો સંબંધ ચારિત્ર્ય સાથે છે. આપણી પાસે સારી એવી

રકમ ભેગી થઈ ગઈ છે. રસીદ અપાઈ જાય પછી મારા કાર્યાલયે આવજો. ત્યાં સાઇક્લોસ્ટાઇલ મશીન છે. રસીદ કાઢો, નંબર લખો, રજિસ્ટરમાં નોંધો. રસીદ બુકની સંખ્યા લખો. રસીદ આપ્યા વિના કોઈ પાસેથી એક પૈસો પણ લેતા નહીં. સાથોસાથ દરેકની સાથે વાંચવા-લખવા વિશે વાત કરો. અંગ્રેજીના પાંચ-દસ નવા શબ્દો શિખવાડો, જેનો ઉપયોગ રોજિંદા જીવનમાં થતો હોય."

તેઓ ચાલ્યા ગયા.

શેખ મહેતાબે જણાવ્યું કે લૉરેન્સ નથી અને તેનો સામાન પણ નથી. કદાચ તે છોડીને જતો રહ્યો છે. તે સમજતો હતો કે તેના ચાલ્યા જવા પાછળનું કારણ શેખ પોતે હતો. તેણે જ ગાંધીને કહેલું કે લૉરેન્સ ઉપર ભરોસો કરવો એટલે પોતાના પગ ઉપર કુહાડી મારવા જેવું ગણાય. તે ભરોસાપાત્ર માણસ નથી - ક્રિશ્ચિયન છે! જેનું ખાય છે તેનું જ ખોદશે. લૉરેન્સ આ બધું સાંભળી ગયેલો. જોકે, તેણે ગાંધીનો જવાબ સાંભળ્યો નહોતો.

ગાંધીએ કહેલું, "શેખ, તેના ઉપર શંકા કરવાનું કોઈ કારણ નથી. મને તે ભલો માણસ લાગે છે, તેથી જ મારા ઘરનો ઉપલો માળ તેને આપ્યો છે. તે સાથ આપે છે. સમજદાર છે. તું કદાચ આને માટે તેની ક્ષમા નહીં માગે, પરંતુ હું અવશ્ય તેની પાસે ક્ષમાયાચના કરીશ."

શેખ મહેતાબ વિચારતો હતો કે ગાંધી તેને કંઈક કહેશે, પરંતુ ગાંધીએ તેને કંઈ જ કહ્યું નહીં. પૂછવા છતાં પણ ન કહ્યું અને પોતાને કારણે તે જતો રહ્યો, એમ જણાવવા છતાંય કંઈ કહ્યું નહીં. ગાંધી મૌન રહ્યો. તે પોતાના કામમાં ખૂંપેલો રહ્યો.

નીરવતા, શૂન્યતામાં વિસ્તરતી રહી!

૧૯

ગાંધીની ખૂબ ઇચ્છા હતી કે ગિરમીટિયાઓને કૉંગ્રેસમાં સામેલ કરવામાં આવે, પરંતુ તેઓ ફાળાના કારણે કે અભણ હોવાને કારણે કે પછી કોઈક તેમના ગોરા માલિકની ધમકીને કારણે - કારણો તો બીજાં પણ હોઈ શકે, પરંતુ તેઓ 'નાતાલ ઇન્ડિયન કૉંગ્રેસ'માં જોડાઈ શક્યા નહીં. ગાંધીને તેમની પાસેથી શ્રદ્ધાની ઓળખ મળતી હતી, તેથી તેમનું જોડાવું ખૂબ જરૂરી હતું. અમુક જોડાયેલા, તો તેઓ આવતા નહોતા.

એકવાર જો તેઓ બોલતા થાય તો કૉંગ્રેસ પોતાના લક્ષ્ય તરફ ઘણી ઝડપથી આગળ વધી શકે તેમ હતું. ગાંધીએ કૉંગ્રેસના સભ્યો પાસેથી પણ અપેક્ષા રાખી કે તેઓ તેમની નજીક જાય. તેમની સાથે સંવાદ કરે, તેમનાં કાર્યમાં મદદરૂપ થાય. એકલો ગાંધી કેટલું કરી શકે !

ગાંધી કાર્યાલયમાં હતો, તે પોતાના લહિયાને સમજાવી રહ્યો હતો ત્યારે જ એક હટ્ટોકટ્ટો પરંતુ ચીંથરેહાલ અને લોહીલુહાણ માણસ તેની સામે આવીને ઊભો રહી ગયો. તે ખૂબ આક્રંદ કરતો રહ્યો, ચુપ થવાનું નામ જ નહીં !

તે મદ્રાસનો તામિલભાષી હતો. લહિયાએ તેને તામિલમાં સમજાવ્યું કે તે પોતાની મુશ્કેલી જણાવે. લહિયાએ તેની વ્યથા, ગાંધીને સમજાવી.

ગિરમીટિયાએ કૉર્ટના દરવાજા ખખડાવવાની હિંમત કરી હોય, તેવો આ પ્રથમ કેસ હતો.

"શું થયું ?"

"તેનો ગોરો માલિક બ્રાઉન છે. એના સમાજમાં તેનો પ્રભાવ પડે છે અને તેની પહોંચ ઉપર સુધી છે."

"તો શું ?" ગાંધીએ પૂછ્યું.

"તેણે નેતરની સોટીથી પીટીને તેમ જ મુક્કા-લાફા મારી-મારીને તેની આવી ખરાબ દશા કરી અને પછી એને પોતાની બરાકમાંથી કાઢી મૂક્યો છે."

"તે શું ઇચ્છે છે ?"

"ન્યાય."

"પરંતુ મારપીટ કરવાનું કોઈ ખાસ કારણ ?"

"ગુસ્સો ! કોઈનો ગુસ્સો, કોઈ બીજા ઉપર ! પીધેલો હતો. નશામાં ચકચૂર અને મારપીટ એની આદત !"

"તું એની સાથે ડૉ. બ્રેન પાસે જા. તેમને મારા નમસ્કાર પાઠવીને કહેજે કે, આની ઈજા સંબંધી રિપોર્ટ તાત્કાલિક આપે."

"હાથોહાથ ?"

"હા, હાથોહાથ."

"બ્રેન ગોરો ડૉક્ટર છે અને બ્રાઉનનો મિત્ર છે."

"આપણે તેને આ કથા સંભળાવવાની નથી. લે, હું ચિઠ્ઠી લખી આપું છું."

બંને જતા રહ્યા.

ગાંધીએ વિચાર્યું, "આ સારી તક મળી છે. ગિરમીટિયાઓમાં આ સમાચાર દાવાનળની જેમ ફેલાઈ જશે. પરંતુ... ગોરાઓ ક્યાંક તેમના દુશ્મન ન બની જાય !"

જેવો ગાંધી પાસે રિપોર્ટ આવી ગયો કે તરત જ તે તામિલ ગિરમીટિયા બાલાસુન્દરમ્‌ને મૅજિસ્ટ્રેટની અદાલતમાં લઈ ગયો. ઍફિડેવિટ રજૂ કર્યું. મૅજિસ્ટ્રેટે તે વાંચ્યું. મેડિકલ રિપોર્ટ પણ ધ્યાનપૂર્વક વાંચ્યો પછી બોલ્યા,

"ઓ.કે. મિ. ગાંધી, ઇટ ઇઝ ક્રાઈમ."

તેમણે તાત્કાલિક ધોરણે સમન્સ કાઢ્યો અને કહ્યું, "હવે તમે જાઓ."

ગાંધી ઘરે જઈને પણ તે કેસ વિશે વિચારતો રહ્યો. કોઈ સ્પષ્ટ માર્ગ મળે કે જેનાથી લાઠી પણ ન તૂટે અને સાપ પણ મરે નહીં. પરંતુ કેવી રીતે ? કોઈ માર્ગ સૂઝતો નહોતો. મોડી રાત સુધી લૅમ્પના પ્રકાશમાં ગાંધીએ પુસ્તકો પલટાવ્યે રાખ્યાં. નોંધ ટપકાવતો રહ્યો. ગિરમીટિયાઓ માટે કાયદાનો ઊંડાણપૂર્વક અભ્યાસ કરતો રહ્યો.

ગિરમીટિયાઓ સરળતાથી ગોરા માલિકનો પીછો છોડાવી શકે તેમ નહોતા. તેઓ નોકરી છોડે તો તેમના ઉપર દીવાની કેસ થઈ શકતો હતો અને તે લોકો ઇચ્છે તો તેને ફોજદારીમાં પણ લઈ જઈ શકતા હતા. તેમને કેદ અને દંડ પણ થઈ શકે તેવી જોગવાઈ હતી. હિન્દુસ્તાનીઓને ગિરમીટિયા રાખવાની મંજૂરી નહોતી.

ગાંધી સવારે ચાલતાં-ચાલતાં બ્રાઉનના બંગલે પહોંચી ગયો. તે કસરત કરીને આવેલો, ખુરશી ઉપર બેઠો હતો. નોકરે જણાવ્યું, "બૅરિસ્ટર ગાંધી તમને મળવા માગે છે."

"અંદર લઈ આવો."

"ગુડ મૉર્નિંગ મિ. બ્રાઉન."

"વેરી ગુડ મૉર્નિંગ, મિ. ગાંધી."

બ્રાઉનને જાણ થયેલી કે તેના નામનું સમન્સ કઢાવનાર મિ. ગાંધી છે, તોપણ તેણે એકદમ સહજપણે પૂછ્યું, "હું તમારી શું સેવા કરી શકું છું ?"

ગાંધી આભો બની ગયો. સો પોલાઇટ (કેટલી નમ્રતા) ! તે બોલ્યો, "આભાર મિ. બ્રાઉન... તમને ખબર હશે કે, તમારો એક ગિરમીટિયો બાલાસુન્દરમ્ જ્યારે મારી પાસે આવ્યો ત્યારે ખરાબ હાલતમાં હતો. તેના હોઠ કપાઈ ગયેલા, તેની કોણી છોલાયેલી હતી અને તેના માથામાંથી લોહી નીકળતું હતું. તેનાં કપડાં ખરાબ રીતે ફાટેલાં હતાં."

બ્રાઉને સ્વાભાવિક રીતે કહ્યું, "જી હા. મેં તેને નેતરની સોટી અને લાત-મુક્કા માર્યા હતા. આવું મોટા ભાગે બનતું રહેતું હોય છે. મારી પાસે આઠ ગિરમીટિયાઓ છે. કાલે તેનો વારો આવી ગયો."

"તમને તેના માટે જરા જેટલો પણ અફસોસ નથી ?"

"મારા કૂતરાને મેં ખૂબ લાડ-કોડથી પાળેલો, તે એક દિવસ જીદે ચડ્યો. તે હરામખોરી કરવા માંડ્યો એટલે મેં તેને શૂટ કરી દીધેલો... વી આર અ પ્લૂટક્રેટ (ધનાઢ્ય વર્ગ) ! ધેર ઇઝ નો ક્રાઈમ. ઇટ ઇઝ અવર રાઇટ, મિ. ગાંધી ! ડોન્ટ બોધર. આ અમારું રૂટિન છે, તેમાં અફસોસ કેવો ?" બ્રાઉને સિગાર સળગાવીને બે-ત્રણ કશ ખેંચ્યા, હવામાં ધૂમ્રસેર છોડીને સામેની તરફ તટસ્થભાવથી જોવા માંડ્યો.

"હું ઇચ્છતો હતો... પરંતુ આપ ઇચ્છતા નથી... વ્હોટ કેન આઇ ડુ ?... મેડિકલ રિપોર્ટ પણ મારી પાસે જ છે. તમે ગિરમીટિયાને ક્રૂરતાથી મારીપીટીને બહાર કાઢી મૂકી શકો, એવો કોઈ અધિકાર તમને કાયદેસર રીતે મળતો નથી. જે કંઈ તમે મને, મારી સામે કહ્યું છે તેને હું... પરંતુ એવું હું કરવા માગતો નથી. તમને સજા થઈ શકે છે." ગાંધીએ આ વખતે ડૉક્ટરના રિપોર્ટનો હવાલો દેતા તેને સાવધ કર્યો. તેણે સિગાર બુઝાવી દીધી.

તે ખોંખારીને બોલ્યો, "હેવ યુ એની પ્રપોઝલ, મિ. ગાંધી ?"

"વ્હાય નોટ, મિ. બ્રાઉન !"

"પ્લીઝ ટેલ મી."

"શું તમે તેની ગિરમીટ બીજા માલિકના નામે નોંધાવા સંમત છો ?"

"પછી ?"

"ધેન ધેર ઇઝ નો પ્રૉબ્લેમ ! કેસ પાછો ખેંચી લેવામાં આવશે."

"પરંતુ તેના માટે નવો માલિક કોણ શોધશે ?"

"હું શોધીશ, મિ. બ્રાઉન."

"આઇ હેવ નો ઑબ્જેક્શન... મને તમારો આ પ્રસ્તાવ મંજૂર છે, મિ. ગાંધી... હું તેના માટે આભારી થઈશ." કંઈક વિચારીને બ્રાઉન બોલ્યો, "મારી જાણકારી મુજબ કોઈ હિન્દુસ્તાની તો તેને ગિરમીટિયા - મજૂર તરીકે કાયદેસર રીતે રાખી શકશે નહીં."

"મને ખ્યાલ છે, મિ. બ્રાઉન."

બ્રાઉન બહાર સુધી ગાંધીને મૂકવા આવ્યો. પાછા ફરતાં તે વિચારતો રહ્યો કે કેવો કમાલનો વકીલ છે ! પોતે સામેથી પ્રતિવાદીના ઘરે આવ્યો ! અત્યંત નમ્રભાવે, એકદમ સહજ રીતે ! જરા પણ ચાલાકી વિના !

ખુશનુમા સવાર હતી. હવામાં ઠંડક હતી, પરંતુ તેની ગતિ મધ્યમ હતી. સૂરજ અને વાદળો વચ્ચે સંતાકૂકડીની રમત ચાલતી હતી !

બ્રાઉન તેને ભલો માણસ લાગ્યો. અંદરથી દરેક માણસમાં ભલમનસાઈ હોય જ છે. ખરાબમાં ખરાબ માણસ પણ અંદરથી નેક અને ભલો હોય છે. ભલાઈ માણસને સુકૂન આપે છે. અંતઃકરણને સ્થિરતા અને વાણીને સંયમ પ્રદાન કરે છે. આ પ્રાર્થના સૌથી સુંદર છે - ભાષા વિના, બોલ્યા વિના, એકદમ મૌન પ્રાર્થના ! ભલા, તે તરફ કોઈ ડગલું માંડી જુઓ તો ખરાં !... એકવાર ડગલું માંડ્યું તો અંતઃકરણ આપોઆપ જ સારાપણાનો ઓચ્છવ બની જાય ! માણસ થોડો સમય કાઢીને પોતાની જાત સાથે વાત કરવાનો અભ્યાસ શરૂ કરીને જોઈ તો જુએ એકવાર !

મેજિસ્ટ્રેટે અચરજથી ગાંધી સામે જોયું. ગાંધીએ બાલાસુંદરમ્‌ના નવા માલિક રોબર્ટ સામે જોયું.

ગાંધી સૌથી પહેલા એવી જ રીતે રોબર્ટના ઘરે ગયેલો. તેની પત્ની રોમા મળી, જે ડચ હતી. ગાંધીએ તેને બધી વાત કરી.

રોમા રોમાંચિત થઈને બોલી, "ગાંધી, તમારો આભાર કેવી રીતે માનું ?" રોમાએ હાથેથી પોતાના પર ક્રોસનું નિશાન બનાવતાં ઈસુ તરફ જોયું અને મનોમન બોલી, "તમે કેટલા ઉદાર અને દયાળુ છો. તમારા દૂત બનાવીને ગાંધીને મોકલ્યા."

પ્રાર્થનાથી પરવારીને ગાંધી તરફ ફરીને બોલી, "રોબર્ટ, જણાવો ને કે આપણે ગિરમીટિયાને શોધવામાં કેટકેટલા પ્રયત્નો કર્યા અને છેવટે થાકીને હારી ગયા. રોબર્ટ તો નારાજ થઈ ગયેલા, જ્યારે મેં કહેલું કે હવે આપણે ગિરમીટિયાને શોધવા મહેનત નહીં કરીએ. એ (ઈસુ સામે ઇશારો કરતા) શેના માટે છે ? દરેક વખતે એ અમારી કસોટી જ કરે છે ! આ વખતે અમે તેની કસોટી કરીશું કે એ છે પણ

ખરો કે લોકો અજ્ઞાત કલ્પનામાં માથાફોડ કરે છે ? સમય બગાડે છે ! આ ધૂની મગજનું કંઈ ઠેકાણું નહીં... હતી ને એવી વાત ?"

"હા રોમા. હા મિ. ગાંધી, રોમા સાચું કહે છે. અમે તમને ખાતરી આપીએ છીએ કે આ ગિરમીટિયાનું સંપૂર્ણ ધ્યાન રાખીશું, ક્યારેય ફરિયાદનો મોકો આપીશું નહીં... અને અમે બંને તમારા પ્રતિ હૃદયપૂર્વક કૃતજ્ઞતા વ્યક્ત કરીએ છીએ. તમારા વિશે જેવું સાંભળેલું તેના કરતાં તમે ક્યાંય ચડિયાતા છો."

બ્રાઉન નતમસ્તક, ચુપચાપ ઊભો હતો. મૅજિસ્ટ્રેટે પોતાનો ચુકાદો સંભળાવતાં કહ્યું,

"આવો કેસ પહેલી વાર આ અદાલતમાં આવ્યો છે. અપરાધીએ ગિરમીટિયાને મુક્ત કરવાનું સ્વીકાર્યું છે અને મિ. રોબર્ટે તેને પોતાના નામે લખી આપવાનો પ્રસ્તાવ મૂક્યો છે. આ અદાલત, શ્રી બાલાસુંદરમ્‌ને મિ. રોબર્ટના નામે લખી આપવાનું સ્વીકારે છે અને શ્રી બ્રાઉનને ચેતવણી આપીને મુક્ત કરે છે."

કેવી ભાવવિભોર ક્ષણો હતી એ ! હૃદય છલકાઈ ઊઠેલું ! દૂરથી કોઈ અજાણ્યા પંખીનો ધીમો કલરવ સૌને સંમોહિત કરતો જતો હતો.

ગાંધી એક તરફ ઊભો હતો. બાલાસુંદરમ્ હાથ જોડીને પોતાના ઉદ્ધારકને પ્રાર્થના કરતો હતો કે, "આપ અમારા સાક્ષાત ભગવાન છો."

ગાંધી અનિમેષ નજરે કોઈ વિરાટ અસ્તિત્વની અનુભૂતિથી સભર થઈ ઊઠ્યો !

બ્રાઉને ગાંધીનો હૃદયપૂર્વક આભાર માનીને કહ્યું, "હવે લાગે છે કે ઈસુ આ ધરતી ઉપર આવેલા. બૂરાઈનો બદલો ભલાઈથી આપવામાં આવે એવું અત્યાર સુધી સાંભળેલું કે વિચારેલું, પરંતુ એવું સંભવ નહોતું લાગતું. એવું સાંભળવામાં સારું લાગે, પણ હકીકતે એવું કદી બની શકે નહીં, પરંતુ તમે તો... !"

"ના, ના... મેં કંઈ જ કર્યું નથી. જે કર્યું તે એણે - તમારા અને મારા ઈસુએ કર્યું. એની પ્રશસ્તિ કરો. એનો આભાર માનો."

રોબર્ટ બોલ્યો, "પ્રત્યક્ષ તો તમે છો, ગાંધી ! પહેલા તમે, પછી એ."

ગાંધી રોકતો-ટોકતો રહ્યો. પછી તે ત્રણેય ચાલ્યા ગયા. લહિયો અદબ વાળીને ઊભેલો. તે જોતો રહ્યો કે આ માણસ માટે વકીલાત એ વ્યવસાય નથી, પરંતુ સેવા છે, ધર્મ છે. તેણે મનોમન ગાંધીને પ્રણામ કર્યા અને ચાલવા માંડ્યો.

કાર્યાલય અને કૉર્ટ ખાલી થઈ ગયાં. ગાંધી એકદમ એકલો પડ્યો. ખુરશી ઉપર બેઠો. તે ક્યાંય જોતો નહોતો. આંખ ખુલ્લી હતી, પરંતુ નજર શૂન્ય હતી. તે કોની પ્રશંસા કરે ? કોનો આભાર માને ? આ અસંભવ કેવી રીતે સંભવ બન્યું ? બે કિનારા એક થયા !

મૅજિસ્ટ્રેટે તેને દૂર બોલાવીને કહેલું, "થેંક્સ મિ. ગાંધી, આજ સુધી મારી કૉર્ટમાં આવો દિવસ આવ્યો નથી કે જ્યારે વાદી, વાદી ન રહ્યો હોય અને પ્રતિવાદી, પ્રતિવાદી ન રહ્યો હોય ! હું સજા સંભળાવી રહ્યો છું અને સાંભળનારો ચકિત હોય ! હું પણ ચકિત છું. તમે આજે કૉર્ટને ધર્મ સમજાવ્યો છે. તમે ગ્રેટ છો ગાંધી !"

ગાંધી ગ્રેટ છે ! - એક ગોરો ડચ અધિકારી બોલતો હતો... એક તે પણ ગોરો હતો, જેણે ધક્કા મારીને તેને ટ્રેનમાંથી ઉતારી મૂકેલો અને બીજો તે પણ ગોરો હતો, જેણે સિગરામમાં તેને અપમાનિત કરેલો, લાત-મુક્કા-લાફા મારેલા અને તે માર ખાતો રહેલો, ગાળો સાંભળતો રહેલો. તેણે એક હરફ પણ ઉચ્ચાર્યો નહોતો. આમાંથી સત્ય કયું હતું ?

વિચારોમાં કોઈ અદશ્ય દશ્ય હસી પડ્યું.

ગાંધીએ પૂછ્યું, "કેમ ભાઈ, તું હસે છે કેમ ? શું મારી કોઈ ભૂલ થઈ છે કે મેં કંઈ ખોટું વિચાર્યું છે ?"

"તું સત્ય જાણવા માગે છે, ગાંધી ?"

"હા." ગાંધીએ જવાબ આપ્યો.

"તું આમાંથી કોને સત્ય માનશે ?"

ગૂંચવાઈને ગાંધીએ પૂછ્યું, "તું કહે, કોને સત્ય માનું ?"

"તું તો વકીલ છે !"

"છું, પણ છું નહીં."

"છે અને છે પણ નહીં - આ તું શું કહે છે, ગાંધી ?"

"એ જ જે અત્યારે વિચારું છું."

"તો હું જાઉં છું. તું આવું જ વિચાર્યા કર."

"પરંતુ સત્ય ?"

"એને ત્યાં સુધી કોયડો બન્યું રહેવા દે."

"ક્યાં સુધી ?"

"જ્યાં સુધી તું વિચારી શકે ત્યાં સુધી."

"પછી ?"

"કદાચ એક દિવસ એવો પણ આવી જાય, જ્યારે એ વિચારતું હોય અને તું... !"

"અને હું શું ?"

"હજુ તો તેં પ્રવાસ શરૂ કર્યો છે."

"તો શું થયું ?"

"પરિણામ જાણવા માગે છે અને તે પણ પરીક્ષા આપ્યા વિના ! ધીરજ રાખ, સંયત રહે... ગુડબાય... !"

"ગુડબાય !" ગાંધીથી અચાનક બોલાઈ ગયું. કોઈએ સાંભળ્યું નહીં. કોણ હતું ત્યાં કે સાંભળે ?

તે ઊભો થયો. બારી-બારણાં બંધ કર્યાં. તાળું માર્યું અને તે અજ્ઞાત શક્તિને મનોમન વંદન કરતો ચાલી નીકળ્યો. એવી શક્તિ કે જે હોવા છતાં અદૃશ્ય હતી અને બોલતી હોવા છતાં મૂંગી હતી ! તેને બીજું કોઈ સાંભળી શક્યું નહીં. તેની અંદર આ શું થઈ રહ્યું છે ? એમ વિચારતાં - નહીં વિચારતાં તે પગપાળા જ ઘરે પહોંચ્યો.

૨૦

એક ખુશીનો દિવસ એ પણ હતો, જ્યારે બ્રિટનની સમ્રાજ્ઞીએ તે ખરડાને કાયદો બનતાં રોકી દીધો. સમ્રાજ્ઞીએ કહ્યું કે તેમની સરકાર ચૂંટણીમાં રંગભેદ ઇચ્છતી નથી, એટલા જ માટે મતાધિકાર સંશોધન બિલને નામંજૂર કરે છે.

ગોરાઓની સરકાર ઉપર જાણે કે આભ તૂટી પડ્યું! તે ગભરાઈ ગઈ. તેનું અપમાન થયું અને ગાંધીની જીત થઈ.

ઉત્સવ જીતનો પણ હતો અને હારનો પણ! આક્રોશભર્યું વાતાવરણ અનહદ તણાવમાં હતું. ગોરાઓ કલ્પનામાં પણ વિચારી શકતા નહોતા કે તેમનાં મહારાણી તેમને જ નીચાજોણું થાય એવું કરશે!

ગાંધીએ એક અપીલ લંડનનાં ઘણાં છાપાઓમાં મોકલેલી અને તેની વાત કોઈને કરી નહોતી. સંપાદકને લખેલા પત્રમાં એમ કહેલું કે, આ અપીલ બ્રિટનનાં મહારાણીની પ્રજાએ, તેમને પોતાના રખેવાળ માનીને કરી છે. આથી તેને યથાવત્ અથવા થોડી કાપકૂપ કરીને છાપવા માટે વિનંતી છે. તે અપીલ પ્રસિદ્ધ થઈ - ક્યાંક આખી તો ક્યાંક કાપકૂપ કરીને, પરંતુ દરેકમાં છપાયેલી. મહારાણી પાસે પણ તેનું કતરણ પહોંચ્યું.

ગાંધીએ અપીલ કરેલી કે, "મહારાણી દેવદૂત છે અને બાકી સમસ્ત પ્રજા તેમના પ્રતિ આશ્વસ્ત છે કે, મહારાણી તરફથી તેમને કાયમ ન્યાય મળશે. રંગભેદ પણ વચ્ચે આવશે નહીં. જેવા ગોરાઓ છે, એવા જ કાળા પણ તેમની પ્રજા છે. આ સમયે દક્ષિણ આફ્રિકામાં રહેનારા હિન્દુસ્તાનીઓ, જેમને 'ગિરમીટિયા' કે 'કુલી' જેવા વિશેષણોથી સંબોધવામાં આવે છે, તેઓ સંકટમાં છે, કારણ કે તેમને અગાઉ આપવામાં આવેલો મતાધિકાર રદબાતલ કરવા માટેનો ખરડો માનનીય મહારાણી પાસે હસ્તાક્ષર માટે મોકલવામાં આવ્યો છે. જો એ ખરડા ઉપર હસ્તાક્ષર થઈ જશે તો મહારાણીની આ ગિરમીટિયા પ્રજાને, એક રીતે જીવવાના અધિકારથી જ વંચિત કરી દેવામાં આવશે. આપ નીરક્ષીરની સમજ ધરાવો છો, ન્યાય કરશો એવી આશા છે."

ગાંધીએ સમજાવેલું કે તે લોકોએ રાજી થવાની જરૂર નથી. તેમાં જીત્યું કોણ ? કોઈ નહીં ! સ્થિતિ યથાવત્ રહી છે, ન્યાયનો આ જ તકાદો છે.

"યાદ રાખો, આપણે ગોરાઓની સાથે રહેવાનું છે. તેમને નારાજ કરીને નહીં, પરંતુ તેમને આદર-પ્રેમ આપીને.

હું સમજી શક્યો છું કે સેવક, ભગવાનનો સૌથી મોટો ભક્ત છે. ભક્ત શિરોમણિ ! આપણે ખુશીનો ઉત્સવ કર્યો તો દાઝ્યા પર ડામ આપવા જેવું થશે. આનંદને નમ્રતાનું વરદાન સમજો. તે આપણા સંયમની કસોટી કરવા આવે છે. તેને પરીક્ષાર્થીની જેમ લો, પરીક્ષકની જેમ નહીં. ઈજા પામેલો સાપ ગાંડો થઈ જાય છે. માણસની પણ તેનાથી જરા પણ જુદી હાલત નથી. અભિમાનને અક્કલ નથી હોતી !"

બધાને મનની મનમાં રહી ગઈ ! કોઈ ઉત્સવ ઊજવાયો નહીં. તેનાથી ગોરાઓની સરકાર અંદરખાને નાખુશ થઈ. તેમનો એક જ દુશ્મન હતો - ગાંધી !

ગાંધી ન હોત તો સમગ્ર ગોરી સરકારનું આવું સરિયામ અપમાન થયું ન હોત. હકીકતે ગોરાઓને એ ભય સતાવતો હતો કે, હિન્દુસ્તાની લોકો દિન-પ્રતિદિન દરેક ક્ષેત્રમાં આગળ ધપતા જાય છે. ક્યાંક એવું ન થાય કે ગોરાઓના પોતાના રુઆબ, પ્રતિષ્ઠા, તાકાત, હોદ્દા, ગોરા હોવાનું અભિમાન-વરદાન, વગેરે બધું ઠગારું નીવડે અને ત્યારે ઘણું મોડું થઈ ગયું હોય !

નાતાલ સરકારે પહેલેથી જ એ નક્કી કરેલું હતું કે ગિરમીટિયા હિન્દુસ્તાનીઓ ઉપર પોલ ટેક્ષ લગાડવામાં આવે. દર વર્ષે વ્યક્તિ દીઠ ૨૫ પાઉન્ડ પોલ ટેક્ષ વસૂલવામાં આવે. એટલે કે તે વખતના ૩૭૫ રૂપિયા પ્રત્યેક ગિરમીટિયા હિન્દુસ્તાની પાસેથી વસૂલવામાં આવે. ગાંધી આ બધું વાંચીને ચિંતાતુર થયો. ગાંધીએ 'નાતાલ ઇન્ડિયન કૉંગ્રેસ'ના માધ્યમથી તેનો વિરોધ કર્યો. પત્રો લખીને નાતાલ સરકારના મનસૂબાનો પર્દાફાશ કર્યો.

ભારત સરકારના તત્કાલીન વાઈસરૉય લોર્ડ એલ્ગિનનો ગાંધીએ સંપર્ક કર્યો. પત્રો લખ્યા. વર્તમાનપત્રોમાં પણ પરિસ્થિતિ સ્પષ્ટ કરતા લખ્યું કે, આ કર બિનજરૂરી અને ગિરમીટિયાઓ માટે કમરતોડ છે. અગાઉ મતાધિકારથી વંચિત કરનારા ખરડાની વિરોધમાં ગાંધીએ લંડનનાં કૉલોનીનાં મંત્રાલયને પત્ર લખેલો, પરંતુ આ વખતે તો ભારત સરકાર પાસે પણ તેણે અનુમતિ માંગી. ગાંધીએ પોતાના પત્રમાં તર્ક રજૂ કરેલા. તે તર્ક વાજબી હતા.

નિર્ણય લેવાયો કે ૨૫ પાઉન્ડને બદલે ત્રણ પાઉન્ડ પોલ ટેક્ષ આપવાનો રહેશે, પરંતુ પોલ ટેક્ષ આપવો તો પડશે જ. ગિરમીટિયાઓને કુલ ૧૪ પાઉન્ડનો વાર્ષિક

પગાર મળતો હતો. જો એક પરિવારમાં ચાર સભ્યો હોય તો તે ગિરમીટિયાએ વાર્ષિક પોલ ટેક્ષ ૧૨ પાઉન્ડ ભરવાનો થાય ! તે ક્યાંથી આપે ? ગાંધીએ વાઈસરૉય એલ્ગિનને 'નાતાલ ઇન્ડિયન કૉંગ્રેસ' તરફથી પત્ર લખ્યો. સમગ્ર પરિસ્થિતિ સમજાવી, કેમ કે આ રીતે તો ગિરમીટિયાઓને બહાર કાઢી મૂકવાની સરળતા થતી તેને લાગી.

સમય પસાર થતો રહ્યો, પરંતુ પોલ ટેક્ષ દૂર થયો નહીં. ગાંધીએ વક્તવ્ય આપ્યું તે છાપાઓમાં છપાયું.

વક્તવ્યમાં હતું, "તેઓ પણ ગોરાઓની જેમ બહારથી આવેલા છે અને તેમની જેમ જ બ્રિટનની પ્રજા છે. તો પછી તેમના પર જ પોલ ટેક્ષ શા માટે ? આ અન્યાય છે. નાતાલમાંથી કાઢી મૂકવાનું ફાવતું બહાનું છે. જેનો 'નાતાલ ઇન્ડિયન કૉંગ્રેસ' વિરોધ કરે છે."

ગોરી સરકાર ચમકી. તે માનવા લાગેલી કે એક દિવસ ગાંધી, પોલ ટેક્ષ પણ બંધ કરાવીને જ જંપશે.

ગાંધીને ઘરે જવાનું પણ મન થયા કરતું હતું. ત્રણ વર્ષ થઈ ગયેલા. તેણે બધાને દિલાસો આપ્યો કે તે છ મહિના પછી પાછો દક્ષિણ આફ્રિકા આવશે, ત્યાં સુધી એ લોકો વિરોધ ચાલુ રાખે.

* * *

ગાંધી હિન્દુસ્તાન જવા માટે સ્ટીમરમાં બેઠો. સૌ હાથ હલાવીને તેને વિદાય આપી રહ્યા હતા. સ્ટીમર ઊપડી. ફરી એ જ સ્થળો આવવાનાં હતાં, પરંતુ આ વખતે તેની હાલત અલગ હતી. તે શાંત હતો, પરંતુ તેનું ધ્યાન અજ્ઞાત તરફ હતું. એવું અજ્ઞાત કે જે, જાણ્યે-અજાણ્યે પોતાના હોવામાં ન હોવાની અનુભૂતિ કરાવવા ઇચ્છતું હતું અને જે દિશ-મંડળની પારનો માર્ગ શોધતું લાગતું હતું ! પ્રાર્થનાથી, સ્વર-વ્યંજનથી - બધાથી પર થઈને કંઈક સાંભળવા માટે તલ્લીન બની ગયેલો. શૂન્યની પારની કલ્પના ચકિત કરી દેતી હતી.

તેનું અંતઃકરણ કોઈ અજાણ્યા-અદશ્ય ચિત્રની માફક શાંત છે. તેને દરિયાનો તોફાની મિજાજ પણ ખલેલ પહોંચાડી શકતો નથી. સમસ્યાઓથી પર થઈને, સમસ્યાઓને લુપ્ત થતી જોવાનું - એક વિરાટ પરિદશ્ય પાસેથી પસાર થવા જેવું લાગતું હતું !

સૂર્યાસ્તથી લઈને સૂર્યોદય સુધી અને તેનાથી પણ આગળ સુધીની જિજ્ઞાસા સાથે તેનું ખલાસી-મન, ઊંડે ઊતરતું જતું હતું. અચાનક ભગવાનની ગહન અનુભૂતિની જિજ્ઞાસા, ધાર્મિક ચર્ચાઓનાં ઘેરાયેલાં વાદળોની કિનારે-કિનારે ટહેલતી પ્રતીત થવા

માંડી. તે એક યથાર્થ સપનાંના દેશમાંથી આવી રહેલો.

માણસ, માણસ પ્રત્યે કેમ સંશયિત છે ? તે શા માટે પોતાની ચોતરફ નફરતની આંધી ફેલાવીને સુકૂનથી જીવવાનો પ્રયત્ન કરે છે ? શા માટે પોતાની ઘાતક શક્તિઓની જાળ પાથરીને બીજાંઓનું જીવન દોહ્યલું કરવા માગે છે ? ગિરમીટિયા શું માણસ નથી ? શા માટે તેઓ કોઈને 'કુલી' જેવું વિશેષણ આપીને સારા વ્યક્તિત્વને ખુલ્લેઆમ ઉપેક્ષિત અને અપમાનિત કરીને પોતાને ગૌરવશાળી સિદ્ધ કરવાનું દિવાસ્વપ્ન જોયે રાખવા માગે છે ? જરા એમની હિંમત તો જુઓ, તે માણસાઈના પરિઘમાંથી પોતાની મેળે જ પોતાને બહાર કાઢવા માગે છે !

"ઓહ ગાંધી તમે અહીંયાં ? અમે તમને કેટલા બધા શોધ્યા !" સ્પેંસર વોલ્ટન બોલ્યા. તેઓ દક્ષિણ આફ્રિકા મિશનના પ્રમુખ હતા. પ્રિટોરિયામાં બેકરને ત્યાં તેમની સાથે મુલાકાત થયેલી અને ત્યારથી આ તેમની બીજી મુલાકાત હતી.

* * *

તેને એ પહેલી મુલાકાત યાદ આવી...

સ્પેંસર વોલ્ટનને ભગવાન અંગે ચિંતા થતી રહેતી. તે કહેતા રહેતા કે, "કેવા લોકો છે ? પૂજાઘરમાં જાય છે, પ્રાર્થના કરે છે અને પછી તેને ભૂલી જાય છે ! એની આજ્ઞાનું પાલન કરતા નથી તો પછી તેઓ કેવી રીતે ધાર્મિક ગણાય ?"

ગાંધી મૌન રહેતો એટલે તે પૂછતા, "તમે કઈ માટીના બનેલા છો કે પોતાની પ્રતિક્રિયા વ્યક્ત કરવાનું પણ પસંદ કરતા નથી ?"

"કંઈ સમજું તો કરું ને, મિ. વોલ્ટન !"

"આટલા ભણેલા-ગણેલા હોવા છતાં ગાંધી, તમે પોતાને અણસમજુ માનો છો ?"

"એ જ સાચું છે, મિ. વોલ્ટન !"

"શું સાચું છે ?"

"જે તમે કહી રહ્યા છો."

"મેં શું કહ્યું ?" વોલ્ટન પૂછતા.

"એમ જ કે ધર્મનું રટણ પણ કરે છે, ચર્ચમાં પણ જાય છે, છતાં પણ તેઓ ધાર્મિક નથી."

"હા, પરંતુ કેમ ? ક્યાંથી તેમનામાં શેતાન સક્રિય થાય છે ?"

"હું જાણતો નથી. જાણી શકીશ પણ નહીં."

"કેમ ?" વોલ્ટને ગાંધી સામે ગંભીરતાથી જોતાં પૂછ્યું.

"કેમ કે, મારા મનમાં શેતાન માટે કોઈ સ્થાન નથી."

"શું તમે ઈસા મસીહને ક્રોસ ઉપર લટકાવનારાઓને શેતાન માનતા નથી ?"

ગાંધીએ પગ થોડા લંબાવ્યા, થોડું વિચાર્યું અને પછી કહ્યું,

"વોલ્ટન, ઈસુએ તેમને શેતાન માન્યા નથી. તેમના માટે પરમપિતા પરમેશ્વર પાસે પ્રાર્થના કરેલી કે તેઓ અણસમજુ છે. તેઓ જાણતા નથી કે તેમણે શું કર્યું છે ! હે પિતા ! તમે તેમને માફ કરજો. તેઓ નિર્દોષ છે. પછી હું... !"

આ વખતે વોલ્ટનને તમ્મર આવી ગયા ! તેણે ફરી ગાંધીને ધ્યાનપૂર્વક જોયો. ગાંધીનો ચહેરો નિર્વિકાર હતો. તેની આંખોમાં અદ્ભુત ચમક હતી. તેના હોઠ ઉપર કાંતિ હતી. ક્યાંય કોઈ બેચેની જોવા મળતી નહોતી. એક દિવ્ય શાંતિ ! તે આગળ બોલતો જતો હતો,

"મેં તમારાં વિવિધ ચર્ચ જેવા કે, વેસ્લિયન ચર્ચ, પૅરિસનાં પ્રાચીન ચર્ચ, પ્લીમથ બ્રધરના ખ્રિસ્તી સંપ્રદાય વગેરેનાં ચર્ચ જોયાં-જાણ્યાં છે. પ્રાર્થનામાં મારું મન લાગ્યું પણ... "

"પણ શું ?"

"મને અત્યારે એક બહેન યાદ આવે છે, કદાચ 'પરંતુ'થી આગળનો આભાસ તેમાંથી મળી શકે. તમે કહેતા હો તો સંક્ષિપ્તમાં વાત કરું ?"

"ચોક્કસ કહો, ગાંધી. વાર્તા વાંચવી-સાંભળવી મને ગમે છે."

"પરંતુ આ વાર્તા આંખે જોયેલી અને સ્વયં અનુભવેલી સત્ય કથા છે."

"તો સંભળાવો." વોલ્ટને કહ્યું.

ગાંધીએ વાત શરૂ કરી કે, "હું બહુધા દર રવિવારે એક ખ્રિસ્તી પરિવારને ત્યાં જતો હતો. ત્યાં મોટા ભાગે ધાર્મિક ચર્ચા પણ થતી. હું ત્યારે 'લાઇટ ઑફ એશિયા' ફરીથી વાંચી રહ્યો હતો. તેના વિશે ચર્ચા શરૂ થયેલી, કેમ કે તે ઘરનાં માલકણ પણ તે કાવ્યસંગ્રહ વાંચી ચૂકેલાં. એમ જ વાતવાતમાં બુદ્ધ અને ઈસુના જીવનના વિભિન્ન પાસાંઓને લઈને તેમની વચ્ચે સરખામણી થવા લાગી.

મેં કહ્યું કે 'બુદ્ધની કરુણાનો કોઈ પાર નથી. તે પક્ષી સુધી ફેલાયેલી છે. તેમણે ઘેટાંના બચ્ચાને બચાવ્યું. સમજાવ્યું કે, શિકાર ઉપર શિકારીનો નહીં, બલકે તેના જખમ પર દવા લગાડનારનો અધિકાર હોય છે. માફ કરજો બહેન, પણ ચારિત્ર્યની આવી મિસાલ મને ઈસુમાં જોવા મળતી નથી.'

મને લાગ્યું કે બહેનના દિલને ઠેસ પહોંચી છે. હું તેમનું દિલ દુભવવા માગતો નહોતો. મેં મારી વાતને ત્યાં જ પૂરી કરી દીધી. પછી અમે સૌ ત્યાંથી ઊઠીને ભોજનખંડમાં ગયાં. ત્યાં તેમનો પાંચેક વર્ષનો એક દીકરો હતો, તેને જોઈને હું આનંદથી પુલકિત થઈ ગયો. સુઘડ-સૌમ્ય બાળક ! મોટી-મોટી ભૂરી આંખો, પહોળું

કપાળ અને ચપળ બાળક ! અમારી વચ્ચે સંવાદ થયો... "

"તમારું નામ શું છે ?"

"બધા મને બ્રુ કહે છે."

હું મૂંઝાયો. મેં ઘરની માલકણ સામે જોયું. વિચાર્યું કે બ્રુ તો ક્રિયાપદ છે. તેનો અર્થ તો શરાબ લેવો, એમ થાય ! તે પરિવારની માલકણ કદાચ મારી મૂંઝવણ પારખી ગયાં અને તરત જ બોલ્યાં,

"બ્રીઝ નામ છે."

"એટલે કે, મંદ પવન !"

"જી હા."

"સારું નામ છે આ બ્રુથી બ્રીઝ !"

"પરંતુ મને બ્રુ ગમે છે - નાનકડું ગોળમટોળ નામ – બ્રુ... તમે બોલીને જોઈ જુઓ."

હું બોલ્યો, એકવાર નહીં, પણ ત્રણ વાર બ્રુ... બ્રુ... બ્રુ... ! મારું મોં ગોળ થયું. મેં કહ્યું, "તમારું ઑબ્ઝર્વેશન ઇઝ ક્વાઇટ ઓકે. મજા આવી ગઈ."

"ફૂટબોલ જેવું, પરંતુ અફસોસ કે હું ગોળ નહીં પણ પાતળો-લાંબો છું."

"વન્ડરફુલ - એકસાથે બે . . ."

"એટલે શું, અંકલ ?"

"યુ આર ફૂટબોલ પ્લેયર. બ્રુ ઇઝ . . ."

"ફૂટબોલ !"

આ વાત ઉપર અમે બંને હસી પડ્યા.

બારીઓ ખૂલી ગઈ, તાજી હવાની લહેરો મહેકી ઊઠી.

હવે પ્લેટમાં ભોજન હતું. મારી પ્લેટમાં સફરજન હતું. બ્રુ, માલકણ વગેરેની પ્લેટમાં મીટ (માંસ) હતું.

બ્રુ બોલ્યો, "અંકલ માટે પણ મીટ લાવો."

"નો માઈ લવલી ચાઇલ્ડ ! હું સફરજન લઉં છું. રાતું સફરજન, મીઠું-મધુરું ! સ્વાદથી ભરેલું. રસથી ભરપૂર, રસમય કરનારું. એકદમ સ્વાદિષ્ટ. આનંદથી સભર કરનારું સફરજન !

"સાચે જ અંકલ ?"

"ખાઈને જો, બ્રુ. પછી કહે મેં સાચું કહ્યું કે ખોટું ?"

"મને પણ સફરજન આપો, વેઇટર અંકલ !"

હવે તેની પ્લેટમાં પણ સફરજન હતું. તે પણ સફરજન ખાવા માંડ્યો.

"દાંતને મજબૂત બનાવે, સફરજન છે.

લોહી વધારે, પ્યારું સફરજન છે !

રોગપ્રતિકારક શક્તિ વધારે, સફરજન છે !"

વિયોગીને ગળે વળગાડે, સફરજન છે !

"બાળકને મર્દ બનાવે, સફરજન છે"

"ઘરડાંને યુવાન બનાવે, સફરજન છે !" હું ચુપ ન રહી શક્યો.

"દરેક ફળનો રાજા એ, સફરજન છે !" બ્રુએ સાથ પુરાવ્યો.

બ્રુ સફરજનના રસમાં ડૂબતો ગાવા લાગ્યો,

"માંસ છોડો, સફરજન આપનાવો.

તંદુરસ્ત બનો, હરખ-આનંદ મનાવો."

"વાહ, વાહ બ્રુ ! વાહ ! શું તર્જ છે ? શું લય છે ? જાણે કે જીવન થઈ ગયું છે, સફરજનમય ! સફરજનાનંદ !" મોજા ઉપર સરકતી હોડીની જેમ મારામાં પણ કવિતા હિલ્લોળા લેતી હતી.

ભોજનખંડની ડિસિપ્લિન (અનુશાસન)માં કદાચ પહેલી વાર ડિસ્ટર્બન્સ થયું (ખલેલ પહોંચી) ! માલકણના ચહેરા ઉપર ચિંતાની રેખાઓ ઊપસી આવી. મને થયું કે માફી માગી લઉં. કારણ કે, ભોજન, પ્રાર્થના અને અધ્યયન-ચિંતન-મનન નીરવતા માગે છે. શાંત વાતાવરણ ! અંદર-બહારનું અદ્વૈત વાતાવરણ ! અલબત્ત, આ બધું શિષ્ટાચાર કે ઍટિકેટથી ઉપર ગણાય.

અહીં સાઇલન્સ (શાંતિ) જરૂરી હતું. મનોરંજન નહીં. પરંતુ હું શું કરું ? બ્રુને મજા આવતી હતી. તે મસ્તીમાં છરી-કાંટાને એકબીજા સાથે ભટકાડીને વગાડતો હતો. મને લાગતું હતું કે તેના બહાને મારા ઉપર વઢ પડવાની છે. જોકે, ધમકાવ્યા વિનાની દરેક ક્ષણ ધીમે-ધીમે પસાર થતી હતી.

જેમ-તેમ કરીને વૉશ બેસિન સુધી પહોંચ્યો, હાથ ધોયા. બ્રુ બહાર સુધી આવ્યો - આકાશમાં લહેરાતી, વળ ખાતી, ઝૂમતી પતંગ જેવો ! અને આનંદથી ચહેકતો બોલ્યો,

"જલદી આવજો અંકલ. આઇ વિલ વેઇટ ફોર યુ (હું તમારી રાહ જોઈશ) પ્લીઝ કમ સુન... કમ સુન !"

તે સૂરીલો અવાજ મારો પીછો કરતો રહ્યો. મને મારાં બાળકો યાદ આવી ગયાં. રાજકોટ ફરી વળ્યું. કસ્તુર યાદ આવી. પ્રેમ જાગી ઊઠ્યો ! વસંતનો ચહેરો રાતો થયો અને ઇશારાનાં ઝાંઝર જાણે કે રણઝણી ઊઠ્યાં !

હવે મને ત્યાં જવાનો ડર લાગવા માંડેલો. ઘણા રવિવાર જતા રહ્યા, હું ગયો

નહીં. ઇચ્છવા છતાં પણ ન ગયો. બ્રુની ભૂરી આંખો, નિર્દોષ ચહેરો અને નિર્મળ મન મારી અંદર સતત ઘૂમરાતાં રહ્યાં, અવાજ ગુંજતો રહ્યો,

"કમ સુન અંકલ. આઇ વિલ વેઇટ ફોર યુ... કમ સુન અંકલ !"

બ્રુ કેટલો નિરાશ થયો હશે ! કેટલી વાર તેણે મમ્મી-ડેડીને પૂછ્યું હશે કે, "અંકલ ક્યારે આવશે ? હજી સુધી કેમ આવ્યા નહીં ? શું તેઓ બીમાર પડ્યા હશે ? આપણે તેમની પાસે કેમ જતાં નથી !"

"બ્રુ ચુપ થઈ જા ! મારું માથું દુખે છે." આંખ ફાડીને, કર્કશ અવાજે માલકણે કહ્યું હશે.

બ્રુ ડરી ગયો હશે. તેણે પોતાને મનાવી લીધો હશે કે, મમા ઇચ્છતાં નહીં હોય કે અંકલ આવે અને હાસ્ય ફૂટે-વિસ્તરે ! નક્કી એવી જ કોઈ વાત છે.

આ બાજુ મારું હૃદય ભરાઈ આવતું. વિચાર્યું કે ત્યાં જવાનો એ છેલ્લો દિવસ હશે. પછી હંમેશ માટે દ્વાર બંધ ! પરિણામ જાણતો-સમજતો હોવા છતાં મારાથી રહેવાયું નહીં અને હું ત્યાં પહોંચી ગયો.

લૂખું સ્વાગત થવાનું હતું, તે જ થયું. પાનખરની ઋતુ છવાઈ ગયેલી ! મારી નજર બ્રુને શોધતી હતી. તે ક્યાંય દેખાતો નહોતો. માલકણે પણ ક્યાંક બ્રુ આવી ન જાય એમ વિચારીને ઉતાવળે કહ્યું,

"ગાંધી, મને ખેદ છે... !" તે આગળ બોલતાં-બોલતાં અટકી ગયાં. તેની મમતા વચ્ચે આવી ગઈ.

"હું સમજું છું."

"એવી વાત નથી, પરંતુ... "

"પરંતુ શું ?"

"બ્રુએ માંસ ખાવાનું છોડી દીધું છે. હવે તે સફરજન ખાય છે. ન આપીએ તો આખું ઘર માથે લે છે ! બીજું કંઈ ખાતો નથી. શું કરું ? મને કંઈ સમજાતું નથી... શું તમે એને ખાતર પહેલી અને છેલ્લી વાર માંસ ખાઈ શકશો ?"

હું ગભરાઈ ગયો. મારી જીભ તાળવે ચોંટી ગઈ. આંખની સામે અંધારાં આવી ગયાં. મનમાં થયું કે ભાગી જાઉં... ભાગતો જ રહું... ક્યાંય રોકાઉં નહીં... અટકું નહીં. જ્યાં સુધી પગ થાકીને લોથ ન થાય ત્યાં સુધી દોડતો રહું. મેં મને માંડ સંભાળીને પૂરી તાકાત લગાવીને કહ્યું,

"સૉરી... !" અને પાછો ફર્યો.

બ્રુ દેખાયો નહીં એ સારું જ થયું. હું લાચાર હતો, થાકેલો-હારેલો, અવસાદથી

ભરેલો. પોતાનામાં ડૂબતો-વીખરાતો, વિચારશૂન્ય થઈ ન ઇચ્છવા છતાં પણ પાછો જઈ રહ્યો હતો. એક અવાજ મારો પીછો કરતો હતો,

"અંકલ, અંકલ, માય ડિયર અંકલ, પ્લીઝ કમ સુન. આઇ એમ વેઇટિંગ ફોર યુ... પ્લીઝ કમ !"

હું જંગલમાં પહોંચી ગયો. વેરાન, નિર્જનમાં. દૂર-સુદૂર કોઈ નહોતું. હું ચીસ પાડી ઊઠ્યો,

"માઈ લવલી ચાઇલ્ડ, પ્લીઝ એક્સક્યૂઝ મી ! તારો અંકલ સારો માણસ નથી. તે ટેબલ મૅનર્સ જાણતો નથી. હી ઇઝ મેનિઆક મૅન (પાગલ માણસ)... પ્લીઝ ફરગેટ હિમ... એને ભૂલી જા. ભૂલી જા . . ." તે અવાજ પડઘાતો રહ્યો... આજે પણ, અત્યારે પણ, એ અવાજ ગુંજી રહ્યો છે –

પ્લીઝ કમ સુન. આઇ એમ વેઇટિંગ ફોર યુ."

આટલું બોલીને ગાંધી થૂંક ગળી અટક્યો. છેવટે બોલ્યો,

"વોલ્ટન, આ એક સત્યકથા છે. આ 'પરંતુ'થી આગળની કથા છે. એ વિશે કદાચ કંઈક પામી શકવાની દિશામાં !" વોલ્ટન વિચારતા રહ્યા. અચાનક ગાંધીને ફરીથી ગંભીર અવાજ સંભળાયો. વોલ્ટનનો અવાજ તો વિચારોમાં ધીમો હતો. પછી... ?

* * *

તે વર્તમાનમાં આવ્યો અને ફર્યો.

તેણે જોયું તો ખ્યાલ આવ્યો કે વોલ્ટન જ હતા. તે કહી રહ્યા હતા કે, તેમની સ્ટીમર છૂટી ગયેલી એટલે તે આમાં હતા. તેમને પાસેના કોઈ બંદર ઉપર ઊતરવું હતું. પરંતુ ત્યાં તો પાસેનું પણ દૂર હોય છે એવો અનુભવ ગાંધીને થયો.

"પાછા ક્યારે આવશો ?"

ગાંધી વિચારમાં પડી ગયો.

"શું ક્યારેય નહીં ? નાતાલને અલવિદા !" વોલ્ટને પૂછ્યું

"ના, અલવિદા નહીં, વોલ્ટન !" ગાંધીની સામે ગિરમીટિયાઓ તરવરવા લાગ્યા. 'નાતાલ ઇન્ડિયન કૉંગ્રેસ'ની ગતિવિધિઓ દેખાવા માંડી. ઊંડો શ્વાસ ભરીને ગાંધી બોલ્યો,

"પાંચ-છ મહિનામાં."

"ત્યાં સુધી તો મને આશા રહેશે."

"આશા ન રાખો, વોલ્ટન !"

"કેમ ?"

"કેમ કે આશા જ નિરાશાનું મૂળ છે !"

"તો પછી ?"

"કંઈ જ નહીં. તટસ્થ બનીને જુઓ, જાણો અને સ્થિર બનીને રહો !"

"કેવી રીતે ?"

"જેમ કે તમે તેના કર્તા નથી. અથવા તો છો... !" ગાંધીએ કહ્યું.

તે દરિયાને પડછાયો બનતો જોઈ રહ્યો. જાણે કે સૂર્ય આખેઆખો શૂન્ય બનીને આકાશમાં સમાઈ ગયો હોય – કોઈ સૂતેલાં બાળકનાં સપનાંની જેમ !

"આજકાલ તમે ફિલોસૉફર બનતા જાવ છો, ગાંધી !"

"મૅડ (પાગલ) કહેવામાં શું વાંધો હતો ?"

આ વાત ઉપર બંને ખડખડાટ હસી પડ્યા. મેગપાઈ (એક પ્રકારનું પંખી જે ખૂબ શોર મચાવે છે અને ચમકતી વસ્તુઓને ચુપચાપ ઉઠાવી લે છે) ચકિત થઈને તેમને જોતું રહ્યું.

"ફરી મળીશું." કહીને વોલ્ટન ચાલ્યા ગયા.

તેમના ગયા પછી ગાંધીની અંદર એક અવાજ ગણગણવા માંડ્યો . . .

હસતાં-રમતાં હરિ પ્રગટ દેખું રે,
મારું જીવ્યું સફળ તબ દેખું રે
મુક્તાનંદના નાચ બિહારી રે,
આપ જીવનદોરી હમારી રે.

અર્થાત્ ભગવાન છે. એ જ કર્તા છે. પછી કર્તાથી આગળ શું ? ન માનું તોપણ શું ? એ તો છે જ. શું આ સત્ય છે ? શું જીવનનું સત્ય પણ આ જ છે ?

તે મનોમન બોલ્યો, "ઊભા રહો ભાઈ મુક્તાનંદ ! હું ઉતાવળમાં નથી. વિચારી લઉં, સમજી લઉં. મનને સમજાવી લઉં. મન માની જાય તો સાચું !"

ગાંધી ધીમે-ધીમે તેની કૅબિન તરફ ચાલવા માંડ્યો.

ક્રિસ્ટીના કહેતી હતી, "ગાંધી તમે પૂછતા હતા ને કે અહીં લાંબી દાંડીવાળું પીળા રંગનું ફૂલ... ડેફડિલ ક્યાં છે ? ...તો ત્યાં જુઓ, એ રહ્યું ડેફડિલ !"

ગાંધી ભડકી ગયો. ત્યાં નહોતી ક્રિસ્ટીના કે નહોતું પીળું ફૂલ ડેફડિલ ! ત્યાં તો અંગ્રેજ મિત્રની પત્ની મેરી હતી. તે હસતી આંખે કહેતી ગયેલી કે, તેનો મિત્ર શેતરંજની બાજી ગોઠવીને તેની પ્રતીક્ષા કરી રહ્યો છે.

૨૧

છ મહિના કેવી રીતે વીતી ગયા તેની ખબર પણ ન પડી ! સ્ટીમરમાં આવેલો ગાંધી સ્ટીમરમાં જ પાછો જઈ રહ્યો હતો. કંઈ ફેર હતો તો એ કે આ વખતે તેની સાથે કસ્તુર અને બાળકો હતાં. બધાને અપટુડેટ તૈયાર કર્યાં હતાં. કસ્તુર માટે પારસી ઢબની સાડીઓ ખરીદી અને બાળકો માટે પણ પારસી ઢબનાં કોટ-પાટલૂન ! બધા માટે બુટ-મોજાં. બહારથી બધું ટાપટીપવાળું, પરંતુ અંદરથી સંદિગ્ધ ! કસ્તુર અભણ હતી. ભણતર વિના બધું નકામું. જૂના જમાનાની હતી. વ્યવહારમાં નવીનતા, નવી શૈલી ક્યાંથી લાવી શકાય ? પત્નીના અભણ હોવાનું દુ:ખ, જાણે કે તેને ચીનની દીવાલ સામે ઊભા હોવાનું પ્રતીત કરાવતું હતું !

ક્યાંક ને ક્યાંક ગાંધીના મનમાં પુરુષનો પ્રભાવ છવાયેલો હતો – છરી-કાંટા, મૅનર્સનો પ્રભાવ ! તે શિખવાડ્યું. શીખવાનો હુકમ થયેલો એટલે આદેશાનુસાર શીખી, પરંતુ કસ્તુર મનથી ગાંધી પ્રત્યે કતરાતી રહી. કટાક્ષ પણ કરી લેતી અને પૂછતી,

"ત્યાં શું અમને સર્કસમાં કામ કરાવવા માટે લઈ જાવ છો !"

"ના, બાબા ના, પરંતુ શિષ્ટાચાર પણ કંઈક જરૂરી છે. કસ્તુર... એટલા માટે."

"શિષ્ટાચાર શું કપડાંથી આવે ?"

"રીતભાતની વાત કર."

"તમને દેખાડો ક્યારથી ફાવવા માંડ્યો ? શું કોઈ મૅમ-બેમ પાસેથી શીખ્યા !"

"તું અત્યારથી કચકચ ન કર. રીતભાત આવડે તે કંઈ ખરાબ બાબત નથી."

"મને દેખાડો પસંદ નથી."

"કેમ ?"

"દેખાડાથી માણસ, માણસ રહેતો નથી, તે બનાવટી બની જાય છે. જોકર !"

ગાંધી, અભણ કસ્તુર સામે રીતભાતના ઝઘડામાં જીતી શકતો નહોતો. કસ્તુર પાસે કહેવતોનો અદ્ભુત ખજાનો હતો, જેની સામે તેનું શિક્ષણ, લંડનનો ઠાઠમાઠ,

બધું નિરર્થક બની જતું ! તેણે વાત તો મુદ્દાની કરી હતી. એમ તો તે પણ કેટલીય વાર જોકર બન્યો હતો - જ્યારે જાતે જ આડાઅવળા વાળ કાપેલા, ક્યાંકથી વધુ ને ક્યાંક ઓછા ! કસ્તુરની વાતમાં દમ હતો અને તેની વાત કાયમ સીધી હૃદયમાં ઊતરી જતી. તોપણ ગાંધીએ તેને સમજાવ્યું,

"કસ્તુર, આ બધું ત્યાંના સમાજમાં બેસવા-ઊઠવા માટે જરૂરી છે. મોટા માણસો આવતાં-જતાં રહેશે. તેઓ જોશે તો... !"

"તેઓ પોતાને આપણી મુજબ કેમ નહીં ઢાળે ? આપણે જે છીએ, જેવા છીએ, એવા જ દેખાઈએ તેમાં જ મોભો છે. નકલમાં અકલ નથી હોતી !" કસ્તુરે પ્રતિકાર કર્યો.

ગાંધી દંગ રહી ગયો પછી બોલ્યો, "કસ્તુર તું વચમાં અડચણ ઊભી ન કર. જે અને જેવી રીતે થતું હોય એને એમ જ થવા દેજે. જેવો દેશ એવો વેશ ! એ કહેવત તેં સાંભળી છે ને ? બસ."

ગાંધી બહાર આવ્યો. આ સ્ટીમર ઉપર ઘણાં ઓળખીતાં-પારખીતાં લોકો હતાં. સંબંધીઓ પણ હતાં. પારિવારિક વાતાવરણ હતું. બધું સહજપણે ચાલતું હતું.

અચાનક તોફાન આવ્યું. ત્યાં ડિસેમ્બર મહિનો, ગરમી અને વરસાદનો હોય છે. વાદળો ઘેરાઈ આવ્યાં, સૂરજ છુપાઈ ગયો. તોફાન જેવું તોફાન હતું. સ્ટીમર એકદમ હાલકડોલક થવા માંડી. એવું લાગતું હતું કે જાણે ગમે ત્યારે તે ઊથલી પડશે. સૌ પોતપોતાના ધર્મના ભગવાનને પ્રાર્થના કરવા લાગ્યાં !

કપ્તાન મિલ્ને સમજાવી રહેલો કે આપણી સ્ટીમર મજબૂત છે. અમે ઘણા મોટા તોફાનોનો સામનો કર્યો છે. કંઈક એવું જ બન્યું. તોફાન આપોઆપ જ ધીમું પડવા માંડ્યું. અચાનક સૂરજદેવ દેખાવા લાગ્યા.

ગાંધી આ દરમિયાન સ્થિતપ્રજ્ઞ બની રહેલો. તેણે કોઈ પ્રાર્થના કરી નહીં. તે વિચારતો હતો કે, ડૂબવાનું હશે તો બચવાનો કોઈ ઉપાય નથી, ડૂબીશું જ. તેના માટે આ તોફાન પૂર્વમાં આવેલા તોફાન જેવું જ હતું ! અને ચારેક દિવસ પછી સ્ટીમર ડરબન પહોંચી.

હવે આરોગ્યની તપાસ થવાની હતી. સ્ટીમર ઉપર પીળો વાવટો ફરકવા માંડ્યો. મુંબઈમાં મરકી થયેલી. મરકીનાં જીવાણુ ત્રેવીસ દિવસ સુધી દેખા દે છે એવી ડૉક્ટરની માન્યતા હતી. ગાંધીએ ડૉક્ટરો સાથે વાત કરી, પરંતુ ડૉક્ટરોએ એકમતે જણાવ્યું કે ચાર-પાંચ દિવસ સુધી સ્ટીમર લંગર નાંખીને આમ જ ઊભી રહેશે.

ગાંધીને દાળમાં કંઈ કાળું દેખાયું ! એક ડૉક્ટર બીજા ડૉક્ટરને કહેતા હતા

કે, "આમને વધુ દિવસો સુધી સ્ટીમરમાં રોકી શકીશું નહીં." ગાંધી તેમની વાત સાંભળી ગયો.

તે ડૉક્ટરને મળ્યો અને તેમને પૂછ્યું, "ડૉક્ટર બંધુ, કંઈ બીજી ઝંઝટ છે કે શું ?"

"તમે ગાંધી છો ?"

"હા, હું ગાંધી છું."

"તો આ સ્ટીમરે પાછા જવું પડશે."

"કેમ ?"

"તમારા વિરોધમાં ઍજિટેશન (આંદોલન) ચાલી રહ્યું છે. તેઓ તમને ઇચ્છતાં નથી. તમે પાછા વળવા તૈયાર થઈ જાઓ તો કંઈક રસ્તો નીકળે !"

ગાંધી સમજી ગયો કે અબ્દુલ્લાએ જે લખેલું તે શબ્દશઃ સાચું છે. ત્યારે જ બંદર ઉપર ભીડ જોવા મળી. તેમાં દાઉદ, અબ્દુલ્લા, આદમજી મિયાં ખાન, સી. લક્ષ્મીરામ, પીલે વગેરે ઘણા હિન્દુસ્તાનીઓ હતા. સાથે મોટી સંખ્યામાં ગોરાઓ પણ હતા. સરકાર તે ગોરાઓની પાછળ હતી. આ વખતે એસ્કમ્બ સત્તામાં મંત્રી હોવાથી તે ગોરાઓની સાથે હતા.

ગોરાઓનો સંદેશો સંભળાતો હતો, "જીવ વહાલો હોય તો પાછા જાઓ, નહીંતર દરિયામાં ડૂબાડી દેવામાં આવશે." એજન્ટને ધમકી આપવામાં આવી રહી હતી.

મુસાફરોમાં ખળભળાટ શરૂ થઈ ગયો. ગાંધી સમજતો હતો. કપ્તાન મિલ્ને પરેશાન હતો. તેણે ગાંધીને કહ્યું, "આવો ઉગ્ર દેખાવ પહેલી વાર જોવા મળ્યો છે. ચર્ચા થયેલી, પરંતુ કોઈ સમજૂતી થઈ શકી નહીં, સિવાય કે તેમને પરત જવાનું ભાડું ચૂકવવામાં આવી શકે."

'નાતાલ ઇન્ડિયન કૉંગ્રેસ' અનેક ધમકીઓ છતાં ડરી નહોતી અને સંદેશો આપતી હતી કે, "લાગેલા રહો, ચિંતા કરો નહીં. તેઓ કાર્યવાહી કરી રહ્યા છે."

એક સંદેશો ગોરાઓ તરફથી આવ્યો કે, "ગાંધી પાછા જાય તો અન્ય લોકોને આવવા દેવાશે. સ્ટીમર તૈયાર છે, તેઓ જઈ શકે છે. તેનું ભાડું આપવા તે લોકો તૈયાર છે."

ગાંધી વિચારમાં પડી ગયો. પચીસ ડિસેમ્બરનો મોટો દિવસ હતો. ગરમી અને બફારાથી ભરેલો દિવસ.

ગાંધી સહકુટુંબ પ્રથમ વર્ગમાં મુસાફરી કરી રહ્યો હોવાથી તેને તેના પરિવાર સાથે ભોજન માટે આમંત્રિત કરવામાં આવેલો. જાય કે ન જાય ? બીજા મુસાફરો પણ છે. તેઓ ભલે સામાન્ય વર્ગમાં પ્રવાસ કરી રહ્યા હોય, પરંતુ છે તો હિન્દુસ્તાની !

તેની આજુબાજુના, ઓળખીતા લોકો છે. તેઓ શું વિચારશે ? તેણે જવું પણ જોઈએ કેમ કે, તેમાં ઘણા ગોરા મુસાફરો છે કે જે તેના મિત્ર બની ગયા છે અને જેઓ તેની સાથે છે. છેવટે તે ગયો. કપ્તાન મિલ્નેનું માન રાખીને વક્તવ્ય પણ આપ્યું.

તે 'કુરલૅન્ડ' નામની સ્ટીમરમાં હતો. તેની સાથે બીજી એક સ્ટીમર હતી જેનું નામ હતું – 'નાદરી'. ગાંધી ઉપર આરોપ મૂકવામાં આવેલો કે તે નાતાલને હિન્દુસ્તાનીઓથી ભરી દેવા માટે 'કુરલૅન્ડ' અને 'નાદરી'માં હિન્દુસ્તાનીઓને લાવ્યો છે. એક બીજો આરોપ હતો કે તે નાતાલના ગોરાઓની વિરોધમાં છે અને તેમની નિંદા કરે છે. સમસ્યા દિન-પ્રતિદિન ગૂંચવાતી જતી હતી. હકીકતે આઠ-દસ મુસાફરો સિવાય તે કોઈને ઓળખતો નહોતો. તેણે મુસાફરો સાથે વાત કરી.

તેણે પૂછ્યું, "શું તે એ લોકોને લઈને આવ્યો છે ?"

બધાએ એકસૂરે કહ્યું કે, "ના ! અમે અમારી રીતે આવ્યા છીએ."

પરંતુ ગોરાઓને તો બહાનું જોઈતું હતું. સ્ટીમરમાં સભા મળી. સૌ મુસાફરો એકઠા થયા.

એક ગોરાએ ગાંધીને પૂછ્યું, "તમે પોતાને અહિંસક કેવી રીતે માનો છો ?"

"મારી સાથે ગોરાઓએ મારપીટ કરી, મને ધક્કા મારીને ફૂટપાથ ઉપરથી પછાડ્યો, પરંતુ મેં તેમને એક પણ અપશબ્દ કહ્યો નથી કે નથી તેમના ઉપર કેસ કર્યો ! જ્યારે મિ. કોટ્સ કે જેઓ ગોરા છે અને જેમનો સમાજમાં પ્રભાવ છે, તેમણે મને કહેલું કે હું કેસ કરું અને તેઓ પોતે પ્રત્યક્ષ સાક્ષી બનશે."

"અને હવે ?"

"હવે પણ હું તેનું જ અનુસરણ કરીશ."

કપ્તાન મિલ્ને વચ્ચે બોલી ઊઠ્યો, "મિ. ગાંધી ! આ વખતે હાલત મુશ્કેલ છે. ગોરાઓ તમને મારી નાખવા ઇચ્છે છે."

"તો શું થયું ? મારશે તો મરી જઈશ ! તેનું દોષારોપણ કોઈ ઉપર નહીં કરું. તમે સાક્ષી બનીને જોશો કે ગાંધીએ જે કહેલું તે કરી દેખાડ્યું. એટલા માટે તો મેં મારા વક્તવ્યમાં કહેલું કે, પાશ્ચાત્ય સંસ્કૃતિ હિંસાની શક્તિને મહત્ત્વ આપે છે, જ્યારે ભારતીય સંસ્કૃતિ અહિંસાને."

"શું તમને ગુસ્સો નહીં આવે ?"

"ગુસ્સો-આવેશ શા સારુ ! જે મારશે તે પણ આપણા ભાઈ છે. તેમને લાગે છે કે હું સારો માણસ નથી. મારા રહેવાથી તેમની પ્રગતિ અટકે છે."

"તમે શું ઈસુ બનશો ?"

"તેમનું અનુકરણ કરવાની કોશિશ કરીશ."

"તો પછી તમે ક્રિશ્ચિયન બની જાઓ !"

"શા માટે ?"

"કારણ કે તમે પોતાને મારનારા માટે કોઈ પ્રતિક્રિયા વ્યક્ત નહીં કરો એટલા માટે."

"તો શું થયું ?"

"આ ખ્રિસ્તી ધર્મ છે, મિ. ગાંધી !"

"આ સનાતન ધર્મ છે - કરુણાથી છલોછલ ધર્મ છે, જે ક્ષમામાં અખંડ શ્રદ્ધા રાખે છે."

કોઈ માર્ગ નીકળ્યો નહીં. ત્રેવીસ દિવસ થઈ ગયા. ૧૩મી જાન્યુઆરી, ૧૮૯૭ આવી ગઈ. હવે બંને તરફ ખળભળાટ મચ્યો. સરકાર પણ ઘેરાઈ ગઈ, તેને પણ પોતાની જવાબદારીની પ્રતીતિ થઈ. નૂતન સૂર્યોદય થયો. ગરમી પણ ઘટી. વરસાદ વરસી ગયેલો. થોડો બફારો હતો.

નિર્ણય થયો કે ગાંધી અને તેના પરિવાર સિવાય બધાને ઊતરવા દેવાની પરવાનગી આપવામાં આવે. ગાંધી અને તેનો પરિવાર, એકલા રહી ગયા.

કસ્તુરે કહ્યું, "કેવી મુસીબત ગળે વળગાડી છે ! આપણા દેશમાં કંઈ કમી છે ? પેટ ભરવા જેટલું તો સરળતાથી મળી રહેશે. અમને સંપત્તિની ભૂખ નથી. ચાલો, પાછા જઈએ."

"કસ્તુર, તું થોડી ધીરજ ધર. આ લડાઈ અસ્તિત્વ માટેની છે, અધિકારની છે."

"તેલ લેવા જાય આવું અસ્તિત્વ ! આવો અધિકાર ! અહીં જીવ ઉપર આવી બન્યું છે, ત્યારે તમને અધિકારની પડી છે ? હું કહું છું કે, બીજા કોઈનું નહીં તો આ નાનાં-નાનાં બાળકોનું તો વિચારો."

"તને ડર લાગે છે ?"

"ડરે મારી બલ્લા ! ...મેં કોઈ પાપ કર્યું છે ? ડર તો પાપ કરનારાને લાગે છે."

"તો શું મેં કોઈ પાપ કર્યું છે ?"

"કોણ કહે છે ?"

"તું કહે !"

"તમે તો સપનામાંય પાપ કરી શકો નહીં."

"તો પછી શા માટે ડરીએ ? કેમ ભાગીએ ? કાયર કેમ કહેવાઈએ ?" ગાંધીએ ધીમે-ધીમે કસ્તુરને સમજાવ્યું.

"મને આ બાળકોની ચિંતા છે." કસ્તુરનો અવાજ દુઃખી થઈ ગયો. તેણે આવી વિષમ પરિસ્થિતિની કલ્પના પણ કરી નહોતી. એક તો પરદેશ અને ઉપરથી

હિન્દુસ્તાનીઓના જીવલેણ દુશ્મન ગોરા. કારેલા અને તે પણ મીઠું ચડાવેલાં !

"તું તો ભગવાનમાં માને છે ને ?"

"એમાં કોઈ સંદેહ છે ? તમે નથી માનતા શું ?"

"કસ્તુર, અત્યારે મારી નહીં, ફક્ત તારી વાત કરું છું." ગાંધીએ ધીમેથી કહ્યું.

"તો કહ્યું તો ખરું કે માનું છું. એ જ મારા માટે સર્વસ્વ છે... આપણા સૌને માટે પણ."

"તો પછી શંકા - ડર શા માટે ? જો એને માનતા હો તો એના ઉપર પૂરો ભરોસો રાખો અથવા એને ન માનો."

"શંકા - ડર કોને છે ?"

"તો પછી એનો તમાશો જુઓ, એ શું કરે છે !" ગાંધીએ નિષ્કર્ષ કાઢતાં કહ્યું.

એ જ વખતે કપ્તાને બારણું ખખડાવ્યું. ગાંધીએ બારણું ખોલીને પૂછ્યું,

"બોલો કપ્તાન, શું કંઈ થયું ?"

"મિ. એસ્કમ્બે સંદેશો મોકલ્યો છે કે, આ સમયે તમારું બહાર આવવાનું જોખમથી ભરેલું છે. ગોરાઓએ તંબુ તાણેલા છે. તેઓ મારવા-મરવા તૈયાર છે. આ સમયે નહીં, પરંતુ ઢળતી સાંજના નિબિડમાં તમને બહાર કાઢીશું." કપ્તાન મિલ્નેએ જણાવ્યું.

"જેમ યોગ્ય હોય."

"ખુદ પોર્ટ સુપ્રિટેન્ડન્ટ તમને લઈ જશે."

ગાંધી મૌન રહ્યો. કપ્તાન મિલ્ને ચાલ્યો ગયો. સાંજ ઘેરાઈ ગઈ. સૂરજ ડૂબવા માંડ્યો. અજવાસે પડખું બદલ્યું અને અંધારું ફટાક કરતું આવી ગયું. તોપણ અંધારાથી છુપાઈને ક્યાંક-ક્યાંક પ્રકાશનાં ક્ષીણ કિરણો ડોકાતાં હતાં !

ગાંધી બહાર આવીને ઊભો રહ્યો, પ્રકાશને ગળતો જોઈ રહેલો. અંધકાર જાણે કે અજગરની જેમ ઝડપી અને ઊંડા શ્વાસ લેતો હતો ! ઓહ ! અચાનક વાદળ વીખરાયાં અને સૂરજ બહાર આવતો દેખાયો. ગાંધીએ ઘડિયાળમાં જોયું. હજુ તો બપોરના ચાર જ વાગ્યા હતા.

મુસાફરો ઊતરી ગયેલા. હવે સ્ટીમરમાં ગાંધી, તેનું કુટુંબ, કપ્તાન મિલ્ને અને અન્ય કર્મચારીઓ જ હતા. સમય પસાર થતો ગયો. ઘડિયાળનો કટ-કટ અવાજ સંભળાતો હતો.

હવે સાંજ પડી. સૂરજ ડૂબતો હતો. પૂરનાં પાણીની જેમ અંધારું વધતું જતું હતું.

કપ્તાન મિલ્નેની સાથે એક અપટુડેટ ગોરો માણસ આવ્યો. કપ્તાન મિલ્નેએ ઓળખાણ કરાવી, "આપ મિ. ગાંધી અને મિસિસ ગાંધી, આ છે મિ. લૉટન !"

"દાદા અબ્દુલ્લા ઍન્ડ કંપનીનો એટર્ની લૉટન !" લૉટને ધીરેથી કહ્યું.

"તમે શું ઇચ્છો છો, મિ. લૉટન ?"

"શેઠ અબ્દુલ્લા સાથે વાત થયેલી. બધા મુસાફરો પોતપોતાના સ્થાને સુરક્ષિત રીતે પહોંચી ગયા છે અને તમને તમારા પરિવાર સાથે સુરક્ષિત પહોંચાડવાની મારી ડ્યૂટી છે."

ગાંધી વિચારમાં પડી ગયો.

"અત્યારે ઉપદ્રવીઓની ભીડ વિખેરાઈ ગઈ છે." લૉટને હાલત સ્પષ્ટ કરતા કહ્યું.

"શું કહો છો, કપ્તાન મિલ્ને ?"

કપ્તાન મિલ્નેએ સ્ટીમરના ઍજન્ટના વકીલ સામે જોયું. તે બંને પણ વિચારમાં પડી ગયા.

લૉટને ફરી કહ્યું, "એમ તો ત્યાં પોલીસ પણ છે. હવે કોઈ ખતરો હોય એવું મને લાગતું નથી."

"પણ પોર્ટ સુપ્રિટેન્ડન્ટ મિ. ટૅટમ !"

"રુસ્તમજી શેઠની ગાડી લઈને આવ્યો છું. તમારાં પત્ની અને બાળકો તેમાં બેસીને એમના ઘરે પહોંચી જશે અને હું તથા તમે ચાલીને જાહેર માર્ગ પરથી જઈશું."

ગાંધી વિચારવા લાગ્યો. એક બાજુ તે પોતાને ડરથી મુક્ત હોવાનું જણાવતો હતો અને બીજી બાજુ લૉટનના પ્રસ્તાવ ઉપર વિચારતો હતો કે, તે લૉટન સાથે પગપાળા કેમ ?

એટલામાં લૉટને કહ્યું, "તમને કોઈ ડર-શંકા છે, મિ. ગાંધી ?"

"ડર-શંકા શા માટે ? વાત જ્યારે ગોઠવણ અને વ્યવસ્થાની છે."

"તો પછી વિચારવાનું શું ?"

"જો તમને એમ ઉચિત લાગતું હોય કે, અંધારું થાય ત્યારે છાનામાના શહેરમાં દાખલ થઈ જઈએ, તો તમારી મરજી."

કસ્તુર કહેવા માગતી હતી કે બધા સાથે જઈશું. અંધારામાં જઈશું, અજવાળામાં જવાનું દુ:સાહસ શા માટે કરવું ? પરંતુ તે ગાંધીને પગપાળા જાહેર માર્ગ ઉપરથી લઈ જવા કેમ માગે છે ? ક્યાંક કોઈ કાવતરું હશે તો... ! ગાંધી પણ કસ્તુરબાની જેમ વિચારોમાં ગૂંચવાયેલો.

લૉટન કહી રહેલો કે, "રુસ્તમજીનો બંગલો અહીંથી લગભગ બે માઈલ જેટલો દૂર છે."

લોકોને જે કહ્યું છે, તે મુજબ કરીને પણ દેખાડવું જોઈએ. અન્યથા કથની અને કરણી વચ્ચેનો ભેદ સ્પષ્ટ દેખાશે. તેના મનમાં સંવાદ્ઢ ચાલ્યો,

"જાણીજોઈને શહીદ થવાની જરૂર નથી, ગાંધી ! તું પરિવારવાળો છે."

"તો શું ?"

"તું અંધારામાં જ જા."

"એટલે કે, હું ડરી જાઉં !"

"કોનાથી ?"

"એ ગોરાઓથી કે જે વાજું વગાડીને ગાઈ રહ્યા છે કે - ગાંધી આવશે તો તેનું ધડ ક્યાંક અને માથું ક્યાંક હશે ! ...આવ ગાંધી, આવ. જો પેલું આંબલીનું ઝાડ છે અને એ રહી તેની મોટી ડાળ. તેના ઉપર જો દોરડું લટકે છે. તને પકડીને તેનો ગાળિયો તારા ગળામાં નાંખવામાં આવશે ! આવ, આવ, આવ. તારું નસીબ અજમાવી જા... તેઓ તાળી પાડતા હતા અને ઢોલ વગાડતા હતા."

"તો શું થયું હું મૃત્યુથી ડરતો નથી."

"ડરીશ તોય શું ? મૃત્યુ તો આવશે જ ! તને છોડશે નહીં. મરવાનું તો સૌએ છે. પરંતુ કેવી રીતે ? શું ?"

"શા માટે વિચારું પછી ?"

"કેમ કે તારા આ પ્રકારના મૃત્યુથી આખો સમાજ વિચારશે. કહેશે કે, આ ઝિંદાદિલી - બહાદુરીનું કામ કોઈ હિસાબે નહોતું. ટોળામાં ઉશ્કેરાટ હોય છે, એક પ્રકારનું ગાંડપણ !"

"શું નિર્ણય કર્યો, મિ. ગાંધી ?" લૉટને ફરી પ્રશ્ન કર્યો.

ગાંધીએ કહ્યું, "ભલે, મને તમારી સાથે જવાનું મંજૂર છે."

તેની સાથે જ બધી વ્યવસ્થા થઈ ગઈ. પરિવાર ગાડીમાં બેઠો. ગાંધી લૉટનની સાથે ચાલવા માંડ્યો. પહેલા તેઓ હોડીમાં કાટોજ ક્રીક સુધી પહોંચ્યા, પછી ત્યાંથી તે બંને વેસ્ટ સ્ટ્રીટ તરફ પગપાળા ચાલતા હતા ત્યારે થોડો ઘોંઘાટ થયો,

"ગાંધી... ગાંધી... એ રહ્યો ગાંધી !"

લૉટને તરત રિક્ષા કરી લીધી. ગાંધી રિક્ષામાં બેસવા માગતો નહોતો. લૉટને ઝડપથી કહ્યું, "અત્યારે વિચારવાનો વખત નથી, સમયની નજાકત સમજો અને ચુપચાપ રિક્ષામાં બેસો."

એટલા સમયમાં ત્યાં ટોળું જમા થઈ ગયેલું. તેમણે ધમકાવીને રિક્ષાવાળાને ભગાડી દીધો. પછી તો શું ? ત્રણેય બાજુ ભીડ ! એક ગોરો યુવક લૉટન સામે જોઈને બોલ્યો,

"તમે ગાંધીથી દૂર જતા રહો, અમે ઇચ્છતાં નથી કે સૂકા સાથે લીલું પણ બળે !"

લૉટનની તો બોલતી બંધ થઈ ગઈ ! ગાંધીએ લૉટન તરફ એવી રીતે જોયું જાણે કે કહેતો ન હોય કે આવા જ ભરોસા અને જવાબદારી સાથે મને લાવેલો !

લૉટન છાનોમાનો ગાંધી પાસેથી ખસી ગયો.

એક અવાજ આવ્યો, "ગોરાઓનો દુશ્મન... !"

બધા બોલ્યા, "ગાંધી !"

"નાતાલનો દુશ્મન... !"

"ગાંધી !" એકસામટો અવાજ આવ્યો.

"પાપનું પૂતળું... !"

"ગાંધી !" એકસામટો અવાજ આવ્યો.

તેની સાથે જ ગાંધી ઉપર કાંકરા-પથ્થરા અને ઈંડા ફેંકાવા લાગ્યા. સાથે ગુંજવા માંડ્યું, "પાછા આવવાની સજા ભોગવીશ, ઘરથી બેઘર થઈ જઈશ... બધી અકડાઈ જતી રહેશે, જ્યારે મુક્કા ને લાત ખાવા મળશે ! જોતજોતાંમાં કામ તમામ થઈ જશે, નહીં રહે વાંસ અને વાગશે નહીં વાંસળી !"

ગાંધીને લાફા-લાત-મુક્કા પડવા લાગ્યા. તેને ચક્કર આવવા માંડ્યા. જેમ-તેમ કરીને તેણે પાસેના એક મકાનની જાળી પકડી લીધી. ત્યાંથી પોલીસ સુપ્રિટેન્ડન્ટના પત્ની મિસિસ સારા જેને ઍલેક્ઝાન્ડર પસાર થઈ રહ્યા હતા. તેમણે ગાંધીને ઓળખી લીધો. તેમણે સ્ફૂર્તિથી આગળ આવીને પડકાર ફેંક્યો, "મારો, કોણ મારે છે ! ફેંકો, કોણ ઈંડા-કાંકરા-પથ્થર ફેંકે છે ?" તેની સાથે જ તેમણે પોતાની છત્રી ખોલી.

ગોરાઓનું ટોળું ગુસ્સાથી બેકાબૂ બનેલું હતું, પરંતુ તેનામાં સુપ્રિટેન્ડન્ટનાં પત્ની ઉપર હાથ ઉઠાવવાની હિંમત નહોતી. તેમનો આવેશ વધતો જતો હતો. કેટલીય વાર સૂત્રોચ્ચાર જરૂર કર્યા કે, "મારીશું, મરી જઈશું ! ગાંધીને નહીં છોડીશું."

"શાંતિ... શાંતિ... મરવા-મારવાની વાત નહીં. યાદ રાખજો, ગાંધીને જે હાથ પણ લગાડશે તેના હાથ-પગ ભાંગશે."

"આપ વચ્ચેથી હટી જાવ."

"તમને કાયદો હાથમાં લેવા દઉં ?" મિસિસ સારા જેને ઍલેક્ઝાન્ડરે મોટા અવાજે કહ્યું,

"જાઓ, તમારા ઘરનો રસ્તો પકડો."

એટલામાં ત્યાં પોલીસની ટુકડી પણ પહોંચી ગઈ. તેમાં સૌ બંદૂકધારી હતા. ટોળામાં ખળભળાટ મચી ગયો. એક પોલીસ અધિકારીએ જોરથી બૂમ પાડી,

"જીવ વહાલો હોય તો જતા રહો, નહીંતર ફાયરિંગ કરવું પડશે, તો અહીં જ ખલાસ થઈ જશો. હું દસ સુધી ગણીશ, જો ત્યાં સુધીમાં તમે લોકો સામેથી અને આસપાસથી જતા નહીં રહો તો તમને ભૂંજાવી નાંખીશ."

સૌ જાણતા હતા કે મનડે ખતરનાક અધિકારી હતા. તેમણે મોટા-મોટા તિકડમબાજોને એનકાઉન્ટરના નામે ભૂંજી નાંખેલા. ટોળું સામેથી હટીને પાછળ ખસ્યું. મિસિસ ઍલેક્ઝાન્ડર, ગાંધીને સહારો આપીને લઈ જવા માંડ્યાં.

ડૉક્ટર દાદી બરજોર કે જેઓ સ્ટીમરમાં સાથે હતા, તેઓ પણ આવી ગયા. રુસ્તમજીનો બંગલો આવી ગયો. ગાંધીને ત્યાં સહીસલામત રીતે પહોંચાડી દીધો. ડૉક્ટર બરજોરે આંગળી ઉપર પાટો બાંધ્યો, માથા ઉપર દવા લગાડી અને બે પ્રકારની ટેબલેટ્સ પણ આપી. ગાંધીએ ત્યાં આરામ કર્યો. તે થાકી ગયેલો.

ડૉ. બરજોર પૂછ્યા વિના રહી ન શક્યા કે "મિ. ગાંધી, તમારી સાથે અત્યારે જે ગેરવર્તન થયું તેનાથી તમારા મનને આઘાત પહોંચ્યો હશે ને ?"

"ના, ડૉ. બરજોર, એવું કંઈ નથી. મને ખબર હતી કે મિ. લૉટન મારું રક્ષણ કરશે નહીં. મને એ પણ ખબર હતી કે, તે લોકો મને મારી પણ નાખત."

"તોપણ તમે મિ. લૉટનની સાથે ગયા !"

"હા, તોપણ મેં આવું રિસ્ક લેવાનું એટલા માટે ઉચિત માન્યું કે, ક્યાંક ઉપદ્રવી ગોરાઓ એમ ન માની લે કે હું એકલો એમનો સામનો કરી શકતો નથી. હું ઇચ્છું છું કે તેમને પોતાની ભૂલ સમજાય. તેમને ખ્યાલ આવે કે પોતે શું કર્યું છે !"

રુસ્તમજીથી રહેવાયું નહીં, તેઓ કહેવા લાગ્યા, "શું તમે તમારા દ્વારા કોઈ દેવદૂતની પ્રતીતિ કરાવવા માગો છો ? કારણ કે તમારા સિવાય બીજું કોઈ આ રીતે પોતાના જાનને જોખમમાં નાખે, એવું મને લાગતું નથી."

"શેઠ રુસ્તમજી, હું મારી નૈતિક જવાબદારી નિભાવી રહ્યો છું અને જાણવા માગું છું કે, માણસ ખરાબ તાકાતનો હાથ પકડીને આટલી ઝડપથી પોતાના કર્તવ્યને ભૂલીને પરાવલંબી કેમ બની જાય છે ? જો તે ખોટી દિશામાં જઈ શકે છે તો અવસર મળતાં તે નિશ્ચિતરૂપે સાચી દિશામાં પણ સ્થિરતાથી આગળ વધી શકે છે ! હિંસા-અહિંસા પરત્વે સ્થિતપ્રજ્ઞ થયા પછી માનવ-સમાજ ખરાબીઓની સામે જોવાનું પણ પસંદ નહીં કરે, કારણ કે ત્યારે તેને પરમાનંદની અનુભૂતિ થઈ રહી હશે. આવો અનુભવ તેને હજુ કોઈએ કરાવ્યો નથી. માણસે પ્રાર્થના બનવાનું છે, તેનું ચરિત્ર જીવવાનું છે." ગાંધીએ અટકી-અટકીને કહ્યું.

દૂધ આવ્યું. દળેલી હળદર પણ આવી ગઈ. ગાંધીએ હળદર ફાકીને ઉપર નવસેકું દૂધ પણ પી લીધું. સુપ્રિટેન્ડન્ટ ઍલેક્ઝાન્ડર ઊભા થઈને જતા બોલ્યા,

"આઇ એમ હિયર, ડૉન્ટ વરી !"

"આપ નીકળો ઍલેક્ઝાન્ડરસાહેબ ! તમને ખૂબ તકલીફ પડી અને મિસિસ સારા જેને ઍલેક્ઝાન્ડરે પણ ખૂબ મુશ્કેલી ઉઠાવી. મને મદદ કરી. મને પડવામાંથી બચાવ્યો. તેઓ થોડા મોડા આવ્યા હોત તો મારા હાથમાંથી જાળી છૂટી ગઈ હોત અને હું પડી ગયો હોત."

"નથિંગ, મિ. ગાંધી ! એ તો દરેક માણસની ડ્યૂટી છે. ગોરો છું, પરંતુ ગોરાઓના આવા અસભ્ય અને હિંસક દેખાવની વિરુદ્ધ છું. પહેલા માણસ, પછી બીજું કંઈ... ભલે, હું જાઉં છું. રાત થવા આવી છે, મને આશંકા છે કે તેઓ કોઈ બીજું તોફાન ઊભું ન કરે !"

"હવે તો શાંતિ છે."

"ખેર ! કંઈ વાંધો નહીં. બહાર પોલીસ છે અને હું પણ હજુ થોડી વાર રહીશ." કહીને ઍલેક્ઝાન્ડર બહાર નીકળ્યા. ગાંધી આરામ કરી શકે તે માટે ડૉ. બરજોર અને રુસ્તમજી પણ ત્યાંથી બહાર નીકળ્યા.

તારા ટમટમતા હતા. અડધોએક કલાક વીત્યો હશે કે અવાજ સંભળાયો. એક બુલંદ અવાજ આવ્યો, "ગાંધીને બહાર કાઢો ! ...ગાંધીને બહાર કાઢો... !" અમુક લોકોના હાથમાં સળગતી મશાલ હતી.

ટોળું બેકાબૂ બની રહ્યું હતું. બૂમ સંભળાતી હતી, "ગાંધીને બહાર કાઢો !"

ઍલેક્ઝાન્ડરે ચોતરફ જોયું. બધી બાજુ ભીડ હતી. હજારોની સંખ્યામાં લોકો હતા તેમના હાથમાં લાઠીઓ હતી.

"ગાંધીના બચ્ચા, તને છાપાઓમાં લખવાનો બહુ શોખ છે ને ! ...આવ, બહાર નીકળ, તને જહન્નુમમાં પહોંચાડીએ !"

ઍલેક્ઝાન્ડર પાસે એટલા પોલીસ નહોતા. તેઓ બહાર દરવાજે સ્ટૂલ ઉપર ઊભા થઈને બોલવા માંડ્યા, "તમને ગાંધી જોઈએ છે ?"

"ગાંધી અમારો દુશ્મન છે."

"તો તમને તમારો દુશ્મન જોઈએ છે ?"

"હા જોઈએ છે, અત્યારે જ જોઈએ છે. અબઘડી જોઈએ છે." અવાજો સંભળાતા હતા.

"તો જ્યાં છો ત્યાં જ ઊભા રહો. હું અંદર જઈને આવું છું."

"સાથે લઈને આવો."

"જાવ છું."

ઍલેક્ઝાન્ડર એક ખૂણામાં છુપાઈને એક કાગળ ઉપર લખવા માંડ્યા, "ભીડ ધાર્યા કરતાં ઘણી વધારે છે. ઉશ્કેરાટથી ભરેલી ! અમુકની પાસે મશાલ છે. મિ.

ગાંધી જો તમે તમારા મિત્ર રુસ્તમજી, તેમની ઘરવખરી અને બંગલો તથા તમારા પોતાના પરિવારને બચાવવા માગતા હો તો બંગલાના પાછળના ભાગેથી નીકળી જાઓ. નીકળી ગયાની ખબર મને મોકલાવશો. પરિસ્થિતિ ખૂબ ખરાબ છે, કંઈ પણ અનર્થ બની શકે છે. મને ઉમેદ છે કે તમે મારી સલાહ માનીને આપણને સૌને બચાવી લેશો. સાદા પોશાકમાં એક સિપાઈ સાથે રહેશે. મથકે પહોંચીને તે મને ખબર આપશે." તે કાગળ એમણે ઉપર મોકલાવી દીધો.

તેઓ ફરી બહાર આવ્યા. ટોળાએ આંખો ફાડીને જોયું. ઍલેક્ઝાન્ડરે મોટા અવાજે કહ્યું,

"ગાંધી ચોક્કસ આવશે, પણ થોડી વાર પછી. તેમને ઊંડા જખમ થયા છે. તેઓ ઊંઘની ગોળી લઈને સૂતા છે. તે આવે ત્યાં સુધી આપણે ગીત ગાઈએ. તમે પણ સાથે ગાવ, પરંતુ બધા બેસીને..."

"આવો, ગાંધીને ફાંસી દઈએ, આંબલીના ઝાડે લટકાવી દઈએ."

બધા મોટા અવાજે ગાવા માંડ્યા, જાણે કે તે એક પ્રકારનું કીર્તન થઈ ગયેલું !

ગાંધીએ ઍલેક્ઝાન્ડરની ચિઠ્ઠી વાંચી. રુસ્તમજીનાં ઘરમાં નજર નાંખી. તેમના કુટુંબીઓનું અનુમાન લગાવ્યું. પોતાના પરિવાર સામે જોયું. સામે લૉટન આવીને ઊભો રહ્યો. શું કહેલું પોતે ? કે તેને રતિભાર પણ ડર નથી અને પોતે એની સાથે નીકળી પડેલો !

કપ્તાન મિલ્નેએ ચેતવ્યો પણ હતો કે, "ગાંધી, રિસ્ક ન લો. ટોળું આંધળું હોય છે. તે કોઈની પણ સાથે કંઈ પણ કરી શકે છે !"

"કપ્તાન મિલ્ને, સારું વિચારો. શંકામાંથી બહાર નીકળો. જુઓ, દુનિયા કેટલી સુંદર છે."

ત્યારે શાંતિ હતી, હવે અશાંતિ છે. મોત ઘરની બહાર આવીને બેઠું હતું. બહાર નીકળ્યા નથી કે સમજો મર્યા નથી ! શું આ વખત બહાદુરી અને સાહસ દેખાડવાનો છે ? આપત્તિ તો હવે સામે છે. શું પીઠ બતાવીને ભાગી જવાય ? કોણ નક્કી કરે કે શું યોગ્ય છે અને શું અયોગ્ય ? રુસ્તમજીનું ઘર ધુમાડો-ધુમાડો થઈ ઊઠે એવું તો તે વિચારી પણ શકે નહીં. તો પછી શું તે ચોરની જેમ ભાગી નીકળે ? બીજો વિકલ્પ પણ ક્યાં હતો !

ગાંધી ધર્મસંકટમાં પડ્યો. તેના સિદ્ધાંતો જ તેની સામે ઘૂરકતા હતા.

છેવટે ગાંધીએ નિર્ણય કર્યો કે તે ઍલેક્ઝાન્ડરની સલાહ મુજબ કરશે. માન-અપમાન, આચરણ, વગેરેથી ઉપર પણ કંઈક છે, કે જેના નિર્દેશની ઉપેક્ષા કરી શકાતી નથી.

પેલો સિપાઈ આવી ગયો અને ગાંધી હેમખેમ પોલીસમથકે પહોંચી ગયો. પછી ઍલેક્ઝાન્ડરે જણાવ્યું, "ભાઈઓ, તમારો શિકાર અહીંથી હેમખેમ બહાર નીકળી ગયો છે."

"એવું કેવી રીતે બની શકે ?" ભીડમાંથી એકે કહ્યું.

"તમારામાંથી કોઈ એક વ્યક્તિ આવીને રુસ્તમજીના બંગલાનો ખૂણોખાંચરો તપાસી લે. પછી તમને ભરોસો બેસશે."

બધાનું માથું ભમી ગયું. આવું કેવી રીતે બન્યું !

"તમારામાંથી કોઈ એક અંદર આવે."

સૌએ એકબીજા સામે જોયું. એક ખડતલ યુવક આગળ આવીને બોલ્યો,

"શું તમે મને અંદર જવાની પરવાનગી આપશો ?"

"હા, હા, કેમ નહીં ? જા, પેન્ટર તું જા. ચકાસણી કરી આવ. બધાને જણાવ."

પેન્ટર અંદર ગયો. તેની સાથે એક પોલીસ પણ ગયો. ઍલેક્ઝાન્ડરે કહ્યું,

"જો ગાંધી અહીંથી ન મળે તો તમે લોકો જેવા આવેલા એવા જ પાછા જશો. કોઈ ચેષ્ટા નહીં કરો. નહીં તો તમે મારો સ્વભાવ જાણો છો. આશા રાખું છું કે તમે ધ્યાન રાખશો."

સૌ દંગ, આશ્ચર્યચકિત અને ક્રોધે ભરાયેલા હતા. પરંતુ કોના ઉપર ગુસ્સો કરે ?

પેન્ટર આવ્યો. તેણે જણાવ્યું કે ગાંધી અંદર નથી. થોડી વાર ટોળું ઊભું રહ્યું. ઍલેક્ઝાન્ડરે જોરથી કહ્યું, "હવે તમે લોકો જાઓ. કોઈ અહીં નજર ન આવવું જોઈએ."

ભીડ વીખરાવા માંડી. જોતજોતાંમાં તે તમાશો પૂરો થયો. ઍલેક્ઝાન્ડર અંદર આવ્યા. રુસ્તમજીએ તેમનો આભાર માન્યો. ગાંધીનો પરિવાર ત્યાં જ હતો, પરંતુ કંઈક ભયભીત !

કસ્તુર વિચારતી હતી કે, અહીં તેનું કોણ છે કે ત્યાં રહે ? મરવું તો પોતાના દેશમાં જ યોગ્ય છે.

રુસ્તમજીનાં પત્નીએ સૌને જમવા માટે ભોજનખંડમાં બોલાવ્યા. ઍલેક્ઝાન્ડરને પણ કહ્યું, પરંતુ ડ્યૂટીની આગળની જવાબદારી પૂરી કરવા જવાનું હોવાથી તેઓ રોકાયા નહીં.

૨૨

સમય વીતતા ક્યાં વાર લાગે છે ? ચોથા દિવસે એટલે કે ૧૭ જાન્યુઆરી, ૧૮૯૭ના રોજ ગાંધી પોતાના ઘરે આવી ગયો. પત્રકારો આવવા માંડ્યા. 'નાતાલ મર્ક્યુરી', 'ટાઇમ્સ ઑફ નાતાલ', 'નાતાલ ઍડવર્ટાઇઝર', 'કેપટાઉન ટાઇમ્સ', 'નાતાલ વિટનેસ' વગેરે વર્તમાનપત્રોના પત્રકારો-ખબરપત્રીઓએ ગાંધીને ઘેરી લીધો. આ મામલો ઠંડો પડે નહીં અને ગાંધીએ નાતાલ છોડીને જવું પડે, એવી આકાંક્ષા હજુ કાર્યરત હતી.

પત્રકારોને જવાબ આપતી વખતે ગાંધીને અચાનક સર ફીરોઝશા યાદ આવ્યા, જેમણે કહેલું, "ગાંધી, સ્ટેજ ઉપરથી બોલવું અને તે પણ ભરચક સભામાં, તે સહેલું નથી અને પાછું 'ટુ ધ પોઈન્ટ' બોલવું. શબ્દોનો સાચો પ્રયોગ કરીને બોલવા માટે લખીને ભાષણ વાંચવું એ વધુ યોગ્ય છે. ધીમે-ધીમે અભ્યાસ થઈ જાય પછી ફક્ત મુદ્દા લખીને પણ કામ ચાલી જાય. તે વક્તવ્યોને આ રીતે પ્રસિદ્ધ પણ કરી શકાય, જેથી છાપાવાળા તારાં વક્તવ્યને સુધારી-બગાડીને ગેરસમજ ઊભી કરી શકે નહીં. જ્યારે માણસ, સમાજ માટે કામ કરવા માટે પોતાની જાતને તૈયાર કરી લે છે અને તેનો કંઈક પ્રભાવ દેખાવા લાગે છે, ત્યારે તેની વિરુદ્ધ પણ ઘણી ઍજન્સીસ કાર્યરત બનતી હોય છે !"

ગાંધીએ પત્રકારોને કહ્યું, "તમારો અથવા તો એમ કહીએ કે નાતાલની ગોરી પ્રજાનો મારા ઉપર એ આરોપ છે કે, ભારતમાં મેં ઠેકઠેકાણે વક્તવ્યો આપ્યાં અને તેમાં મેં નાતાલના ગોરા અને તેમની સરકારને બદનામ કરી છે. તમે તેની સાબિતી પણ માગો છો." આટલું બોલીને ગાંધી અટક્યો.

પત્રકાર સેમ્યુલ રિચર્ડસને કહ્યું, "મિ. ગાંધી, સાબિતી વિના તમારા કંઈ કહેવાનો મતલબ રહેતો નથી, કારણ કે હાલ સમગ્ર માહોલ તમારી વિરુદ્ધ છે અને ગોરાઓ તમારી પાછળ પડ્યા છે. તેમને તમે આંખના કણાની માફક ખૂંચો છો. તમે કેમ અહીંથી છાનામાના પાછા જતા રહેતા નથી ? જેથી અહીં શાંતિ યથાવત્ રહે ! કોઈ

ઉશ્કેરાયેલો ગોરો કે નિગ્રો તમારી હત્યા કરે તે યોગ્ય નહીં ગણાય. આ અમારા સૌનું સાધારણ મંતવ્ય છે. કેમ મિ. ક્રોને ?"

"હા મિ. ગાંધી, અમે લોકો પણ એમ જ ઇચ્છીએ છીએ કે નાતાલની બદનામી ન થાય અને તમે સહકુટુંબ હેમખેમ ઇન્ડિયા પહોંચી જાવ !"

"તમે પત્રકાર છો, એટલે કે પ્રજા અને સરકારની વચ્ચે સેતુનું કાર્ય કરો છો અને પ્રજાની સામે સચ્ચાઈ રજૂ કરવા માટે યથાશક્તિ પ્રયાસ કરો છો. આ કાર્યમાં પણ જાનનું જોખમ છે, કારણ કે લોકોને સત્યનો મહાવરો ઓછો છે. તેઓ અફવા ઉપર વિશ્વાસ કરે છે. તમે આ વાતને અન્યથા ન લેતા. મિત્રો, આ થોડા દિવસોમાં તમારાં અખબારોએ મને ચમકાવ્યો છે. સમગ્ર ઘટનાક્રમની પાછળ મને જ જવાબદાર ઠેરવી દીધો !

મારી સાથે જે ગેરવર્તન થયું, હિંસક વર્તન થયું કે જેના સાક્ષી પોલીસ પણ છે, તે તરફ તમારું કદી ધ્યાન ગયું નહીં ! હું જાઉં કે રોકાઉં - તે મારો પોતાનો નિર્ણય તો છે જ, પણ હું તો માનું છું એ ગોરાઓનો પણ છે, જેઓ સત્યની સાથે છે અને માનવતામાં ભરોસો રાખે છે. તેમાં તમે લોકો પણ છો."

નાસ્તાનો સમય થયેલો. ગાંધીએ કહ્યું, "તમને પણ નાસ્તો કરવા વિનંતી છે. આને ગાંધીની ખુશામત સમજતા નહીં. આ અમારો અતિથિધર્મ છે. જે તેમના માટે પણ છે કે જે લોકો મને દક્ષિણ આફ્રિકામાં જોવા ઇચ્છતાં નથી કે મને મારી નાખવા ઇચ્છે છે. પ્લીઝ... !" ગાંધીએ ખૂબ જ નમ્રતાપૂર્વક કહ્યું. કંઈક અટકીને તે બોલ્યો,

"ત્યાં સુધી હું તમને સાબિતી આપી દઉં જેથી તમે સારી રીતે સચ્ચાઈ જાણી શકો. હું આવું સમજવા લાગ્યો છું, શું કરું, મારો વ્યવસાય જ એવો છે ! સત્ય બહુધા તથ્યોથી ઉપર પણ હોઈ શકે છે, પરંતુ કાયદો તેને સાંભળવા કે તેના પર ભરોસો કરવા સારુ તૈયાર નથી. કદાચ એ કારણસર જ તેની આંખો ઉપર પટ્ટી બાંધેલી દેખાડવામાં આવે છે. ખેર... ! પ્લીઝ નાસ્તો લો."

તે બધા ગાંધીના આવા ચમત્કારી વ્યવહાર, શાંત સ્વભાવ, ટેન્શન વિનાના સંપૂર્ણ આત્મવિશ્વાસ અને સહજ વર્તનથી પ્રભાવિત થઈ ગયા. તેનામાં ક્યાંય કોઈના માટે આક્રોશ નથી તે જોઈને દંગ રહી ગયા.

થોડી વાર પછી તે પોતાના હાથમાં છાપા લઈને આવ્યો. ત્યાં સુધી નાસ્તો થઈ ગયેલો.

તેણે ધીરજપૂર્વક કહ્યું, "મેં જે કંઈ પણ ભારતમાં કહ્યું છે... હિન્દુસ્તાન વિશે, તે આ છાપાઓમાં જેમનું તેમ જ છપાયું છે. ક્યાંક-ક્યાંક તેના ઉપર સંપાદકની ટિપ્પણી છે. મેં જ્યાં સુધી સંભવ હોય ત્યાં સુધી મારાં લેખિત વક્તવ્યો જ વાંચ્યાં

છે. તમે નિરાંતે તે વાંચી જાવ. પછી તમારી સ્વતંત્ર કલમ જેમ કહે તેમ લખજો. મને કોઈ વાંધો નથી. તમે પણ મારી જેમ સ્વતંત્ર છો."

"એટલે ?"

"જેમ હું સડેલા ઈંડા, કાંકરા, પથ્થર સહેવા માટે સ્વતંત્ર છું અને એ મારા ઉશ્કેરાયેલા ગોરા ભાઈઓ તેને ફેંકવા માટે સ્વતંત્ર છે એમ !" ગાંધી એટલું બોલ્યો કે સૌ હસી પડ્યા.

આવી મુસીબતમાં પણ જે હસી શકે અને હસાવી શકે, તે અવશ્ય... !

ગાંધી પોતાનું કાર્ય કરવા લાગ્યો. ગાંધી ઊભો થઈને અંદર આવીને બોલ્યો, "કસ્તુર, આપણા ભાણેજને અને આપણા બંને દીકરાઓને ભણાવવા માટેની વ્યવસ્થા કરવાની છે."

ભાણેજ દસેક વર્ષનો હતો. મોટો દીકરો નવ વર્ષનો અને નાનો દીકરો પાંચ વર્ષનો.

"કરો, જે તમને સાચું લાગે તે ! શું આટલું બધું વીત્યા પછી પણ તમને અહીં રહીને સોટી અને જૂતાં ખાવાની ઇચ્છા છે ? તમે હાથ નહીં આવો તો તમારા બાળકો... ! છેવટે એ લોકો તો તમને ગમે તે રીતે હેરાન કરવા માગે છે ને ! એકવાર તમે અને હું તો માર સહન કરી લેશું, પરંતુ મારાં છોકરાંવ... ! ના બાબા, ના, મારાથી એ સહન નહીં થાય. જીદ છોડો, આપણાં ઘરે પાછા ચાલો." કસ્તુરે કહ્યું.

"તું આવી વાતો કર નહીં. પ્રેમ પામનારે પહેલા નફરતના દરિયા જ પાર કરવા પડે છે. બાળકોને ભણાવવાં જરૂરી છે. તેમને તૈયાર કર. હું તેમને સ્કૂલે લઈ જઈશ." એટલું કહીને ગાંધી ફરી બેઠકખંડમાં આવી ગયો.

દરમિયાન પત્રકારોએ તે છાપાં વાંચી લીધાં.

ગાંધી બોલ્યો, "હું કહી શકતો નથી કે આનાથી તમારું કામ ચાલશે કે કેમ ! હું જે કંઈ પણ છું, તે સામે જ છું અને સાબિતીરૂપે આ છાપાં છે."

"ભલે... હવે અમે રજા લઈશું."

"જેવી તમારી મરજી."

"કૉલોનીના મંત્રી મિ. ચેમ્બરલેને તાર દ્વારા જણાવ્યું છે કે તમારા ઉપર જેમણે હુમલો કર્યો હતો તેમના ઉપર કાર્યવાહી કરવામાં આવે અને કેસ ચલાવવામાં આવે."

"મિ. એક્સમ્બ પણ એવું જ ઇચ્છે છે."

"અને તમે ?"

"મેં તો સ્પષ્ટપણે ના જ પાડી છે કે મારે કોઈ ઉપર કાર્યવાહી કરવી નથી કે

કેસ ચલાવવો નથી. કેસ તો એ લોકોના મનમાં ત્યાં સુધી ચાલ્યા કરશે જ્યાં સુધી તેઓ સત્યને સ્વીકારશે નહીં !"

ગાંધીએ આગળ કહ્યું, "વાસ્તવમાં તે લોકો નિર્દોષ છે. દોષી તો એ લોકો છે જેમણે તેમને ભડકાવ્યા, તેમની સામે ખોટું બોલ્યા અને જેમણે આવું કરવાની શિખામણ આપી. એ મોટા લોકો ઉપર કંઈ થઈ શકે તેવી શક્યતા નથી ! ...પતન આપણી ઉપરથી શરૂ થતું હોય છે, નીચેથી નહીં ! ...તમે લોકો મારા તરફથી સૌને જણાવી દો કે, ગાંધીને કારણે જેને પણ તકલીફ પડી, તેની તે હૃદયપૂર્વક માફી માગે છે."

"એવું શા માટે ? તેઓ તો અમને પણ ખોટી વિગતો આપતા રહ્યા."

"રિઅલી, મિ. ગાંધી, અમને તેનું દુઃખ છે."

"માનવ-સમાજ આપણું લક્ષ્ય છે. કોઈ પણ ભેદભાવ વિના, સતત તેમની તરફ વધવાનું. સમસ્ત જગત, આપણું ઘર-કુટુંબ બને, આપણો દરેક પ્રયાસ આવી દૃષ્ટિથી જ થાય ! ...તમે લોકોએ ઘણો સમય આપ્યો, તે માટે આપ સૌનો આભારી છું."

ત્યારબાદ પત્રકારો ચાલ્યા ગયા. બીજા દિવસે બધાં છાપાઓમાં ગાંધીને નિર્દોષ જાહેર કરાયો અને ઉપદ્રવીઓની નિંદા કરવામાં આવી. સાથે જ ગાંધી સાથેની વાતચીતમાં એ તથ્યને મથાળામાં છાપવામાં આવ્યું કે, ગાંધી કોઈના ઉપર કેસ ચલાવશે નહીં. ઊલટાનું એ તો આ અશાંતિ માટે ક્ષમાયાચના કરીને શાંતિ જાળવી રાખવાની અપીલ કરે છે !

સંમગ્ર ચિત્ર જ બદલાઈ ગયું. પરિસ્થિતિ સામાન્ય થવા લાગી. ચારેબાજુ ગાંધીનાં વખાણ થવા માંડ્યાં, કેમ કે તેમણે હુમલાખોરો ઉપર કેસ નહીં કરવાનો દૃઢ ઇરાદો ફક્ત મૌખિક રીતે જ નહીં બલકે લેખિતમાં પણ એસ્કમ્બને આપ્યો. ગોરાઓ શરમિંદા થઈ રહ્યા હતા.

જોકે, કસ્તુરને અસંતોષ હતો. તે સતત કહ્યા કરતી કે અહીંથી જતાં રહીએ. તેની દલીલ હતી કે ત્યાં નહોતી પોતાની ભાષા કે પોતાના લોકો, પછી ત્યાં ડર સિવાય બીજું ક્યાં કંઈ હતું !

"કેવો ડર ?"

"મૃત્યુનો ડર."

"મરવાનું તો સૌએ એક દિવસ છે જ. તેનાથી ડર શેનો !"

"આવું કહેવાથી ડર દૂર ન થાય, કેમ કે જીવતેજીવ કોઈ મરવા ઇચ્છે નહીં !"

"તું ધીરજ ધર કસ્તુર ! બધું સરખું થઈ જશે. આ તો એક કાવતરું હતું, જે નિષ્ફળ ગયું."

"ના !"

"કેમ ના ?"

"કાવતરું નહીં, એક કાયમી નફરત... દુશ્મનાવટ ! જે કદી દૂર થાય નહીં. જખમી સાપ બદલો લઈને જ જંપે છે. મારું માનો અને અહીંથી ચાલો. આપણા લોકોની વચ્ચે જઈને રહીએ."

"મેં અહીં માટે કંઈક વિચારેલું છે... મારે અહીં કંઈક કરવું છે. અહીં પણ આપણા લોકો ઘણા છે. એમના સારુ પણ... !"

"તોપણ આપણા માટે શું ? અને ક્યારે ? સમય તો મુઠ્ઠીમાં રાખેલી રેતી જેવો છે, જેને જેટલા જોરથી દબાવીએ એટલી ઝડપથી તે સરકી જાય છે !"

"તું જરા વિશ્રામ લે !"

"શેનાથી ?"

"પોતાની જાતથી ! આપણે બધા એમનાથી જુદા નથી. બધાની સાથે છીએ આપણે. આપણે સૌનાથી બન્યા છીએ. શું ઓઢવું-પહેરવું, શું ખાવું-પીવું, શું રહેણી-કરણી, શું બોલવું-ચાલવું... વગેરેમાં આપણે સૌની ખાતર ઢળ્યા છીએ. બધાને કારણે છીએ. બધાથી અલગ આપણે કંઈ જ નથી, કસ્તુર. તું જરા ધીરજ રાખ. પછી તને બધું જ અનુકૂળ લાગવા માંડશે."

આમ ઘરમાં સમય મળે ત્યારે વાતો થતી. વાતો પૂરી થવાનું નામ લેતી નહોતી. બાળકોના શિક્ષણ માટે એક ગુજરાતી અને એક અંગ્રેજી શિક્ષકની વ્યવસ્થા થઈ ગઈ. બધું સમુંસૂતરું ચાલવા માંડ્યું. કસ્તુરનો ગુસ્સો પણ ઓછો થયો.

૨૩

સમય ઝડપથી પસાર થઈ રહ્યો હતો. બોઅર યુદ્ધ ગોરા-ગોરાઓની વચ્ચે થયેલું. ગાંધીને સ્વયંસેવકની ટુકડીઓ તૈયાર કરીને જખમી ગોરાઓની દિવસ-રાત સેવા કરવાની તક મળી. તે સેવાભાવ પ્રત્યે ખૂબ જાગ્રત બનેલો. તેને સ્વાવલંબનનો પણ સારો એવો અભ્યાસ થઈ ગયેલો. આ યુદ્ધ દરમિયાન, ગોરાઓએ ત્યાં રહેતા હિન્દુસ્તાનીઓ ઉપર પણ મહેણાં મારવાનું શરૂ કરેલું. ગાંધીને પણ મહેણાં મારવામાં આવતા. કેમ કે, ગાંધી ત્યાં હિન્દુસ્તાનીઓનો શુભચિંતક, હિમાયતી, તેમના માટે લડનારો અને વડો ગણાતો હતો.

ગોરાઓ ખુલ્લેઆમ કહેતા અને છાપાંઓમાં પણ એવા ઇરાદાની અભિવ્યક્તિ થવા દેતા હતા. તેઓ બોલતાં-લખતાં-લખાવતાં હતા કે, "આ હિન્દુસ્તાની કીડા છે ! દક્ષિણ આફ્રિકામાં પૈસા કમાવા આવ્યા છે. તેમને આ દેશ ઉપર આવેલાં સંકટ સાથે શું લેવા-દેવા ? તેમને તો પોતાના મતલબથી કામ. સ્વાર્થ સરે કે વૈદ વેરી !"

"ઓ કુલી ! જન્મજાત કુલી ! પોતાના દેશમાં કંઈ ઉકાળી ન શક્યો તો અહીં ચાલ્યો આવ્યો ! અને પોતાના કુલી ભાઈઓના અધિકાર માટે લડી અને લડાવી શકે છે, પરંતુ દેશ ઉપર આવેલાં સંકટને દૂર કરવાનો પ્રયાસ તો એક બાજુ, તું બે શબ્દ લખી પણ નથી શકતો ? મોટો લખેશ્રી બને છે ને !"

ગાંધી વિચારતો હતો કે, તે શું કરે ? શું કરાવે ? તે કંઈ પણ કરવા કે કરાવવાની દરખાસ્ત મૂકશે, તેના ઉપર ગોરી સરકારને કેવી રીતે ભરોસો બેસવાનો ? વિશ્વાસ જ સંબંધોને પ્રગાઢ બનાવવા માટેનો મંત્ર છે. તોપણ ગાંધીએ સાથીઓ સાથે વિચાર-વિમર્શ કરીને 'નાતાલ ઇન્ડિયન કૉંગ્રેસ'ની આપાતકાલીન બેઠક બોલાવી.

ચર્ચા ઉઠાવતાં કહ્યું, "સાથીઓ, આપણે અહીં આપણા અધિકારની વાત કરીએ છીએ. આપણે નાગરિક તરીકેની સુવિધાઓ પણ ઇચ્છીએ છીએ. શા માટે ? આપણે આ દેશ માટે શું કરીએ છીએ ? શું આપણે આ ધરતીને આપણી માતા જેવો દરજ્જો આપીએ છીએ ? અહીંની માટી આપણું પાલનપોષણ કરી રહી છે ! શું આપણી પણ તેના પ્રત્યે કોઈ ફરજ નથી ?"

બધા વિચારમાં પડી ગયા. વાતમાં દમ તો હતો. ઇન્કારનો કોઈ સવાલ જ નહોતો. આમદ જીવાએ કહ્યું, “તમે શું કહેવા માગો છો, તે સ્પષ્ટ કહો.” સાથીઓની સામે જોઈને કહ્યું, “મિત્રો, તમે પણ મારાં આ કથનનું સમર્થન કરશો ને ?”

“સાવ સાચી વાત છે.” એકસામટો અવાજ આવ્યો.

ગાંધીએ ફરીથી કહ્યું, “આપ સૌ જાણો છો કે આ દેશ ઉપર મુસીબત આવી છે. બોઅર યુદ્ધ ચાલી રહ્યું છે. જોકે, જ્યારે આ યુદ્ધ શરૂ થયેલું ત્યારે હું બોઅરોની તરફેણમાં વિચારતો હતો. યુદ્ધ માનવજાતિ માટે સૌથી મોટો ખતરો છે, પરંતુ આ સવાલ મારા વિચાર પૂરતો સીમિત નથી. આ એક મોટો પ્રશ્ન છે. આપણાં સૌનાં જીવન સાથે જોડાયેલો પ્રશ્ન છે.

મહાભારતમાં ભીષ્મ પિતામહ, કર્ણ વગેરેએ દુર્યોધનનો સાથ કેમ આપ્યો ? તેઓ જાણતા હતા કે દુર્યોધન ખોટો છે. તેમ છતાં પણ યુદ્ધમાં તેઓ દુર્યોધનના પક્ષે લડ્યા અને પૂરેપૂરી તાકાતથી લડ્યા ! એકલા અભિમન્યુને ચક્રવ્યૂહમાં ઘેરીને કેટલા બધા યોદ્ધાઓને-શૂરવીરોને ન માર્યા ! અભિમન્યુ ક્યાંક ને ક્યાંક તે બધાની સાથે સગપણ ધરાવતો હતો, તોપણ... !” ગાંધીએ સંક્ષિપ્તમાં વાર્તા સંભળાવી દીધી.

બધા શાંતિપૂર્વક સાંભળતા રહ્યા. સૌ જાણતા હતા કે ગાંધી પહેલા પૃષ્ઠભૂમિ તૈયાર કરે છે, મન જોડે છે, મંથન માટે અવકાશ ઊભો કરે છે. સૌને ભીતરથી જોડાવા માટે તૈયાર કરે છે. સપાટી ઉપરની એકતાની રીતભાતમાં તે વિશ્વાસ કરતા નથી.

ગાંધીએ આગળ કહ્યું, “આપણે નમકહરામ નથી થવું. હરામખોર કહેવડાવું નથી. આપણી કમાણી હલાલની છે. આજે સમય આવી ગયો છે કે આપણે નમકનું ઋણ ચૂકવીએ અને બોઅર યુદ્ધમાં તન, મન અને ધનથી આપણી માટીને સંકટમાંથી ઉગારીએ. કોણ સાચું છે અને કોણ ખોટું છે, તે વિચાર્યા વિના !”

“અમે બધા તૈયાર છીએ.” દાઉદ મહમદે કહ્યું. એ. કે. પીલેએ તેનું સમર્થન કર્યું.

સી. લક્ષ્મીરામે પૂછ્યું, “પરંતુ કેવી રીતે ? સેનામાં તો અમને સામેલ કરવામાં આવતા નથી. મોટા ભાગે પોલીસમાંથી પણ આપણને બહાર રખાય છે. તો પછી આ યુદ્ધમાં કેવી રીતે ભાગ લઈ શકીએ ? આપણે એવી કોઈ દરખાસ્ત કરીશું તોપણ આપણે તાલીમ વિનાના છીએ. ગોરી સરકાર આપણી સેવાઓને કેવી રીતે માન્ય રાખશે ?”

મહમદ કાસમ કમરુદ્દીન કહેવા લાગ્યા, “ગાંધીજી તમારી વાત સોળ આના સાચી છે, પરંતુ અમારા ઉપર સરકાર કેવી રીતે ભરોસો કરશે ? માનો કે તેઓ આપણને સેનામાં સામેલ કરી દે. તાત્કાલિક ધોરણે તાલીમ પણ આપી દે, પરંતુ... !” તે અટકી ગયા.

દાઉદ મહમદે કહ્યું, "આપણે તેમની પાસેથી મળેલી બંદૂકનો ઉપયોગ તેમની સામે જ નહીં કરીએ શું !"

વાતાવરણ ગરમાયું. ગાંધી એ જ ઇચ્છતો હતો. તે બોલ્યો, "આ જ યોગ્ય સમય છે કે જ્યારે આપણે એમ સાબિત કરી શકીએ છીએ કે આપણે પણ એમની જેમ જ આ દેશને આપણો દેશ સમજીએ છીએ. જે હું જોઈ રહ્યો છું કે અનુભવી રહ્યો છું તે એ છે કે, બોઅર લોકોએ પૂરી તૈયારી, બહાદુરી અને પૂરી તાકાતથી આ યુદ્ધમાં પોતાના પગ જમાવી દીધા છે ! તેની સામે આપણી સરકાર નબળી સાબિત થઈ રહી છે."

શેઠ અબ્દુલ્લાએ પૂછ્યું, "જો આ યુદ્ધમાં બોઅર જીતી જાય તો પછી તેઓ શું આપણને હેરાન કરવાનું છોડી દેશે ?"

ગાંધીએ કહ્યું, "શેઠ અબ્દુલ્લા, અહીં સવાલ કોણ જીતશે કે હારશે તેનો નથી, પરંતુ અહીં સવાલ એક જ છે કે, આ દેશ અને આ માટી સાથે આપણો શું સંબંધ છે ? અને તેને આપણે કેટલી નિષ્ઠા, ત્યાગ અને સમર્પણ ભાવના સાથે નિભાવીએ છીએ ?"

"પરંતુ બોઅર જીતી જશે તો ? તેઓ શું આપણને હેરાન કરવાનું છોડી દેશે ? આપણે ફરીથી એક નવી મુસીબતમાં આવી પડીશું !" મહેન્દ્ર પાંડેએ વસ્તુસ્થિતિ સ્પષ્ટ કરતા કહ્યું.

"હા, આપણા માટે આમાં ભાગ લેવો કે ન લેવો, બંને ખોટનો સોદો જ છે !" માલિકખાને કહ્યું.

"અને આ યુદ્ધમાં ભાગ ન લઈએ તો ?" મીર કાસિમે પૂછ્યું.

"અને બોઅર હારી જશે તો ?" નૂર મહમદે વિચારતાં કહ્યું.

બાબુ ખુશપાલસિંહ બોલ્યા, "આ બાબતે તો આપણે પછી વિચારવું જોઈએ. મને લાગે છે કે ગાંધીજી આપણું ધ્યાન, હાર-જીતથી હટાવીને આપણી ફરજ ભણી લઈ જવા માગે છે. એમ વિચારવું જોઈએ કે, આપણે આપણા કર્તવ્યનું પાલન કરીને આપણી માટી ઉપર આવેલા સંકટમાંથી તેને ઉગારવી જોઈએ. આપણે સૌ કેમ આ દિશામાં ન વિચારીએ ? હું તૈયાર છું, આ યુદ્ધમાં રંગરૂટ (લશ્કરમાં નવો ભરતી થનાર)ની ભરતી માટે."

પછી શું જોઈએ ! સભામાં ઉત્સાહ વધ્યો અને સૌએ વ્યક્તિગત ભૂમિકાઓ નિભાવવાની પહેલ કરી. જોકે, સરકાર તેમને લશ્કરમાં સામેલ કરશે કે કેમ ? તે પણ સંદિગ્ધ હતું. તો પછી શું કરે ?

ગાંધીએ કહેવાનું શરૂ કર્યું,

"રંગરૂટોની ભરતી થાય તો તેમાં જઈશું. બાકી વધશે તે લોકોની સંખ્યા વધારે હશે... યુદ્ધમાં સૈનિક ઘાયલ પણ થાય છે. તેમને યુદ્ધના સ્થળેથી દવાખાના સુધી પહોંચાડવાના પણ હોય છે. આમ ઈજાગ્રસ્તોની સેવા-શુશ્રૂષા પણ યુદ્ધમાં એક જરૂરી કામ છે.. ડૉ. બૂથે જે શિબિર યોજેલી, તેમાં અનેક ગિરમીટિયાઓએ પણ તાલીમ લીધેલી. મેં પોતે પણ લીધી હતી. શિબિરાર્થીઓને ત્યારે આ અંગે એક પ્રમાણપત્ર પણ આપવામાં આવેલું. ત્યારબાદ પણ અને જે લોકો આ અભિયાનમાં સામેલ થવા માગતા હોય, તેમને પણ તાલીમ અપાવી શકાશે અને ડૉ. બૂથ આ કાર્ય માટે તૈયાર છે. અહીં મારી પાસે એ યાદી છે, જેમણે પ્રશિક્ષણ પ્રાપ્ત કરીને યોગ્યતાનું પ્રમાણપત્ર મેળવેલું.

આ ઉપરાંત જે ભાઈઓ આ પ્રકારની તાલીમ મેળવીને પોતાની સેવા આ યુદ્ધ માટે આપવા માગતા હોય, તેઓ શેખ પારીકને પોતાના નામ લખાવી દે. આ ઉદ્દેશ માટે હું છાપાઓમાં જાહેરાત આપી દઉં છું, જેથી વધુમાં વધુ હિન્દુસ્તાની આમાં ભાગ લઈને પોતાનો રાષ્ટ્રપ્રેમ દર્શાવી શકે."

"શું તમને ખાતરી છે કે સરકાર આપણી સેવાઓ લેવા તૈયાર થઈ જશે ?" આમદ જીવાએ આ પ્રશ્ન એટલે કર્યો હતો કારણ કે ગોરાઓ હિન્દુસ્તાનીઓને પસંદ કરતા નહોતા.

ગાંધીએ કહ્યું, "જીવાસાહેબ, તમે તમારી રીતે સાચા છો, પરંતુ આ બદલાયેલી પરિસ્થિતિમાં, જ્યારે તેઓ યુદ્ધમાં ઘાયલ થઈ રહ્યા છે, યુદ્ધમાં તેમનું પલ્લું નબળું પડતું જાય છે અને તેમને મદદની આવશ્યકતા છે ત્યારે હું નથી માનતો કે તેઓ આપણી મદદ લેવાની ના પાડે ! તદુપરાંત મારી પોતાની જાણપિછાણ પણ એવા પ્રભાવશાળી ગોરાઓ સાથે છે કે જેમને સરકારમાં અધિકાર છે અને જેમની વાતનું સરકારમાં વજન પડે છે... તે તમે મારા ઉપર છોડો. તમે તમારી વાત કરો કે તમે બધા તૈયાર છો ?"

એકસામટો અવાજ ઊઠ્યો, "તૈયાર છીએ !"

"હવે હું મારા વેપારી ભાઈઓને કંઈક કહેવા માગુ છું. તેઓ સ્વયંસેવક બનીને કામ કરે તેનાથી રૂડું બીજું કંઈ નથી. જો કોઈ અન્ય કારણોસર તેઓ આ અભિયાનમાં ભાગ ન લઈ શકતા હોય તો, અથવા હાલ ન લેવાના હોય તો તે શેઠ ભાઈ, આ સંકટના સમયે ગોરી સરકારને ધનદોલત આપીને મદદ કરી શકે છે. કેમ કે, દરેક યુદ્ધમાં જાન-માલ હોમાઈ જાય છે, વિકાસ નષ્ટ પામે છે અને અપંગોની સંખ્યા વધે છે.

હું માનું છું કે, તમે લોકો એ રકમ શેઠ આદમજી મિયાં ખાન અથવા શેઠ અબ્દુલ્લા પાસે જમા કરાવી દો. જમા કરાવવાની વ્યવસ્થા આ બંને ભાઈજાન કરાવી શકશે. તેની એક સૂચિ તૈયાર કરાવીને તેની બે-ત્રણ નકલ કરાવી લેવામાં આવશે. દરેક દાતા તેમાં પોતાનું નામ, સરનામું, ફર્મ અને પોતે આપેલા દાનની રકમ જોઈ શકશે. બોલો ભાઈ, શું વિચાર છે ?"

"અમે તૈયાર છીએ."

"પરંતુ જે શેઠ-શાહુકાર, પેઢીવાળા નથી, તેઓ શું દાન આપી ન શકે ?"

"કેમ નહીં ? જે ઇચ્છે તે આપી શકે. નેકી ઔર પૂછ પૂછ ! એ ભાઈઓનો હું હૃદયપૂર્વક આભારી છું. ખરેખર તો મારી ભૂલ થઈ. ભાઈ નર્મદાશંકર, તમારા આ સૂચન માટે ફરીથી આભાર !"

"તો હું અત્યારે જ એકસો એક પાઉન્ડ આપવા માટે તૈયાર છું. ભલા કામમાં વાર શેની !"

ગાંધીએ શેઠ અબ્દુલ્લાની સામે જોયું. શેઠ અબ્દુલ્લાએ આદમજી મિયાં ખાન સામે જોયું.

આદમજી મિયાં ખાને ખોંખારીને ગળું સાફ કરીને કહ્યું, "ભાઈઓ, તમારું સ્વાગત છે. ગાંધીભાઈ અનુમતિ આપે તો મારા મુનીમને અહીં જ એક બાજુ બેસાડી દઉં છું. તમે તેની પાસે દાનની રકમ જમા કરાવી શકો છો."

"ચોક્કસ ભાઈજાન, જરૂરથી !"

"તમને અત્યારે જ કાચી રસીદ આપી દેવામાં આવશે. પછીથી પાકી રસીદ એટલે કે છાપેલી રસીદ પણ આપવામાં આવશે." શેઠ આદમજી મિયાં ખાને વ્યવસ્થા સમજાવી.

"થોડી વાર માટે આપણે આપણી કાર્યવાહી આ તરફ વાળી દઈએ છીએ. અત્યાર સુધી ઘણા લોકો પણ આવી ચૂક્યા છે. જેમ-જેમ ખબર પડતી ગઈ તેમ-તેમ લોકો આવતા ગયા. હવે આ કામગીરીની જવાબદારી હું આ બંને શેઠ સાહેબોને સોંપું છું. તેઓ આ વ્યવસ્થા સંભાળે."

ચાલી રહેલા કાર્યક્રમમાં થોડી વાર માટે ફેરફાર થયો. ગાંધી એક બાજુ ખુરશી નાંખીને બેઠો. દાતાઓ આવવા માંડ્યા. થોડી ખળભળ શરૂ થઈ. સરોવરનાં પાણીમાં લહેરો ઊઠવા માંડી !

ગાંધી અનુભવી રહ્યો હતો કે હિન્દુસ્તાનીઓમાં - ભલે તે ગિરમીટિયા હોય કે કુલી હોય - પરંતુ એમનામાં અજબ ચેતના છે. આ ભારતીય સંસ્કૃતિની આંતરચેતના છે, જે તેમને દરેક નાજુકમાં નાજુક વળાંકે પોતાનું સર્વસ્વ સમર્પિત કરવા સજ્જ રાખે છે !

અવાજો આવતા હતા. તેમાં શેઠ અબ્દુલ્લાનો અવાજ વચ્ચે-વચ્ચે સંભળાતો હતો કે, "બીજું કોઈ ભાઈજાન!"

સરોવરની લહેરો શાંત પડતી જોઈને ગાંધીએ આગળ આવીને મુનીમના ટેબલની સામે પહોંચીને ખૂબ ધીમેથી કહ્યું,

"અત્યારે તો પાંચસો પાઉન્ડ રાખો. અહીં એટલા જ છે. બાકીના પછી આપીશ."

શેઠ અબ્દુલ્લાએ કહ્યું, "ગાંધીભાઈ, આ તો તમે ગજબ કર્યું! મુનીમ તમારી પાસે હાજર થઈ જાત. ગાંધીભાઈએ પાંચસો પાઉન્ડ અત્યારે જ જમા કરાવ્યા છે. બાકીની રકમ તેઓ પછી આપશે."

ગાંધી બોલ્યો, "હું શેઠ અબ્દુલ્લા પ્રતિ આભારની લાંગણી વ્યક્ત કરું છું અને એ કહેવા માગું છું કે, મને અહીં ચાલીને આવવાથી અનુભવ થયો કે, મુનીમના ટેબલ સામે ઊભા રહીને સ્વેચ્છાએ ધન છોડવાની જે મજા આવે છે તે ધન મેળવવા કરતાં પણ વધારે આનંદદાયક હોય છે!"

વાતાવરણ ફરી ગરમાયું. થોડા બીજા લોકો પણ ઊભા થયા. પછી નાની કતાર બની. ત્યારે કેટલાક લોકોએ પોતાના નામે રકમ લખાવીને રકમ પછી આપવાની વાત કરી તો શેઠ અબ્દુલ્લાએ તેમને રોકતાં કહ્યું, "માફ કરજો ભાઈજાન, આ મેળો તો રોકડ આપનારનો છે! તમારા માટે સવારથી સાંજ સુધી બારણાં ખુલ્લાં છે. તમે આવીને પાઉન્ડ જમા કરાવી શકશો."

ફરી દાનની શૃંખલા ચાલી. જ્યારે તે ક્રમ પૂરો થયો ત્યારે ગાંધી ઊભો થયો. તેણે ચારેબાજુ જોયું. પછી બોલ્યો, "ભાઈઓ, હું એક વાત કહેતાં ભૂલી ગયો. વાત એ છે કે દાન પાઉન્ડમાં જ નહીં, બલકે શિલિંગમાં પણ આપી શકાશે. દાન તો અડધા પૈસાનું પણ ઘણું ગણાય! દાનનું મહત્ત્વ રકમ ઉપર નહીં, પરંતુ વ્યક્તિની પોતાની હેસિયત મુજબ દાન કરવાની હોંશ ઉપર રહેલું છે - કેટલું છે અને તેમાંથી તે કેટલું દાન કરી શકે છે, તેના ઉપર છે.

અડધો પૈસો જ હોય અને અડધો પૈસો દાનમાં આપી દે, તો તે આપણા બધામાં સૌથી મોટો દાતા ગણાય. હવે દાતાઓની સૂચિ સૌને વાંચી સંભળાવવાની વિનંતી છે."

ત્યારે જ એક ગિરમીટિયાએ ઊભા થઈને કહ્યું,

"ગાંધીભાઈ, અમારી ખૂબ ઇચ્છા છે કે રંગરૂટમાં ભરતી થઈએ, પરંતુ...!"

"પરંતુ શું ભાઈ?"

તેણે ચોતરફ જોયું. તેણે સંકોચ અનુભવ્યો.

"અરે ભાઈ, આ તો આપણું ઘર છે. ઘરમાં સંકોચ કેવો! મનમાં જે હોય તે કહી દો." ગાંધીએ સમજાવ્યું.

"અમે તો ગિરમીટિયા છીએ. અમારા માલિક તો ગોરા છે. તેઓ અમને છોડશે તો જ અને રંગરૂટમાં કે બીજે ક્યાંય સેવા કરી શકીશું ને !"

તેના ચુપ થઈ ગયા પછી ગાંધી બોલ્યો, "તમારી વાત સોળ આની સાચી છે. હું છાપામાં એવી અપીલ પ્રગટ કરાવી દઉં છું કે, જે ગિરમીટિયાઓ બોઅર યુદ્ધમાં પોતાની સેવા સ્વેચ્છાએ આપવા માગતા હોય, તેમના ગોરા માલિકો, એ ગિરમીટિયાઓને યુદ્ધમાં જોડાવાની અનુમતિ આપે. આ અપીલ 'નાતાલ ઇન્ડિયન કોંગ્રેસ' તરફથી પ્રસિદ્ધ કરવામાં આવશે. તેમ છતાં પણ આપણા કોઈ ભાઈને મુશ્કેલી પડે તો તે આવીને મળે, તેમની મુશ્કેલી દૂર કરવાનો પ્રયાસ કરવામાં આવશે."

ગાંધીએ આટલું બોલીને સૌની સામે સૂચક દષ્ટિથી જોયું કે હજુ કોઈને કંઈ રજૂઆત કરવી હોય તો તેઓ બોલી શકે છે. કોઈ કંઈ બોલ્યું નહીં એટલે ગાંધીએ સભા સમાપ્તિની ઘોષણા કરી. બધા છૂટા પડ્યા.

સૌના ચહેરા ઉપર નવી રોનક, નવો ઉત્સાહ અને નવો ઉમંગ હતો.

૨૪

મનમાં કંઈ સારું કરવાની ભાવના હોય, કંઈક સમર્પણ કરવાની ઠોસ ઇચ્છા હોય અને તે સૌના કલ્યાણ માટે હોય, તો એ ભાવના ચોક્કસપણે પૂર્ણ થાય જ છે. ગાંધીનાં મનમાં ઇચ્છા હતી કે તેની પત્ની કસ્તુર પણ એક સ્વયંસેવિકા બને. પરંતુ કેવી રીતે ?

ડરબન અને જોહાનિસબર્ગમાં ગાંધીના અનેક મિત્રો અને કારકુનો રહેતા હતા. તેમાં મદ્રાસી, ગુજરાતી વગેરે હતા. તેમાં એક ખ્રિસ્તી ક્લાર્ક પણ હતો. ઘણા ઓરડાઓ હતા, તેમાં પેશાબ કરવા માટે એક અલગ વાસણ રહેતું. તે વાસણ ખાલી કરીને ધોવાની જવાબદારી ગાંધી અને કસ્તુરબાની હતી. કસ્તુરબાએ ખ્રિસ્તી ક્લાર્કના પેશાબથી ભરેલાં વાસણને અડવાની ના પાડી દીધી.

ગાંધીએ કહ્યું, "જો કસ્તુર, આ જીવન બીજાની સેવા માટે છે. તને તો ખ્યાલ જ છે કે એક દિવસ એક અપંગ રક્તપિત્તથી પીડાતો માણસ ઘરની સામે ઊભેલો ત્યારે પહેલા તો એવો વિચાર આવ્યો કે થોડા રૂપિયા-પૈસા આપીને કે જમાડીને મોકલી દઉં. પરંતુ બીજી જ ક્ષણે અંતરમાંથી અવાજ આવ્યો કે નહીં, અતિથિ દેવો ભવઃ ! તેને ઓરડામાં લાવ્યો, તેના જખમ સાફ કર્યા, દવા લગાડી. તેના જીવને શાંતિ મળેલી."

"પરંતુ ક્યાં સુધી ?" કસ્તુરે કહ્યું, "ત્રણ-ચાર દિવસ પછી તો તેને ગિરમીટિયાઓના દવાખાનામાં મોકલી જ દીધો'તો ને કે નહીં ?"

"હા, કેમ કે ઘરમાં એવી સગવડ નહોતી."

"કેવી સગવડ ?"

"તેને કાયમ માટે રાખી શકાય એવી."

"અને સમય ?"

"હા, એ પણ નહોતો."

"તો પછી એવું કામ હાથમાં લેવાનું જ શા માટે ?" કસ્તુરે સવાલોનો મારો શરૂ કર્યો.

"તું સમજ, કસ્તુર !"

"શું સમજું ? આટલા વર્ષોમાં સમજતી જ આવી છું ને ! દાન-ખેરાત વહેંચવાની વાત અલગ છે અને સેવા-શુશ્રૂષા-ચાકરી કરવાની વાત જુદી છે."

"શું હું ડૉ. બૂથનાં સેંટ એડમ્સ મિશનનાં દવાખાનામાં જતો નહોતો ? ત્યાં જઈને દવા બનાવતો, દવા લેવા વિશે સમજાવતો, દર્દીની વાત દાક્તરને અને દાક્તરની વાત દર્દીને સમજાવતો હતો. રોજ નિયમિતપણે જતો."

"પરંતુ કેટલા દિવસ ?"

"દિવસ નહીં ભાગ્યવાન, મહિનાઓ !"

"અને પછી ?"

"બોઅર યુદ્ધમાં તે સેવા-શુશ્રૂષા કામ આવી. સેવા તો સેવા છે, જ્યાં સુધી થઈ શકે કરવાની. તે કોઈ નોકરી નથી, સ્વેચ્છાએ લીધેલું સેવા-વ્રત છે અને તે પણ પોતાની ખુશીથી ! એટલા માટે જ કહું છું કે... "

"તે ખ્રિસ્તીનાં મળ-મૂતર ઉપાડું, બહાર ફેંકું અને તે વાસણ સાફ કરીને તેના ઓરડામાં રાખું ? કારણ કે તે તમારો લાડકો ક્લાર્ક છે !"

"તું તો વાતનું વતેસર કરે છે, કસ્તુર ! મારો તો એવો આશય છે કે તું પણ એ આનંદ સાથે જોડાઈ શકે, જેની સાથે જોડાઈને મને અંતઃકરણના આનંદ અને સુખ પ્રાપ્ત થાય છે." ગાંધીએ સહજપણે, સરળતાથી, શાંતિપૂર્વક કસ્તુરને સમજાવ્યું.

"એવા આનંદ અને સુખ મને જોઈતાં નથી, એ તમને જ મુબારક !"

"કસ્તુર, તું જીદ મૂક. તું મારી પત્ની છે !"

"હું દાસી કે ચાકર નથી અને તે અપંગ અથવા અશક્ત નથી કે, પોતાના મળ-મૂત્ર પોતે સાફ કરી શકે નહીં."

"તને આજે આ શું થયું છે, કસ્તુર !"

"જે બહુ પહેલેથી થઈ જવું જોઈતું હતું એ."

"પતિ-પત્ની ગાડીના બે પૈડાં છે."

"પરંતુ અન્યનાં મળ-મૂત્ર ઉપાડવા માટે નહીં !" તે આગળ બોલી, "આપણાં સંતાનો પણ ત્યારે નાનાં હતાં, શિશુ ! હવે તે લોકો મોટાં થઈ ગયાં છે. શું હવે હું તેમનાં મળ-મૂત્ર સાફ કરું છું ?" કસ્તુર અભણ હોવા છતાં તર્કવિતર્કમાં સારા-સારા વકીલોને પાછળ રાખી દે એવી હતી ! તે પણ ગાંધીની જેમ ક્યારેક જીદ પકડી લે તો છોડતી જ નહોતી.

"તું દલીલબાજી કર નહીં."

"શું કામ ન કરું ? તમને માથે ધોળાં આવવા માંડ્યાં છે ! જ્ઞાતિથી આપણે

વણિક છીએ, વૈશ્ય! રાજકોટમાં હોત તો શું તમારી આવી બદમાશી ચાલત? કોઈ સાંભળશે તો હસશે કે... !"

"જો કસ્તુર, વધુ બકવાસ નહીં. આટલા વખતથી તારું લેક્ચર ખૂબ સાંભળી લીધું. હવે વધુ નહીં. જેમ કહ્યું છે તેમ કર!"

"ન કરું તો?"

"તો!" ગાંધી સમસમી ગયો. ક્ષણભર વિચારમાં પડ્યો. જોરથી ધમકાવીને ખિજાયો. હારીને કસ્તુર કંઈક બબડાટ કરતી, ગુસ્સો કરતી તે વાસણ ઉપાડીને ચાલવા માંડી.

ગાંધીને તેનું બબડવું ગમ્યું નહીં. તે ક્રોધે ભરાઈને ઉશ્કેરાટથી ઊકળી ઊઠ્યો. અહમે માથું ઊંચક્યું.

તે ગુસ્સાથી બોલ્યો, "કસ્તુર, જે કામ કર, તે પ્રેમપૂર્વક શ્રદ્ધાથી કર. નફરત-ઉપેક્ષા સાથે અને મનોમન બળાપો કાઢતાં નહીં."

"તમને શું ખબર, સ્ત્રીની દશા? પુરુષો બધા એકસરખા હોય છે, ભણેલાં હોય કે અભણ! તેમને તો સવાર થતાં જ આવડે છે! હુકમ ચલાવવાનો પોતાનો જન્મસિદ્ધ હક સમજે છે. તેમને એ બાબતની ચિંતા જ નથી હોતી કે, સ્ત્રીમાં પણ જીવ હોય છે, દિલ હોય છે. તે પણ કંઈક ઇચ્છતી હોય છે. તે પુરુષના પગની જૂતી નથી કે જ્યારે અને જ્યાં મન પડ્યું ત્યારે અને ત્યાં પહેરો કે ઉતારો! તે સ્ત્રી છે, ધર્મપત્ની નહીં."

"એટલે શું કહેવા માગે છે?"

"જેમ ધર્મનો ભાઈ સગો નથી હોતો. બીજાને ભાઈ જેવો માનીને ધર્મનો ભાઈ બનાવી લેવાય છે. શું તમને કોઈ ધર્મપતિ કહે છે? તો પછી હું ધર્મપત્ની કેવી રીતે થઈ? શું હું પણ કોઈ બીજી સ્ત્રી છું કે જેને પત્ની જેવી માની લીધી હોય!" કસ્તુર રોષે ભરાયેલી અને અભણ હોવાનું દુઃખ તેને ખૂંચવા માંડેલું. તેને ગાંધીનું એ મહેણું આઘાત આપતું હતું. તે મનોમન બેચેન થઈ જતી ત્યારે વિચારોનું ઘોડાપૂર ઊઠતું અને પોતાની જાત ઉપર તેને રોષ ચડતો.

એકવાર તે બોલી પણ ગયેલી, "સીતા કેટલી ચોપડી ભણેલાં? રાધા અને રુક્ષ્મિણી ક્યાં સુધી ભણેલાં? ભણતર જ બધું નથી હોતું. આપણા સાધુ-સંત કેટલું ભણેલા હોય છે? કેટલાક તો અંગૂઠાછાપ હોય છે, છતાં પણ આખો સમાજ તેમને પગે લાગે છે, તેમનો આદર કરે છે! તેમને પૂજનીય માને છે. તમે દરેક વખતે ભણતર-ભણતરનાં રોદણાં રડો નહીં. હું ભણી નથી અને હવે ભણી શકું પણ નહીં. હવે તમે બાળકોના ભણતરની ચિંતા કરો, મારી નહીં."

તીરે બરોબર નિશાન પાડ્યું ! બાળકોનું શિક્ષણ સરખી રીતે થઈ શકતું નહોતું. ગાંધી બેચેની સાથે ગુસ્સે ભરાઈને બોલ્યો, "કસ્તુર, તારો આ ભવાડો મારા ઘરમાં નહીં ચાલે !"

કસ્તુરને ગાંધીનું આ વાક્ય તીરની જેમ હૃદય સોંસરવું ભોંકાયું. તે રડમસ અવાજે બોલી,

"બસ, રોકકળ અને ખિજાવાનું ને ધમકાવવાનું બહુ થયું ! લો, સંભાળો આ ઘરવખરી. હું જાઉં છું."

પછી તો શું ! તેના આ શબ્દોએ બળતામાં ઘી હોમ્યું. જ્વાળાઓ ભડકવા માંડી ! ગાંધીએ આમતેમ જોયા વિના, સીધો કસ્તુરનો હાથ પકડીને સીડી સામેનું બારણું ખોલ્યું અને તેને બહાર ધકેલતાં બોલ્યો, "જા મર ! હવે તું મને તારું મોં બતાવતી નહીં."

કસ્તુરનું રુદન ધસી આવ્યું. આંખ વરસવા માંડી અને તેની સામે ગાઢ અંધકાર છવાઈ ગયો. તે વિલાપ કરવા લાગી. તેણે સપને પણ વિચાર્યું નહોતું કે તેના જીવનમાં કદી આવો કાળો-અભાગિયો દિવસ પણ આવશે ! કાશ, જમીન માર્ગ આપે અને તે એમાં સમાઈ જાય ! તે રડતાં-રડતાં બોલતી હતી,

"કાઢી મૂકો છો, પણ ક્યાં ? પરદેશમાં ! જ્યાં મારું પિયર પણ નથી અને કોઈ સગું-સંબંધી પણ નથી. જાવ તો ક્યાં જાવ ? છોકરાંવ પૂછશે કે મા ક્યાં ગઈ તો... ? તમને તો શરમ જેવું કાંઈ નથી, પણ મને છે. મારું અહીંયાં કોણ છે, તમારા સિવાય ? ...હા, તમે નહીં માનો તો દરિયો છે, તે મારી લાજ રાખશે."

ગાંધીનું હૃદય પીગળ્યું નહીં. તે અધખુલ્લા બારણા તરફ કસ્તુરને ધકેલતાં અટક્યો. કસ્તુર કહેતી હતી, "જરાક તો લજાવ ! કોઈ જોશે તો શું વિચારશે ? શું કહેશે ?" તેની આંખોમાંથી આંસુ ટપક-ટપક ટપકવા માંડ્યાં.

ગાંધી કિંકર્તવ્યમૂઢ બની ઊભો રહ્યો. કસ્તુરે આવી વિષમ મનોદશામાં પણ ભાન ખોયું નહીં. બોલી, "ભગવાનને ખાતર બારણું તો બંધ કરી દો !" ગાંધી બારણું બંધ કરીને કસ્તુરને બારણા પાસે મૂકીને અંદર ચાલ્યો ગયો.

ત્યારે ગાંધી બત્રીસ વર્ષનો હતો અને કસ્તુર તેનાથી થોડી નાની.

* * *

ગાંધીની નજર સમક્ષ તેના લગ્નનું દૃશ્ય દેખાયું. રાજકોટથી પોરબંદર એટલે કે સાઠ ગાઉ દૂર જવાનું અને તે પણ બળદગાડામાં. જાન પાંચ દિવસે પહોંચેલી.

પિતાજી દીવાન હતા. ઠાકોરસાહેબે તેમને મોડા છોડ્યા હોવાથી તેઓ ઘોડાગાડીમાં અલગ આવતા હતા. રસ્તામાં ઘોડો વીફર્યો અને ગાડી ઊથલી ગઈ.

પિતાજી ઘાયલ થયા. હાથે-પગે પાટા આવ્યા. હતાં તો લગ્ન ! બધું આનંદપૂર્વક થયું. કંસાર ખાધો અને ખવડાવ્યો.

લગ્નની પ્રથમ રાત્રિ આવી. તે અજાણ હતો એના અર્થથી ! ભાભીએ હસી-હસીને સમજાવેલું, "દિયરજી, વહુને સતાવતા નહીં ! ધીમેથી ઘૂંઘટ હટાવજો. તે સંકોચાઈને એક બાજુ ખસી જશે. હોઠ દાબીને શરમાશે. તેની બંગડીઓ ખણકશે. ચૂડી રણકી ઊઠશે. માથાની ટીલડી ચમકશે. કાનનાં ઝૂમકાં ડોલશે. નાકની નથ નાચી ઊઠશે ! કંઈક વાતચીત કરજો. લગ્ન કંઈ મજાક નથી. મનમાં પંખી ટહુકવા માંડશે. બેશરમી થઈ શકે છે ! હંસલી હસી પડશે. ઉતાવળ નહીં. ધીરજથી, ધીમે-ધીમે, પૂનમની રાત છે. તેને ચંદ્ર દેખાડજો. થોડી ગલીપચી કરીને ધીમેથી તેની હથેળી દબાવજો. થોડી આનાકાની થશે. પછી... દિયરજી, પથારી હશે ને તમે બંને ! લાવો, આપો, તમારી ગમતીલી ભાભીને ગુરુદક્ષિણા... લાગો આપો. ખિસ્સું હલકું કરો. ક્યારની આ દિવસની આશ સજાવીને બેઠી છું. લાવો, આપો !"

પહેલેથી જ ખિસ્સામાં બોણીના રૂપિયા રાખેલા હતા. લાગો લઈને આંખમાં ચમક સાથે ભાભી બોલ્યાં, "વહુને પણ લાગો આપવાનું ભૂલતા નહીં અને બત્તી ભૂલ્યા વિના બુઝાવી દેજો. મારા વહાલા દિયર, હવે તમે અંદર જાવ. અંદર પહોંચીને પહેલું કામ બારણું બંધ કરવાનું કરજો. આંકડી લગાવી દેજો. ખૂબ ધીમેથી વાતો કરજો. યાદ રાખજો કે દીવાલોને પણ કાન હોય છે ! એ દૂધનો ગ્લાસ આપે ત્યારે જ તેનો હાથ પકડી લેજો. થોડું દૂધ પીજો અને તેને પણ પિવડાવજો એટલે આખી જિંદગી એવી જ મધુર-મીઠાશથી ભરપૂર રહે, પ્રેમથી પસાર થાય."

પછી શું થયું ? બધી શિખામણ એક બાજુ રહી ગઈ ! ગાંધી કે તે, બેમાંથી કોઈ કંઈ બોલી શક્યા નહીં. ચાંદની સરકતી ગઈ, હવા લહેરાતી રહી. બે અજાણ્યા, અપરિચિત બની રહ્યા. કેવી રીતે ચૂડી ખણકી, ઝાંઝર રણક્યા, બંગડી ટહુકી, નથ નાચી, કંઈ ધ્યાન ના રહ્યું ! બત્તી ભલે ના ઓલવાઈ. ઘૂંઘટ ઊઠ્યો, પણ શું જોયું ? શ્વાસની જ્યોત પ્રજળતી રહી. કંઈ સૂઝ્યું નહીં. બધું થઈ ગયું.

સવાર પડી. ગાંધી મોડેથી ઊઠ્યો. તેનું શરીર તૂટતું હતું. હોઠ પર ગાઢ તરસ હતી. ફરીને જોયું તો વહુ પાસે નહોતી. ખબર ન પડી કે ક્યારે સૂતો ? કેવી રીતે સૂતો ? શરીર કળતું હતું. ગમતીલો થાક હતો. ચાંદની રાત હતી. વીજળીની ચમક આરપાર વીંધી ગયેલી !

ગાંધી અચાનક ચોંકી ઊઠ્યો. કેમ કે, જુલિયા સામે ઊભેલી તાદશ્ય થઈ ગઈ ! તે હસીને કહેતી હતી, "ગાંધી, પરણેલા હતા તો છુપાવ્યું કેમ ? પ્રેમની ઇચ્છા તો દરેક છોકરા-છોકરીમાં હોય છે. કુંવારાપણું કૂંપળ જેવું હોય છે. તમે મારા કૌમાર્યને

બ્લૅકમેલ કરવા ઇચ્છ્યું ! ચાહીને એબ જોવા કરતાં પત્ની સાથેનો વિશ્વાસઘાત વધારે સતાવે છે ને ! ગાંધી, આ તમે બરોબર ન કર્યું." ગાંધી પરસેવે રેબઝેબ થઈ ગયો. તેને કંઈ જ સૂઝતું નહોતું. જુલિયા જતી રહેલી.

* * *

કસ્તુર વહુ બનીને સામે આવી ગયેલી. ઓગણીસ વર્ષનું વૈવાહિક જીવન દાવ પર લાગેલું હતું અને તે પણ પરદેશમાં ! તેના ઉપર આ શેનું ભૂત સવાર થયેલું ? એ વાસણ પોતે પણ ઉપાડી શકતો હતો. તે પોતે એ વાસણમાંથી પેશાબ ફેંકીને સાફ કરી દેત તો ? કાશ ! તે પોતે બીજાના પેશાબ ભરેલાં વાસણ ઉઠાવીને જાતે બહાર ફેંકવા જાત તો કસ્તુર પણ જોઈ ન રહેત. તે આગળ આવીને વાસણ પોતાના હાથમાં લઈને કહેત કે, "આજથી આ કામ હું કરીશ. તમને મારા સોગંદ છે, જો આ વાસણોને ફરી હાથ અડાડો તો !"

જો તે કામ પોતે જાતે કર્યું હોત તો કસ્તુર તેમાં ધ્યાન આપે એવી શક્યતા હતી. કારણ કે, હિન્દુસ્તાની પત્નીઓ પતિ પ્રત્યે ખૂબ વફાદાર હોય છે.

ગાંધીએ અંગ્રેજી શૈલીવાળું મકાન લીધું હતું, જેમાં ઓરડામાં ખાળ કે ગટર હોય નહીં. એવું પણ થઈ શકત કે ત્યાં રહેનારા લોકોને સ્પષ્ટપણે કહી દીધું હોત કે પોતાનું કામ તેમણે જાતે જ કરવાનું રહેશે. સ્વાશ્રયની સમજ આપવી પણ જરૂરી હતી.

ગાંધીનું મન વિચારોમાં ગરક થઈ ગયું. એ કોઈ સારો દાખલો નહોતો કે તે પોતાની પત્ની પાસે પરાયા તંદુરસ્ત પુરુષોના મળ-મૂત્ર ઉપડાવે ! શું તે બીમાર હતા ? શું તે અપંગ છે ? શું કોઈ ધર્મમાં આવો દાખલો છે ? તેને મિસિસ બેલીની વાત યાદ આવી. તેમણે કસ્તુરને આવું કામ કરતા જોઈને કહેલું કે,

"ગાંધી, આ તમે તમારાં પત્ની ઉપર જુલમ કરો છો. કોઈ પોતાની પત્ની પાસે આવું કામ કરાવી શકે નહીં. મને અફસોસ છે ગાંધી કે આનાથી તમારી એક અલગ છાપ, માનવતાની વિરુદ્ધમાં ઊભી થાય છે." તેમણે આવા ઘણા સવાલો ઉઠાવેલા. એમ પણ કહેલું કે તે આ વાતને છાપામાં પણ ઉછાળી શકે છે, કેમ કે તે 'વિમેન એસોસિએશન'નાં મંત્રી પણ છે.

ઓહ ! ગાંધીનું માથું ફર્યું. તે ઊભો થયો. વિચારો અટકી ગયા. શું કરે ? તોપણ તે સંભાળીને ચાલવા માંડ્યો. ઊંઘ તો ક્યાંથી આવે ? અડધી રાત થઈ ગયેલી. આખો દિવસ તો બંને વચ્ચે અબોલા રહેલા. શું કસ્તુર હજુ સુધી રડતી હશે ? તેણે શું કરવું જોઈએ ? તેના પગ અટકી ગયા. જેમ-તેમ કરીને કસ્તુરના પલંગ સામે પહોંચ્યો. ઊભો રહીને જોતો રહ્યો. બોલવાની હામ નહોતી. હજુ પણ તેનું

મન ભૂલ માનવા માટે તૈયાર નહોતું. તેને તો તેની વાતમાં હજુ ઔચિત્ય જ દેખાતું હતું. તેણે હિંમત એકઠી કરીને કસ્તુરના ખભા ઉપર હાથ મૂક્યો. કસ્તુર તો જડવત્ સૂતી રહી, સાવ લાગણીશૂન્ય બનીને !

ગાંધી બોલ્યો, "હજુ સુધી નારાજ છો ?" કસ્તુરે જવાબ આપ્યો નહીં. તેની પાસે કોઈ જવાબ હતો પણ નહીં. તે તો વિચારી પણ નહોતી શકતી કે, કોઈ વિધર્મીનું મૂત્ર ઉઠાવીને ફેંકવા માટે ગાંધી તેની સાથે આવું જક્કી વલણ અપનાવશે !

"જો કસ્તુર, મગજ શાંત રાખીને વિચાર !"

"હવે વિચારવા માટે શું બચ્યું છે ? ધર્મ ગયો, કર્મ ગયું ! આ જીવતર ગયું, સ્વર્ગ ગયું ! કાશ મેં આવવાની જીદ ન કરી હોત ! કાશ હું એટલી એકલતા ન અનુભવતી હોત ! ...તમારો ખ્રિસ્તી ક્લાર્ક કંઈ ગવર્નર નથી. બીજા કારકુનો પણ પોતાનાં મળ-મૂત્ર જાતે ઉઠાવે છે. તે કોઈ લૂલો-લંગડો કે જખમી-બીમાર નથી. શું પરપુરુષની આવી સેવા કોઈ પોતાની પત્ની પાસે કરાવે તેવું જોયું કે સાંભળ્યું છે કદી ? તમે કેવા પતિ છો કે મારાં અભણ હોવાની સજા આવી રીતે આપો છો ? કોઈ ભણેલી-ગણેલી પત્ની હોત તો શું તે આવાં કાર્યો કરતી હોત ? તેને તો આવું કહેવાની તમે હિંમત જ ન કરી શકત !" કસ્તુરે પોતાનાં મનનો ઊભરો ઠાલવી દીધો. તે ગૂંગળાઈ-ગૂંગળાઈને જીવવા માગતી નહોતી. તેને મનમાં કંઈ રાખતા ફાવતું નહોતું. ગાંધી ચુપચાપ સાંભળતો રહ્યો. કંઈ બોલ્યો નહીં. કસ્તુરની સામે બેચેન નજર નાખતો જવા માંડ્યો.

"તમે પોતાની જાતને આટલી બધી કઠોર કેવી રીતે બનાવી લીધી છે ? પહેલા તો તમે... ! સ્વીકાર્યું કે પત્નીનો ધર્મ પતિને સાથ આપવામાં છે. સાત ફેરા લીધા છે."

"તને યાદ છે, પંડિતે કયાં-કયાં વચન લેવડાવેલાં તે ?"

"તમને યાદ છે શું ?"

"ના, નથી."

"પછી મને કેવી રીતે યાદ રહે ? પરંતુ ધીમે-ધીમે બધું સમજમાં આવવા લાગ્યું છે. તમે કહો છો તો હું મારી ભૂલ કબૂલી લઉં છું. મન ખાટું ન કરો. જાણું-સમજું છું કે તમે એકલા પડી ગયા છો. હજારો દુશ્મન ઊભા કર્યા છે. ના... ના, બાબા ના." એટલું બોલતાં કસ્તુર ઊભી થઈ ગઈ અને બોલી,

"હું એવી બેશરમ નથી કે પતિ ઊભા હોય ને હું પગ લંબાવીને સૂતી રહું ! છી... છી... છી !" તે ગાંધીના પગમાં પડવા ગઈ તો ગાંધીએ તેને આગોશમાં લઈ લીધી.

ગાંધી પણ પોતાનાં આંસુ રોકી શક્યો નહીં, તો કસ્તુર તો કેવી રીતે રોકી શકે !

૨૫

બોઅર યુદ્ધમાં કેટકેટલું થયું ! ગોરાઓ ગભરાઈ ગયા. ગિરમીટિયાઓને રંગરૂટ બનાવવા પડ્યા. ડૉ. બૂથ સાથે હતા. ઘાયલોની સેવા ગાંધી અને તેની ટુકડીઓએ શરૂ કરી દીધેલી. એટલે સુધી કે છેલ્લે તો યુદ્ધવિસ્તારની સરહદની અંદર જવું પડ્યું ! સરકાર સાથે એવો કરાર થયેલો કે તેઓ એમને ખતરામાં પડવા દેશે નહીં, પરંતુ સ્પિયાંકોપના પરાજય પછી ગોરાઓનાં રૂંવાડાં ઊભાં થઈ ગયાં અને જનરલ બુલરે લાચાર બનીને અપીલ કરવી પડી કે તે લોકો આ ઘેરાતા સંકટને ધ્યાનમાં લેતાં, જો સ્વેચ્છાએ રણક્ષેત્રમાં જઈને ઘાયલ સૈનિક તેમ જ અફસરોને ડોળીમાં ઉપાડીને લઈ આવશે તો તેમની આ સેવાને ઉપકાર ગણીને સરકાર હંમેશ માટે ઋણી રહેશે.

યુદ્ધના વિસ્તારમાંથી ઘાયલોને ઝોળીમાં લાવવાનું કાર્ય તેમના માટે ખતરનાક હતું. યુદ્ધમાં રેડક્રોસના નિશાનની પણ શું વિસાત હતી ! તેમણે જોખમ ઉઠાવ્યું. સાહસ બતાવ્યું. દારૂગોળા અને ગોળીઓની વચ્ચે જઈને ઘાયલોને ઝોળીમાં નાંખીને બહાર લઈ આવ્યા ! એ દિવસોમાં બધાને ઘણી વાર દહાડાનું વીસ-પચીસ માઈલનું અંતર કાપવું પડતું હતું.

તે દિવસે બપોરનો સમય હતો. લેફ્ટનન્ટ રોબર્ટ્સ ઘાયલ થઈ પડ્યો હતો. લોહી નીંગળતું હતું. તે તરફડી રહેલો. ગાંધી, પાંચ-છ સ્વયંસેવકો સાથે તે તરફ ગયો. દુશ્મનોએ મોરચો તંગ કરી દીધો. હવે તે તરફ કેવી રીતે પહોંચવું ? ગોળીઓનો વરસાદ વરસતો હતો... તોપમાંથી ગોળા છૂટતા હતા. લેફ્ટનન્ટ રોબર્ટ્સ ચીસો પાડતો હતો. તે લૉર્ડ રોબર્ટ્સનો દીકરો હતો.

ગાંધી ચિવલી છાવણી તરફથી આગળ ધપી રહ્યો હતો કે તેની સામે યુદ્ધનું એ ભયાનક ચિત્ર ઉપસી આવ્યું. ગાંધીએ પોતાની ટુકડીના બીજા લોકોને પણ બોલાવી લીધા. નક્કી કર્યું કે તે આગળના જૂથમાં જશે. તેની સાથે ત્રણ સ્વયંસેવકો રહેશે. રોબર્ટ્સની પાસે પહોંચીને તેને બે જણા ઝોળીમાં નાખશે પછી ચારેય જણા ઝોળી

ઊંચકીને આગળ વધશે. કમનસીબીથી જો તેમાંથી કોઈ ખુવાર થાય તો બીજી ટુકડીમાંથી જરૂરિયાત મુજબ સ્વયંસેવક તેનું સ્થાન લેશે અને જખમી સ્વંયસેવકોને પણ ઝોળીમાં લઈ લેશે.

જોકે, એવી જરૂર ન પડી. તેઓ લેફ્ટનન્ટ રોબર્ટ્સને યુદ્ધવિસ્તારમાંથી બહાર લઈ આવ્યા. હવે તેમની એક ટુકડી ડૉ. બૂથને બોલાવવા ગઈ. ગાંધીએ એક સુરક્ષિત સ્થળે ડોળી રોકી અને મલમપટ્ટી કરવા માંડી. તેનું ધ્યાન નાડી ઉપર ગયું. નાડી તપાસતાં તે હલબલી ગયો. લેફ્ટનન્ટ રોબર્ટ્સનના શ્વાસ અટકી ગયેલા ! તેમ છતાં તેણે હિંમતપૂર્વક કામ લઈને ડોળીને આગળ વધારી.

ધોમધખતો તાપ અને એમાં લાંબા સમયથી તરસથી તરફડતા લોકો ! તેમની પાછળ મશક લઈને ટુકડી આવી ગઈ. બધાને તરસ લાગી હતી.

ગાંધી બોલ્યો; "તમે લોકો પહેલાં પાણી પી લો."

એક બીજા જખમીએ કહ્યું, "તમે લોકો અમારા માટે કેટકેટલું કરી રહ્યા છો. તમે લોકો આ સામ્રાજ્યના ખરા વારસદાર છો... એટલે પહેલાં તમે લો."

"ચાલો, પહેલા ન અમે, ન તમે ! બધા એકસાથે તરસ છીપાવીએ."

આમ હળીમળીને સૌએ પાણી પીધું. તેઓ ગિરમીટિયાઓને 'બ્રધર'નું સંબોધન કરવા લાગ્યા. પરસ્પર ભાઈચારો વધ્યો અને આત્મીયતા ઉદ્ભવી.

અલબત્ત, વાલક્રાન્ઝ અને સ્પિયાંકોપના પરાજય પછી બ્રિટિશ સેનાપતિએ અન્ય સ્થળોને બોઅરોના ઘેરામાંથી છોડાવવાનો વિચાર મુલતવી રાખ્યો હતો. યુદ્ધ તો ચાલુ રાખ્યું, પરંતુ ખૂબ મંદ ગતિથી. તેઓ ઇંગ્લૅન્ડથી અને હિન્દુસ્તાનથી ફોજ આવે તેની પ્રતીક્ષા કરતા હતા.

જનરલ બુલરે હિન્દુસ્તાની ટુકડીઓનાં ખૂબ વખાણ કર્યાં. હિન્દુસ્તાની રંગરૂટોના યુદ્ધકૌશલ્યને બિરદાવતાં કહ્યું, "હું ખાતરીપૂર્વક કહું છું કે, આ યુદ્ધમાં હિન્દુસ્તાનીઓએ ખભાથી ખભા મિલાવીને જે સાહસથી દુશ્મનો ઉપર આક્રમણ કરવાની પહેલ કરી છે, તે ઇતિહાસનો એક કાયમી અને પ્રેરક હિસ્સો બની રહેશે."

ગાંધી એકાએક વિચારતો રહી ગયો કે કુદરત પણ કેવી કમાલની છે ! બોઅર યુદ્ધ ન થયું હોત તો ગોરાઓ અને હિન્દુસ્તાનીઓ આટલા નજીક ન આવી શક્યા હોત. નફરત પણ કેવી સ્નેહની વાટ પકડીને ચાલવા માંડે છે !

ગાંધીને પ્રતીત થવા લાગ્યું કે, સત્ય એક વિશાળ વૃક્ષ છે. તેની પાસેથી જે માગો તે મળી શકે છે. શરત માત્ર એટલી જ કે, પૂરાં તન-મનથી તેની સેવા કરવી પડે. જેમ-જેમ આપણે તેની સેવા કરીશું તેમ-તેમ આપણે તેના ઊંડાણમાં ઊતરતાં જઈશું અને બધું જ પામતા જઈશું. સેવાના નિતનવા માર્ગો ખૂલતાં જશે. નૂતન

કેડી કંડારાશે. તેના ઉપર પ્રેમનાં પુષ્પો ખીલશે અને અમૃતનાં ફળ ઊગશે !

ગાંધી ઘરે આવ્યો. કસ્તુરબાએ તેના પતિ બહાદુર, ભલા છે અને તેમના મનમાં કોઈ પાપ નથી એમ સમજીને તેમને આવકાર્યા.

"કસ્તુર, હવે પાછા જઈએ. મારું કામ પૂરું થયું."

"યુદ્ધ જીતી ગયા ?"

"ગોરાઓનાં દિલ જીતી લીધાં !"

"શું!"

"તેમાં અચરજની કોઈ વાત નથી. આમ તો યુદ્ધ ઘૃણા અને હિંસા ફેલાવે છે, પરંતુ આ યુદ્ધમાંથી પ્રેમનો જન્મ થયો છે! નફરત દૂર થઈ છે. હિન્દુસ્તાનીઓનું માન વધ્યું છે અને દૂરતા, નિકટતામાં પરિવર્તિત થવા માંડી છે." ગાંધીએ દૃષ્ટાંતો આપીને પોતાની વાતની પુષ્ટિ કરી.

"તો ચાલો." કંઈક વિચારીને કસ્તુરે પોતાનો સંદેહ વ્યક્ત કર્યો, "પરંતુ તમને અહીંના હિન્દુસ્તાનીઓ જવા દેશે ખરા ?"

"તેમનું કામ પૂરું કરી દીધું. હવે હિન્દુસ્તાન પાછા ફરવું જરૂરી છે. કામ તો ત્યાં પણ ઓછાં નથી. તેમને સમજાવીશ, મનાવીશ, જણાવીશ કે હું તેમની જેમ અહીં વસી શકું એમ નથી. એક મોટી લડત મારી પ્રતીક્ષા કરી રહી છે - હિન્દુસ્તાનની આઝાદીની લડત !"

મહામુસીબતે ભાઈઓને મનાવ્યા. તેમની એક શરત માનવી પડી કે, જો એક વર્ષની અંદર તેમને આવશ્યકતા જણાશે તો તે ચોક્કસ પાછો આવશે.

પછી શું જોઈએ ! સૌને જાણ થઈ કે ગાંધીજી હિન્દુસ્તાન પાછા જાય છે. ચારેબાજુ વિદાયની પાર્ટીઓનું આયોજન થવા માંડ્યું. દરેક ઠેકાણે અલગ-અલગ આવકાર-સત્કાર અને જાતભાતની, એક-એકથી ચડિયાતી ભેટ-સોગાદો !

તે ઉપહારોની રાત હતી. ઓરડો ઘરેણાંઓથી ભરાઈ ગયેલો.

મન કહેતું, "લે ગાંધી, આટલી ધનદોલત - સોનાના હાર, ગિનીઓના હાર, હીરાની વીંટીઓ અને અમૂલ્ય ઉપહારો, લઈ લે !"

"ના, મન, ના. સેવાનું કોઈ મૂલ્ય હોતું નથી."

"આ મૂલ્ય નથી ગાંધી, આ તો તારી અવિસ્મરણીય સેવાનું સન્માન છે - તેમની શ્રદ્ધા અને ભક્તિનો પુરાવો છે ! એમનું દિલ તોડવાનો તને કોઈ અધિકાર નથી."

"પણ ના એટલે ના."

"અડિયલ ટટ્ટુ જેવો સ્વભાવ છોડીને તારી પત્નીની વાત માની લે. તેં કોઈ મોહથી પ્રેરાઈને સેવા કરી નહોતી કે તેના માટે તે કોઈ પ્રકારનો ભાવતાલ કર્યો

નથી, તો પછી તેં સ્વીકારવામાં તને શું મુશ્કેલી છે ! એક રીતે તો તું આ બધી ભેટસોગાદો સ્વીકારી ચૂક્યો છે. હવે તે બધું કયા મોઢે પાછું આપીશ ? કસ્તુર શું કહે છે તે સાંભળ !"

ગાંધીએ પાછા વળીને જોયું, કસ્તુર ઊભી હતી. તે પણ મંત્રમુગ્ધ બનીને જોઈ રહેલી અને વિચારતી હતી કે "છેવટે ગાંધી વાણિયાના દીકરા સાચા ! કેટલી બધી સંપત્તિ ! ઉપરથી વકીલાતની પાંચેક હજાર પાઉન્ડની આવક તો જુદી. કેવું શાનદાર જીવન ! કોઈ ચીજવસ્તુની કમી નહીં. વળી આ ઉપહારોનો ઢગલો. લાજવાબ !"

ગાંધી બોલ્યો, "શું વિચારે છે, કસ્તુર ?"

"શેના વિશે ?"

"આ ભેટસોગાદો વિશે !"

"વિચારવાનું શું ? ભગવાન તમારા પર પ્રસન્ન છે ! આ તેમની કૃપાનું ફળ છે. જતનપૂર્વક રાખો."

"શું કરીશું ? તારે કંઈ પહેરવા-કરવાનું નથી. હું કંઈ પહેરતો-કરતો નથી. તો પછી આ બધાનું શું કરીશું ? આમ પણ સેવા કિંમત માગતી નથી."

"તમે ન પહેરો, મને પહેરવા ન દો, પરંતુ સોનાની ઘડિયાળ તમારા છોકરાંવ પહેરશે અને કીમતી સાડી અને દાગીના આપણી પુત્રવધૂઓ પહેરશે. એ તો ન્યાલ થઈ જશે ! વળી, ઘરે આવેલી લક્ષ્મીનું અપમાન કરાય નહીં. લક્ષ્મી સ્વયં ચાલીને આવી છે ત્યારે તમે મોં ધોવા ન જાવ ! લક્ષ્મી ખુશ તો ટંકશાળ અને નાખુશ તો... ઠન ઠન ગોપાળ !" કહેતાં-કહેતાં કસ્તુર અટકી ગઈ અને મનોમન રામના જાપ જપવા લાગી.

"કસ્તુર, આ યોગ્ય નથી. પુત્રવધૂઓ માટે આપણે દાગીના બનાવડાવી દઈશું !" ગાંધીએ કહ્યું.

"તમે તો મારા દાગીનાય ઉતરાવી દીધા છે. તમે શું વહુઓને દાગીના કરાવી આપશો !"

"તેમના લગ્ન, આપણી જેમ નાનપણમાં ગુડ્ડા-ગુડ્ડીઓનાં લગ્ન જેવાં નથી થવાનાં. તેઓ પુખ્ત થયા પછી પોતાની મરજીથી લગ્ન કરશે. ત્યારે શું ખબર કેવો વખત હશે ! કેવા રીતરિવાજ હશે અને કેવી રીતે પરણશે ?"

"તમે ઘર-પરિવાર માટે શુભ વિચારી શકતા નથી, તો મહેરબાની કરીને અશુભ તો વિચારો નહીં !" કસ્તુર ઊખડી પડી.

"કસ્તુર, તું બહુ જિદ્દી થતી જાય છે ! દરેક વાત ઉપર હઠ કરવી એ સારું નથી."

"તો પછી તમને જે ઉપહાર મળ્યા છે, તે તમે પાછા આપી દો. મને જે મળ્યા

છે જેવા કે, આ ગીનીઓના હાર, બે દોરા, વીંટીઓ વગેરે – તે હું પાછા નહીં આપું. હવે તમે હઠ ન કરતા, સમજ્યા !"

"તું વાત જ એવી કરે છે, કસ્તુર ! ...હાર, વીંટી વગેરે તને મારા કારણે મળ્યાં છે."

"હાર કે વીંટી ઉપર એવું કંઈ લખ્યું નથી ! એમણે મને ભેટમાં આપ્યા છે."

"શા કારણે ભલા ?"

"મેં પણ શું સેવાચાકરી નથી કરી ? મને રડાવી-રડાવીને સેવા કરવા માટે મજબૂર કરવામાં આવી છે. પરપુરુષોનાં મળ-મૂત્ર ઉપડાવ્યાં છે. શું એટલું કારણ પૂરતું નથી ?" કસ્તુરે ઘરેણાં પહેરતાં કહ્યું.

"તારે દેશમાં આવવું છે કે આ ઘરેણાં સાથે અહીં જ રહેવું છે, કસ્તુર !" ગાંધીએ પેંતરો બદલ્યો.

"જ્યારે જુઓ ત્યારે દગોફટકો ! ...અહીં કોણ રહે ? તમે હંમેશાં પોતાનું ધાર્યું જ કરો છો, તો અત્યારે થોડું મારું માનશો ? જેમ તમારા મનમાં આવે તેમ કરો. મને શો અધિકાર છે કે હું તમને રોકી શકું – અમે તો રહ્યાં અભણ-ગમાર !" પોતાની જાત સાથે અંદર-અંદર ઝઝૂમતાં - લડતાં, હારી-થાકીને કસ્તુર બોલી અને નીચે સરકી રહેલો સાડીનો પાલવ ઊંચકીને સરખો કર્યો.

ગાંધી પણ મનોમન તરફડી ઊઠ્યો. તેણે ઇચ્છ્યું કે તે કંઈક વાંચતાં-લખતાં શીખે, પરંતુ કસ્તુરમાં કાયમ શીખવાની ઇચ્છાનો સદંતર અભાવ જોયો. તેની બેચેની સમજીને ગાંધીએ વધુ એક પ્રયાસ કરી જોયો. સમજાવતાં બોલ્યો,

"કસ્તુર, તું દરેક વખતે એક જ રાગ આલાપ્યા ન કર ! હું શું છું ? કંઈ નહીં ! મારી ઇચ્છા શું છે ? કંઈ નહીં. આપણા ભાઈઓ હતા, તેમની સાથે અન્યાય થતો હતો. સરકાર પણ દમનનીતિ છોડવા તૈયાર નહોતી. એટલામાં અચાનક એક મોકો હાથ લાગ્યો. હવે સમજ્યો કે, સેવા દરેક સમસ્યાનો કાયમી ઉકેલ છે. તે બીજાનું દિલ જીતવાનો સૌથી સરળ અને શ્રેષ્ઠ રસ્તો છે. તું તેને મનમાં નફરત ભરીને કે જબરજસ્તીનો સોદો માનીને પરાણે કર નહીં. તારી અંદર ઇચ્છા ઉત્પન્ન કર, સેવાથી સંતોષ પામીને કર. સેવાનું ઇનામ સંતોષ છે - ધનદોલત નહીં."

કસ્તુર સાંભળતી રહી. હરીફરીને એક જ વાત સામે આવતી હતી જેમાં એકતરફી નિષ્કર્ષ એ જ નીકળતો હતો કે, જે ગાંધીએ વિચાર્યું છે તે જ સાચું છે. તેના માટે બીજું કોઈ સત્ય નથી. પત્ની, પતિની દાસી છે.

ગાંધીને કસ્તુરના ચહેરા ઉપરથી તેના મનને જાણવા-સમજવાનો ખાસ્સો અભ્યાસ થઈ ગયેલો.

તે બોલ્યો, "તું ગુસ્સો થૂંકી નાંખ, તને મારા સમ ! જરા એ રીતે પણ વિચારીને જો કે તે લોકોએ આપણું સન્માન કર્યું. સન્માન સાથે રાજી થઈને આ ભેટસોગાદો આપી, બરોબર ને ?"

કસ્તુર ફરી મૌન રહી. જાણે કે તેણે કંઈ સાંભળ્યું જ ન હોય !

ગાંધીએ આગળ કહ્યું, "બીજું કંઈ નહીં તો તું કમ સે કમ હોંકારો તો ભણતી રહે ! કદાચ છેલ્લે કંઈક વાત બને !" તે ખોંખારીને કહેતો ગયો, "તેમણે શ્રદ્ધા અને ભક્તિપૂર્વક જે કંઈ આપ્યું, આપણે તેનો રાજીખુશીથી સ્વીકાર કર્યો. હવે તે બધું આપણું છે."

"તો પછી !" કસ્તુર ચમકી.

"મેં નહીં કે તેં નહીં, આ સેવા આપણે બધાંએ મળીને કરી છે. કેટલાંય લોકોએ જીવ પણ આપ્યો. આપણે સૌની સાથે સેવા કરી. સેવા કરવાની પહેલ ચોક્કસપણે આપણા તરફથી થઈ, પરંતુ તેમાં અસંખ્ય લોકોએ હાથ મેળવ્યા, મન જોડ્યાં અને પગ ચલાવ્યા ! એમને શું મળ્યું ? આમાં તેમનો પણ ભાગ નથી શું ? તેમણે વડાનું સન્માન કરીને પોતાની ફરજ બજાવી. હવે વડાની ફરજ ન બને કે તે પોતાનું કર્તવ્ય બજાવે ? પોતાના સાથીઓ પ્રતિ સન્માન દર્શાવવા માટે આ મળેલી ભેટસોગાદો પ્રામાણિક્તાથી વહેંચી દે ?"

"પરંતુ કેટલાંને વહેંચશો ! એટલું ક્યાં છે ?" કસ્તુરનું દિમાગ ચાલવા માંડ્યું.

ગાંધી એ જ ઇચ્છતો હતો. તે માનતો હતો કે દરેકના દિમાગમાં એક ચિનગારી હોય છે, પરંતુ મહદ્‌અંશે આ ચિનગારી રાખમાં દબાયેલી હોય છે. તેના પર રાખ પડી હોય છે. એ રાખ ઉપર ફૂંક મારવા જેટલી જ જરૂર હોય છે. ચિનગારી જ્યોત બની જશે અને જ્યોતમાંથી જ્વાળાઓ ઊઠવા માંડશે. જ્વાળાઓમાંથી પ્રકાશ અને પ્રકાશથી બધો અંધકાર દૂર થશે. 'તમસો મા જ્યોતિર્ગમય'ની ગહન અનુભૂતિ થશે.

ગાંધી આગળ બોલ્યો, "તેં કસ્તુર, સાચું કહ્યું કે કેટલાને વહેંચાશે ! આટલાથી બધાની તજવીજ નહીં થાય. વળી બધામાં કોણ અને કેટલા ? એ નક્કી કરવું પણ અત્યંત મુશ્કેલ છે. ત્યારે... "

"ત્યારે શું ?"

"એક રસ્તો છે."

"કેવો રસ્તો ?"

"કોઈ ઝંઝટ કે બખેડો નહીં ! તું પણ ખુશ અને હું પણ ! આપણને જેમની પાસેથી આ સન્માન અને ભેટ મળી છે, તે જનતા છે. તો પછી શા માટે આ ભેટસોગાદોનો ઉપયોગ લોકકલ્યાણ માટે કરવામાં ન આવે ?"

"કોણ કરશે ? શું અહીં વધારે રોકાવાનો ઇરાદો છે ?"

"ના, ના કસ્તુર !"

"તો પછી ?"

"આપણે આ ભેટસોગાદો માટે એક ટ્રસ્ટ બનાવીએ અને આ બધું તે ટ્રસ્ટમાં આપી દઈએ. તેમાંથી જે રકમ મળે તે બેંકમાં જમા કરી દેવાની. ટ્રસ્ટી તેનો ઉપયોગ લોકકલ્યાણ માટે કરે."

"ટ્રસ્ટી કોણ બનશે ?"

"એક નહીં, અનેક ! હું પણ આ ટ્રસ્ટીઓમાંનો એક હોઈશ. ટ્રસ્ટીઓના મંતવ્ય પ્રમાણે તેનો ઉપયોગ થશે. જાણે કે જળનું બાષ્પીભવન થાય અને વાદળ બને. પછી તેમાંથી વરસીને-વરસાવીને દરેકની આવશ્યકતા પ્રમાણે હિસ્સો પાછો મળે ! બોલ, હવે તું શું કહે છે ? લોકો પોતાની શ્રદ્ધા વડે પરબ બનાવે છે, કૂવા ખોદાવે છે, ધર્મશાળા બનાવે છે, મંદિર ઊભાં કરે છે, તો શું આપણે બીજા દ્વારા પ્રાપ્ત થયેલી ભેટસોગાદોમાંથી આટલું પુણ્ય મેળવી કેમ ન લઈએ ? જેથી આ જન્મ તો સુધરે અને આગળ આવનારો જન્મ પણ સુધરી જાય !"

ગાંધીએ ધ્યાનપૂર્વક કસ્તુર સામે જોયું. તે વિચારમાં પડી ગયેલી, કેમ કે પુણ્યની વાત આવતાં જ તે એનાથી આગળ કોઈ નિર્ણય લઈ શકતી નહીં.

"ભલે, જેમ યોગ્ય સમજો તેમ !"

આમ નિષ્કર્ષ નીકળ્યો. સાર્વજનિક કાર્યો માટે એક ટ્રસ્ટની રચના કરવામાં આવી. બધો સામાન બેંકમાં મૂક્યો. રાહતનો દમ લીધો, પરંતુ કસ્તુરના મનમાં કાયમ તે વાત ખૂંચતી રહી.

સન્ ૧૯૦૧માં તેઓ હિન્દુસ્તાન પાછાં આવી ગયાં.

૨૬

હિન્દુસ્તાનમાં આવ્યાને હજુ ત્રીજું વર્ષ પણ નહોતું થયું કે અચાનક દક્ષિણ આફ્રિકાથી તાર આવ્યો કે, "ચેમ્બરલેન અહીં આવી રહ્યા છે. આપ તાત્કાલિક આવી જાઓ." ગાંધી હજુ મુંબઈમાં સારી રીતે ગોઠવાઈ શકવાની તૈયારી જ કરી શક્યો હતો કે તાર આવ્યો. વકીલાત કંઈ ખાસ ચાલતી નહોતી.

એક વધુ તાર આવ્યો, "આપે વાયદો કર્યો હતો કે બોલાવીશું ત્યારે આવશો. મહેરબાની કરીને તાત્કાલિક આવી જાઓ." આ તાર શેઠ અબ્દુલ્લાએ મોકલેલો. ફરીથી દક્ષિણ આફ્રિકા જવું છે. તાર મોકલ્યો, "ખર્ચ મોકલી આપો." ખર્ચની રકમ તરત આવી ગઈ. તેણે કાર્યાલય બંધ કર્યું અને દક્ષિણ આફ્રિકા જવા ઊપડ્યો.

આ વખતે ગાંધીએ ચાર યુવકોને પણ સાથે લીધા હતા. તેમાં મગનલાલ ગાંધી પણ હતા. વિચારેલું કે તે કામ શોધતા હતા એટલે ત્યાં કંઈક મળી રહેશે અને નવો અનુભવ પણ મેળવી શકશે.

ફરીથી સપનાં ધૂંધળાં થવા લાગ્યાં. વસાવેલું ઘર, સુખ-ચેન, એક પ્રકારની નિશ્ચિંતતા, વગેરે બધું જ વિખેરાઈ ગયું. સત્ય કે ભગવાન સિવાય સઘળું અનિશ્ચિત છે એવા નિષ્કર્ષ ઉપર ગાંધી પહોંચ્યો.

આખે રસ્તે વિચારતો રહ્યો કે, બોઅર યુદ્ધમાં હિન્દુસ્તાનીઓની અવિસ્મરણીય સેવાઓને કારણે ચોક્કસ લાભ મળ્યો હશે. પછી શું આપત્તિ આવી ? ચેમ્બરલેન સાથે શું વાત કરવાની થશે ? જે કંઈ પણ વાત કરવાની હોય, તેના માટે ત્યાં માણસો છે જ. અવશ્ય કોઈ આપત્તિ આવી પડી હશે. શું થયું હશે ? આમ વિચારતાં-વિચારતાં રસ્તો ક્યારે અને કેવી રીતે કપાયો તેનો ખ્યાલ પણ રહ્યો નહીં.

એવું જ થયું. જેની થોડી આશંકા મુંબઈથી ડરબન સુધી પહોંચતાં મનમાં વીજળીની માફક ઝબૂકતી રહેલી. ચેમ્બરલેન કૉલોનીના મંત્રી હતા. થોડી માહિતી પણ પરસ્પર હતી. ડૉ. બૂથ, નાતાલના બિશપ હતા અને બોઅર યુદ્ધે ભારતીયોને એક નવી ઓળખ - રાષ્ટ્રભક્તિની ઓળખ - આપેલી તેના સરકાર તરફથી સાક્ષી પણ હતા. દક્ષિણ આફ્રિકા તેમની દેશભક્તિથી અભિભૂત થઈ ગયેલું. શેઠ

અબ્દુલ્લાએ ગાંધીને જણાવ્યું કે તે ડેપ્યુટેશનનું પ્રતિનિધિત્વ કરશે અને તેના માટે તેણે વિનંતીપત્ર પણ તૈયાર કરવાનો રહેશે.

જોકે, બધું જ ઊલટસૂટ થઈ ગયું. વિચારેલું કે ગોરાઓ અને તેમની સરકાર, પ્રવાસી ભારતીયોને અપનાવી લેશે, તેમને બધી સુવિધાઓ આપશે, ભેદભાવ દૂર થશે, પરંતુ એવું કંઈ જ થયું નહીં. પ્રવાસી ભારતીયોની સેવા અને બલિદાનને સરકાર આટલા ઝડપથી કેવી રીતે ભૂલી ગઈ !

આ યુદ્ધ પછી તરત જ બ્રિટિશ સરકારે તે વખતના કાયદા-કાનૂન-નિયમોની તપાસ અને ચકાસણી કરવા માટે એક સમિતિ નીમી. બ્રિટિશ નિયમોને માફક ન હોય અને મહારાણી વિક્ટોરિયાની પ્રજાના નાગરિક-અધિકારો સાથે બંધબેસતા ના હોય, એવા કયા-કયા નિયમ અને કાયદા છે, તેની તપાસ કરવાનું કાર્ય એ સમિતિએ કરવાનું હતું. તેમાં મહારાણીની પ્રજા તરીકે ફક્ત ગોરાઓનો જ સમાવેશ થયો, પ્રવાસી ભારતીયોને અલગ કરી દેવાયા.

મિ. પૉલાક અને આલ્બર્ટ વેસ્ટ સાથે વાત થઈ.

ગાંધીએ પૂછ્યું, “પ્રવાસી ભારતીયો માટે શું કોઈ સવલત નથી ?”

“ઊલટાનું તેમના અધિકારો ઉપર અંકુશ !” આલ્બર્ટ વેસ્ટ બોલ્યો.

“તેમના માટે નિયમ-કાયદાની નવી સંહિતા !” પૉલાકે કહ્યું.

“વિરોધ !” એટલું બોલીને ગાંધી મૌન થઈ ગયો.

ફક્ત નાતાલમાં અમલી બંધનોથી આઝાદી મેળવવાની નહોતી, બલકે ટ્રાન્સવાલની બેડીઓને પણ તોડવી આવશ્યક હતી. અહીં આવીને ગાંધીનું મગજ અટકી ગયેલું કે – કેવી રીતે ? પ્રવાસી ભારતીયોને કેવી રીતે ગોરાઓની બરોબરીનો અધિકાર પ્રાપ્ત થાય ? તેમણે અથાગ મહેનતથી ભેગી કરેલી પૂંજીને કેવી રીતે બચાવી શકાય ?

શેઠ અબ્દુલ્લાએ કહ્યું, “હવે તો અમારી ચારેબાજુ અંધકાર જ અંધકાર છે !”

આલ્બર્ટ વેસ્ટ કહે, “હવે પ્રકાશ સામે છે !”

“હવે ગાંધીજી જ આશાનું કિરણ છે !” આમદ જીવાએ પ્રવેશીને બેસતાં પહેલાં કહ્યું.

તે વખતે જ રંગસામી પડિયાચી, રુસ્તમજી, શેઠ આદમજી મિયાં ખાન અને સી. લક્ષ્મીરામ પણ આવી પહોંચ્યા.

પૉલાક કહેતો હતો, “હકીકત તો એ છે કે, ચેમ્બરલેન અહીં સાડા ત્રણ કરોડ પાઉન્ડ લેવા આવ્યા છે. તેમનું કામ ગોરાઓને આશ્વાસન આપવાનું છે કે કમાણી ચાલુ રહે. મને લાગતું નથી કે, પ્રવાસી ભારતીયો માટે તેઓ કંઈ કરી શકશે... જેની સરકાર તેને **જ લાભ ને !**”

"બોઅર યુદ્ધમાં ટ્રાન્સવાલ લગભગ નાશ પામ્યું હતું. ત્યાં પુનર્વસનની આવશ્યકતા પણ હતી. ભારતીયોએ જ તેને નવેસરથી ઊભું કરવામાં ખૂબ મહેનત કરી હોવા છતાં, ગોરાઓને તાત્કાલિક ધોરણે ત્યાં જઈને વસવાની અનુમતિ હતી પરંતુ પ્રવાસી ભારતીયોને નહીં !" આલ્બર્ટ વેસ્ટ બોલ્યો.

"હું વિનંતીપત્ર તૈયાર કરું છું."

"મને શંકા છે કે... !" બોલતાં બોલતાં પૉલાક અટકી ગયો.

"કઈ વાતની શંકા ?"

"ગાંધી, શું એમને મળવાની મંજૂરી તમને મળી શકશે ખરી ?"

"કેમ નહીં ?"

"ગાંધી, કદાચ તમને ખ્યાલ નથી કે તમારાં પ્રામાણિકતા, સેવાભાવના, માનવતા, પ્રેમ વગેરે એવા ગુણો છે કે જેનાથી ગોરાઓ અને તેમની સરકાર અત્યાર સુધી ફક્ત ગભરાતી જ નહોતી, પરંતુ તેમની પાસે તેનો કોઈ તોડ પણ નહોતો." આલ્બર્ટ વેસ્ટે પોતાનો કૉલર સરખો કરતાં કહ્યું.

ગાંધી મૌન રહીને મનોમન એ ગોરાઓ વિશે વિચારતો રહ્યો જે તેનો હૃદયપૂર્વક આદર કરતા હતા અને તેનાં વિચાર અને કર્મનાં અનુકરણ કરવાનો પ્રયાસ પણ કરતા હતા. તેમના મનમાં પ્રવાસી ભારતીયો પ્રત્યે ઘૃણા નથી, પણ કરુણતા અને સ્નેહ છે.

માણસ-માણસની વચ્ચે આ ઘૃણા ક્યાંથી આવી ચડે છે ? શા માટે માણસો વચ્ચે પરસ્પર ભરતી-ઓટ ઊમટ્યા કરે છે ? શું નફરત કરનારા દંભી, અભિમાની અને કૃપણ લોકો આવું કરતી વખતે સુખનો અનુભવ કરે છે ? શું તેઓ આનંદ પણ અનુભવે છે ? શું ભેદભાવ, રંગભેદ, જાતિભેદ, વગેરેથી સમાજ સુઘડ બનશે ? તેમનાં વ્યવહાર-વર્તનમાંથી શૂળ હટાવીને કેવી રીતે સ્નેહ, દયા, સહાનુભૂતિ, કરુણા, મમતા, સહિષ્ણુતા વગેરેની આનંદમય લહેર વહેતી કરી શકાય ? અગાઉ કેવું વિચારીને નફરત ભરેલા મનમાં સ્નેહ - સમર્પણ અને કરુણાનું સંગીત રેલાવ્યું હતું. પરંતુ... બધી જ કોશિશ વ્યર્થ !

"વાસ્તવમાં ગાંધી, ગોરી સરકાર ઇચ્છતી નથી કે તમે અહીં રહો." પૉલાકે જણાવ્યું.

"કેમ ભલા ! હું તો બે હૃદયોની વચ્ચે નફરત હટાવીને તેમને મેળવવાની કોશિશ કરી રહ્યો છું."

"એ જ તેમના દંભને માફક નથી આવતું !"

"હું કૉલોનીના મંત્રી ચેમ્બરલેન સાથે ખૂલીને વાત કરીશ. શું તેઓ કૉલોનીમાં સુખ-શાંતિ, આનંદ-સમૃદ્ધિ, પરસ્પર સંપ વગેરે ઇચ્છતા નથી ? જો ઇચ્છતાં હોય

તો તે માટેના પ્રયાસો કરવાને બદલે આમ નફરત અને ભેદભાવની ભાવના દઢ કરવાનો પ્રયત્ન શા માટે ? બોઅર યુદ્ધમાં પ્રવાસી-બિનપ્રવાસી, રંગભેદ, વગેરેને દૂર કરવાનો પ્રયાસ કરવામાં આવેલો. સૌને જોડવા માટેનો પ્રામાણિક પ્રયાસ કર્યો હતો. વિચારેલું કે, બોઅર યુદ્ધમાં ખાખ થયેલી ખુશી, આંતરિક સુખ-શાંતિ, વગેરેને પુનર્જીવિત કરી શકાશે અને એક અહિંસક સમાજનો પાયો નાંખી શકાશે. ખેર... !"

ગાંધીએ ઊંડો શ્વાસ ભરીને આગળ કહ્યું, "ઉમદા સમાજ, ઉમદા રાજ્યને જન્મ આપે છે. રાજ્ય એ, સમાજના સારાપણાને બહાર લાવવા માટે અને તેમને પરસ્પર એકસૂત્રે બાંધી રાખવા માટેની સુકૂન ભરેલી બક્ષિસ છે ! ...જોઉં છું કે માનવતાની શોધના માર્ગમાં ચેમ્બરલેન શું યોગદાન આપવા ઇચ્છે છે ! જો રાજ્ય અહમ્ ત્યાગે અને સમાજ નફરત ત્યાગે, તો અખંડ રાષ્ટ્ર, સુખ-શાંતિ અને ખુશહાલી સાથે રહી શકે છે." ગાંધી દરેક શબ્દને તોળી-તોળીને પોતાની વાત કહી રહ્યો હતો.

તે સમજતો હતો કે, શબ્દોનો યોગ્ય ઉપયોગ, મનની કપટરહિત માનવતા અને ત્યાગ કરવાની આંતરિક શક્તિ – દરેક સમસ્યાઓનું સમાધાન છે. નફરતને દૂર કરવા અને દબાયેલી માનવતાને જગાડવા માટે તે કેટલું બધું વેઠતો રહ્યો !

પોતાના અહમને સંતોષવા ખાતર જે હાથ તમાચા માટે ઊઠે છે એ જ હાથની દુખતી રગને પ્રેમથી પસવારવામાં આવે અને બીજા લોકો માટે કંઈક કરવાના મહાવરામાં તેને ઢાળવામાં આવે, તો એ હાથ કદી અન્યને મારવા ઊઠે નહીં.

"ચેમ્બરલેન રૂપિયા વસૂલ કરીને પછી તરત ચાલ્યા જશે. તેમનું લક્ષ્ય રૂપિયા વસૂલવાનું જ છે." પૉલાકે કહ્યું.

"તેમનું જ કેમ, દરેક વ્યક્તિનું લક્ષ્ય રૂપિયા કમાવાનું જ હોય છે – વધુમાં વધુ રૂપિયા એકઠા કરવાનું તો હોય છે !" આલ્બર્ટ વેસ્ટ બોલ્યો.

શેઠ અબ્દુલ્લાને આ વાતોમાં રસ પડતો નહોતો. તેઓ ઊભા થઈને ચાલ્યા ગયા.

"પરંતુ શા માટે, વેસ્ટ ?" ગાંધીએ પૂછ્યું.

"અશાંતિ માટે."

"પણ માણસ ઇચ્છે છે તો શાંતિ જ ને !"

"ના ગાંધી, ના. તેઓ સમાજ અને રાજ્યમાં તમારા જેવાને ફાવવા દેવા માગતા નથી હોતા એટલે જ તેમના મતે તમે, સમાજ અને રાજ્યના દુશ્મન છો."

"તો પછી ઈસુ ?" ગાંધીએ સવાલ ઉઠાવ્યો.

"ઈસાઈઓને વધારવાનો માર્ગ !"

"એટલે ?"

"ગાંધી એકવાર આ વિસ્તારનો મહત્તમ્ ભાગ ખ્રિસ્તી થઈ જાય તો પછી તેઓ નિશ્ચિંત બની જાય."

"કેમ ?"

"કેમ કે, પછી તેમનો વિરોધ થશે નહીં. ધર્મ એવી લાઠી છે, જે તૂટતી નથી !"

"ના, પૉલાક, હું આ વાતમાં સંમત નથી. બોઅર યુદ્ધ શું ખ્રિસ્તીઓનું ખ્રિસ્તી સામેનું યુદ્ધ નહોતું ? તેનું શું પરિણામ મળ્યું ? શહેર વેરાન બન્યું, માણસો ભયભીત થયા, ઘૃણા ફેલાઈ, પ્રેમ નષ્ટ થયો, દૃષ્ટિ ગુમાવી, અંધારું ગાઢ થયું, ધનદોલત, વિકાસ, સમૃદ્ધિ તો આગની લપેટમાં બળીને ખાખ થઈ ગઈ. જોકે, સૌથી વધુ નુકસાન તો માણસાઈને થયું. તે દર્પણની માફક ખંડિત થઈ. હવે તેને એ કાચનો દરેક ટુકડો ઘૂરતો જાય છે અને એ ભયની પ્રતીતિ કરાવે છે ! ભય યુદ્ધનો જનક છે અને એ જ માનવતાનો દુશ્મન પણ છે. ભયમુક્ત વ્યક્તિ, સમાજ અને રાજ્ય જ માનવતાનું સારું પરિણામ છે, આ ધરતી પરનું સ્વર્ગ છે અને સુખ-શાંતિ અને આનંદનું પર્વ છે. પર્વ, ભયમુક્તિનું પ્રતીક છે અને માનવતાનું પુષ્પ-ફળ છે." ગાંધી અચાનક અટકી ગયો.

"સારાપણું કોને ગમે છે, ગાંધી ! સૌને પૈસા જોઈએ – પછી તે વ્યક્તિ હોય કે રાજ્ય, અમીર હોય કે ગરીબ ! સૌની ચાહત પૈસા છે, ભલેને પછી તે ગમે તે રીતે મળે ! પણ પૈસા મળે બસ ! ચેમ્બરલેનને યુદ્ધની વિભીષિકામાં હોમાઈ ગયેલા જગત સાથે કોઈ સંબંધ નથી. તેને તો કમ સે કમ સાડા ત્રણ કરોડ પાઉન્ડ જોઈએ છે.

મને લાગે છે કે પૈસા માટેની આંધળી ચાહત, આપણાં સુખ-શાંતિને ગ્રસી જાય છે. એ જ માણસને પણ જડ બનાવે છે - વસ્તુ - નિર્જીવ વસ્તુ ! સંવેદનહીન વસ્તુ ! દરેક વસ્તુની બજાર હોય છે, બજારમાં રાખેલી દરેક વસ્તુની કિંમત હોય છે. ત્યાં લખ્યું હોય છે કે - વેચેલો માલ પાછો લેવામાં આવશે નહીં." પૉલાકનો પત્રકાર જીવ અને જીવન સાથે જોડાયેલા સંસ્કાર બોલી ઊઠ્યા.

"હવે મારે મુખ્ય કામની વાત ઉપર આવવું જોઈએ." ગાંધીએ ચર્ચા સમેટતાં કહ્યું. તે આગળ બોલ્યો, "વિનંતીપત્ર તૈયાર કરું. તેમાં આપને કંઈ કહેવું હોય તો... "

"ના, અમારે કંઈ કહેવાનું નથી. અમને ન્યાય જોઈએ છે – જીવવાનો અધિકાર જોઈએ છે - શાંતિથી રહેવાનું સુકૂન જોઈએ છે - ભયથી મુક્તિ જોઈએ છે !" સૌએ એક-એક વાત કહી દીધી.

"દરેક માણસને આ જ બધું જોઈએ ભાઈ, તોપણ તેની આ ચાહત પૂરી નથી થતી !"

પૉલાકે સૌ ઉપર પ્રશ્નાર્થ નજર નાંખી. સૌને મૌન જોઈને આગળ કહ્યું, "આ બધી ઉપરછલ્લી વાતો છે, તક મળતાં જ સૌ માલેતુજાર બનવા માગે છે. એકવાર

અમીરીનો કેફ ચડ્યો કે પછી કોઈ પણ માણસ, સામ-દામ-દંડ-ભેદ વડે એ અમીરીને ચમકાવ્યા કરે છે! માનવતાને, સિદ્ધાંતોને, પોતાના - પારકાને, બધું જ ભૂલીને તે એ દિશામાં જ આગળ ધપવા માગે છે."

"આ જ આપણી નબળાઈ છે... આપણા બધાની નબળાઈ છે. કોઈ તેને અંદરથી ત્યજવા માટે તૈયાર નથી... માફ કરજો ગાંધી, તમે સૌને જે અનુભવ કરાવવા માગો છો, તેના માટે અંદરથી કોઈ તૈયાર નથી." આલ્બર્ટ વેસ્ટે કહ્યું.

"કંઈ વાંધો નહીં, વેસ્ટ! સૂરજ એ લોકો માટે પણ ઊગે છે અને પ્રકાશ વહેંચે છે, જેમને દેખાતું નથી. મને એવો અનુભવ થયો છે કે દેખતા લોકો અંધજન કરતાં વધુ પડે છે અને ઈજા પામે છે, કેમ કે દેખતા હોવાને કારણે તેઓ સંભાળીને ચાલતા નથી. દુર્ઘટનાનું મૂળ કારણ અસાવધાની છે... આપણે નિરાશ થવું જોઈએ નહીં, આશા ભગવાનની એવી અદ્દભુત ભેટ છે કે વ્યક્તિ ધીમે-ધીમે સંતોષના શરણે પહોંચીને બધી વિપદાઓમાંથી બચી નીકળે છે! ...આપણે બીજાને જોઈને નહીં, પોતાને જોઈને આગળ વધવું જોઈએ.

આપણા દેશમાં ગંગા છે, જેમાં ગટરનું પાણી પણ ભળે છે, પરંતુ તે એના ગંદા પાણીને પોતાના જેવું પવિત્ર બનાવી લે છે. અને તે ગંદું પાણી પણ ગંગાજળ બનીને સન્માનીય બને છે. આપણું ધ્યાન એમાં હોવું જોઈએ. બીજાની ગંદકીને મનમાં ભરીને તેને નફરત કરવામાં કે ઉપેક્ષા કરવામાં ધ્યાન રાખવું જોઈએ નહીં.

ખેર! વાતો ઘણી બધી છે, જીવન નાનકડું છે. જીવનની એક હદ છે, વાતોની કોઈ હદ નથી. એટલે જ આપણે સૌ કાલે બપોરે અહીં એકઠાં થઈશું. હું વિનંતીપત્ર સંભળાવીશ. પછી આપ સૌનું મંતવ્ય લઈશ. તે પછી બધાના વતી તે કૉલોનીના મંત્રી ચેમ્બરલેનની સામે વાંચી સંભળાવવામાં આવશે."

"એવી શી જરૂર છે? આપ જે વિનંતીપત્ર તૈયાર કરશો, તે દરેક દષ્ટિકોણથી સંપૂર્ણ હશે." સી. લક્ષ્મીરામ બોલ્યા.

"ના, ભાઈ, આ પ્રતિનિધિત્વનો પહેલો સિદ્ધાંત છે કે, તે એ સૌ લોકોને અવશ્ય સંભળાવવામાં આવે, જેમનું તેના દ્વારા પ્રતિનિધિત્વ કરવામાં આવ્યું હોય."

ગાંધીએ આ સાથે ગોષ્ઠી સંપન્ન કરી. ત્યાં સુધીમાં વિનંતીપત્ર માટેના ઘણા મુદ્દાઓ તેનાં મનમાં ઊભરી આવેલા, જેને એક શોધનો ભાગ માની શકાય. બધા ચાલવા માંડ્યા. ગાંધી પોતાના ઓરડામાં પાછો આવ્યો.

૨૭

"ગાંધી કોણ છે ?" અમલદારનો ધારદાર અવાજ વાતાવરણમાં પડઘાતો રહ્યો.

તૈયબશેઠે તેના અવાજની કડપને ધ્યાને ન લેતાં થોડું અટકીને કહ્યું, "બૅરિસ્ટર !"

"અહીં શા માટે આવ્યો છે ?"

"અમે તેમને બોલાવ્યા છે."

"પરંતુ શા માટે ?" તે અમલદારનો અવાજ વધુ કઠોર અને કડક બન્યો.

"તેઓ અમારા સલાહકાર છે."

"તો પછી અમે અને એશિયાવાસીઓ માટે ખોલવામાં આવેલો આવડો મોટો વિભાગ શેના માટે છે ?"

"તે પોતાની જગ્યાએ છે, સર. ગાંધીજી અમને સમજે છે. અમારી ભાષા સમજે છે. અમે તેમની સાથે ઘર-પરિવારની માફક બેસીને વાતો કરી શકીએ છીએ."

"તે તમને લોકોને ગેરમાર્ગે દોરી શકે છે !"

"કોઈના મનને તો જાણી શકાતું નથી, સર ! તોપણ અમને, સૌ હિન્દુસ્તાનીઓને તેમના ઉપર પોતાની જાત કરતાં પણ વધારે ભરોસો છે."

"અને અમારા ઉપર નથી, એમ જ ને ?" અમલદારે કંઈક મોં બગાડીને કહ્યું.

"ના, સાહેબ એવી વાત નથી."

"તો શું વાત છે ?"

"આપ ઠર્યા અમલદાર ! અમલદાર - અમલદાર હોય છે, મોટા માણસ."

"તો તમે લોકો એની સલાહ મુજબ કામ કરશો ?"

"હસ્તાક્ષર તો આપ જ કરશો, સર !" તૈયબશેઠ અવાજમાં મીઠાશ ઉમેરીને બોલ્યા.

"અને દખલગીરી એ કરશે ?"

"ક્યારેય નહીં, સાહેબ. તેઓ અમારી વાત આપ સુધી પહોંચાડશે, સર !"

"આઇ અંડરસ્ટેન્ડ યોર પોઈન્ટ – સિમ્પલી હી ઇઝ અ બ્રોકર (હું તમારી વાત સમજી ગયો – તે એક મામૂલી વચેટિયો છે) !"

"ધીસ પરસન ઇઝ અનઅર્થલી (તે અલૌકિક છે) !" પ્રસિદ્ધ વકીલ ડૉ. બીચ બોલ્યા.

"હું તેને મળવા માગું છું, તૈયબશેઠ. બોલ, ક્યારે મેળવીશ ?"

"ક્યાં સર ?"

"અહીં જ ઑફિસમાં. લગભગ આ જ સમયે."

"કાલે આ જ સમયે."

"ઓ.કે. !"

તૈયબશેઠ ચાલ્યા ગયા. સ્પિનિજે ડૉ. બીચને ખુરશી ઉપર બેસવાનો ઇશારો કર્યો. સ્પિનિજ, કોલંબોથી આવેલો અને આયરલેન્ડનો નિવાસી હતો. આ સમયે તેની નજર સામે સ્ફિન્ક્સ દેખાતી હતી. સ્ફિન્ક્સ – પથ્થરની એ મૂર્તિ જે મિસર (ઇજિપ્ત)માં છે અને જેમાં સિંહના ધડ ઉપર યુવતીની મુખાકૃતિ છે.

તેણે પૂછ્યું, "તેના વિશે કંઈ સાંભળ્યું કે કંઈ વાંચ્યું છે ? શું તે કોઈ પૌરાણિક કથાનું પાત્ર છે, ડૉ. બીચ ?"

"ડોન્ટ ટ્રાય ટુ અન્ડરપ્લે (તેને કમ સમજતા નહીં). હકીકતે તે કોઈ ચર્ચના મિનારા જેવો છે !" ડૉ. બીચ બોલ્યા.

"હી ઇઝ અ સ્પાઈડર (એ કરોળિયો છે) ! મને આવા લોકો સાથે નીપટતાં આવડે છે, મિ. બીચ. સ્પિન્સ્ટર (મોટી ઉંમરની અપરિણીત સ્ત્રી) અને સંતની પગથી ઉપર ચાલનારા યુવાનોની કરોડરજ્જુ ઉપર હથોડો મારો તો તે સીધા દોર થઈ જાય છે." સ્પિનિજે આમ કહીને પોતાની મોટી, ચમકદાર આંખોને વધુ પડતી પહોળી કરવાનો નિષ્ફળ પ્રયાસ કર્યો.

"હું રજા લઈશ."

"કૉફી થઈ જાય !"

"નો, મિસ્ટર સ્પિનિજ ! આ મારો કૉફી પીવાનો સમય નથી, સૉરી. આપણે હવે અંતિમ તિથિની પ્રતીક્ષા કરવી જોઈએ નહીં." ડૉ. બીચે કહ્યું.

"હું ભૂતકાળની નહીં, વર્તમાનની વાત કરી રહ્યો છું."

"લો તમારો વર્તમાન, ભૂતકાળ બની ગયો ને ! સમય સતત બધું જ ગળતો જાય છે ! શું નદી, શું પર્વત, શું આપણો યશ ? અનશ્વર રાજમહેલો, યુનાનનાં સુંદર શહેરો, લાજવાબ વાતોની અમીટ લેજન્ડ કથાઓ (દંતકથાઓ), લૅવન્ડર (સુગંધી પુષ્પ)વાળા બાગ અને સર્વસ્વને સમય ઓહિયાં કરી જાય છે."

"તમે કવિ છો કે શું ?" ડૉ. સ્પિનિજે પૂછ્યું.

"ના. હું કવિતાનું ખૂન કરનારો માણસ છું ! હકીકતમાં કવિતા, ભોળા, ભલા

અને શરીફ માણસને બ્લૅકમેલ કરે છે. હું માનું છું કે જેને મુસલમાન શરીયત (કુરાનની આજ્ઞા) કહે છે, એ જ પ્રમાણે અન્ય ધર્મના લોકો પરમેશ્વર, ગૉડ વગેરે સાથે સંબંધ જોડીને માણસને ડરપોક બનાવી રાખવાની કોશિશ કરીને તેનું શોષણ કરે છે. સો આઇ ડોન્ટ રાઇટ વર્સ... હું કવિતા લખતો નથી... જેમ કે, પરોપકારી, દયાળુ, વગેરે... મનુષ્યને ગેરમાર્ગે દોરે છે. એટલા માટે ! ...ખેર, ગાંધીને અવશ્ય મળવા માગું છું." ડૉ. બીચ બોલ્યા અને તેમણે બેસવાની દિશા બદલીને પોતાની હેટ ઉપાડીને બીજી તરફ રાખી.

પછી પૂછ્યું, "જો એ નહીં આવે તો ?"

"તો પછી બ્રિટિશ સરકારે મને કોલંબોથી અહીં શા માટે મોકલ્યો છે ? અને એશિયાવાસીઓ માટે એક નવા વિભાગની સ્થાપના શેના માટે કરી છે ? તે દરેક એશિયને અહીં આવવું જ પડશે કે જેને ટ્રાન્સવાલ માટે પરવાનો લેવો હોય અને તેમના શુભેચ્છક માર્ગદર્શકે પણ આવવું જ પડશે !" સ્પિનિજ ક્યારેક મોટા અને ક્યારેક ધીમા અવાજે બોલ્યો.

ડૉ. બીચ ઊભા થયા અને બહાર ચાલ્યા ગયા.

તેમના ગયા પછી સ્પિનિજ ખડખડાટ હસવા માંડ્યો અને મનોમન બોલ્યો, "પાગલ ! આ કહેવત – 'ભગવાનને ત્યાં દેર છે, પરંતુ અંધેર નથી' કે પછી 'ઉપરવાળો આપે છે ત્યારે અઢળક આપે છે' – બીજા કોઈને લાગુ પડે છે કે નહીં, ખબર નથી, પરંતુ મારા ઉપર તો બરોબર ફીટ થાય છે." હાસ્યની સાથે ખિસ્સા ઉપર હાથ થપથપાવીને તેણે ગણગણવા માંડ્યું,

"કેવો ખોલ્યો છે વિભાગ અને કેવો બનાવ્યો છે અમલદાર ! અહીં નિરંતર થયા કરે છે, રૂપિયાનો વરસાદ અને જમણી હથેળી પર આવ્યા કરે છે ખંજવાળ ! વાહ, વાહ કમાલ છે."

તે વખતે પટાવાળો આવ્યો અને એક ચબરખી આપી ગયો.

ચબરખી ઉપર લખ્યું હતું – 'મોહનદાસ કરમચંદ ગાંધી તમને મળવાની પ્રતીક્ષામાં બહાર ઊભા છે – તૈયબશેઠ.'

સ્પિનિજે પોતાના ઓરડામાં એક નજર નાંખી અને પટાવાળાને ત્યાંથી ખુરશી ઉપાડી લેવાનું કહ્યું. પછી વિચાર્યું, "રાહ જોવા દો, શેતાનને ! થોડા-ઘણા તણાવમાં આવવા દો જેથી તેનું અહમ્ થોડું ઘવાય અને તેને અમલદારના ઠાઠમાઠનો પણ ખ્યાલ આવે."

"સાહેબ, હું જાઉં ?"

"ભલે." જેવો પટાવાળો ચાલવા માંડ્યો કે તેણે કહ્યું, "બહાર કોઈ ગાંધી અને

તેની સાથે તૈયબશેઠ ઊભો હશે, તેમને અંદર મોકલજે." એટલું કહીને સ્પિનિજે એક મોટી ફાઈલ લીધી અને તે વાંચવા મંડ્યો. સામે રાખેલા કાગળ ઉપર કંઈક નોંધ પણ લખવા માંડ્યો. ડોક નીચી કરીને ફાઇલમાં તલ્લીન હોવાનું નાટક ગંભીરતાથી કરવા લાગ્યો.

"મે આઇ કમ ઇન, સર ?"

જવાબ આપ્યા વિના સ્પિનિજે માથું વધુ ફાઈલમાં ઘાલ્યું. ગાંધી શાંત ઊભો રહ્યો. તૈયબશેઠે પહેલા કરતાં મોટા અવાજે કહ્યું, "શું અમે અંદર આવી જઈએ, સર ?" થોડી વાર રોકાઈને પૂછ્યું, "આપ કોઈ જરૂરી કામમાં રોકાયેલા હો તો પછી આવીએ ?"

સ્પિનિજે જાણે કંઈ સાંભળ્યું જ ન હોય એમ પોતાના કાર્યમાં રત રહેવાનો ડોળ કર્યો.

તૈયબશેઠે ધીમેથી કહ્યું, "તો ચાલો ગાંધીજી, પછી ક્યારેક આવીશું."

"પછીનું પછી જોઈશું. અત્યારે તો સાહેબનો માણસ કહીને ગયો ને કે... !"

"હા, કે સાહેબ બોલાવે છે."

"તો પછી એમને મળીને જ જવું ઉચિત ગણાય. યાદ રાખજો તૈયબશેઠ, ઘોડાની પાછળ અને સાહેબની આગળ કદી ચલાય નહીં !"

"કેવો સાહેબ ! એક નંબરનો લાંચિયો છે." તૈયબશેઠ ધીમેથી બોલ્યા.

ગાંધીએ ધીમેથી ખોંખારીને તૈયબશેઠને ચુપ રહેવાનો ઇશારો કર્યો.

સ્પિનિજે માથું ઉપર કરીને જોયું અને પૂછ્યું, "ક્યારના ઊભા છો ?"

"હમણાં થોડા સમયથી. સાહેબ, આ છે અમારા સલાહકાર બૅરિસ્ટર મિ. ગાંધી."

"કુલી બૅરિસ્ટર ને શેઠ ?"

"તમને જે યોગ્ય લાગે તે સંબોધન કરી શકો છો, મિ. સ્પિનિજ. હું ગાંધી છું – એમ. કે. ગાંધી. મને તૈયબશેઠે જણાવેલું કે તમે મને મળવા માગો છો." ગાંધીએ નમ્રતાપૂર્વક કહ્યું.

"તારું અહીં આવવાનું કારણ ?"

"તમે બોલાવ્યો છે."

"કેમ ! હું શા માટે બોલાવું ?"

"તે મને ખબર નથી, મિ. સ્પિનિજ !"

"મારો કહેવાનો મતલબ છે કે હિન્દુસ્તાન છોડીને અહીં આવવાની તારે શું જરૂર પડી ?"

"મારા હિન્દુસ્તાની મિત્રોએ મને સલાહ-સૂચન કરવા માટે અહીં બોલાવ્યો છે."

"અને તું દોડી આવ્યો ?"

ગાંધી મૌન રહ્યો. વ્યર્થ વાદવિવાદ કરીને શું ફાયદો ?

"ખેર, એ તો તારી મરજીની વાત છે, પરંતુ એ તો જણાવ કે અહીં આવવાનું કષ્ટ કેમ ઉઠાવ્યું ?"

"તમે બોલાવ્યો હતો એટલા સારુ."

"તને ખબર છે કે અહીં આવવા માટે પરવાનો લેવો પડે છે ? પરવાના વિના અહીં આવવાનો કોઈને અધિકાર નથી."

"ખિસ્સું ગરમ કરીને પણ નહીં !" તૈયબશેઠ પોતાની જાતને રોકી શક્યા નહીં.

"શેઠ, જીભને કાબૂમાં રાખ."

"તૈયબશેઠ, સાહેબની સામે બોલાય નહીં. તેઓ સરકારના સેવક અને તેમના વફાદાર હોય છે. ચાલો, સૉરી કહી દો."

"સૉરી સાહેબ !" તૈયબશેઠે મોં બગાડીને ધીમેથી કહ્યું.

"ઓ.કે, ઓ.કે." કહીને ગાંધી તરફ ખુરશી ફેરવીને પૂછ્યું, "હા, તો હું એમ પૂછતો હતો ગાંધી, કે તું કુલી બૅરિસ્ટર હોવા છતાં પણ તેં કાયદો તોડ્યો ! આની સજા જાણે છે ?"

"લો, આ રહ્યો."

"આ શું છે ?"

"સર, પરવાનો !"

"કોણે આપ્યો ?"

"આપની સરકારે, સર !"

"ભૂલ પણ થઈ હોય !" સ્પિનિજે મોં બગાડીને કહ્યું, "છળકપટ પણ હોઈ શકે !"

"તેની પરખ કરવા માટે આપ છો ને, સર !"

"તું સાહેબને તેની ફરજ બતાડવાની ગુસ્તાખી કરે છે !"

"સૉરી સર, મારો ઇરાદો તમને ઠેસ પહોંચાડવાનો નહોતો."

"ધેટ્સ ઓલ ! ગાંધી તને અહીંનો નિવાસી માનવામાં આવશે નહીં."

"સર, આ પરવાનો !"

"અમે પણ સરકારમાં જ છીએ. ભૂલ સુધારી શકાય છે !"

"મને મિ. ચેમ્બરલેન... !"

"નો મિ. ચેમ્બરલેન. માનનીય કૉલોની મંત્રી મિ. ચેમ્બરલેન એમ બોલ !"

"સૉરી સર ! માનનીય કૉલોની મંત્રી મિ. ચેમ્બરલેન, નાઉ આઇ એમ કરેક્ટ, સર ?" ગાંધી ધીરજપૂર્વક બોલ્યો.

"તું કેટલી વાર સૉરી બોલીશ ?"

"જેટલી વાર ભૂલ કરીશ એટલી વાર, સર !"

"તો તું કાન ખોલીને સાંભળી લે, તું માનનીય કૉલોની મંત્રીને મળી શકીશ નહીં."

"ફક્ત મારા હિન્દુસ્તાની ભાઈઓની વાત રજૂ કરવા માટે, સર !"

"તો પછી હું અને આ મહેકમ શેના માટે છે ? ગાંધી, ડોન્ટ વેસ્ટ માય ટાઇમ. નાઉ યુ મે ગો." સ્પિનિજનો ઘાંટો ઓરડાની બહાર સુધી ગયો.

"પ્લીઝ, અમને મોકો આપો."

"તું એમને ડરબનમાં મળી ચૂક્યો છે, ગાંધી. એક જ વ્યક્તિને વારંવાર મળવાનો મોકો શા માટે ? એ જ દલીલો ! એની એ જ જૂની વાતો ! તેમનો સમય ખૂબ કીમતી છે... અમારી એ જોવાની ફરજ છે કે તેમની એક-એક ક્ષણનો યોગ્ય ઉપયોગ થાય... હવે તું જઈ શકે છે ગાંધી !"

ગાંધીની સાથે તૈયબશેઠ પણ ચાલવા માંડ્યા તો સ્પિનિજ બોલ્યા, "તું રોકા, શેઠ !"

ગાંધી નીકળી ગયો. સ્પિનિજ બબડતો રહ્યો. પછી તૈયબશેઠ સામે જોઈને બોલ્યો,

"તેં આ દલાલને કેમ આટલો ખર્ચ કરીને અહીં બોલાવ્યો છે ?"

"ગાંધીજી અમારા શુભચિંતક છે."

"ખર્ચ કરશે તો અમે ગાંધી કરતાં વધારે શુભચિંતક સાબિત થઈશું !"

"અમે કદી ખર્ચવામાં પાછળ પડ્યા નથી, પરંતુ... !" કહીને તૈયબશેઠ અટક્યા.

"પરંતુ શું શેઠ ?"

"અમારા આખા સમાજની જ્વલંત સમસ્યા છે." તૈયબશેઠ બોલ્યા.

"તું તારી વાત કર, શેઠ. આખા સમાજની ચિંતાનો બોજ પીઠ ઉપર બાંધીને નદી પાર કરીશ તો વચ્ચે કોઈ વમળમાં ફસાઈને ડૂબી જઈશ ! તું વેપારી છે. અમને પણ રૂપિયા વહેંચ અને અમારો હિતેચ્છુ પણ બની રહે." સ્પિનિજે તૈયબશેઠના દિલની વાત જાણવા કહ્યું.

તૈયબશેઠ ચુપચાપ ઊભા રહ્યા. અંદરથી તો એમનું હૃદય ઊકળતું હતું. મનોમન વિચારતા હતા, "સાલો, ગોરી ચામડીવાળો લાંચિયો ! એક નંબરનો પાજી-બદમાશ ! "

બોઅર યુદ્ધમાં ગિરમીટિયાઓ સાથે જોડાઈને હિન્દુસ્તાની વેપારી જૂથને અવશ્યપણે એ સમજાઈ ગયેલું કે, તે સમાજ જ તેમના જૂથનું રક્ષા-કવચ છે. તે

પોતાના જીવની પરવા કર્યા વિના એમના માટે શત્રુની સામે ચીનની દીવાલ માફક ઊભો રહે તેમ છે. સંગઠનમાં ખૂબ શક્તિ છે.

"શું વિચારે છે, શેઠ ?" પછી મોટા અવાજે પટાવાળાને કહ્યું, "ઓ કાળા ધર્મની વાંકી ઓલાદ, શેઠ માટે ખુરશી લાવ."

ખુરશી આવી ગઈ. સ્પિનિજે કહ્યું, "બેસ શેઠ, કમર સીધી કરી લે... પાણી-બાણી લઈશ ?"

"ના."

"ચા-બા ચાલશે ?"

"ના, આભાર."

"કામની વાત શરૂ કરીએ."

"જી, સર !"

"તારા કેટલા માણસો છે, જેમને ટ્રાન્સવાલ માટે પરવાનો જોઈએ છે ?"

"એટલે ?"

"તું સોદો કર - વેપારી છે, વેપારી જેવી વાત કર ! તારી વાત થ્રી નોટ થ્રી ગોળીથી પણ વધારે ઊંડી અસર કરશે. તારી તતૂડી વાગવા લાગશે !"

"મારે શું કરવાનું રહેશે ?" તૈયબશેઠે સ્પિનિજનાં કપટી મનનો તાગ મેળવવા પૂછ્યું.

"એ જ જે એક વેપારી બીજા વેપારી સાથે કરે છે, શેઠ ! દરેક વેપારીની પહેલી નજર પોતાના ફાયદા ઉપર રહે છે, બીજું બધું ત્યાર પછી આવે છે. દલાલ તો અહીં પણ બની જ ગયા છે. વરસાદ આવે એટલે દેડકા તો આપોઆપ છાતી ફુલાવા માંડે એના જેવો ઘાટ છે.

તું એક આબરૂદાર વેપારી છે. તારો સારો એવો કારોબાર ચાલી રહ્યો છે. તોપણ, ઘણાં એશિયાવાસીઓ દલાલના ચક્કરમાં જ લૂંટ્યા કરે છે. તારી અને મારી વચ્ચે સીધી વાત, નક્કી વાત. અડધા પૈસા અગાઉથી અને અડધા કામ પત્યા પછી. કામ ન થાય તો અગાઉના અડધા પૈસા પરત."

"પરંતુ અમારી મુશ્કેલી બીજી છે."

"તું એમ માને છે કે એ મુશ્કેલી ગાંધી હલ કરી શકશે ? કદી નહીં. ભ્રમમાં ન રહે. ગાંધી એ ઉકેલી શકે તે વાત તો બહુ દૂરની છે, તે તો માનનીય કૉલોની મંત્રીને મળી પણ શકશે નહીં. એ ઉપરથી થયેલો આદેશ છે... તું પ્રવર્તમાન મુશ્કેલીનો તોડ કરવા માગે તો કર, નહીં તો દલાલો પાસે તારા ભાઈઓનાં માથાં વધેર અથવા એમને ઈદની ઉજવણી કરાવ – જેવી તારી મરજી." થોડો સમય વિચારીને સ્પિનિજે આગળ કહ્યું,

"ક્યાંક તારા મનમાં એ ખતરનાક કીડો તો સળવળવા માંડ્યો નથી ને, જેને 'પ્રામાણિક્તા' કહે છે! જો એવું હોય તો જરા તારા ભૂતકાળને ફંફોસી જો. પ્રામાણિક્તા ફકીરીનું બીજું નામ છે. વેપારનો ધર્મ એક જ છે – નફો. સત્તાનો વેપાર હોય કે વેપારીનો વેપાર હોય – બંને ગરીબ અને લાચાર જનતાને જ નીચોવે છે.

તેલ તલમાંથી નીકળે છે. તલ ઉગાડનારો કે તેની હેરફેર કરનારો મજૂર, એમાંથી કોઈ નફો કમાતું નથી. નફો કમાય છે, તલનો જથ્થાબંધ વેપારી કે જે તેમાંથી તલ કાઢીને મન પડે તે ભાવે લોકોને વેચે છે. વેપાર હાથચાલાકીનો ધંધો છે. આ બધું તને સંક્ષિપ્તમાં એટલા માટે સમજાવ્યું કે જેથી તું તારા આત્માને ઢંઢોળીને આત્મઘાતના માર્ગે જતાં પહેલાં સો વાર વિચારી લે... બાકી તારી મરજી!

એક વાત બરોબર સમજી લે કે, ગાંધી તમને ડુબાડીને જ ચેન મેળવશે. બોઅર યુદ્ધ પછી તમને લોકોને કંઈ ન મળ્યું. ઊલટાનો કાનૂનનો ગાળિયો વધુ મજબૂત થયો. આગળ ઉપર પણ... ખેર, આગળ તારું ભલું-બૂરું તારે વિચારવાનું છે... લાખ કોશિશ ભલે કરી લો, પરંતુ ગાંધી તમારા લોકોનો પ્રતિનિધિ બનીને માનનીય કૉલોની મંત્રીને મળી શકશે નહીં, તે સ્પિનિજનો દાવો છે."

"સલામ, સરકાર!" તૈયબશેઠે આ વખતે સંબોધન બદલાવી નાંખ્યું અને અંધારામાં પ્રકાશનાં કિરણને શોધતાં, ચુપચાપ ઊભા થઈને બહાર નીકળી ગયા.

૨૮

ગાંધી થોડી વાર સુધી બહાર ઊભો રહીને તૈયબશેઠની રાહ જોતો રહ્યો. પછી તે પોતાના મિત્રને ત્યાં ચાલ્યો ગયો. મિત્રનું સરનામું એક કાગળ ઉપર લખીને તે પટાવાળાને આપતો ગયો અને સમજાવ્યું કે તૈયબશેઠ બહાર નીકળે ત્યારે એમને કાગળ આપી દે. ક્યારેક-ક્યારેક અજાણતાં ભૂલ થઈ જાય છે.

તેનો મિત્ર ગોરો હતો. પતિ-પત્ની બંને વેપાર સંભાળતાં હતાં. ઘરમાં છ નોકર હતા. એક આયા હતી, તે છોકરાંવ સંભાળતી હતી. તે બધાં ગાંધીને ઓળખતાં હતાં. તેમણે બેઠકખંડ ખોલી આપ્યો. ગાંધીએ ફોન મારફત પોતાના વેપારી મિત્રને જાણ કરવાનું વિચાર્યું, પરંતુ જણાવ્યું નહીં. મન ફરી ગયું. તે આરામખુરશી ઉપર પગ પસરાવીને બેઠો. રસોઇયો આવ્યો, પરંતુ પોતે બ્રાઉન અને મિસિસ બ્રાઉનની રાહ જુએ છે એમ કહીને તેને પાછો મોકલ્યો.

તે આખો પરિવાર પૂરેપૂરો શાકાહારી બની ગયો હતો. તેને ઉમેદ હતી કે આટલાં વર્ષો પછી આવવા છતાં પણ તે શાકાહારી જ હશે. તેણે ત્યાં ઘણાં પરિવારોને શાકાહારી બનવામાં મદદ કરી હતી અને કેટલાંક અધકચરાં પણ શાકાહારી બન્યાં હતાં. ત્યાંના થિયોસૉફિકલ સોસાયટીવાળાં લોકો શાકાહાર તરફ વળેલાં પણ ખરાં. શાકાહારી ભોજનનું મહત્ત્વ સમજાવતાં ઘણાં પુસ્તકો પણ તેણે લંડનથી મંગાવીને એ લોકોને આપેલાં. જેવા કે, સાલ્ટ લિખિત 'પ્લી ફોર વૅજિટેરિયનિઝ્મ', પત્રિકા 'વૅજિટેરિયન'.

એ પત્રિકામાં ગાંધીએ નવ લેખ લખ્યા હતા. એ જ કારણે લંડનની શાકાહારી સંસ્થાએ ગાંધીને તેમનો કારોબારી સભ્ય બનાવ્યો હતો. એવી જ એક વધુ સંસ્થા બનેલી જેનું નામ હતું – 'અંજુમન ઇસ્લામિયા'. જોકે, આ સંસ્થાના કેન્દ્રમાં તો રાજનૈતિક અને સામાજિક ચર્ચા-વિચારણા રહેતી હતી, પરંતુ સાથે ક્યારેક-ક્યારેક શાકાહાર વિશે ચર્ચા પણ થતી રહેતી.

અચાનક ગાંધીનું ધ્યાન બ્રાઉન અને કૉલોનીના મંત્રી ચેમ્બરલેનની તસવીર ઉપર અટકી ગયું. શું તે એમને બીજી વાર મળી શકશે નહીં?

* * *

પહેલીવાર ગાંધી જ્યારે કૉલોનીના મંત્રી ચેમ્બરલેનને મળેલો, ત્યારે તેમણે તેને આદરપૂર્વક બેસાડીને કહેલું,

"મિ. ગાંધી, બોઅર યુદ્ધમાં તમારાં નેતૃત્વ હેઠળ પૂરી પાડવામાં આવેલી સેવાઓને બ્રિટિશ સરકાર કાયમ યાદ રાખશે."

"આભાર મિસ્ટર ચેમ્બરલેન, છેવટે આ પાવન ભૂમિ અને સરકાર પ્રતિ અમારી પણ કોઈ ફરજ બને છે! આ અમારું કર્તવ્ય હતું."

"આભાર મિ. ગાંધી, તમારા આવા ઉમદા વિચારો માટે." ચેમ્બરલેને કહેલું.

"પરંતુ હવે શું, મિ. ચેમ્બરલેન...!"

"હવે કંઈ નહીં, મિ. ગાંધી. નો સાહેબ!" ચેમ્બરલેન વચ્ચે જ બોલી પડેલા.

"પરંતુ એ સેવા માટે સજા કેમ?" ગાંધીએ ધીમે-ધીમે વિચારીને કહ્યું.

"તમારાથી ક્યાં કઈ છુપાયેલું છે, મિ. ગાંધી? આ લાંબા યુદ્ધમાં બ્રિટિશ ખજાનામાંથી કેટલો બધો ખર્ચ થયો!"

"તો શું એશિયાવાસીઓને ઘરમાંથી બેઘર કરીને તેની ભરપાઈ કરવામાં આવશે?"

"યુ નો મિ. ગાંધી, પૉલિટિક્સ! એવરી વેર ઇઝ પૉલિટિક્સ... ધીરજ રાખો મિ. ગાંધી. આ સમય ઉશ્કેરાટનો નથી. બધું સરખું થઈ જશે. અમારે જ કંઈક કરવું પડશે."

"હા, તમારા ઉપર જ ભરોસો છે."

"એ ભરોસો જાળવી રાખજો અને તમારા લોકોને પણ સમજાવજો. બધું સરખું થઈ જશે."

"પરંતુ કેવી રીતે. મિ. ચેમ્બરલેન?"

"મારી પાસે જાદુઈ છડી નથી, મિ. ગાંધી! પરંતુ મારો અનુભવ કહે છે કે અત્યારે એશિયન લોકો સાથે જે થઈ રહ્યું છે તે સાવ અયોગ્ય છે. મને થોડો સમય જોઈએ છે. છેવટે મારી પણ જવાબદારી છે. હું હાથ ઉપર હાથ ધરીને બેસી નહીં રહું. પ્લીઝ કીપ પેશન્સ (મહેરબાની કરીને ધીરજ ધરી રાખો). મારી આ વાતને તમે તમારા લોકો સુધી પહોંચાડો. આઇ થિંક, મિ. ગાંધી, યુ આર અ પેટ્રિઆર્ક (વડા). તમે મને સમજો અને તમારા માણસોને સમજાવો. તેઓ તમારી વાત સાંભળશે અને માનશે પણ ખરાં." ચેમ્બરલેન ગંભીર મુખમુદ્રા

સાથે બોલતા હતા અને તેમના એક-એક શબ્દ હૃદયમાંથી ઉચ્ચારતા હોય એવું લાગતું હતું.

ગાંધીએ કહ્યું, "વનના મધપૂડા ઉપર પથ્થર ફેંકીને પછી કોઈ એને શાંત પાડી શકે નહીં, મિ. ચેમ્બરલેન ! પરંતુ... "

"તમે તેમના તરફથી પ્રતિનિધિત્વ કરો. તમારી તકલીફો, મુશ્કેલીઓ લખો. મારા માટે તે અગત્યની હશે. હું સરકાર સામે તે પ્રૉબ્લેમ્સ રજૂ કરીશ. મારા અહેવાલમાં પણ હું તેનો ઉલ્લેખ કરીશ. આઇ હોપ, યુ વિલ ડુ ઇટ."

* * *

ઓહ ! એ જ ચેમ્બરલેન હવે ગાંધીને સમય આપવા માંગતા નથી. વ્હોટ અ ફન ! આ શું મજાક છે ? ગાંધીનું માથું ચકરાવા માંડ્યું. ગાંધીએ ફરી એકવાર બ્રાઉન સાથેના ચેમ્બરલેનના ચિત્ર સામે ધ્યાનપૂર્વક જોયું.

ચેમ્બરલેનનો ચહેરો લાંબો હતો, ગાલ ફૂલેલા. દેહ એકવડિયો હતો. નાક લાંબું અને થોડું પાતળું હતું. તેના હોઠ પારદર્શી હતા. તેના ચહેરા-મહોરા ઉપરથી એવું ક્યાંય લાગતું નહોતું કે તે ચાલાક કે કાટ હોઈ શકે. તે ખાસ લોકોના સમુદાયનું પ્રતિનિધિત્વ કરતો હતો. રીતભાતનું ખાસ ધ્યાન રાખતો હતો. એણે જ કહ્યું ને કે પ્રતિનિધિત્વ કરો. તે એક પ્રતિષ્ઠિત વ્યક્તિ છે. કમ ટુ ધ પોઇન્ટ. રિક્વેસ્ટ ઇઝ ધ વે. હવે તે એનાથી દૂર ભાગે છે, પરંતુ શા માટે ?

કેમ તેની સાથે આવો આંતરકલહ થાય છે ? ક્યારેક-ક્યારેક કોણ એની અંદરથી કહે છે કે શટ ધ ડોર્સ એન્ડ વિન્ડોઝ (બારી-બારણાં બંધ કર) ! તેને સૂર્યપ્રકાશ નથી જોઈતો. તેને જોઈએ છે અંધકાર, ગાઢ અંધકાર ! કોઈ થ્રિલ (રોમાંચ) નહીં. કાશ, તે અત્યારે શાવર નીચે ઊભો રહીને નહાઈ શકત ! તો જ્યાં સુધી તેનું શરીર ધ્રૂજવા ન માંડે ત્યાં સુધી તે નહાતો રહેત.

માણસોમાં મોટા ભાગે એવા લોકો કેમ છે કે જે બીજા લોકોની મુશ્કેલીનો પૂરેપૂરો ફાયદો ઉઠાવવા માગે છે ? તેના ઉપર અદશ્ય પથ્થરો, તીરનો અને ગોળીઓનો વરસાદ કેમ વરસવા માંડે છે, જેનાથી તેનો દેહ લોહીલુહાણ નથી થતો, પરંતુ જેનાથી તેને ભીતરમાં ઊંડી ઈજા પહોંચે છે, જેને તે કોઈને દેખાડી શકતો નથી !

એ જ વખતે મિસિસ બ્રાઉન પ્રવેશ્યાં. ગાંધી ચોંકીને વિચારોમાંથી બહાર આવતાં બોલ્યો,

"આપ !"

"હા, હું ગાંધી. મિ. બ્રાઉનને જાણ થઈ કે તમે... !"

તેણે અટકીને પૂછ્યું, "ચા કે કૉફી પીધી ?"

"ના."

"લેશો ?"

"ના."

"મેં કોઈ-કોઈ વાર કહ્યું છે ગાંધી, કે તમે પોતાની જાતને સંભાળો. તમે વલ્નરેબિલિટી (અસુરક્ષિતતા - જેને સરળતાથી આઘાત પહોંચાડી શકાય)નું પાત્ર બનીને ક્યાં સુધી ચાની પત્તીની જેમ અંદર-અંદર ઊકળતાં રહેશો ?... વલ્નરેબલ પરસન (અસુરક્ષિત માણસ) થવાનો અભ્યાસ કરવો તે કંઈ સારી વાત નથી."

"આજે તમને કોઈ મળ્યું નથી લાગતું કે જેને તમારી શિખામણનો શિકાર બનાવો, મિસિસ બ્રાઉન !"

"તો પછી ગાંધી, તમારી ટેવ બદલાવો ! માઇસેલ્ફ ઇઝ મિલ્ફોઈલ - નોટ મિસિસ બ્રાઉન. કેન યુ સે... મિસ્ટર મિલ્ફોઈલ ? ...કોલ હિમ... છે હિંમત ?"

"એક પ્રકારનો છોડ છે ને મિલ્ફોઈલ... બરાબર ને ?"

"આ મારાં મધર-ફાધરે પાડેલું નામ છે. મેં આજ સુધી ક્યારેય તે છોડ જોયો નથી અને જોવાની ઇચ્છા પણ નથી, કેમ કે . . ."

"યુ આર ઓલ્સો મિલ્ફોઈલ !"

"યુ કેન સે ! યુ હેવ ટુ સે. આઇ લાઇક ટુ લિસન ધિસ વર્ડ."

"મિલ્ફોઈલ !"

"હા ગાંધી, એ જ મારી ઓળખ છે, મારું વ્યક્તિત્વ છે. માઈ રેકગ્નાઇઝેશન, માઈ પર્સનાલિટી. . . યુ નો ગાંધી, અબાઉટ પૅરિવિન્કલ ?"

"નો, મિલ્ફોઈલ !"

"ઇટ ઇઝ અ એવરગ્રીન ટ્રેલિંગ (લટકતો) પ્લાન્ટ... એક પ્રકારની બારમાસી વેલ !

એકદમ મસ્ત ! મેં એ વેલ જોઈ છે, ગાંધી. મારા માટે એ જ મિલ્ફોઈલ છે... મારી ઓળખ, એક કાલ્પનિક ઓળખ ! દરેક માણસ ઇચ્છે છે કે તેના નામથી તેની ઓળખ ઊભી થાય. મારાં મધર-ફાધરે ખૂબ સમજી-વિચારીને મારું નામ મિલ્ફોઈલ રાખ્યું.

તમારું નામ એમ. કે. ગાંધી છે, પરંતુ તમને કોઈ 'મિસ્ટર કસ્તુરબા' સંબોધશે નહીં અને તમને પણ કોઈ એ રીતે બોલાવે તે ગમશે નહીં. તમારા આખા નામમાંથી જેમ કે ફક્ત 'ગાંધી'એ તમને અલગ ઓળખ આપી છે. નાઉ યુ આર ઓન્લી 'ગાંધી' - નથિંગ એલ્સ એક્સેપ્ટ ગાંધી. આ બાબત જ આત્મબોધ કરાવે છે કે તમે ક્યાં છો... વેર આર યુ ?" મિલ્ફોઈલે પોતાનું ભાષણ પૂરું કરતાં કહ્યું,

"પરંતુ બ્રાઉનને આ વાતો સમજાતી નથી, કારણ કે તે પુરુષ છે અને તે

પોતાનામાં જ જીવે છે, તેના સ્ત્રી-પક્ષમાં જીવતો નથી! જીવન બે પૈડાંથી ચાલે છે, એકથી નહીં."

"તમે બરોબર કહો છો, મિલ્ફોઈલ!"

"તો પછી આ વાત ઉપર કૉફી પીવાનું પસંદ કરશો કે ટી? ફર્સ્ટ ચોઇસ તમારી. મારી પાસે ઑરિજિનલ કૉફી છે, જેને ખાંડી-પીસીને વાપરીશ અને ઑરિજિનલ ગ્રીન ટી પણ છે."

"જે તમને પસંદ હોય તે." આટલી વારમાં ગાંધી સહજ બની ગયેલો.

"તો કૉફી... હું કપડાં બદલાવીને આજે જાતે કૉફી બનાવીશ. રસોઇયો ફક્ત તે ખાંડશે અને પીસશે!" કહીને મિલ્ફોઈલ અંદર જતી રહી.

* * *

તે અંદર ગઈને જ તૈયબશેઠ, આમદ જીવા, સી. લક્ષ્મીરામ, પીલે વગેરે પણ ત્યાં આવી પહોંચ્યા. બધા ચિંતાતુર હતા.

"કેમ તમારું મોં વિલાયેલું છે?" ગાંધીએ બેસતાં પૂછ્યું.

"વાત જ એવી છે, ગાંધીજી!"

"શું વાત છે, જરા હું પણ સાંભળું!" ગાંધીએ સૌના ચહેરા ઉપર છવાયેલી ઉદાસીને વાંચવાનો પ્રયાસ કરતાં કહ્યું. "બોલો ને, તૈયબશેઠ!"

"તે સ્પિનિજ અમલદાર છે!"

"હા, છે. તો શું?"

"એક નંબરનો બદમાશ છે."

"તો?"

"તે તમને ચેમ્બરલેન સાથે મુલાકાત કરવા નહીં દે." તૈયબશેઠ બોલ્યા.

"તો શું થયું? આપણામાંથી કોઈ બીજું મળી લેશે. આપણે તો આપણું આવેદન તેમને સંભળાવવું છે અને તે તેમને સોંપવું છે. કામ તો ફક્ત આટલું જ છે ને! ભાઈઓ, તેમાં ચિંતા શું?"

"અમારા પ્રતિનિધિને મળવાથી કેમ રોકવામાં આવે છે?"

"તો એનાથી શો ફેર પડે છે?"

"આ આપણી આબરૂનો સવાલ છે."

"ક્યારેય નહીં, તૈયબશેઠ!"

"કેમ નહીં?"

"કેમ કે આબરૂ એ પ્લેટમાં પીરસવાની વસ્તુ નથી." ગાંધીએ બોલવાનું ચાલુ રાખ્યું, "અને ન તો કાચ જેવી વસ્તુ છે, કે જે પથ્થર વાગતાં જ તૂટી જાય! આબરૂ

આપણું ઈમાન છે. ઈમાન જ સ્વમાન છે. એ જ આપણા જીવવાનો ઉદ્દેશ છે. શું આનાથી આપણી આબરૂ એટલે કે આપણા ઈમાન ઉપર ઘા થયો છે ?"

"કેમ નથી થયો ?"

"થયો છે, સામે પડેલી માખીને ગળી શકાતી નથી !"

"રાઈનો પહાડ બનાવો નહીં. આપણે આપણા કામથી કામ રાખવું જોઈએ. રોટલાથી કામ કે ટપટપથી ! આપણો ઉદ્દેશ એટલો જ છે કે આવેદન સરકાર સુધી પહોંચે. મેં આવેદન તૈયાર કર્યું છે, તેને રજૂ કોઈ પણ કરે, એનાથી શો ફેર પડે છે ?"

"પડે છે, ગાંધીભાઈ, ફેર પડે છે. તે આપે તૈયાર કર્યું છે. તેની બારીકીઓ અને મહત્ત્વને તમારા સિવાય બીજું કોઈ સમજી શકે નહીં. માનો કે કૉલોની મંત્રીએ કોઈ પ્રશ્ન પૂછી લીધો અને રજૂ કરનાર તેનો જવાબ આપી ન શકે, તો બધું કર્યુંકારવ્યું પાણીમાં !"

"એવું કંઈ નહીં થાય, લક્ષ્મીરામ !"

"તો પછી તેઓ તમને કેમ આવેદન રજૂ કરવા જવા દેતા નથી ?"

"એ તેમનો દૃષ્ટિકોણ છે."

"ના, આ તેમની ચાલ છે, જેથી આપણી ભાવના, આપણી મુશ્કેલી અને આપણું નિવેદન, કચરા-ટોપલીમાં નાંખી દેવાય !" આમદ જીવા બોલતા જતા હતા, "ગાંધીજી, અમને સમજાતું નથી કે તેમને તમારી સામે શું વાંધો છે અને શા માટે છે ? શા માટે તેઓ અમારા પ્રતિનિધિને મળતાં રોકવા ઇચ્છે છે ? છેવટે દર વખતે તેઓ અમારાં સન્માનને કેમ ઠેસ પહોંચાડે છે ? ના, અમને લોકોને આ ગમતું નથી. તમારું આ અપમાન, આપણા સમસ્ત સમાજનું અપમાન છે !"

એ જ વખતે સન યાત સન પ્રવેશ્યા. સૌને નમસ્કાર કરીને તેમણે કહ્યું,

"ગાંધીભાઈ, તે પ્રસ્તાવ, આવેદન કે રિપ્રેઝન્ટેશન, ફક્ત દક્ષિણ આફ્રિકામાં રહેતાં માત્ર હિન્દુસ્તાનીઓ માટે જ લાગુ પડતું નથી, બલકે સંપૂર્ણ એશિયા માટે છે. તેમાં ચીન, લંકા, મલેશિયા વગેરે દેશો પણ સામેલ છે. આ ગોરાઓએ ખૂબ ચાલાકીપૂર્વક તેમના માટે અલગ વિભાગ ખોલી રાખ્યો છે અને હવે આ નવો વિભાગ ફક્ત એશિયાવાસીઓને નાહિંમત કરવા અને તેમને ભગાડવા માટે ખોલ્યો છે. મને જેવી ખબર પડી કે તમે આવેદન દેવા જઈ રહ્યા છો, કે મારું માથું ચકરાયું... ! મહેરબાની કરીને તેમાં સમગ્ર એશિયાને સ્થાન આપો."

"ચિંતા ન કરો, સન યાત સન, આપણો એ ડ્રાફ્ટ સમસ્ત એશિયાવાસીઓને અનુલક્ષીને જ તૈયાર કર્યો છે."

"હવે મુખ્ય મુશ્કેલી એ છે કે, ચેમ્બરલેનને મળવા માટે ગાંધીજીને જવા દેવાતા નથી."

"તો, તો આપણે કંઈ ને કંઈ કરવું જ પડશે."

"આપણે શું કરી શકીએ ?" ગાંધીએ કહ્યું, "સમજદારીપૂર્વક કામ લો. કોઈના કાનમાં રૂ નાખેલું નથી. સૌએ સાંભળ્યું જ છે ને ! એકવાર જે કહેવાયું હોય, તે કદી મિટાવી શકાય નહીં."

"જો ડેપ્યુટેશન જ લઈ જઈએ નહીં તો ?"

"તો ન લઈ જાઓ. તેમને એનાથી શું ફેર પડવાનો ? નહીં જવાથી એમ માનવામાં આવશે કે જે થઈ રહ્યું છે, તેમાં આપણું સમર્થન છે. આપણને તેમના રાજ્યમાં કોઈ મુશ્કેલી નથી. ચેમ્બરલેન જે લક્ષ્ય લઈને આવેલા તે પૂરું થઈ ગયું છે. તેમણે દિવસ-રાત એક કરીને કામ કર્યું છે. ડરબનથી કેપટાઉનનું અગિયારસો માઈલનું અંતર છે અને તેના પણ અનેક ખંડ છે. હવે તેઓ બને તેટલા ઝડપથી જવાની તૈયારી કરશે.

આપણી પાસે જ્યૉર્જ ગૉડફ્રે છે, તે હિન્દુસ્તાની બૅરિસ્ટર છે. તેઓ સમજુ અને શાંતિપ્રેમી માણસ છે. મારું માનવું છે કે તેમને આ ડેપ્યુટેશનના વડા બનાવીને આ વિનંતીપત્ર સરકાર સુધી પહોંચાડી દઈએ. બ્રિટિશ સંસદ બહેરી નથી. તેમાં પણ એકથી એક ચડિયાતા અને માનવતાવાદી સંસદસભ્યો છે. તેમાંના અમુક સુધી મારો સીધો 'ઍપ્રોચ' પણ છે. આપણે પલાયનવાદી થવું યોગ્ય નથી. તમે લોકો જઈને મિ. જ્યૉર્જ ગૉડફ્રેને મળો અને તેમને આખી પરિસ્થિતિ સમજાવો. તેમની સામે વિનંતીપત્ર રજૂ કરો અને કહો કે ગાંધીનો તેમને ખાસ અનુરોધ અને આગ્રહ છે."

"શું તે બરોબર ગણાય ?"

"કંઈ હાંસલ કરવા માગતા હો, પોતાના સ્વમાનને જાળવવા માગતા હો અને તેમને તેમની ભૂલની પ્રતીતિ કરાવવા માગતા હો તો આવા અપમાનના ઘૂંટ પીવાની ટેવ પાડો, જેથી આપણી માનસિકતાને આઘાત ન પહોંચે અને આપણે સૌ સાચી દિશામાં આગળ વધતા જઈએ."

અંતે ગાંધીએ કહ્યું, "મેં નિશ્ચય કરી લીધો છે કે હું આ લડતનો મહત્ત્વનો હિસ્સો બનીને એક વર્ષ સુધી આ લડત ચાલુ રાખીશ અને નાતાલને બદલે અહીં રહીશ જેથી મારી ગતિવિધિઓની ઝડપ વધારતો જાઉં અને સરકારની પ્રતિક્રિયા પણ પારખતો જાઉં... આ ગાંધી, મિત્રો, છેવટ લગી તમારી સાથે છે."

"ભલે." પરાસ્ત અવાજ ધીમેથી ઊઠ્યો અને પાણીના પરપોટાની જેમ ફૂટી ગયો.

ગાંધીએ કહ્યું, "હારેલા મન સાથે લડતનો પ્રારંભ કરવાને બદલે બહેતર છે કે આપણે દક્ષિણ આફ્રિકા છોડીને પોતપોતાના દેશમાં પાછા ફરીએ. ગોરી સરકાર

સારી રીતે જાણી ગઈ છે કે આપણે પોતપોતાના દેશમાં પાછા જવા માગતા નથી. એનાથી સ્પષ્ટ થાય છે કે, અહીં રહેવું તે આપણી લાચારી નથી, બલકે આપણો સ્વાર્થ છે, તેમાં આપણો ફાયદો છે. તો પછી તે આપણને અહીંથી ભગાડે કેમ નહીં ? તેમની સરકાર પણ ઇચ્છતી નથી કે ફાયદાનો એક ભાગ આપણે લઈ શકીએ !"

સૌની બોલતી બંધ ! કોઈ પણ પોતાના દેશમાં પાછા જવા માગતા નહોતા. સૌ પોતાના અસ્તિત્વને ત્યાંની માટી સાથે જોડી રાખવા ઈચ્છતા હતા અને દરેક બાબતમાં ગોરાઓની બરાબરી કરવા પણ માગતા હતા. આ લડત પાછળ પોતપોતાનો સ્વાર્થ હતો. કોઈ સોનાનાં ઈંડાં આપતી મરઘીને છોડવા માગતા નહોતા. છેવટે સૌ ત્યાંથી નીકળ્યા.

* * *

તે બધા ગયા પછી મિલ્લીઈલ ટ્રે લઈને આવી. કંઈ બોલી નહીં. ટ્રે એક તરફ મૂકી દીધી.

"ખાલી ટ્રે !" ગાંધીએ ટ્રેને જોઈને કહ્યું.

"હું ભૂલી જ ગયેલી, તમારા બધાની ચર્ચા સાંભળીને. કેટલી વાર વિચાર્યું કે શું કરું ! શું બધા માટે કૉફી બનાવું કે. . . ! હું એ જ અવઢવમાં હતી કે તમારી ચર્ચાએ મારું ધ્યાન તમારી તરફ ખેંચ્યું. મુશ્કેલી જ મુશ્કેલી ! જ્યાં જુઓ ત્યાં મુસીબત ! થોડી વાર માટે તો મને લાગ્યું કે અમે બધાએ મળીને જ મુશ્કેલીઓની પેદાશ વધારવા પ્રતિ જ ધ્યાન આપ્યું છે. ત્યાં સુધી કે અમારાં સંતાનો પણ મુસીબતની ઊપજ છે. પરંતુ શા માટે, ગાંધી ?"

"કાયમ મુસીબત વહેંચવાનું કાર્ય, ઉપરીઓના કુશળ નેતૃત્વમાં જ થયું છે અને નવાઈની વાત તો એ છે કે, આ બધું મુશ્કેલીઓ દૂર કરવાના નામે થયું છે ! સામ-સામે બેસીને પણ પરસ્પર એવો જ ચાલાકીભર્યો પ્રયાસ રહ્યો છે કે, મુશ્કેલીઓ ઘટે નહીં, બલકે વધે." ગાંધીએ વિચારતાં કહ્યું.

"પરંતુ શા માટે ?"

"કારણ કે, સત્તાને ટકાવી રાખવાનો આ એક સરળ માર્ગ છે કે માણસ મરે પણ નહીં અને જીવતો રહે, તે પણ માત્ર કહેવા ખાતર !"

"ખરેખર એવું થવું જોઈતું'તું કે રાજ્ય ધીમે-ધીમે પાછળ હટતું જાય અને સમાજ આગળ આવતો જાય, તો કદાચ મુશ્કેલીઓ ઘટી જાત."

"પરંતુ આવું થઈ શક્યું નહીં, કારણ કે રાજ્યે સમાજને પાછળ ધકેલવાનું કાર્ય કર્યું ! જેમ કે, પ્રજાને વહેંચી દીધી... પછી તે ધર્મનાં નામે હોય કે રંગના નામે કે જાતિ અને વર્ગના નામે હોય ! પછી પોતાનામાં શક્તિ કેન્દ્રિત કરતું ગયું. હકીકતે

શક્તિનું વિકેન્દ્રીકરણ થવું જોઈતું હતું, પરંતુ ઊંધું થયું. લોકશાહીના વિકાસના નામે જનતાની શક્તિ, સત્તાના હાથમાં જવા લાગી. તેનું પરિણામ સામે છે - આજે થયેલી ચર્ચા. સૌમાં આક્રોશ ઊભરાઈ રહ્યો છે." ગાંધીનો અવાજ સ્થિર અને ગંભીર હતો તથા મુખમુદ્રા તટસ્થ હતી.

"કૉફી !" રસોઇયાએ પ્રવેશીને કહ્યું.

"કૉફી તો તમે બનાવવાના હતા ને, મિલ્ફોઈલ !" ગાંધીથી બોલાઈ ગયું.

"પરંતુ આ ચર્ચાએ !... ખેર હવે ડાઇનિંગ ટેબલ તરફ જઈએ કે અહીં જ ?"

"તમને ક્યાં ફાવશે ?"

"મરજી તમારી."

"તો ચાલો." ગાંધી જાણતો હતો કે ગોરા લોકો મૅનર્સને ખાસ પ્રાધાન્ય આપે છે.

"આ બધું શું છે, ગાંધી ?"

"શું, મિલ્ફોઈલ ! લડવાની નવી નવી પદ્ધતિઓ શોધવી કે માણસ દ્વારા માણસનું શોષણ, અપમાન... મિથ્યાભિમાન ! બીજાની સંપત્તિને લૂંટવાની સાથે સિમ્પથી, ઉદારતા, દયા વગેરેનો નિરંતર દેખાડો ! વૉટ ટાઇપ ઑફ સચ હાર્મની (આ કયા પ્રકારની સંવાદિતા છે) ! બધું જ હેઝી (ધૂંધળું)... કૃત્રિમ." મિલ્ફોઈલ વચ્ચે જ પૂછી બેઠી,

"બ્લૅક કૉફી કે મિલ્ક પણ ? ...સુગર ચાલશે... એક ચમચી કે... ?"

"નો સુગર, નો મિલ્ક."

"અમારી જેમ ! ...કડવાશ પસંદ તો છે ને, ગાંધી ?"

"જો સફોકેશન (ગૂંગળામણ)થી બચવું હોય તો ક્યારેક-ક્યારેક... આઇ થિંક, ઇટ ઇઝ અ સમ્પ્ચૂઅસ (અતિ ઉત્તમ) ! ત્યાં જુઓ, સનફ્લાવર (સૂરજમુખી) કેટલું વળી ગયું છે."

ગાંધીએ ટ્રેડિશનલ સિચ્યુએશન કરતાં હટીને સાર્થક સિચ્યુએશન સર્જી, જેથી કંટાળો દૂર થાય અને ઊર્જાયુક્ત માહોલ થઈ શકે. પછી તો માત્ર કૉફીની ચૂસકીનો અવાજ, મનોજગતમાં જાણે કે કોઈ કાલ્પનિક નવયૌવનાના ધીમા અને મસ્તી ભરેલા ગીતનો આભાસ દેતો હતો !

મિલ્ફોઈલ ડિસન્ટ ગેટઅપમાં હતી અને સારા ટ્યુનિંગ સાથે ઇમ્પ્રેસ કરી રહેલી. સદાબહાર દેખાવથી સાંવેદિક સ્પર્શ આપતી તેની આંતર-કૃતિ, કાયમ તેની મિતભાષી પ્રકૃતિને ચાર ચાંદ લગાવતી હતી. મૌન આંખોથી તે જેટલું કંઈ કહી જતી હતી, તેટલું કોઈ ઉમદા સંગીત દ્વારા પણ વ્યક્ત થઈ શકે નહીં ! અહીં આવીને ગાંધીને માત્ર નિરાંત અને રાહતની અનુભૂતિ થતી હતી.

નીરવતા ! મૌન સૂરજમુખી જાણે કે ડૂબતા સૂર્યને અલવિદા કહેવાની તૈયારીમાં એકાગ્ર, અંતર્મુખી અને સ્થિર સરોવર જેવું પારદર્શી બનેલું હતું. મિલ્ફોઈલ અત્યંત સંવેદનશીલ હતી. ફળદ્રુપ કલ્પનાઓમાં ક્યાંય દૂર જતી રહેતી. કેટલે દૂર અને કઈ બાજુ, તેનું તેને પોતાને પણ ભાન રહેતું નહીં. કલ્પનામાંથી પાછી ફરીને કહેતી કે, આ નાનકડી દુનિયા કેમ મખમલી સપનાંઓની સાક્ષી બની શકતી નથી ? ક્યારથી પોતાનાં સપનાંઓની સાથે અન્યાય કર્યે જાય છે ! તે વખતે એ અંતરંગ અવાજને સાંભળનારું તેના સિવાય બીજું કોઈ નહોતું.

કેટલો સમય, કોઈ મૌન નદીની માફક વહી ગયો, કોઈ અજ્ઞાતની ખબર આપતો, તેનો કોઈને ખ્યાલ આવ્યો નહીં !

છેવટે ગાંધી ઊભો થયો. તેણે પણ રોક્યો નહીં. બ્રાઉન આવી શક્યો નહોતો. તેની શાંત સરોવર જેવી આંખોએ હોઠની રતાશમાં ડૂબીને મૌન વિદાય આપી.

ગાંધી એકલા રસ્તા ઉપર, વણસાંભળ્યા સ્વરો સાથે શિથિલ પગલે પાછો ફર્યો !

૨૯

હવે ગાંધી જોહાનિસબર્ગમાં આવી ગયો. સ્કૉચ કુમારિકા મિસ ડિક તેના માટે શોર્ટહેન્ડ અને ટાઇપ કરવાનું કાર્ય આનંદપૂર્વક કરી રહેલી - કાળા માણસ સાથે ગોરી યુવતી કામ કરતી હતી અને તે પણ ખૂબ ગર્વ સાથે !

તેણે કહેલું, "ચામડી કાળી ચાલશે, પરંતુ કાળું મન નહીં, ગાંધી !"

ગજબનો જવાબ હતો. માનવતા કોઈ વાડાબંધીની દાસી નથી. સાપ્તાહિક અખબાર 'ઇન્ડિયન ઓપિનિયન'ને શરૂ થયાના થોડા સમયમાં જ લોકોનું દિલ જીતી લીધેલું. મનસુખલાલ તેનો તંત્રી હતો. અગ્રલેખ તેનો જ આવતો હતો. તેમ છતાં ગાંધી તેના ખૂણે-ખૂણે જોવા મળતો હતો ! તે હિન્દી, ગુજરાતી, તામિલ અને અંગ્રેજી ભાષામાં નીકળતું હતું, પરંતુ ગાંધીને લાગ્યું કે હિન્દી અને તામિલની આવૃત્તિ ચાલુ રાખવાનો કોઈ લાભ નથી એટલે તે વિભાગો બંધ કરી દીધા.

તે શરૂ કરતી વખતે ગાંધીને ખબર નહોતી કે છાપું કાઢવું તે ખોટનો ધંધો સાબિત થશે. જોકે, તેને કારણે બહોળા પ્રમાણમાં લોકસંપર્ક શક્ય બન્યો. માણસને કેવા-કેવા બખેડા સૂઝી શકે, તે માટેના કોઈ ધારાધોરણો હોતાં નથી !

દક્ષિણ આફ્રિકામાં જેવી રીતે ગોરાઓ માટે હિન્દુસ્તાનીઓ અને એશિયાવાસીઓ અસ્પૃશ્ય હતા અને તે સૌને 'કુલી' વિશેષણથી સંબોધવામાં આવતા હતા, એવા જ તેમના માટે યહૂદીઓ પણ હતા. તેમને રહેવા માટે પણ અલગ સ્થળ આપવામાં આવેલાં, જે ઉપેક્ષિત અને ગંદી જગ્યા હતી. જ્યાં રસ્તા કે લાઇટની પણ કોઈ વ્યવસ્થા નહોતી. આ કારણસર ત્યાં મહામારી ફેલાઈ. ડરબનમાં જઈને વેસ્ટ, 'ઇન્ડિયન ઓપિનિયન' સંભાળતો હતો. છાપું ખોટમાં જતું હતું. વેસ્ટના આવવાથી ગાંધી નાતાલ જવા નીકળી ગયો.

ગાંધીને સ્ટેશને મૂકવા પૉલાક ગયેલો. ત્યાં તેણે રસ્તામાં વાંચવા માટે ગાંધીને રસ્કિનનું પુસ્તક 'અન ટુ ધિસ લાસ્ટ' આપ્યું. એ પુસ્તકે જાદુઈ કમાલ કર્યો. તેણે ગાંધીના જીવનને ઊંડે સુધી હલબલાવી નાંખ્યું. તેની વિચારસરણી અને કરણી-કથનીમાં આશ્ચર્યજનક પરિવર્તન આવ્યું.

ગાંધીને તે પુસ્તક દ્વારા સમજાયું કે બધાની ભલાઈમાં જ પોતાની ભલાઈ નિહિત છે. બીજું એ કે વકીલ અને વાળંદ, બંનેનું મહેનતાણું સમાન હોવું જોઈએ. અને ત્રીજું એ કે મજૂર અને ખેડૂતનું જીવન જ સાચું જીવન છે. પહોંચતાવેંત જ ગાંધીએ વેસ્ટને વાત કરી.

વેસ્ટે પૂછ્યું, "ગાંધી, તમે આ બધું શું વિચારવા માંડ્યા છો! હવે આપણે ગામડામાં જઈએ અને તે પણ જાતે વસાવેલા ગામમાં? અને ત્યાંથી જ 'ઇન્ડિયન ઓપિનિયન' બહાર પાડીએ! આ તમને શું થયું છે?"

"એ જ કે જે તમને પણ થવાનું છે! એકવાર તમે રસ્કિનનું 'અન ટુ ધીસ લાસ્ટ' વાંચી જાવ. પછી તમે મને એવો કોઈ સવાલ નહીં પૂછો કે જે ચોંકાવનારો હોય." ગાંધીએ તે પુસ્તક તેને ધરતાં કહ્યું,

"વેસ્ટ, આંખ ઊઘડે ત્યારે સવાર ગણાય! ...આપણે પ્રતિનિધિત્વ કરીને શું સાબિત કરી શકીશું? કદાચ કંઈ જ નહીં. આ પુસ્તકને એકવાર વાંચી લો, પછી તમે મારી સામે આમ અચરજપૂર્વક નહીં જુઓ. આપણે કાલે વાત કરીશું."

કાલ આટલી ઝડપથી આવી જશે તેવી ખબર ગાંધીને કે વેસ્ટને કોઈને નહોતી. વેસ્ટ તે પુસ્તક વાંચીને ઝડપથી ગાંધીને મળવા માટે ઉત્સુક થઈ ગયો. પુસ્તક જ એવું ગજબનું છે કે, જે કોઈ પણ તેને વાંચે, તે પુસ્તકની સાથે વહી જવા માટે લલચાઈ જાય!

"ગુડ મોર્નિંગ, ગાંધી!"

"વેરી ગુડ મોર્નિંગ વેસ્ટ. બોલો, પેલું પુસ્તક વાંચ્યું?" ગાંધીએ પૂછ્યું.

"હા, ગાંધી, વાંચ્યું અને તેની જ અસર છે કે હું અંધારામાં જ ટહેલતાં તમને મળવા દોડી આવ્યો છું! એમાં કોઈ શંકાને સ્થાન નથી કે, આપણે આનાથી એક નવા જીવનનો પ્રારંભ કરી શકીએ છીએ. હું તો નાનપણથી જ વિલાયતના એક પરગણાના નાનકડાં લાઉથ નામનાં ગામડામાં ખેડૂત પરિવારમાં ઊછર્યો અને મોટો થયો છું. સામાન્ય શાળામાં પ્રારંભિક શિક્ષણ પ્રાપ્ત કર્યું છે. પછીથી અનુભવ વડે તેમાં થોડો-ઘણો ઉમેરો થયો છે."

"તો ગામડામાં જઈએ?"

"કયા ગામમાં?"

"વર્તમાનપત્રોમાં જાહેરાત આપીએ કે અમને ડરબનની પાસે વીસ એકર જમીન સાત દિવસમાં જોઈએ છે."

"પછી?"

"ત્યાં જઈને રહીશું - એક બધી રીતે નવું અને એવું સ્વાવલંબી ગામ બનાવીશું કે જ્યાં ભેદભાવનું નામોનિશાન ન હોય!"

"શું આટલું ઝડપથી આ બધું થઈ જશે, ગાંધી ?" વેસ્ટે પોતાની શંકા દર્શાવી.

"વેસ્ટ, તમે તો માટી સાથે જોડાયેલા માણસ છો. હું તો વાણિયાનો દીકરો છું, તોપણ ખેતીના અનુભવ સાથે જોડાયેલો ન હોવા છતાં પણ હું તૈયાર છું. મારાં મનમાં કોઈ શંકા નથી. ઇરાદો પાક્કો છે. . . આ ગોરી સરકારે એશિયાવાસીઓને કુલી વસતીના અંધકારમય અભાવો અને નારકીય વાતાવરણમાં જીવવા-મરવા માટે ધકેલી દીધા છે, પરંતુ આપણે... !" બોલતાં-બોલતાં ગાંધી અટકી ગયો.

વેસ્ટ બોલ્યો, "એક સર્વથા નવા સમાજની સ્થાપના કરીશું. એમ કહોને કે જીવવાનાં સપનાં વાવીશું, માનવતાની ખેતી કરીશું અને હળી-મળીને, સંપીને સાથે રહીશું, ખભાથી ખભો મિલાવીને !"

"વેસ્ટ, તો કામ શરૂ કરી દઈએ ?" કંઈક વિચારીને ગાંધીએ આગળ કહ્યું,

"આ કાર્ય કપરું છે, મુશ્કેલીઓથી ભરેલું છે, ઉજ્જડ ભૂમિને ખેડવા લાયક બનાવવાનું છે. ચાંદની રાતના સહારે ચાલવાનું છે ! રોકાવાનું-થાકવાનું નથી, નિરંતર લાગેલા રહેવાનું છે. બોલો, શું કહો છો ?"

વેસ્ટે કહ્યું, "હું એક પાશ્ચાત્ય ખેડૂતના દીકરાનું ગીત ગણગણું ?"

"શા માટે નહીં વેસ્ટ ! ચોક્કસ."

"ખેડૂત આખી દુનિયામાંથી ગમે ત્યાંનો હોય, ધરતી તેની માતા છે અને આકાશ તેના પિતા. અભાવ તેની થાપણ છે અને દુઃખ તેનો આનંદ ! એક સાક્ષર ખેડૂત પગદંડી ઉપર એકલો નીકળી પડ્યો છે. રસ્તામાં તેને એક શહેરી યુવક મળે છે, જે લહેરાતી ફસલને જોઈ-જોઈને ગાંડો બને છે ! તે અંતરને આનંદથી સભર કરતા કહે છે, ખેડૂતભાઈ, શું તમે આ ચમત્કારનું રહસ્ય જણાવશો ? શું તમે મને તમારો સાથી બનાવવાનું પસંદ કરશો ?"

"ના, શહેરી યુવાન, તમે સાથ આપી શકશો નહીં."

"કેમ ભલા !"

"શું તમે બીજ બનવા માગશો ? પોતે અંધકારમાં દટાઈને જગતને અજવાળાની મહેક અને લહેરાતું જીવન, નિઃસંકોચપણે આપીને આનંદ પામી શકશો ?"

"હું કંઈ સમજ્યો નહીં !"

"યુવાન મિત્ર, તેને સમજવાની કોઈ જરૂર પણ નથી. ન સમજવું જ તમારા હિતમાં છે."

"પરંતુ કેમ, ખેડૂતભાઈ ?"

"જ્યારે અમારાં અંધારાં અને અજવાળાંને લઈને અમે અજાણી દિશામાં આગળ વધીએ છીએ, ત્યારે અમે આમ ગાઈ ઊઠીએ છીએ - કેમ અટકી ગયો ? તારે તો સૂરજ અને ચંદ્રની માફક અટક્યા વિના ચાલતાં રહેવાનું છે ! કડકડતી ઠંડી, આગ

વરસાવતી ગરમી અને ધોધમાર વરસાદમાં નિષ્ફિકર થઈને ચાલતાં રહેવાનું છે. તું જાણતો નથી તારી મંજિલ અને રસ્તામાં આવનારું અજાણ્યું કાંટાળું ભયાનક જંગલ પણ જાણતો નથી. કોઈને પૂછતો પણ નહીં, કેમ કે કોઈ જાણતું જ નથી. જેમ કે, ખાંડ, જે દૂધ કે પાણીમાં ભળતાં જ પીગળી જાય છે અને અદશ્ય થઈને પોતે જ પોતાને શોધે છે કે તે ક્યાં છે ?

દરેક નાના-મોટા, જાણીતાં-અજાણ્યાં, રડતાં-હસતાં, ગરીબ-અમીર દરેક જીવ, માણસને એક જ પ્રશ્ન કરે છે કે, હું અદશ્ય થયેલો, ક્યાં છું ? કોણ છું ? શું કોઈ છે અહીંયાં ? કોઈ કહેશે ? શું કોઈ મદદ કરશે ?

તે વખતે મૌન પક્ષીની ચાંચમાં દબાઈને વિચારે છે કે, તે બોલશે તો ચાંચમાં પકડેલી વસ્તુ પડી જશે ! એ જ કારણે તે મૌન તોડતો નથી અને તે શ્વાસ રોકીને મૌનને વધુ ગાઢ કરી લે છે, જેથી તેને ત્યાં કોઈના હોવાનો આભાસ જ થાય નહીં."

વેસ્ટ બોલ્યો, "આગળની કવિતા મારે-તમારે શોધવાની છે, ગાંધી ! પાગલ, અધૂરી કવિતા ઉતારીને ચાલતો થયેલો."

બોલતાં-બોલતાં વેસ્ટ વિચારોમાં ખોવાઈને આકાશમાં એક એવા પંખીને જોતો રહ્યો કે જેણે હજુ હમણાં જ ઉડાન ભરેલી અને પોતાના કુટુંબથી અલગ પડીને વિચારતું એક જગ્યાએથી બીજી જગ્યાએ ઊડતું રહેતું હતું. કોઈ સાથી ન મળવાને કારણે ઉદાસ જેવું હતું.

"વેસ્ટ, તે કવિતા મારે-તમારે પૂરી કરવાની છે - આગળની કવિતા લખવાની કે ગાવાની નથી, બલકે આ ધરતીને કાગળ માનીને, તેના ઉપર હળ-હથોડાથી, પરસેવાની શાહી વડે સાકાર કરવાની છે !" ગાંધીએ ગદ્દગદ થઈને ઊગતા સૂર્યને માથું નમાવીને પ્રણામ કર્યાં અને મનોમન બોલ્યો, "તથાસ્તુ બોલો, મિત્ર તથાસ્તુ !"

"મને કંઈ ખબર નથી અને મારે કંઈ જાણવું પણ નથી. હું તમારી સાથે છું – આંધી, તોફાન, પાનખર, વસંત, અજ્ઞાત-જ્ઞાત - દરેક માર્ગે તમારી સાથે છું !"

"થેંક્સ વેસ્ટ, મને તમારી પાસેથી એ જ આશા હતી કે . . ."

"હું અહીંથી પ્રેસ ઉઠાવીને તમારી સાથે વિકટ માર્ગે ચાલવા માટે રાજીખુશીથી તૈયાર છું, ગાંધી !"

* * *

કોણે વિચાર્યું હતું કે સરતી રેત મુઠ્ઠીમાં અટકી જશે ! પરંતુ તે શક્ય બન્યું ! શરૂઆતમાં ઝડપથી વીસ એકર જમીન લીધી અને તેના થોડા દિવસો પછી એંશી એકરનો બીજો ટુકડો પણ ખરીદી લીધો – બેઉ થઈને ફક્ત એક હજાર પાઉન્ડમાં ! સર્વત્ર ઘાસ જ ઘાસ ! નારંગી અને કેરીનાં વૃક્ષો હતાં અને એક ઝૂંપડું. એક વહેતા પાણીની નાનકડી નદી અને જંગલ.

ત્યાં કોણ-કોણ આવીને રહેશે ? નાનકડાં ઝૂંપડાનો શો ઉપયોગ થશે ? આજુબાજુ તો શું દૂર-દૂર સુધી કોઈ વસતી નહોતી. ત્યાં ઝેરી સાપના પડાવ હતા.

આ હતું ફિનિક્સ - ડરબનથી તેર માઈલ દૂર આવેલું. ફિનિક્સ રેલવે સ્ટેશનથી તે સ્થળ અઢી માઈલ દૂર હતું. યાતાયાત માટે પગપાળા અથવા બળદગાડાં હતાં.

દસ-બાર માણસો આવેલાં, તેમાં પણ અમુક અડધીપડધી ઇચ્છાથી આવેલાં ! ત્યાં રહેવાનો કોઈ અર્થ નહોતો, સિવાય કે કુદરતી વાતાવરણ અને ખુલ્લી આબોહવા મળે એટલું જ.

પારસી શેઠ રુસ્તમજી, ગાંધીનાં દરેક સાહસમાં સાથે રહેતા હતા. ગાંધીએ પંચોતેર ફૂટ લાંબો અને પચાસ ફૂટ પહોળો એવો એક ખંડ બનાવવાનું શરૂ કર્યું. ગાંધી પોતે કામે લાગ્યો, તેના સાથીઓ જોડાયા અને ગિરમીટિયાઓ પણ મંડી પડ્યા. પારસી શેઠ રુસ્તમજીએ તે હૉલ માટે પાથરણાં અને બીજો અમુક જરૂરી સામાન ઉપલબ્ધ કરાવી આપ્યો.

ચમત્કાર થયો ! એક માસમાં તો કામ પૂરું ! હૉલ તૈયાર થઈ ગયો. આખો દિવસ કામમાં મંડ્યા રહેવાનું. ફક્ત રાત્રે જ તંબૂમાં શરણ લેવાનું. ચાંદની રાતોમાં તો રાત્રે પણ મોડે સુધી કામ ચાલતું.

કલ્પનાનું જગત હતું ફિનિક્સ ! ઘાસ ઝડપથી કાપ્યું. કોઈ-કોઈના મનમાં સાપનો ડર પેસી ગયેલો. જોકે, આશ્ચર્યની વાત તો એ છે કે, ગાંધીના મનમાં તો નાનપણથી જ સાપનો ડર ઘૂસેલો હતો, પરંતુ એ પોતે જ હવે સાપથી ઘેરાયેલો હતો ! આજુબાજુથી સાપ નીકળતા રહેતા હતા. ઘાસ કાઢતી વખતે તે ઘણી વાર સાપથી માંડ-માંડ બચેલો. ક્યારેક સાઈકલ ઉપર બે-ત્રણ સાપ, કુંડળી મારીને બેઠેલા દેખાતાં તો ક્યારેક છત ઉપરથી સાપ ડોકિયું કરતા દેખાતા હતા.

ગાંધી વિચારતો હતો કે તે પોતાના સાથીઓને કેવી રીતે કહે કે તેઓ સાપથી ગભરાય નહીં ! તે પણ એ લોકોની જેમ જ સજીવ છે અને હિંસા તેના માટે નિષેધ છે. તે પોતે પણ હજુ સુધી સાપથી ડરતો હતો. તોપણ તે સાપને મારી નાખવાની તરફેણમાં નહોતો.

એક દિવસ જ્યારે તે પોતાના સાથીઓની સાથે હૉલ ઉપર પતરાની છત બનાવવાના કામમાં વ્યસ્ત હતો, ત્યારે તેનો એક સાથી નીચે ઊતરતો હતો અને તે જ્યાં ઊતરતો હતો ત્યાં જ નીચે સાપનું એક જોડું ફેણ ફેલાવીને બેઠું હતું. ગાંધીએ ઓવરઓલ (કામ કરતી વખતે પહેરાતો ભૂરા રંગનો પોશાક) પહેર્યો હતો. જેમાં અનેક ખિસ્સાઓ હતા. તેમાં ખીલીઓ, નાના-મોટા પેચ હતા અને હલકા-ભારે સાધનો, હથોડા વગેરે કમરની પેટીમાં લટકતાં હતાં.

ગાંધી ગભરાઈ ગયો અને સાથીને રોકવા પ્રયાસ કર્યો, પરંતુ તે રોકાતો ન દેખાતા ગાંધીએ હથોડો થોડે દૂર ફેંક્યો જેથી સાપનું તે જોડું ત્વરાથી સરકતું ઝડપથી ભાગી છૂટ્યું. તે સાથી તો બચી ગયો પરંતુ તેના શ્વાસોચ્છ્વાસ ઘડીભર થંભી ગયા.

સાપને ગાળિયાથી પકડી લઈને આશ્રમથી દૂર ફેંકી દેવાતા હતા, પરંતુ તેને મારવામાં આવતા નહીં. જ્યારે એક દિવસ, સાપ એક બહારના બાળકને કરડ્યો અને તે મૃત્યુ પામ્યો ત્યારે ગાંધીએ સાપને મારવાની અનુમતિ આપી. જોકે, તે બાળક આશ્રમવાસી નહોતું.

પ્રેસ પણ ત્યાં જ આવી ગયેલું. 'ઇન્ડિયન ઓપિનિયન' ત્યાંથી જ છપાઈને પ્રસિદ્ધ થવા માંડેલું. અત્યાર સુધીમાં તો ત્યાં ગોરા, યહૂદી, પારસી, હિન્દુ, મુસલમાન, જર્મન, ચીની વગેરે લોકો રહેવા માંડેલા. શુદ્ધ અને શાંત વાતાવરણ હતું અને મુગ્ધ કરતી કુદરતનું અનન્ય સૌંદર્ય, આકર્ષણનું કારણ હતું. તેમ છતાં પણ ત્યાંનું જીવન સરળ નહોતું.

પૉલાકે પૂછ્યું હતું, "ગાંધી, આ રીતે તમે શું સંદેશ આપવા માગો છો ?"

"માત્ર હું જ નહીં, બલકે આપણામાંથી કોઈ સંદેશ આપવા માગશે નહીં. જે કંઈ છે, તે બધું પ્રત્યક્ષ જ્ઞાનમાં સંચિત થયું છે. પૉલાક, આપણા અનુભવો જ આપણી અક્ષય મૂડી છે. એ જ કામ આવે છે."

સાંજ ઢળવાની રાહમાં જાણે કે ઊભી હતી ! ગાંધી આંખો બંધ કરીને પ્રાર્થનામાં બેઠો હતો. તે દિવસે તેનું મૌન હતું. ગાંધીની આજુબાજુ કેટલાક સાથી બેઠેલા. અચાનક ત્યાં સાપ આવ્યો. તે 'ક્રાઇટ' હતો એટલે કે, અત્યંત ઝેરીલો સાપ. તે ગાંધી તરફ આગળ વધતો હતો. હવે શું થાય ?

પૉલાક ગભરાઈ ગયો તેણે વેસ્ટ સામે જોયું. વેસ્ટ મૌન અને સ્થિતપ્રજ્ઞ હતો. તેણે ઇશારાથી કહ્યું કે, તેના ઉપરથી પોતાનું ધ્યાન હટાવી લો, જેથી સાપ આપોઆપ ચાલ્યો જશે. તેને મનોમન તે સમયના સર્પ વિશેષજ્ઞ કેલન બાખની વાત યાદ આવતી હતી, જેમણે કહેલું, "માત્ર બાર ટકા સાપ જ ઝેરી હોય છે. સાપને જ્યાં સુધી પોતાનો જીવ જોખમમાં ન લાગે ત્યાં સુધી ક્યારેય તે સામેથી હુમલો કરતો નથી. તમે સાપથી ડરો નહીં, તે ચુપચાપ પાસેથી પસાર થઈ જશે."

પૉલાક ઊભો થઈ ગયો કે સાપ, ગાંધીના ખોળામાં જઈને બેસી ગયો. ગાંધીએ આંખ ખોલી. તે સ્થિર બેસી રહ્યો. તેણે આંખના ઇશારે સૌને શાંત રહેવાનો સંકેત આપ્યો. અને તેણે ફરી આંખ બંધ કરીને પ્રાર્થના કરવાનું ચાલુ રાખ્યું. થોડી વાર પછી પેલો સાપ, તેના ખોળામાંથી ઊતરીને ચાલ્યો ગયો. સૌ અચંબિત થઈને તે દૃશ્ય જોઈ રહ્યા.

ગાંધીએ આંખ ખોલીને ચારેબાજુ જોયું. ત્યાં ક્યાંય સાપ નહોતો. પૉલાકે પૂછ્યું, "ગાંધી, સાપને તમારા ખોળામાં જોઈને તમને કેવો અનુભવ થયો ?"

ગાંધીએ મૌન તોડતાં કહ્યું, "પહેલાં તો હું ગભરાયો, પરંતુ થોડી જ વારમાં મેં વિચાર્યું કે વધુમાં વધુ શું થશે ? તે સાપ મને કરડશે અને હું મરી જઈશ !"

"એટલા સહજ તમે કેવી રીતે રહી શક્યા, ગાંધી ?" પૉલાકે બીજો પ્રશ્ન પૂછ્યો.

"જો મારી જગાએ પૉલાક, તમે હોત તો શું કરત ?" ગાંધીએ સામે પ્રશ્ન કર્યો.

પૉલાકનું મગજ ઘૂમી ગયું. તે શું કરત ? તેને કંઈ સૂઝ્યું નહીં. ક્યાંથી સૂઝે ? તેના હાથ-પગ પાણી-પાણી થઈ ગયેલા ! ચહેરા ઉપર પરસેવો વળી ગયેલો. આ જોઈને ગાંધીના હોઠ ઉપર સ્મિત ફરકી ગયું.

ગાંધીએ ખોંખારીને ગળું સાફ કર્યું અને કહ્યું, "પૉલાક, પરસેવો લૂછો. પોતાને સ્વાભાવિક બનાવો. વિચારોનો દરવાજો બંધ કરીને તેના ઉપર તાળું વાસી દો અને ચાવી તળાવ અથવા કૂવામાં ફેંકી દો ! ભૂલી જાવ કે તમે છો, તમારું કોઈ અસ્તિત્વ છે. એક એનું જ અસ્તિત્વ છે - મારામાં પણ અને સાપમાં પણ ! દરેક જગ્યાએ, કણ-કણમાં એક એ જ છે, જેને આપણે જાણતાં નથી. પછી ડર શેનો અને કોનો ? તમને યાદ છે પૉલાક, જ્યારે તમે મારી સાથે જોહાનિસબર્ગમાં જેપ્પ સ્ટેશને ઊભા હતા, ત્યારે . . ."

"હા, હા... ત્યારે એક પાગલ નિગ્રો હાથમાં ડંડો લઈને ગાળાગાળી કરતો, આડેધડ દોડતો હતો, મને ધક્કો મારીને તમારી સામે આવી ગયેલો. કેવો ભયાનક હતો તે ! છ ફૂટથી પણ વધારે લાંબો હશે તે હટ્ટોકટ્ટો નવયુવક, જે એક રીતે જોઈએ તો સાવ નગ્ન હતો. નામ પૂરતો ફાટેલી કફનીનો ટૂકડો ગળામાં નાખેલો હતો.

એકદમ ઊકળી ઊઠીને બોલેલો કે, 'તું ગાંધી છે, માથા ફરેલ લોકોનો વડો, જન્મથી ગાંડો ! હા, હા. . . હા. . . હા. . . આજ હું તને ભૂખ્યા અજગરની જેમ ગળચી જઈશ. સાવધાન, જો ભાગવાની કોશિશ કરી છે તો આ દોઢ ફૂટનો ડંડો જોયો છે ?' અને તેની સાથે જ તેણે એ ડંડો દોડી જતા કૂતરાંને મારેલો. અચૂક નિશાન હતું ! કૂતરો ચીસ પાડી ઊઠેલો."

પૉલાક બોલ્યે જતો હતો કે વચ્ચે ગાંધી બોલ્યો, "ત્યારે મેં આંખ બંધ કરી દીધી હતી."

"અને તે એક પણ શબ્દ બોલ્યા વિના ચુપચાપ આગળ જતો રહેલો. સ્ટેશન ઉપર ઊભેલાં લોકો જડવત્ ઊભાં રહી ગયેલાં." પૉલાકે ધીમેથી કહ્યું.

"હા, પૉલાક હા. જ્યારે સાપ મારા ખોળામાં આવીને બેઠો ત્યારે ક્ષણભર માટે હું વિચલિત થયો અને ગભરાયો પણ હતો, પરંતુ તરત જ જાતને સંભાળી લીધી.

સ્થિર થઈ ગયો. પછી ક્યારે તે ખોળામાંથી ઊતરીને ચાલ્યો ગયો, તે મને બંધ આંખે ખ્યાલ આવ્યો નહીં. આંખ ખોલતાં ખબર પડી. ત્યારથી હું વિચારું છું કે, એ કેવી આનંદની ક્ષણ હતી ! તે ડરીને તેની કરુણામય માતાના ખોળામાં આવી બેઠેલો અને કદાચ હું તેનાથી ડરીને એ અદીઠ, અજ્ઞાત પરમેશ્વરના ખોળામાં જઈ બેઠેલો. આમ બંને ભયમુક્ત, સ્થિર અને શાંત !

પૉલાક, મને લાગ્યું કે મૃત્યુ એ ડરવા-ડરાવવાની નહીં, બલકે ગહન, અનંત આનંદની અજ્ઞાત અનુભૂતિ છે. તેનાથી ઉપર આનંદની કલ્પના કરી શકાય નહીં. હું હજુ પણ એ દૃશ્યથી અભિભૂત છું અને તેને જાણ્યા વિના પણ માનું છું કે, તે એની જ અજ્ઞાત, અંતરંગ અને અલૌકિક અનુભૂતિ હતી, જેણે મને ડૂબતા બાળકની જેમ પોતાના મૃદુ હાથમાં પકડીને બચાવી લીધો."

જેવી ત્યાં શાંતિ પ્રસરી કે મિલી આવી ગઈ અને બોલી,

"તમારા લોકોની પ્રાર્થના હજુ સુધી ચાલે છે ? ત્યાં ભોજન નારાજ થઈ રહ્યું છે !"

તે વાત ઉપર સૌ હસી પડ્યા. બધા ઊભા થયા. ગાંધી બોલ્યો,

"પૉલાક, તમે લગ્નની તિથિ ક્યારે ઊજવવાના છો ?"

"ક્યારે શું ? ગાંધી, અમે તો હજુ વિચાર્યું જ નથી."

"વિચારોનું કારખાનું. . . !" ગાંધીએ પોતાની તરફ ઇશારો કરીને કહ્યું, "અહીંયાં છે !"

તે વાત ઉપર મિલી અને પૉલાક બંને એકસાથે ગાંધીની સામે જોવા માંડ્યા. બંનેના કૉર્ટ મેરેજનો સાક્ષી, ગાંધી હતો. મૅજિસ્ટ્રેટ, મૅરેજ રજિસ્ટ્રાર, હેનરી પૉલાક વગેરે સૌ ત્યાં હતા. પરંતુ તેણે પ્રથમ સ્નેહભર્યું ચુંબન ગાંધીને જ કર્યું હતું. આવા પવિત્ર સ્નેહમાં મૌન સંગીતના અનંત જાદુઈ સ્પંદનો હતા.

હવે તે બધાં ચાલતાં જતાં હતાં. મિલી જે ઝડપથી આવેલી એવી જ ત્વરાથી ચાલી ગઈ. તેનામાં હરપળે કવિતાની લહેર રોમાંચિત થતી રહેતી હતી. તે મોટા ભાગે અજાણ્યા લોકો, અદીઠાં શહેરોની વસતી અને દરિયામાં પડછાયા બનીને ઊભેલી સ્ટીમરની સ્થિર દૃષ્ટિ ઉપર કવિતા કરતી હતી તેમ જ ચમકતી-ઝબૂકતી વીજળીને સંગતનો સ્વર આપતી હતી.

તેનો અવાજ ખૂબ મધુર હતો અને તેની કાવ્યપાઠની શૈલી કોઈ મંદિર જેવી અમૃતમય હતી ! ફિનિક્સનાં ફર્નિચરની કલ્પનામાં તેણે જ રંગ પૂર્યા હતા. આમ વિચારતા આનંદની લહેર સાથે સૌ ભોજનાલયમાં પ્રવેશી રહ્યા હતા.

30

એક સાંજ નિર્જનમાં એકલી ટહેલતી હતી ! તે એટલી નીરવ હતી કે મૌન પણ સ્વયં અચરજ પામેલું હતું. કાશ ! કલ્પનાઓ ઘર બનાવીને રહેવા માંડે તો સપનાનું શું થાય ? દરેક વ્યક્તિની કલ્પનમાં પહેલાં તો કોઈ અજાણ્યું સપનું આવી બેસે છે, ટકોરા માર્યા વિના ! પરંતુ જ્યારે કલ્પનાઓ ઉમંગથી કલરવ કરવા માંડે છે અને સપનાંની ફસલને સાંઢ બેધડક ઉજાડવા માંડે છે, ત્યારે જો વિદ્રોહની આંધી ઊઠે નહીં તો માણસ આવી જ નિર્જન પગદંડી ઉપર ચાલે છે, જેના વિશે કોઈ જાણકારી ન હોય. શા માટે તે અચાનક ગુમસૂમ બની ગયો છે અને પોતાને કિનારા વિનાના પાણીમાં વહાવી દે છે ! તેને ક્યાં જવું છે તેની જાણ નથી, બલકે એમ કહેવું વધુ યોગ્ય ગણાશે કે તેના વિશે વિચાર્યું જ નથી.

આટલા સમયમાં ગાંધીનો આખો પરિવાર દક્ષિણ આફ્રિકા આવી ગયેલો, જેમાં ગાંધીના ત્રણ દીકરા, ભત્રીજા વગેરે પણ હતા. બા ફરીથી વ્યવસ્થામાં લાગી ગયેલાં. પ્રતીત થવા માંડેલું કે ફિનિક્સ દ્વારા એક નવા ભેદભાવ વિનાના અને સ્વાવલંબી સમાજનો પાયો નંખાઈ ગયેલો.

એ જ સમયે નાતાલમાં ઝૂલુઓનો વિદ્રોહ થયો. તેમાં પણ ગાંધીએ સ્વયંસેવકોની ટુકડી મોકલી. ત્યાં સેવા-શુશ્રૂષાની કામગીરી શરૂ કરવા માટે ગવર્નરને પત્ર લખેલો. જોહાનિસબર્ગ છોડીને નાતાલ પહોંચવાની તૈયારીઓ પણ શરૂ કરી દીધેલી. ગવર્નરનો આદેશ મળતાં જ ઝૂલુબંડને કારણે સળગતી ધરતી ઉપર ડગ માંડ્યા.

વાત તો સાવ સામાન્ય હતી કે ઝૂલુઓના સરદારે ઝૂલુ લોકોને સલાહ આપેલી કે તેઓ તેમના ઉપર લાદવામાં આવેલો કર ભરે નહીં. કર વસૂલવા આવેલા એક જમાદારની હત્યા થઈ અને એ વાત ઉપર ગોરી સરકારે સેના ઉતારી દીધી !

વિદ્રોહનું દમન શરૂ થયું. ઝૂલુ મોટી સંખ્યામાં જખમી થયા, મૃત્યુ પામ્યા અને અપંગ બન્યા. મૂળભૂત પ્રશ્ન એ હતો કે, તેમને દવાખાના સુધી કોણ પહોંચાડે ? અને તેમની પ્રાથમિક સારવાર કોણ કરે ? ગોરાઓ તો જખમી ઝૂલુઓને હાથ પણ

અડાડતા નહોતા. ત્યાં સ્વયંસેવકોની ટુકડી પહોંચતાં નિષ્ક્રિય વ્યવસ્થા સક્રિય થઈ ગઈ. સ્વયં ડૉક્ટરે કહ્યું,

"મિ. ગાંધી, તમારી આ સેવા ભૂલી શકાશે નહીં. અને એ પણ એવા વખતે કે જ્યારે બોઅર યુદ્ધના પરિણામોથી હિન્દુસ્તાનીઓમાં આક્રોશ હતો અને જ્યારે ગોરી સરકાર ફક્ત હિન્દુસ્તાનીઓ ઉપર જ નહીં, પરંતુ સમગ્ર એશિયાવાસીઓ ઉપર જુલમ કરી રહી હતી તથા તેમને હાંકી કાઢવા માટે કાયદા બનાવતી હતી !"

ગાંધીની સાથે પૉલાક કે જે યહૂદી હતો તે પણ ત્યાં કામગીરી કરતો હતો. તેના મનમાં એક સવાલ ઘર કરી ગયેલો, તે પૂછી બેઠો, "ગાંધી, ખબર નથી પડતી કે તમે કઈ માટીના બનેલા છો !"

"જેનાથી તમે અને આ સમસ્ત દુનિયા બની છે, પૉલાક !" કહીને ગાંધીએ સ્મિત કર્યું.

"ના, ગાંધી, વાત એમ છે કે, અગાઉ પણ યુદ્ધમાં તમે આવી રીતે જ કામગીરી કરેલી અને તમારા સાથીદારોને એ ભરોસો બંધાવેલો કે સરકાર તેમની દેશભક્તિને ચોક્કસપણે લક્ષમાં લેશે અને તેમને અહીંના નાગરિક બનાવવા માટેનો માર્ગ કાઢશે."

"સમજું છું, પૉલાક કે તેનાથી ઊંધું જ બન્યું ! તેને કારણે કેટલાંક હિન્દુસ્તાનીઓ મારાથી નારાજ પણ થયા. મને મહેણાં પણ માર્યાં, એટલે સુધી કહી દીધું કે, આ માણસ ગાંડો છે. તેને વાસ્તવિકતાનું જ્ઞાન નથી."

"અને ફરી પાછી એ જ ભૂલ !"

"આંબા ઉપર ગમે તેટલા પથ્થર મારીને કેટલીય કેરી ભેગી કરી લો, આંબો કદી પથ્થર મારનાર પ્રત્યે નારાજગી દર્શાવતો નથી. તે તો પથ્થરના ઘા ખાઈને પણ મીઠું ફળ આપે છે ! જાણો છો શા માટે, પૉલાક ?" ગાંધીએ તેને મૌન જોઈને આગળ કહ્યું, "સંત, દુષ્ટ લોકોને કારણે પોતાની સાધુતા છોડે નહીં ! એ જ રીતે માત્ર માનવજાતિને જ નહીં, બલકે સમસ્ત જીવમાત્રને પ્રેમ કરનારાં, ગમે તેવી વિષમ પરિસ્થિતિમાં પણ નફરત અને ઉપેક્ષાનો માર્ગ અપનાવી શકે નહીં. સમજ્યા પૉલાક ?"

પૉલાક સમજતો હતો, પરંતુ વાસ્તવમાં એવું થઈ શકે છે, એ વાત માની શકતો નહોતો.

"તમે સાંભળેલું પૉલાક ? ડૉક્ટરે આપણા સૌનું કેવું ઉષ્માસભર સ્વાગત કરતા કહેલું કે, તમારા લોકોનું આગમન તે ભગવાનની કૃપા છે, નહીં તો જખમી-ઘવાયેલાં ઝૂલુઓને ગીધ, સમડી, કાગડા પોતાનો શિકાર બનાવી લેત ! ખબર નહીં એમણે

શિકાર કરવા પણ માંડ્યો હોય, કેમ કે ઘાયલનાં માંસની ગંધ તેમને દૂરથી જ આવી જતી હોય છે."

"હા, ગાંધી કહેલું. ત્યારે તે નહીં, પરંતુ તેમનું હૃદય બોલતું હતું ! તોપણ તમે ગોરી સરકારની સાથે છો. ગાંધી તમને ઝૂલુ આદિવાસીઓનો સાથ દેવાનું સૂઝતું નથી ?"

"તમે એમ તો કહેવા માગતા નથી ને પૉલાક કે આપણે ઝૂલુ લોકોની વિરોધમાં છીએ ?"

"માની લો, એમ કહું તો ?"

"બરોબર કહો છો, પૉલાક ! ગાંધી, મારા મનમાં પણ આ જ સવાલ છે." વેસ્ટે પત્ની સાથે પ્રવેશતાં કહ્યું. તે આગળ બોલ્યો, "ઝૂલુ લોકો પ્રકૃતિપ્રેમી છે. ગિરિશૃંગોમાં સૌંદર્યબોધ શોધતાં ધૂમકેતુ જેવા છે, જંગલ જ તેમનું સ્વર્ગ છે ! સીધી-સાદી અને રંગ-બે-રંગી સંસ્કૃતિને તેઓએ પોતાની અંદર સમેટી છે. ક્વાઝૂલુ નાતાલ એ ઝૂલુઓનું સૌથી પ્રાચીન ઘર છે. કેમ શ્રીમતી વેસ્ટ, તું શું કહે છે ?"

"ઇટ ઇઝ ટ્રુ, ગાંધી ! તે લોકો કોઈને નુકસાન પહોંચાડી શકે નહીં. હું જાતે તે લોકોની વચ્ચે મારી માતાને લઈને ગયેલી. તમને તો ખ્યાલ જ છે કે લેસ્ટરમાં અમારો જૂતાંનો મોટો વેપાર છે. હું અમારાં પગરખાંનાં કારખાનાં સાથે જોડાયેલી છું. ખાસ કરીને તેની વિવિધ ડિઝાઈનોને કારણે... મેં ઝૂલુ કિંગડમમાં જોયું કે તેઓ સંગીતપ્રેમી છે અને પ્રકૃતિ પાછળ પાગલ છે.

તેમનું પોતાનું જ અલગ વિશ્વ છે. વહેતાં ઝરણાંની સાથે બુલંદ અવાજમાં ગાઈ ઊઠે છે. તેમની પોતાની ભાષા, સંસ્કૃતિ છે, લય, રિધમ છે ! તેઓ પરંપરાવાદી ચોક્કસ છે, પરંતુ પોતાની અંદરથી પક્ષીઓની માફક ટહુકનારાં, દિલ ખોલીને હસનારાં લોકો છે. પોતાના વિશ્વમાં મસ્ત રહે છે. તેમની પોતાની રસપ્રદ રમતો છે. તેમના કુટીર ઉદ્યોગો છે... વન થાઉઝન્ડ હિલ્સ તેમના તરફથી વર્તમાન જગતને મળેલી આશ્ચર્યજનક ભેટ છે. તેમનામાં અજબની તાકાત અને શ્રદ્ધા છે. તેમને કોઈની બડાઈ કે ગુલામી કરવાનું પસંદ નથી. તેઓ પોતાની મરજીના માલિક છે. તેઓ કોઈને ઈજા પહોંચાડતાં નથી અને કોઈ તેમને ઈજા પહોંચાડે એવું ઇચ્છતાં પણ નથી."

"તમે મારા કરતાં વધુ જાણો છો, મિસિસ વેસ્ટ ! હું તમારી સાથે સંમત છું."

"મારી પિતરાઈ બહેન અને જીજાજી, મિસ્ટર બ્લોક અને મિસિસ બ્લોક, અહીં હનીમૂન માટે આવેલાં. તેઓ તો થોથા હિલ, હિલક્રેસ્ટ, ફિલ્ડ્સ હિલ, ડ્રેકનબર્ગ

માઉન્ટેન્ટ્રસ, સ્કોટબર્ગ, પોર્ટ શેપ્સટોન, પોર્ટ એડવર્ડ, અચરજ પમાડે એવાં ઝૂલુ લોકોનાં નામ, તેમની અદ્દ્ભુત વેશભૂષા, સંગીત, બોલ વગેરે બધાં ઉપર ઓવારી ગયા છે ! તેઓ કહેતાં હતાં કે... " થોડું રોકાઈને મિસિસ વેસ્ટે કહ્યું,

"તેઓ હમણાં જ અહીં આવ્યાં છે. ચાર દિવસ પહેલાં તો અમે લોકો પણ તેમની સાથે ઝૂલુલેન્ડ જોવા ગયેલાં... લેક સિપાયા, સેંટ લુસિયો, ટોર્નગાટ, બોસ્ટન, મુઈ નદીની સાથે ગ્રેટાઉન, ઉલુંડી, મેલમોથ, સ્કોટબર્ગ વગેરે ઘણું બધું છે.

તેઓ તમને મળીને અમુક બાબતો જાણવા-સમજવા માગે છે, ગાંધી ! તમને જણાવી દઉં કે તેઓ બંને રંગમંચ સાથે જોડાયેલાં છે. ચિત્રકાર પણ છે અને સંગીતની ભાષાને આત્માની ભાષા માને છે. મેં તેમને ફિનિક્સ વિશે જણાવ્યું છે.

તેઓ આજે જ પાછા આવ્યા છે. શું તમે અત્યારે તેમને મળવા માટે થોડો સમય કાઢી શકશો ? ગાંધી, ભલે થોડો પણ સમય કાઢી શકો તો એમ કરો, કેમ કે તેમના અમુક એવા પ્રશ્નો છે કે જેનો જવાબ હું કે વેસ્ટ આપી શક્યાં નથી."

ગાંધી જખમી ઝૂલુઓની શિબિરમાંથી પાછો જ આવેલો તેણે પૂછ્યું, "તેઓ ક્યાં છે ?"

"હમણાં બોલાવું છું, ગાંધી."

એ વાત સાચી હતી કે ગાંધી ઝૂલુ આદિવાસીઓ અંગે ખૂબ ઓછું જાણતો હતો. પહેલી વાત તો એ કે, ગાંધી ચિત્રકાર કે સંગીતકાર નહોતો. બીજી વાત એ કે, કલા-સંસ્કૃતિની શોધમાં તેની રુચિ ઓછી હતી. ગાંધી ક્યારેય હાથીને જોઈને ખુશ નહોતો થયો કે સિંહને જોઈને કંઈ કહી શક્યો નહોતો !

"નમસ્તે !"

"નમસ્તે !"

બંનેએ શુદ્ધ હિન્દીમાં બોલીને બંને હાથ જોડીને નમસ્કાર કરીને અભિવાદન કર્યું અને કહ્યું, "ખૂબ ઓછો સમય લઈશું તમારો. અમારામાંથી એક પોર્ટુગીઝ છે અને એક સ્પેનીશ. માઈસેલ્ફ ઇઝ સ્પેનીશ. તોપણ અમે ભેદભાવ વિનાના સમાજની તરફેણમાં છીએ. જેમ સંગીત અમે કળાની કોઈ ભાષા નથી હોતી અને જે લોકો તેને ભાષા સાથે જોડે છે તેમને હકીકતમાં ભગવાનની મૌન અને સાંસ્કૃતિક ભાષાને વાંચતાં-સમજતાં આવડે છે !"

"અમે ઝૂલુ ભાષાને ગાઈડ મારફત શીખવાની કોશિશ કરી. પછી તેમની કળા, સંસ્કૃતિ, લોકગીત વગેરેને સમજ્યા. જેમ કે, *ઓલ જેની* અર્થાત્ હાઉ ડુ યુ ડુ ? - તમે કેમ છો ? *નગિફિલીયા* અર્થાત્ આઇ એમ ફાઈન, થેંક્યુ - હું મજામાં છું, આભાર. *ઈલંગા લી વાલેલી* અર્થાત્ ધ વેધર ઇઝ ફાઈન - વાતાવરણ સરસ

છે... *ઉયૂયાષી* અર્થાત્ વેર ડુ યુ કમ ફ્રોમ ? - તમે ક્યાંના છો ? *ઈટિની ઈન્સાબા* અર્થાત્ વૉટ ઇઝ યોર ટેલિફોન નંબર ? - તમારો ટેલિફોન નંબર શું છે ?... આ ઝૂલુ ભાષાનાં થોડાં દૃષ્ટાંતો છે.

બની શકે કે તેમની ફોનેટિક લખવા-બોલવાની પદ્ધતિને બેવડાવતાં ભૂલ થઈ હોય, પરંતુ એટલું તો નક્કી છે કે આ ભાષા, અંગ્રેજી - હિન્દી વગેરે ભાષાઓ કરતાં વધુ લાઘવ ધરાવતી અને મરોડ વિનાની છે."

"સમજી રહ્યો છું. યુ આર કરેક્ટ."

"ગોરી સરકારે તેમના ઉપર નવો કર લાદેલો છે, તે ન આપવાની અપીલ ઝૂલુઓના સરદારે કરી છે, તેથી ગોરી સરકારનો જમાદાર તેમને કોર્પરલ પનિશમેન્ટ (ફટકાની સજા) ફટકારે છે... પોતે જાતે નેતરથી મારે છે અથવા બીજા પાસે મરાવે છે !"

"મેં પણ અનુભવ્યું છે કે ત્યાં બળવા જેવું વાતાવરણ નથી."

"તો પછી તમે ગોરી સરકારને આ હકીકતથી વાકેફ કેમ કર્યા નહીં ? જખમી ઝૂલુ લોકોની સેવા કરવાથી આ કામ જરા પણ ઊતરતું નથી. અને તે પણ જ્યારે તમે બીજા લોકોની બનતી મદદ કરવાનું બીડું ઝડપ્યું હોય ત્યારે તો નહીં જ ! ...શું ઝૂલુ લોકોએ હિન્દુસ્તાનીઓ કે એશિયાવાસીઓને કોઈ નુકસાન પહોંચાડ્યું છે ?" મિસિસ વેસ્ટ ગાંધી તરફ જોઈ રહ્યાં. તે સાવ સ્થિર અને સ્વાભાવિક લાગતાં હતાં.

"મિસિસ બ્લોક, તમારો આભાર. સાચું એ છે કે હું આ રીતે વિચારી જ શક્યો નહોતો."

"શું ઝૂલુ લોકોએ કોઈ વિદ્રોહ કર્યો હતો ?" મિસ્ટર બ્લોક પૂછતા હતા,

"તમે તો તેમની નજીક રહ્યા છો, મિ. ગાંધી !"

"ના, મને એવું લાગ્યું નથી. ફક્ત અખબારોમાંથી એવું જાણવા મળેલું."

"'ઇન્ડિયન ઓપિનિયન'ને શું લાગ્યું ? તેણે શું લખ્યું, ગાંધી ?" મિસિસ બ્લોકે પૂછ્યું.

"સાચું એ છે, મિસ્ટર એન્ડ મિસિસ બ્લોક, હું અંગ્રેજી હકૂમતને વિશ્વનું કલ્યાણ કરનારી હકૂમત માનું છું. હું તેનો નાશ ઇચ્છતો નથી. મારી વફાદારી નિઃસંદેહ ત્યારે પણ તેમના પ્રતિ હતી અને આજે પણ છે." ગાંધીએ પોતાની વાત સ્પષ્ટ કરતાં કહ્યું.

"ગોરી સરકાર હિન્દુસ્તાનીઓને ગિરમીટિયા માને છે અને કુલી વિશેષણથી સંબોધે છે, તેમ છતાં ! બોઅર યુદ્ધમાં દર્શાવેલી વફાદારીનું શું ઇનામ ગોરી સરકારે આપ્યું ? ચેમ્બરલેને 'જેની લાઠી તેની ભેંસ' એમ કહીને અંગૂઠો બતાડી દીધો ! બીજી વાત કે, તેમના પ્રતિનિધિ તરીકે પણ તમારો સ્વીકાર કર્યો નહીં અને

તમને આ કાર્ય માટે જ ઇન્ડિયાથી અહીં બોલાવ્યા હોવા છતાં પણ તમારું નામ પ્રતિનિધિ-મંડળમાંથી જ કાઢી નાંખ્યું !"

"બરોબર, મિસિસ બ્લોક !"

"છેવટે તમે શું ઇચ્છો છો ?"

"અત્યાચાર - અન્યાયને પુષ્ટિ મળે એમ !"

ગાંધીએ સ્મિત કર્યું. થોડી વાર પછી તે બોલ્યો, "આ અંગે મારે કંઈ કહેવું નથી. હિન્દુસ્તાની વેપારીઓ છે, તેઓ પણ સરખી રીતે કંઈ સમજી શકતા નથી."

"જાણું છું અને તમે ફિનિક્સમાં અસ્થાયી ડેરો નાંખેલો છે... કદાચ એક આદર્શ ગામ... ભેદભાવ વિનાનું ગામ... ભાઈચારો ધરાવતું ગામ... ! આઠ-દસ પરિવાર મળીને તેમાં સફળ પણ થઈ જાય તો તેનાથી શું વળશે, ગાંધી ?" મિસિસ બ્લોકે સ્વાભાવિકતાથી પૂછ્યું.

"કહી શકતો નથી !"

"એનો અર્થ સ્પષ્ટ છે ને કે ગાંધી, તમે ઝિબ્રાની સવારી નથી કરી ?"

"બેશક."

"એટલે જ તમને જોઈને જખમી ઝૂલુ લોકો ઝૂલુ ભાષામાં બોલે છે કે, *બાકલુના ઈસી* અર્થાત્ વાત કરતાં હતા કે *વી નજો મસે બી નૂજી* અર્થાત્ તમે કેવા પ્રકારનું કામ કરી રહ્યા છો !"

"જરૂર મિસિસ બ્લોક ! બટ વી આર ટ્રાઈંગ સમથિંગ. આઇ કાન્ટ સે વેધર ઇટ ઇઝ રોંગ ઓર રાઇટ ? હું કંઈક કરતો રહેવા માગું છું - પ્રેમથી, સાચા દિલથી ! જાણી શક્યો છું કે ઘૃણાને પ્રેમની જરૂર છે.

તેમ છતાંય હું તમારી વાતોને ધ્યાનમાં રાખીશ, કેમ કે જેને હું સમજી શક્યો નથી એ દુનિયાદારી માટે મને તમારી વાતોનો ચોક્કસ ખ્યાલ રહેશે. અમે સંન્યાસી તો નથી, પરંતુ... " ગાંધી કંઈક વિચારતો રહ્યો.

"પરંતુ... ગાંધી, તમે લોકોને સંન્યાસી આચરણ, વાતાવરણ અને પરંપરા તરફ લઈ જવા અવશ્ય ઇચ્છો છો."

"એમાં ખોટું શું છે ?"

"મિ. ગાંધી, માણસ દોડીને થાકવા માંડ્યો અને થાકીને વિચારવા લાગ્યો કે, ઓછામાં ઓછા સમયમાં મહત્તમ અંતર કેવી રીતે કાપે ! ત્યારે વ્હિલ - પૈડું શોધાયું. તે પૈડાની મદદથી ઓછા સમયમાં લાંબું અંતર ઓછા થાકે કાપી શકાયું. પછી મોટરની મદદથી તેને સતત ઝડપ આપવામાં આવી. પછી તેમાં પાંખ લગાડીને હવામાં ઉડાડ્યું, લૅન્ડ થઈને ઝડપથી ગંતવ્ય સ્થાને પહોંચાયું. આ બધું તમે સારી રીતે સમજો છો, ગાંધી.

મારે તો એમ કહેવું છે કે વિકાસનો આ ઉપક્રમ વિનાશમાં જ અટકશે. એટલા માટે શહેરને ગામડાં તરફ ધકેલવામાં તમારાં જ નહીં, બીજા લોકોના પણ સમય અને દિમાગ બગાડો નહીં. સાચું તો એ પણ છે કે ભવિષ્યમાં હું કે તમે નહીં હોઈએ ત્યારે આ જ ફિનિક્સ માત્ર પ્રતીકરૂપ બનીને પોતાના ભૂતકાળ માટે વ્યથિત હશે. બધું વ્યર્થ. ડોન્ટ ટેક હર અધરવાઇઝ, બટ ઇટ ઇઝ નેકેડ ટ્રુથ. નૅચરલિસ્ટ હોવું અલગ વાત છે... બેક ટુ નેચર... શિષ્ટાચારની કૃત્રિમતાથી દૂર જવાની તેની પોતાની નિરાંત છે, પરંતુ થોડા સમય માટે... મનોરંજન પૂરતું. તે કોઈ પણ સમસ્યાનો કાયમી ઉકેલ નથી."

મિસિસ બ્લોકે કાંડા ઘડિયાળમાં જોઈને કહ્યું, "મારે... આઇ મીન અમારે ટ્રેન પકડવાની છે. તમારો આભાર. *સાલા કાહલે* !"

"*સાલા કાહલે* ઝૂલુ ભાષામાં મિ. ગાંધી એટલે કે, ગુડ બાય !" મિસ્ટર બ્લોકે કહ્યું.

ગાંધીએ હાથ જોડ્યા. મિસ્ટર એન્ડ મિસિસ વેસ્ટ પણ તેમની સાથે ગયાં.

ગાંધીએ સૌને જવાનો ઇશારો કર્યો અને બધા ગયા પછી નારંગીનાં વૃક્ષો તરફ ધીમે-ધીમે એકલો જ ચાલવા માંડ્યો.

૩૧

ગાંધીએ ત્યાં શું-શું સહન ના કર્યું ? પ્રૅક્ટિસ પણ ચાલુ રાખી. ફિનિક્સ પણ છોડવું પડ્યું. ઘણીબધી સ્મૃતિઓ જાણે કે માર્ગ ભૂલેલા તડકાની જેમ અટકીને રહી ગઈ ! *ઈલંગા લી મેલે લે* ઝૂલુ ભાષાની એક યાદ મગજમાં છપાઈ ગઈ, જે એક ઝૂલુ વૃદ્ધ પોતાના સાથીઓને કહી રહેલો ત્યારે ગાંધીએ ત્યાંના જ એક ભણેલા-ગણેલા માણસને તેનો અર્થ પૂછેલો.

તેણે અર્થ કહેલો - "આઇ એમ લોસ્ટ !"

"ગોરી સરકારની સાથે જવું એ આગળ જતાં ક્યાંક પીડાદાયક સાબિત ન થાય, ગાંધીભાઈ !" અબ્દુલ્લાએ કહેલું.

"રાજનીતિ જ્યારે સત્તા કેન્દ્રિત બનીને રહી જાય છે, ત્યારે બધો ગરબડગોટો થાય છે. નીતિમત્તા કપાયેલા પતંગની માફક હાલકડોલક થતી જોવા મળે છે. આજની અને ખાસ કરીને અહીંની રાજનીતિમાં હુકમનો એક્કો જોઈએ ! એવો કોઈક તોડ હોય તો કંઈક થાય. સત્ય શબ્દોમાં સારું લાગે, વ્યવહારમાં નહીં." દાઉદ મહમદે કહ્યું.

"અબ્દુલ્લા શેઠ, દાઉદ મહમદ, હું કંઈક નોખી માટીનો માણસ છું. બીમારીને જડમૂળથી દૂર કરવા માગું છું. એટલે ઘૃણાના દિલમાં પ્રેમ જગાડવા માગું છું ! પ્રેમ બલિદાન માગે છે. માથું માગે છે... તો ? ...તેમ છતાં તમને કહી દઉં કે તમે આપણી ચૂંટણીનો બહિષ્કાર કરી શકો છો. હું પાછો જઈ શકું છુ."

"ગાંધીભાઈ, તમે આવું વિચાર્યું જ કેમ ! આવું સપનામાં પણ નહીં બને. અમને તમારા ઉપર અમારી જાત કરતાં પણ વધારે ભરોસો છે."

"ભરોસો, બીજાનો નહીં, પોતાનો કામ આવે છે." ગાંધી બોલ્યો.

"જે થઈ રહ્યું છે, જે થશે - તેમાં આપણે સૌ એક કતારમાં ઊભેલા છીએ, તેમાંથી કોઈ અલગ નથી." ગાંધીએ સમજાવ્યું.

"પરંતુ હવે તો આ મુસીબતનો કોઈ ઉપાય મળવો જોઈએ !" આમદ જીવાએ કહ્યું.

"ઘોર નિરાશા ! થોડા યુરોપિયનો, ખ્રિસ્તી પાદરીઓ અને મુઠ્ઠીભર આદર્શવાદી યુવાન ગોરાઓની સહાનુભૂતિ ભેગી કરી લેવાથી શું ફેર પડવાનો છે ? હવે તો ગોરી સરકાર આપણને ગાજર-મૂળાની જેમ કાપી નાખવા ઇચ્છે છે. પ્રવાસી ભારતીયોની નોંધણી કરાવવાનો કાળો કાયદો કરીને ગોરી સરકાર આપણા સૌના અસ્તિત્વને જ નકારવાની ભૂમિકા તૈયાર કરી રહી છે. હવે દક્ષિણ આફ્રિકામાં રહેવું હોય તો ગોરાઓની ખુશામત કરીને જ રહી શકાશે.

૨૨ ઑગસ્ટ, ૧૯૦૬નાં 'ટ્રાન્સવાલ ગેઝેટ'માં ઇન્ડિયન નોંધણીના ખરડાનો મુસદ્દો છપાયેલો. ત્યારથી બેચેન છું. દિવસે તારા દેખાવા માંડ્યા છે !" એ. કોલન્દાવેલ્લુ પીલે ગંભીર થઈને કહ્યું.

તેમનું સમર્થન કરતા રંગસામી પડિયાચીએ તેમાં ઉમેર્યું, "દરેક ભારતીય સ્ત્રી-પુરુષ અને આઠ વર્ષના બાળકની નોંધણી કરાવીને પરવાનો લેવાનું હવે ફરજિયાત બન્યું છે. હવે દરેકે પોતાની બધી જ આંગળીઓ અને અંગૂઠાની છાપ આપવાનું પણ જરૂરી છે."

"અને નાનાં બાળકોની પૂરેપૂરી જવાબદારી તેમનાં માતા-પિતા ઉપર નાંખી છે." દાઉદ મહમદે કહ્યું.

"અને માનો કે એમ ન થઈ શક્યું તો સોળ વર્ષની ઉંમરે તેણે જાતે પોતાની નોંધણી કરાવીને પરવાનો લેવાનો રહેશે." મહમદ કાસમ કમરુદ્દીને કહ્યું.

"હા, આ મોટું સંકટ છે." મિયાં ખાન બોલ્યા, "જો તે આવું ન કરાવે તો તેને દેશમાંથી કાઢી મુકાશે અથવા દંડ કે કારાગાર, કંઈ પણ થઈ શકે છે. એટલું જ નહીં, પોલીસ અમલદાર, ઘરમાં ઘૂસીને તેની તપાસ અને પૂછપરછ કરી શકે છે ! તે તો અપમાનજનક બાબત ગણાય."

"એટલે તો પરવાનાનું નામાભિધાન 'ડોગ કૉલર' (કૂતરાંના ગળાનો પટ્ટો) કર્યું છે ને !" સી. લક્ષ્મીરામે કહ્યું.

ગાંધી સૌને ધ્યાનપૂર્વક સાંભળતો રહ્યો. વિચારતો રહ્યો. પછી બોલ્યો,

"સરકારની દાનત ખરાબ છે. તે ઇચ્છતી નથી કે ટ્રાન્સવાલમાં ભારતીય શિક્ષિત અને ધનિક વેપારી રહે. તે આવક પણ રોકવા માગે છે. જો આ કાયદો બની ગયો તો ઈન્ડિયન્સને બહાર હાંકી મૂકાશે, કેમ કે દર વખતે પોલીસ અમલદાર તેમની તપાસ કરતા જોવા મળશે. હવે શું કરી શકાય ! તમે લોકોએ કંઈ વિચાર્યું છે ?"

"શું વિચારીએ ! અમારું તો મગજ બહેર મારી ગયું છે, ગાંધીભાઈ." અબ્દુલ્લા શેઠે ભારે હૃદયે કહ્યું.

"હું તો માનું છું કે આ કાયદાની સામે ઝૂકવાનું નહીં, ભલે ને માથે મોત કેમ

ન મંડરાતું હોય !" આમદ જીવાએ જોશમાં આવીને કહ્યું.

"કોઈ માર્ગ દેખાતો નથી, સિવાય કે 'ડુ એન્ડ ડાઈ' ! મરવાથી શું ડરવાનું ?" મિયાં ખાને કહ્યું.

"સરકાર તો એમ જ ઇચ્છે છે કે તમે લોકો વિદ્રોહી બની જાવ. નિયમને તોડો જેથી તમને કડકમાં કડક સજા આપી શકાય. તમારું અસ્તિત્વ મિટાવી દેવાનો તેમની પાસે આ સહજ અને સરળ ઉપાય છે !" ગાંધીએ રોકાઈને આગળ કહ્યું, "તમે જે ડાળ ઉપર બેઠાં હો, તેને જ કાપવા માંડો તો વાંક કોનો ? મંકોડાને પાંખ ફૂટવા માંડે તો માનવું કે તેનું મૃત્યુ નિશ્ચિત છે ! આપણે તેમના રાજ્યમાં રહીએ છીએ તે બાબત હંમેશાં યાદ રાખો."

"તેઓ પણ આપણી જેમ જ પ્રવાસી છે ગાંધીજી !" એ. કોલન્દાવેલ્લુ પીલે કહ્યું.

"પરંતુ એ કેમ ભૂલી જાવ છો કે તે અહીંના રાજા છે ? શું આપણે રાજા છીએ ? નથી ને ! તો પછી રાજાનું ચાલે કે આપણું ચાલે ? હવે તેમને આપણાથી ખતરો છે, કેમ કે આપણે લોકો તેમને દરેક ક્ષેત્રમાં પડકાર આપીએ છીએ. પછી તે ક્ષેત્ર બિઝનેસનું હોય, સેવાનું હોય કે સેનાનું હોય ! જો આપણે તેમની જગાએ હોત તો કદાચ આપણે પણ એવું જ કરત જેવું તેઓ આપણી સાથે કરે છે. આપણે પોતાની જાતને તેમની જગાએ મૂકીને વિચારવું જોઈએ. ભાવાવેશ અને ઉશ્કેરાટથી બચવું પડશે." ગાંધી વિચારીને ધીમે-ધીમે બોલ્યો. તેણે ટાઈની ગાંઠ સરખી કરી અને ડોક નમાવીને જમીન પર ચાલતાં મંકોડા સામે જોવા લાગ્યો.

"તો પછી આપણે શું કરવું જોઈએ ?" અબ્દુલ ગનીએ પૂછ્યું.

"મંથન !" ગાંધીએ કહ્યું.

"મંથન ?" સૌ એકસાથે બોલી ઊઠ્યા.

"ચોંકો નહીં. દરેક સમસ્યાનો હલ મનોમંથનમાંથી મળે છે. શરત એટલી જ કે, શાંત મગજે અને ઉશ્કેરાટ વિના આપણે સૌ ચિંતન કરીએ ! તેનાથી જ આ મુશ્કેલીનો ઉપાય જડશે." ગાંધીએ સરોવરમાં પથ્થર ફેંક્યો તરંગો ઊઠવા માંડ્યા.

અબ્દુલ ગની કે જે મહમદ કાસમ કમરુદ્દીન ફર્મની જોહાનિસબર્ગની બ્રાંચનો મૅનેજર હતો અને ત્યાંના સૌથી જૂના રહીશોમાંનો એક હતો, તેણે પૂછ્યું, "કેવું મંથન, ગાંધીભાઈ ! અમે ચિંતનને લાયક હોત તો તમને શા માટે તકલીફ આપત ? હવે તો જે કરવાનું છે, તે તમારે જ કરવાનું છે."

"હા, એમ જ કરવાનું છે." સૌ એકસાથે બોલ્યા.

"જ્યારે માથા ઉપર મુસીબતનાં વાદળો ઘેરાવા માંડે છે ત્યારે આપત્તિમાં પડેલો દરેક માણસ તેનાથી પીછો છોડાવાનું જ વિચારે છે. બીજા લોકો હાથ ઉપર હાથ

ધરીને બેઠાં ન રહે, પોતાના દિમાગનો ઉપયોગ કરે. બની શકે છે કે કોઈ એકના અથવા કેટલાક લોકોના મનોમંથનમાંથી આ સમસ્યાનો હલ મળી આવે."

"તેના માટે શું કરીએ ?"

"પહેલા તો આ વટહુકમનો હું ગુજરાતીમાં અનુવાદ કરું છું. પછી તમે લોકો તેને સાઇક્લોસ્ટાઇલ કરાવીને બધા હિન્દુસ્તાનીઓમાં વહેંચી દો !"

"પછી ?"

"એકવાર ટ્રાન્સવાલ સરકારના આ નવા કાયદાથી બધા હિન્દુસ્તાનીઓ વાકેફ થઈ જાય અને સૌ જાગ્રત થઈ જાય અને વિચારવા લાગે પછી... "

"પછી શું ?"

"પછી તે વટહુકમથી છૂટવા માટે એક નિશ્ચિત તારીખ અને નક્કી સમયે કૉલોનીના બધા હિન્દુસ્તાનીઓની એક સભાનું આયોજન થાય, જેમાં આ મુદ્દા ઉપર સૌ મળીને ચર્ચા કરે અને સર્વસંમતિથી જે નિષ્કર્ષ નીકળે, જે માર્ગ મળે, તેના ઉપર અમલ થાય અને પછી તેના અમલીકરણ માટેની પણ યોજના તૈયાર કરવામાં આવે."

"આટલી બધી ઝંઝટ !"

"આ ઝંઝટ નથી, કાર્યપદ્ધતિ છે ! સમસ્યાથી મુક્તિ મેળવવાની અને સરકારને સાવધ કરવાની રીત છે. સરકાર પણ જાણે ને કે તેના હુકમ - વટહુકમની સામે હિન્દુસ્તાનીઓની શું પ્રતિક્રિયા છે ? તેઓ શું કરવા જઈ રહ્યા છે ?" ગાંધીએ સમજાવ્યું.

"એટલી મેદની એકઠી કરવાનો શું અર્થ છે ?" આમદ જીવાએ પૂછ્યું.

"લોકશક્તિ આપણી તાકાત છે. આ સભા ટ્રાન્સવાલ સરકારની ઊંઘ હરામ કરી દેશે. તેણે પણ વિચારવું પડશે કે પોતે લીધેલા આ નિર્ણયથી કેવી રીતે નીપટે !"

સૌ કિંકર્તવ્યમૂઢ બની ગાંધી સામે જોવા લાગ્યા.

અબ્દુલ ગનીએ પૂછ્યું, "આ સભા ક્યાં થશે અને ક્યારે ?"

"તમે કહો, ગનીસાહેબ ! તમે તો અહીંના સૌથી જૂના રહીશ છો."

અબ્દુલ ગની વિચારમાં પડી ગયા. દાઉદ મહમદે કહ્યું, "ન્યૂ થિયેટર !"

"ઍમ્પાયર થિયેટર !" અબ્દુલ ગનીએ ઝડપથી કહ્યું.

શેઠ અબ્દુલ્લાએ કહ્યું, "વાત તો એક જ છે, તેને ન્યૂ થિયેટર કહો કે ઍમ્પાયર થિયેટર કહો ! સ્થળ તો એક જ છે."

"તો શું લખીએ ?"

"ઍમ્પાયર થિયેટર જૂનું નામ છે, એટલા માટે તેની આગળ કૌંસમાં 'ન્યૂ થિયેટર'

લખી દેવામાં આવે." ગાંધીએ સૂચન કર્યું.

"તારીખ અને સમય ?"

"સમય સાંજનો, ચાર-પાંચ કલાકે, ગરમીનો પ્રારંભ થઈ ચૂક્યો છે." અબ્દુલ ગનીએ તરત કહ્યું.

"ચાર વાગ્યાનો સમય યોગ્ય રહેશે." શેઠ અબ્દુલ્લાએ કહ્યું.

"અને દિવસ... તારીખ ?"

"દસ - અગિયારમાંથી કોઈ એક."

"અગિયાર સપ્ટેમ્બર !"

બધા સંમત થયા. ગાંધીએ કહ્યું, "હું આ વટહુકમનો ગુજરાતીમાં અનુવાદ કરીને કાલ સવાર સુધીમાં તમને આપી દઉં છું. સાથે અપીલનું લખાણ પણ !"

"ભલે, હું માણસ મોકલીને અનુવાદ મગાવી લઈશ." અબ્દુલ ગનીએ કહ્યું.

"મારા અક્ષર તો તમે જાણો જ છો !" ગાંધી બોલ્યો.

"તેની ચિંતા ન કરો. હું તેને સારા અક્ષરોમાં લખાવી લઈશ. વિતરણ પણ કરાવી દઈશ. તેમાં દરેક વિસ્તારના લોકોએ મદદ કરવી પડશે. હું સાઇક્લોસ્ટાઇલ પેપર એક દિવસમાં જ તેમના સુધી પહોંચાડી દઈશ. વિતરણનું કાર્ય દરેક વિસ્તારવાળાનું રહેશે."

"અમને મંજૂર છે."

"ભલે તો આજની આ બેઠક અહીં જ પૂરી." કહીને ગાંધી ઊઠ્યો.

બીજા લોકો પણ ઊભા થઈ ગયા.

૩૨

૧૧ સપ્ટેમ્બર !

ઍમ્પાયર થિયેટર. જોહાનિસબર્ગમાં સભાખંડ ધીમે-ધીમે ભરાવા માંડ્યો. તલભાર પણ જગા રહી નહીં. થિયેટરની આજુબાજુ પણ હિન્દુસ્તાનીઓ ઊભા હતા. મંચ ખાલી હતો. બધાની નજર ખાલી પડેલા મંચ ઉપર જઈ-જઈને એકબીજાને જોતી રહેતી હતી.

હજુ ભીંત ઘડિયાળમાં ચાર વાગવાને વાર હતી. ગાંધીનું ધ્યાન ઘડિયાળ ઉપર હતું. આવી સભા ત્યાં પહેલી વાર થવા જઈ રહી હતી. ગાંધીએ પોલીસ અધિક્ષકને સૂચના આપી દીધેલી એટલે પોલીસવાળા પણ ત્યાં આવી ગયેલા.

ચાર વાગવા આવ્યા કે મંચ ઉપ શેઠ અબ્દુલ્લા, અબ્દુલ ગની, 'ટ્રાન્સવાલ ઇન્ડિયન એસોસિએશન'ના અધ્યક્ષ અને ગાંધી મંચ તરફ જવા લાગ્યા. તેઓ બેસે ત્યાં તો આખો હૉલ તાળીઓના ગડગડાટથી ગુંજી ઊઠ્યો.

ગાંધીનો સંકેત મળતાં જ અબ્દુલ ગની, કે જેઓ આજની સભાના અધ્યક્ષ હતા, ઊભા થયા અને સીધેસીધા મુદ્દા ઉપર આવીને જ બોલવા લાગ્યા,

"મારા વતનના દોસ્તો, મારા સહગામીઓ, આજે આપણે સૌ અહીં શા માટે એકઠા થયા છીએ તેના વિશે તો તમે સૌ કાગળ વાંચીને વિદિત થયા જ છો. વાસ્તવમાં ટ્રાન્સવાલ સરકારે આપણે સૌ પ્રવાસી હિન્દુસ્તાનીઓ ઉપર તલવાર લટકાવી દીધી છે. આપણા અસ્તિત્વને જ નકારવાનું કાવતરું રચ્યું છે. આપણા ગળામાં પરવાના રૂપે 'ડોગ કૉલર' (કૂતરાંના ગળાનો પટ્ટો) પહેરાવવા માગે છે. પરવાનાની તપાસ પોલીસ ઘરમાં અને બહાર બધે કરી શકશે. આ કડક કાયદો, આપણી આબરૂના લીરેલીરાં ઉડાડી નાંખશે.

સરકારે બહાર પાડેલા વટહુકમનો ગુજરાતીમાં અનુવાદ તમારા સુધી પહોંચી ગયો છે. તમે બધાએ પણ તેનો અભ્યાસ કરી લીધા છે. આ આપણા સૌની સમસ્યા હોવાને કારણે, અહીં તમને સૌને બોલાવ્યા છે. જેથી તમે લોકો આ બાબતે કોઈ ઠોસ સૂચનો આપી શકો અથવા બીજાનાં સૂચનો ઉપર તમારાં મંતવ્યો આપી શકો.

પછી આપણે સૌ એકમત થઈને અથવા બહુમતીથી નિર્ણય લઈને તે દિશામાં કાર્ય કરી શકીએ.

આ બધામાં ભાઈ ગાંધી, આપણા માર્ગદર્શક, રાહબર અને શુભચિંતક છે. હવે હું તેમને વિનંતી કરું છું કે આ અંગે તેઓ આપણને માર્ગદર્શન આપે."

ગાંધી સૂટ-બુટમાં હતો. ટાઈ પણ પહેરેલી. તે આગળ આવીને કહેવા લાગ્યો, "ભાઈઓ, જનાબ અબ્દુલ ગનીએ આપણા સૌનાં દુ:ખને વાચા આપી. એ સાચું છે કે આ વટહુકમનો અર્થ એવો થાય છે કે આપણે અહીં તેમનાં કૂતરાં બનીને રહીએ. આપણી ડોકમાં પરવાનાનો પટ્ટો હશે ! શું આપણે તેમના કાળા કાયદાનો વિરોધ કરવા તૈયાર છીએ ? પહેલાં એ નક્કી કરીએ."

ગાંધીને મૌન જોઈને સૌએ એકસાથે કહ્યું, "અમે તૈયાર છીએ !"

એક બાજુથી અવાજ આવ્યો,

"અમે મરી જઈશું, પરંતુ આ કાળા કાયદાનો સ્વીકાર નહીં કરીએ !"

"હું ખુદાની કસમ ખાઈને કહું છું કે આ કાળા કાયદા સામે ઝૂકીશ નહીં."

"કસમ ખુદાની, જાન ઉપર ખેલીને પણ તેમની સામે માથું નહીં નમાવીએ !"

"કોમી એકતા... " એક જણે મોટા અવાજે કહ્યું.

સૌ એકસાથે બોલી ઊઠ્યા, "ઝિંદાબાદ !"

આ નારો કેટલીય વાર પોકારતા રહ્યા. વાતાવરણ ગરમાયું. સૌ આવેશમાં આવી ગયા.

"મારા વતનના ભાઈઓ, તમારો જુસ્સો જોઈને હું મારી જાતને રોકી શકતો નથી અને તમારી સામે ભગવાન-ખુદાને હાજરાહજૂર માનીને કહું છું કે હું આ કાયદાને નહીં સ્વીકારું. હું એક ટકો પણ એવું માનતો નથી કે એવું થશે - તેમ છતાં પણ જો તમે બધા સરકારની વાતોમાં ભોળવાઈને સરકાર સાથે સમજૂતી કરી પણ લેશો તોપણ આ ગાંધી એકલો જ આ લડત ચાલુ રાખશે - છેલ્લા શ્વાસ સુધી રાખશે !"

"ગાંધીજી, અમે તમારી સાથે છીએ અને છેલ્લા શ્વાસ સુધી તમારી સાથે રહીશું." સામેથી એક નવયુવક બોલ્યો.

"અમે પણ તમારી સાથે છીએ."

"અને અમે બધા પણ !" ચોતરફથી અવાજ ઊઠ્યો અને પડઘાવા લાગ્યો.

ગાંધીએ સૌને શાંત પાડતાં કહ્યું, "શાંતિ ! ભાઈઓ, તમારો જુસ્સો જોઈને મને ખૂબ સુકૂન મળ્યું છે. શું તમે બધા મારી સાથે આ પ્રતિજ્ઞા લેશો ?"

"અમે સૌ તૈયાર છીએ !"

"તમે બોલો અને પછી અમે તેને ઝીલીશું !"

"ભાઈઓ, અત્યારે વાતાવરણ જુસ્સાથી ભરેલું છે. બહુધા જોશમાં હોશ રહેતો નથી. મારી તમને વિનંતી છે કે, એવું જરા પણ આવશ્યક નથી કે અત્યારે જ મારી સાથે આ પ્રતિજ્ઞાને તમે ઝીલો. પહેલા તમે પ્રતિજ્ઞા સાંભળી લો પછી તેના ઉપર વિચારો. પોતાના અંતઃકરણમાં તપાસો. ત્યારબાદ તમે અત્યારે જ અથવા પછીથી પણ આ પ્રતિજ્ઞા લઈ શકો છો."

"તમે પ્રતિજ્ઞા લેવડાવો !"

"પહેલા તે શાંતિપૂર્વક સાંભળો." બધાને શાંત જોઈને ગાંધી બોલ્યો,

"પ્રતિજ્ઞા આવી છે – હું મારા ખુદા/ભગવાનને હાજરાહજૂર માનીને આજ એ પ્રતિજ્ઞા લઉં છું કે જો આ કાળો કાયદો પસાર થઈ ગયો તો હું આ કાયદા સામે મારા અંતિમ શ્વાસ સુધી ઝૂકીશ નહીં."

"હવે અમને પ્રતિજ્ઞા લેવડાવો."

"થોડી વધુ ધીરજ રાખો, ભાઈઓ ! વટહુકમ કે ઑર્ડિનન્સ, રાજ્યના શાસક દ્વારા ખાસ પરિસ્થિતિમાં થોડા સમય માટે જાહેર કરવામાં આવે છે અને જો શાસકના હુકમને ચાલુ રાખવાની આવશ્યકતા જણાય તો સંસદ/વિધાનસભામાં તેનો સ્વીકાર કરાવવો પડે છે. અત્યારે એવી કોઈ ખાસ પરિસ્થિતિ નથી કે આ ઑર્ડિનન્સને જાહેર કરવામાં આવે. એટલા સારુ જ આપણે આજ મંચ ઉપર તેનો વિરોધ કરવાનો છે, જોરદાર વિરોધ કરવાનો છે. હવે તમે લોકો મારી સાથે પ્રતિજ્ઞા લો."

ત્યારબાદ ગાંધીએ સૌને પ્રતિજ્ઞા લેવડાવી. પછી બધાની સામે જોયું. સૌ ખુશ હતા. ગાંધીએ સવાલ ઉઠાવ્યો, "શું તમારામાંથી કોઈએ એ વિચાર કર્યો છે કે આ કાળા કાયદાનો વિરોધ કેવી રીતે કરીશું ?"

"પરવાનો નહીં બનાવડાવીએ."

"તો સજા થશે અથવા દેશનિકાલ ! ત્યારે શું કરશો ?" ગાંધીએ મનોમંથનની પૂર્વભૂમિકા તૈયાર કરતાં કહ્યું.

બધા મૌન થઈ ગયા. સભા જાણે કે અન્યમનસ્ક જેવી થઈ ગઈ !

ગાંધીએ કહ્યું, "દરેક વખતે તો આપણે બધા આ રીતે એકઠાં થઈ શકીશું નહીં ! તો પછી શું કરવું જોઈએ ?"

કોઈને કંઈ સૂઝ્યું નહીં.

ગાંધી બોલ્યો, "ઇંગ્લૅન્ડની મહિલાઓએ મતાધિકાર મેળવવા માટે જે લડત કરેલી, તેને 'પેસિવ રેજિસ્ટંસ' એવું નામ આપવામાં આવેલું. એટલે કે, નિષ્ક્રિય પ્રતિકાર ! તેમાં હિંસાનો પ્રયોગ કરવામાં આવેલો. આપણી લડત અહિંસક રહેશે. તેમાં ન તો બળનો પ્રયોગ થશે કે ન તો હિંસા થશે."

"માર પડે તોપણ ?"

"હા, માર પડે તોપણ ! કોરડા પડે, ઘોડાના પગ નીચે કચડે કે બંદૂકની ગોળીઓથી વીંધી નાંખે... " ગાંધી આટલું જ બોલ્યો ત્યાં એક જણ બોલ્યો,

"ગાંધીભાઈ, તમે તો માર ખાધા કર્યો છે. તેમાં તમે તમારું અપમાન માન્યું નથી, પરંતુ અમે માર ખાવા માટે તૈયાર નથી. કેમ ભાઈઓ, તમે શું કહો છો ?"

"ઈંટનો જવાબ પથ્થરથી આપીશું !"

"અમે કાયરની માફક માર ખાવા તૈયાર નથી."

"કાયર, માર ખાનારો નહીં, પરંતુ મારનારો હોય છે ! આપણી લડત શેના માટે છે ?" ગાંધીએ કહ્યું.

"અન્યાય અને અત્યાચારને દૂર કરવા માટે."

"નફરતને કેવી રીતે જીતી શકાય ? શું નફરતનો જવાબ નફરતથી આપીને ?"

ફરી ચુપકીદી.

ગાંધી બોલ્યો, "નફરતને પ્રેમથી જીતી શકાય છે. પ્રેમમાં હિંસા ક્યાંથી આવે ! કોણ લાવશે ? જે પણ હિંસા લાવશે તે નફરત ફેલાવશે. પ્રેમમાં ખૂબ શક્તિ છે. નફરત દર્શાવીને આપણે હિસાબ બરોબર કરવાનો નથી. સરકારની તાકાત હિંસા અને ભય છે તેમ જ આપણી તાકાત અહિંસા અને નીડરતા છે. આપણે તેમની હિંસા સામે ઝૂકી નહીં જઈએ, બલકે સામી છાતીએ ઊભા રહીશું. મારનારાની તાકાતને પરખીશું તેમનું ગજું માપીશું !"

સભામાં એકદમ નીરવતા અને અસમંજસની સ્થિતિ સર્જાઈ. ગાંધીએ જાણી જોઈને વિરામ લીધો જેથી સભામાં ચાલતી આંતરિક દ્વિધા બહાર આવી શકે અને તેમનો આશય જાણી શકાય. તેઓ અંદર ને અંદર ખળભળીને રહી ન જાય. ધીમે-ધીમે ગુસપુસ શરૂ થઈ.

ગાંધીએ કહ્યું, "ભાઈઓ, આટલી મોટી સભામાં થોડી ક્ષણોમાં જ સૌ એકમત થઈ જાય તે સહેલું નથી. નાનકડા કુટુંબમાં પણ અનેક મત પ્રવર્તતા હોય છે. તેમાં કોઈ શંકાને સ્થાન નથી કે જ્યાં સુધી તમારા વિચારો અથવા તમારા મનમાં ઉદ્ભવતી શંકાઓ પ્રગટ નહીં થાય ત્યાં સુધી આપણે કોઈ દિશામાં પૂરા મનથી, પાક્કા ઇરાદાથી અને પૂરેપૂરી તાકાતથી તેની સાથે જોડાઈ શકીશું નહીં. અધકચરા દિલથી શરૂ કરેલી લડતનું ભાવિ ઉજ્જ્વળ હોતું નથી. તો હવે, મહેરબાની કરીને તમે લોકો તમારી વાત અથવા સંશય, એક પછી એક રજૂ કરો. પહેલાં તમારું નામ અને સ્થાન જણાવીને વાત કરશો તો વધુ સારું રહેશે."

પોતાની ડાબી બાજુ હાથ ઊઠેલો જોઈ ગાંધીએ પૂછ્યું, "તમારું નામ... મુકામ... !"

"હજૂર, મારું નામ હસન ખાન છે, મુકામ અલ્બમેરી સ્ટ્રીટ... મેં આ વટહુકમનો મૂળ મુસદ્દો ૨૨ ઑગસ્ટ, ૧૯૦૬નાં 'ગૅઝેટ'માં વાંચેલો અને ત્યારે જ વિચારી લીધેલું કે હવે ગુપચુપ પોતાના વતનમાં પાછા જતા રહીએ. અહીં રહીને પાયમાલ થવું નથી. જાણી જોઈને શા માટે ખુવાર થઈએ ? કોઈ પુરુષની શી મજાલ છે કે - ભલે ને પછી તે પોલીસ અમલદાર જ કેમ ન હોય - તોપણ અમારી અનુપસ્થિતિમાં અમારા ઘરમાં ઘૂસે ! અમારી પત્ની અને બાળકોને હેરાન કરીને પૂછપરછ કરે કે પરવાનો ક્યાં છે ? અલ્લાતાલાની કસમ, તે બેશરમ-બેઅદબ માણસનું માથું ધડથી અલગ કરી નાંખીશ, પછી ભલેને તેની સજારૂપે મોત જ કેમ ન મળે ! તે પણ કબૂલ છે. જ્યારે કે તમે એવું કહો છો કે આપણી ફરજ એ જ ગણાય કે આપણે તે ફજેતીને ચુપચાપ સહી લઈએ ! તે તો અમારા માટે શરમજનક બાબત હશે.

તો જનાબ ગાંધી, અમારાથી એવું થઈ શકશે નહીં. અમને કોઈ પણ કિંમતે ફજેતી કબૂલ નથી. પારકા દેશમાં અમે આબરૂ ગીરવે મૂકવા આવ્યા નથી અને અમે બંગડીઓ પહેરી નથી ! એક અવાજ કરીશું કે 'ઇસ્લામ ખતરામાં છે', તો સમસ્ત વિશ્વમાં આગ લાગશે ! અમે હીજડા નથી. હિજરત સમયે હજરત મહમદસાહેબને મક્કા છોડીને મદીના જવાનું ઉચિત લાગેલું. મેં ન તો 'ગૅઝેટ'માં વાંચીને મનમાં કોઈ ગભરામણ અનુભવેલી ન તો અત્યારે અનુભવું છું. અમે નખશિખ સ્થિર છીએ. મેં જે કસમથી કહ્યું છે તેમાં એ ઉમેરવું જરૂરી છે કે, અમે ફિટકારને ગળે વળગાડીશું નહીં.

તમે અહિંસાની વાત કરી છે. તો ભલે, અમે સામેથી હથિયાર નહીં ઉઠાવીએ, પરંતુ દુશ્મનનો હાથ ઊઠશે તો અમે ઈસુ ખ્રિસ્તની જેમ જમણા ગાલે લૉફો મારનારની સામે ડાબો ગાલ ધરનારા નથી ! સાથીઓ, જરા વિચાર કરો, આ ઈસુને માનનારા તો આપણા ગાલે તમાચા મારે, આપણી વહુ-દીકરીઓની દુર્દશા કરવા પર ઊતરી આવે અને આપણે હાથ ઉપર હાથ ધરીને જોતા રહીએ ?

જનાબ ગાંધી, તમે ખ્રિસ્તીઓની વસતીમાં જઈને તેમને ઈસુ ખ્રિસ્તના આ આદર્શ બોધની યાદ અપાવો એ જ વધુ સારું રહેશે. અમે ઈસુના પ્રેમીઓ નથી. અમારી નિરાધારતાને અમારી એવી લાચારી ન બનાવો કે અમે અમારા મજહબ અને ઈમાનને ખોઈ બેસીએ ! અમારી વિવેકબુદ્ધિ હજુ એટલી ભીરુ નથી કે અમે અમારાથી જ મોં છુપાવતાં ફરીએ !"

મિયાં હસન ખાન હતા તો વૃદ્ધ, પરંતુ તેમનામાં ખૂબ જોમ-જુસ્સો ભરેલાં હતાં. તેઓ પાક્કા ખુદાપરસ્ત હતા. ઇસ્લામી ઝનૂન તેમના માથે ચડીને બોલતું હતું ! ગોરાઓના દુશ્મન હતા, પરંતુ સત્યનિષ્ઠ હતા. ખુદા સિવાય તે કોઈની

સામે નમતા નહોતા. તેઓ પેગંબરની માફક ત્યાં પ્રસિદ્ધ હતા. પોતાને ખુદાના બંદા માનતા હતા. આયુષ્યના આઠ દાયકા વિતાવી ચૂકેલા, પરંતુ હૃષ્ટપુષ્ટ હતા. રતાશ પડતો વાન ધરાવતા અને સ્પષ્ટવક્તા હતા. તેમનો પ્રભાવ, દર્પણની જેમ ચોખ્ખો જોઈ શકાતો હતો.

હવે શું થશે ? સૌની બોલતી બંધ ! ગાંધીએ સ્તબ્ધતાને ઘેરી થતાં જોઈને કહ્યું,

“એકેશ્વરવાદના બંદા, બૂરાઈઓથી તોબા પોકારનારા, ખુદા ઉપર શ્રદ્ધા રાખનારા વડીલ, મિયાં હસન ખાનની વાતને હું સ્વીકારું છું. હવે આપણી પાસે બે જ માર્ગ છે - પહેલો મરવા-મારવાનો અને બીજો જુલમ-માર સહન કરવાનો. આપણે આજે જે હાલતમાં છીએ તેને ધ્યાનમાં રાખીને કોઈ નિર્ણય લઈ શકીએ છીએ.”

હસન ખાન પાસે બેઠેલા રમજાને તેમને ધીમેથી કહ્યું, “તમે બરોબર જ કહ્યું. વાણિયા વકીલનો શો ભરોસો ? ક્યારે ફરી જાય ! ગોરાઓને પણ પટાવી રાખ્યા છે અને તેમની મેમસાહેબોને પણ ! આપણને પત્તાની જેમ ચીપે છે.”

“ના, તેની આટલી નિંદા કરો નહીં. એમ તો તે એક પ્રામાણિક બૅરિસ્ટર છે. આપણું ખરાબ વિચારી શકે નહીં. તોપણ આપણે કોઈના ઉપર એટલો ભરોસો પણ ન કરવો જોઈએ કે તે ગમે ત્યારે દગો દઈ દે અને ત્યારે આપણે મજાક બની જઈએ !”

“હમણાં તો તમે કહેતા હતા, હસન મિયાં !”

“તે તો એટલા માટે કે આપણી વચ્ચે કોઈ પોતાની જાતને મોટાભા ન સમજી બેસે ! આગળ સાંભળો, એ કઈ-કઈ બાબતો સૂચવે છે.”

“શું હજુ કંઈ સંભળાવવા-સાંભળવાનું બાકી રહ્યું છે, મિયાં ?”

“કેમ નહી, મિયાં ! ખૂબ અનુભવી છે, ઘણા ભલાં કાર્યો કર્યા છે. અંદર-અંદરથી તો એ પણ મારી-તમારી જેમ ગભરાટથી ભરેલો છે.” હસન ખાને ધીમે-ધીમે કહ્યું.

ગાંધી આગળ બોલતો હતો, “જ્યાં સુધી હું સમજી શક્યો છું ત્યાં સુધી આત્મિક શક્તિ જ માણસને કાયમ ખપમાં આવી છે. મારી સમજ મુજબ એ જ યોગ્ય માર્ગ છે, જેના ઉપર ચાલીને માણસ મંજિલ સુધી પહોંચી શકે છે. માન્યું કે કુરાનમાં ‘કિસાસ હત્યાકાંડ’ તમારા માટે જીવન સમાન છે. કહેવાયું છે કે, કતલ કરનાર હત્યારાને કિસાસમાં મારી નાખવામાં આવે છે. તોપણ ફિરસ્તા, અલ્લાહનું અસ્તિત્વ, જન્નત, જહન્નમ, કયામત જેવા અદૃષ્ટને પ્રાધાન્ય અપાયું છે !

હું આપને એમ કહેવા માગું છું કે, આપણે આ લડત આપણી રીતે લડવી પડશે – આપણે હિંસાનો જવાબ અહિંસાથી આપવાનો રહેશે. આ લડત લાંબા સમય સુધી ચાલનારી લડત છે. દરેક જુલમને શાંતિથી સહેવો પડશે. ઈસુ ખ્રિસ્તને

કે ટૉલસ્ટૉયના 'વૈકુંઠ તમારાં હૃદયમાં' કે પછી 'ભગવદ્ ગીતા'ને કે પછી ત્રણેયને વચ્ચે લાવો - તેનાથી કોઈ ફેર પડવાનો નથી, કેમ કે તે બધામાંથી તો આપણને ફક્ત પ્રેરણા મળે છે. તેને આપણી રીતે જીવવાનું કે જીરવવાનું તો આપણે પોતે છે. તેઓ માણસ-માણસ વચ્ચે ભેદ ઊભો કરે છે. શું આપણે પણ એવું જ કરીએ ? શું કુરાન તમને આવું કરવાની અનુમતિ આપશે ?

જે કહે છે કે, 'હે ઈમાન લાવનારાઓ ! તમે બધા આ સુલેહમાં પ્રવેશો અને શેતાનના પગલે ચાલો નહીં. અલ્લાહ તમને તમારી એવી કસમોમાં નહીં પકડે જે તમારાં મોંમાંથી અમથી જ નીકળી ગઈ હોય, પરંતુ તમારા હૃદયની કમાણીનો દરજ્જો જેમાં હોય, એવી કસમોમાં અવશ્ય પકડશે.' – આ બધાં દૃષ્ટાંતોને આધારે મારે એટલું જ કહેવું છે કે, આજ આપણી પાસે આ લડત શરૂ કર્યા સિવાય બીજો કોઈ વિકલ્પ નથી."

બધાની કચકચ આપોઆપ બંધ થવા લાગી. ગાંધી અટક્યો ત્યારે નીરવતા હતી.

તેણે આગળ કહ્યું, "મેં ક્યારેક શ્યામલ ભટ્ટનો એક છંદ વાંચેલો, જેનો ભાવાર્થ છે કે, જો પાણી પાનારને તમે ભોજન કરાવી દો તો કોઈ મોટું કામ નથી કર્યું. મોટી વાત તો ત્યારે છે કે જ્યારે બૂરાઈનો બદલો ભલાઈથી વાળવામાં આવે ! જે બૂરાઈ કરવા પર ઊતરી આવ્યો હોય, છેવટે તે પણ માણસ છે. આપણે તેની ભૂલ સુધારવી જોઈએ. જેથી એક ભૂલમાંથી બીજી ભૂલનો જન્મ ન થાય અને ભૂલની આ ઘંટીમાં આખી દુનિયા આજીવન પીસાતી ન રહે.

યુદ્ધ, યુદ્ધને જન્મ આપે છે, શાંતિ, શાંતિને અને ધીરજ, ધીરજને જન્મ આપે છે. તેમ છતાં કોઈ ઉતાવળ નથી. હું સમજું છું..."

અધ્યક્ષ અબ્દુલ ગની સામે જોઈને કહ્યું, "ભાઈ ગનીસાહેબ, જો યોગ્ય સમજે તો થોડા સમય માટે આ સભાને વિરામ આપે. જેથી બધા લોકો પરસ્પર ચર્ચા કરી શકે અને પછી બીજો દોર શરૂ થાય ત્યારે બધા શાંતિ અને ધીરજપૂર્વક પોતાનું મંતવ્ય જાહેર કરી શકે."

અધ્યક્ષ અબ્દુલ ગનીએ અડધા કલાકના વિરામની જાહેરાત કરી દીધી. શોરબકોર શરૂ થઈ ગયો. અમુક લોકો બહાર પણ ગયા. વાતોવાતોમાં હાથ પણ ઊઠવા માંડ્યા !

"ગાંધીભાઈ, ચર્ચામાં બડાઈ શરૂ થઈ ગઈ છે. અહીં મુસલમાનો વધુ પ્રમાણમાં હોવાને કારણે તેમણે આને કોમી ફિસાદનું રૂપ આપવાનો પ્રયાસ કર્યો છે. કટ્ટરપંથી મુસ્લિમને કાયમ સૂતાં-જાગતાં જંગનું એલાન જ સંભળાય છે !"

"ગનીભાઈ, છેવટે જેમણે લડત શરૂ કરવાની છે, નિર્ણય પણ તેઓ જ લેશે."

"તમે પણ... !"

"તે મારી લડત છે - સમગ્ર માનવતા માટેની લડત છે. તે તો હું ચાલુ જ રાખવાનો છું. આ સભા જે કંઈ નિર્ણય લે, પરંતુ હું તો નફરતને પ્રેમથી સિંચવાનો છું. અહિંસા મારો ધર્મ છે."

"સમજી શકું છું ગાંધીભાઈ, તમે અમારા બધા કરતાં અલગ માણસ છો. હું પણ પ્રયાસ કરીશ કે સભા ફંટાય નહીં અને પાટા ઉપર ચડે."

તે વખતે કૉફી આવી. અમુક મોટા વેપારીઓ પણ મંચ ઉપર આવી ગયા. કૉફીની ચૂસકીઓ લેવાવા માંડી.

શેઠ અબ્દુલ્લાએ કહ્યું, "આટલી મોટી સભા મેં પહેલી વાર જોઈ છે."

"હા, ચોક્કસ."

"બોઅર યુદ્ધના આવા બદલાને કારણે સૌ અચંબિત છે. તેમને સમજાતું નથી કે તેઓ શું કરે ! આ આવનારા સંકટનો સામનો કેવી રીતે કરે ?"

સભા ફરી શરૂ થઈ.

અબ્દુલ ગની બોલતા હતા, "હમણાં-હમણાં અમુક વિરોધી સૂર ઊઠ્યા છે. અમે તેમને પણ લક્ષમાં લઈશું. શરત ફક્ત એટલી જ કે તેમનો ઇરાદો સૌનું માર્ગદર્શન કરવાનો હોય. ખાલી ઉશ્કેરાટને વશ થઈને આપણે કંઈ જ કરી શકીશું નહીં. શું આપણે આજ પર્યંત આપણી આગળ લગાડવામાં આવતું 'કુલી' વિશેષણ દૂર કરી શક્યા છીએ ? આપણે સૌ ગોરાઓની નજરમાં તો કુલી છીએ, પછી તે કરોડપતિ વેપારી હોય, વકીલ હોય કે અન્ય કોઈ પણ હોય ! તો પછી આપણે આ કાળા કાયદાથી કેવી રીતે છુટકારો મેળવી શકીશું ?

આ હકીકતને ધ્યાનમાં લઈને આપણે વાસ્તવદર્શી વાતો કરીએ તો આજની આ સભાની કોઈ ઉપલબ્ધિ સમજી શકાશે. હવે તમારામાંથી જે કોઈ વાત રજૂ કરવા માગે તેમનું સ્વાગત છે."

અબ્દુલ ગનીએ ચોતરફ જોયું. સૌની નજર ઢળેલી હતી. આખા હોલમાં શૂન્યતા પ્રસરેલી હતી.

અબ્દુલ ગનીએ કહ્યું, "ગાંધજી, હવે આપ આવો અને આપનું ઉદ્બોધન આગળ વધારો."

ગાંધી ફરી ઊભો થયો. શાંતિથી સૌની સામે જોયું. પછી બોલ્યો, "મારા વતનના લોકો, આપણે આ કાળા કાયદાનો વિરોધ કરવાનો છે - કોઈ પણ સંજોગોમાં કરવાનો જ છે. તેના સારુ હમણાં જ આપણે સૌએ સોગંદ લીધા છે... જો તમે

તે પ્રતિજ્ઞા દેખાદેખીમાં લીધી હોય તો તમે બધા હજુ પણ એ પ્રતિજ્ઞામાંથી મુક્ત છો – કુરાન પણ તેનું સમર્થન કરીને તમને મુક્ત કરે છે."

"આપણે આ કાળા કાયદાનો વિરોધ કેવી રીતે કરીશું ?"

"અત્યારે તો વિનંતીપત્ર લખીને. વર્તમાનપત્રોમાં લેખ લખીને, નાની-નાની સભાઓ કરીને, પોસ્ટર લગાડીને. ઉચ્ચ અધિકારીઓ, ધારાસભાના સદસ્યો, ગવર્નર વગેરેને મળીને, શાંતિપૂર્વક સરઘસ કાઢીને વિરોધ કરીશું. આ માટે એક કારોબારી સમિતિ બનાવવામાં આવે, જેની દેખરેખ અને નિર્દેશનમાં આ કાળા કાયદાનો વિરોધ ચાલુ રાખવામાં આવે, પરંતુ આ કાર્યક્રમમાં હિંસાનું કોઈ સ્થાન નથી. આ સવિનય વિરોધમાં અહિંસાની કસોટી થશે." આટલું બોલીને ગાંધીએ હસન ખાનને શોધવા બધે જોયું, પરંતુ હસન ખાન તેને દેખાયા નહીં.

સભાની શૂન્યતા ખદબદવા લાગી.

એક જણ બોલ્યો, "માર ખાવાનો રસ્તો તો કોઈ ઉપાય છે ! શું આ રીતે કોઈ નિવેડો આવી શકે ?"

બીજાએ વિચારીને જવાબ આપ્યો, "ભાઈ, એ ગાંધીજી છે ! નિશ્ચિતપણે આની પાછળ કોઈ મોટું રહસ્ય હશે, જે આપણને બચાવી લેશે."

ગાંધીએ આગળ કહ્યું, "ભાઈઓ, આપણી પાસે સેના નથી. ન તો આપણી પાસે સરકારના લશ્કર સામે લડવાની તાકાત છે ! ...કે પછી છે ?"

નીરવતા અકબંધ રહી.

"બોઅર યુદ્ધ, ઝૂલુ વિદ્રોહની બધી જ સ્થિતિ તમે લોકો જાણો છો. તો પછી આપણે ઈંટનો જવાબ પથ્થરથી કેવી રીતે આપી શકીએ ! ...જો આપી શકીએ એમ હોઈએ તો તમે એ પદ્ધતિ જણાવો."

બધા એકબીજાના મોં જોવા લાગ્યા.

"જુઓ ભાઈઓ, આપણે નફરતનું વાતાવરણ દૂર કરવું છે. હવે તો આપણે અહીં જ રહેવાનું છે. હવે તો આ જ આપણું વતન છે. પછી લડાઈ કોની સાથે ? કોઈની સાથે નહીં. પોતાનાઓ સાથે પણ શું કોઈ લડે ! ગોરાઓ પણ અહીંના જ છે - આપણા પોતાના ભાઈ છે. આ સરકાર પણ આપણી છે. માન્યું કે તે તાકાતના જોરે થોડા સમય માટે મનસ્વી બની ગઈ છે અને પોતાના જ ભાઈઓ ઉપર અત્યાચાર-અન્યાય કરવા માટે આતુર થઈ ગઈ છે, પરંતુ આપણે અત્યાચાર-અન્યાય સામે ઝૂકવાના નથી. ખુદા ઉપર શ્રદ્ધા રાખનારાઓ, તમે એ તો જાણો જ છો કે, ખુદા ભલા અને તેના દેખાડેલા માર્ગે ચાલનારા લોકોની સાથે હોય છે અને તે રીતે એમને સુરક્ષિત રાખે છે. પછી ચિંતા-ફિકર કેમ ?

બીજાને જીતવા માટે પ્રેમથી મોટી બીજી કોઈ પદ્ધતિ નથી. ચાહનારા લોકોનો માર્ગ ઘૃણા-નફરતનો નથી, તેમની તાકાત હિંસા નથી, બલકે આત્મિક બળ છે. તોપ-તલવાર-બંદૂકથી આત્મિક બળ ઉત્પન્ન નથી થતું. એ તો અહિંસામાંથી ઉદ્‌ભવે છે. મારનારાના હાથ થાકી જશે, પરંતુ માર સહેનાર ક્યારેય થાકશે નહીં. તે પૂછશે, 'કેમ રોકાઈ ગયા ભાઈ ? હજુ મારો !' ત્યારે મારનારની આંખ ખૂલશે અને તેને પોતાના કર્યા ઉપર પસ્તાવો થશે. શું તમને લોકોને આ માર્ગ કબૂલ છે ?... જે કહો તે દિલથી કહેજો, પોતાના ખુદાને ઈમાનમાં રાખીને કહેજો."

બધા બોલ્યા, "અમને કબૂલ છે !"

"કબૂલ છે ! કબૂલ છે !"

"તો પછી આગળની કાર્યવાહીનો કાગળ પણ તમને ઝડપથી મળી જશે. હવે આગળની કામગીરી માટે અબ્દુલ ગની સાહેબને માઈક સોંપું છું. તેઓ આવે અને હવે પછીની સૂચના આપવાની કૃપા કરે."

માઈક પાસે અબ્દુલ ગની આવ્યા. બીજી બાજુ ગાંધીનો જયજયકાર થવા લાગ્યો. સમગ્ર સભાખંડ જયઘોષથી ગુંજી ઊઠ્યો.

ગાંધીએ જ ઊભા થઈને કહેવું પડ્યું, "દોસ્તો, જયજયકાર કરવો યોગ્ય નથી. તેનાથી ભ્રમ ફેલાય છે. આત્મવિશ્વાસને પણ ધક્કો પહોંચે છે. મહેરબાની કરીને તમે લોકો શાંત થઈ જાઓ. કોઈ સૂત્રોચ્ચાર ન કરે."

થોડી વારમાં સૌ શાંત થયા. અબ્દુલ ગનીએ સભા સમાપ્તિની ઘોષણા કરી. સૌ છૂટાં પડ્યા.

૩૩

દસ મહિના જ પસાર થયા કે જુલાઈ, ૧૯૦૭માં કાળો કાયદો જાહેર થઈ ગયો. તેને બાદશાહની પણ સ્વીકૃતિ મળી ગઈ. સ્ત્રીઓ સંબંધિત કલમ કાઢીને બાકીનો આખેઆખો ખરડો પસાર થઈ ગયો. આટલી લાંબી ચાલેલી લડતનું કોઈ પરિણામ મળ્યું નહીં. સભાઓ, સરઘસો, ચર્ચાઓ, વિનંતીપત્ર, વગેરે બધું જ નિરર્થક સાબિત થયું. હવે ?

શરૂઆતથી જ ગાંધીને લાગતું હતું કે બધા એક થયા નથી. કેમ કે ગિરમીટિયો વર્ગ તો પહેલેથી જ પોતાના માલિકનો ગુલામ હતો. તેનો માલિક તેના ઉપર મન પડે તેવા અત્યાચાર કરતો હતો એટલે આ કાયદાથી તેમની આબરૂ ઉપર કોઈ હાનિ પહોંચવાની નહોતી. ગાંધીએ વેપારીવર્ગને સમજાવ્યો પણ હતો કે તે લોકો મુઠ્ઠીભર છે, તેમણે લોકશક્તિ વધારવા માટે ગિરમીટિયાઓને પોતાની સાથે રાખવા જોઈએ. અધકચરા મનથી થોડો પ્રયાસ પણ થયો, પરંતુ તે પૂરતો નહોતો.

ગાંધીના 'ઇન્ડિયન ઓપિનિયન'નો દરેક અંક, આ ખરડાની કાળી બાજુને દેખાડતો રહ્યો અને ગોરી સરકારની તાનાશાહી પ્રકૃતિ તરફ વિશ્વનું ધ્યાન ખેંચતો રહ્યો. તે વખતે 'ઇન્ડિયન ઓપિનિયન' દ્વારા એક સ્પર્ધાનું આયોજન કરવામાં આવેલું. તેમાં એક વાચકે આ પ્રકારના આંદોલનનું નામ આપેલું – સદાગ્રહ ! ગાંધીએ ખૂબ વિચાર્યું. તે 'સદાગ્રહ' શબ્દને જ ઊલટતો-સૂલટતો રહ્યો. અચાનક તેને શબ્દ સૂઝ્યો – 'સત્ય' ! આ આંદોલન સત્ય માટે જ તો શરૂ થયેલું ! પરિણામસ્વરૂપે ગાંધીએ સત્યની સાથે આગ્રહ જોડીને તેને 'સત્યાગ્રહ' નામ આપ્યું. પછી તો જોઈએ જ શું ? ગાંધી આ શબ્દનો પુષ્કળ ઉપયોગ કરવા લાગ્યો. એક વિલક્ષણ શબ્દ તેને હાથ લાગેલો !

બીજી બાજુ રાજ્ય તરફથી જાહેરાત કરવામાં આવી કે ૩૧ જુલાઈ, ૧૯૦૭ સુધીમાં ટ્રાન્સવાલમાં રહેતાં દરેક હિન્દુસ્તાનીએ પરવાનો લઈ લેવાનો રહેશે. જો એમ કરવામાં નહીં આવે તો કાયદાનુસાર સખતમાં સખત સજા મળશે. આથી હિન્દુસ્તાનીઓમાં ભાગદોડ મચી ગઈ.

અબ્દુલ ગની ગાંધી પાસે આવ્યા. તેમની સાથે મિયાં હસન ખાન પણ હતા. ઍમ્પાયર થિયેટરમાં ફરી એક સભાનું આયોજન કરવાનું નક્કી કરવામાં આવ્યું. ફરીથી બધાનાં મંતવ્યો લેવામાં આવે કેમ કે જે કંઈ કરવાનું હતું તે ધીરજપૂર્વક કરવું પડે એમ હતું. બધું ઝટપટ ગોઠવાયું.

ઍમ્પાયર થિયેટરમાં ફરી સભા મળી. પહેલાની જેમ જ હૉલ ખીચોખીચ ભરાયેલો હતો, પરંતુ આ વખતે તેમના ચહેરા ઉપર અગાઉ જેવો ઉત્સાહ અને જુસ્સો જોવા મળતો નહોતો. બધા જાણે કે હતાશ જેવા હતા અને થોડા શિથિલ પણ. અંદરોઅંદર ગુસપુસ થઈ રહેલી,

જે કંઈક આ પ્રકારની હતી,

"હવે કંઈ થઈ શકશે નહીં, મિયાં! શું બાદશાહની મહોર લાગી ગયા પછી કાયદો બદલાવી શકાય? ક્યારેય નહીં!"

"તું બરોબર કહે છે. આ પહેલા આવું ક્યારેય થયું છે? ચાલીસ વર્ષથી તો હું જોતો આવ્યો છું. એ વાત તો સર્વવિદિત છે કે જેની લાઠી એની ભેંસ! જેની સરકાર તેનું રાજ્ય અને જેનું રાજ્ય તેની લાઠી!"

"આ નવ-દસ મહિના ખૂબ હાથ-પગ ચલાવ્યા, ગળું ફાડ્યું, જ્યાં કહ્યું ત્યાં અંગૂઠા લગાવ્યા, કામ-ધંધો છોડીને સભાઓમાં ગયા, પોસ્ટર લગાડ્યા, રસ્તા ઉપર ઊતરી આવ્યા, લોકોને મળવામાં પણ કલાકો બગાડ્યા! ઘરની સ્ત્રીઓ કહેવા માંડી છે કે... " કહીને તેણે મિયાં-બીબીની વાત માંડી...

* * *

"મિયાં, ઘેલો થઈ ગયો છે કે શું? આવી રીતે ક્યારેય કંઈ થયું છે? પારકા દેશમાં આવીને આવા ભવાડાથી દૂર રહો. અહીં તો રોટી કમાવવા આવ્યા છીએ, છાનામાના રોટી-રોજીની જ ચિંતા કરો. તું કંઈ મોટો માણસ નથી. લોહી-પરસેવો એક કરીને ઘરસંસાર ચાલી રહ્યો છે. ખુદાની દુઆ છે, તેમાં જાણી જોઈને શા માટે ટાંગ અડાડી રહ્યો છે?"

"અરે, ચુપ પણ કર ભાગ્યવાન! ગાંધીજી આપણને સાચા માર્ગે લઈ જાય છે. થોડી મહેનત કરવી પડે છે, તો તેમાં શું થયું! અમારે ક્યાં પહાડ તોડવાના છે, થોડું ગળું જ ફાડવાનું છે. તેમાં ક્યાં દમડી પણ ખર્ચાય છે? આમ પણ અમે ગપ્પાં મારવામાં સમય વિતાવતા હોઈએ છીએ."

"એ જ તો તારી સાલસતા છે જેનો બીજા લોકો ફાયદો ઉઠાવે છે. અગાઉ પેલા દલાલના ચક્કરમાં ફસાયેલો, ત્યારે પણ મેં તો કહેલું કે પોતાનો દેશ છોડીને પારકા દેશમાં મજૂરી શોધવાની શું જરૂર છે? અહીં પણ લૂખુંસૂકું ખાવાનું મળી

રહે છે. ભૂખ્યા ક્યાં મરીએ છીએ ? પોતાના મારે તોપણ છાંયે નાખે છે ! ...જ્યાંની ન બોલી જાણતાં હોઈએ ન તો રીતરિવાજ, ન માટી, ન હવા-પાણી - ત્યાં જવાની જાણે સ્ત્રીહઠ પકડી લીધેલી ! ત્યારે પણ મારી વાત માની નહોતી અને આવી પડ્યા આવા અંધારા કૂવામાં દેડકાની જેમ !"

"બસ હવે બંધ કર ! જ્યારે જોઈએ ત્યારે આગ ઓકવાનું શરૂ કરી દે છે. દાઝ્યા ઉપર ડામ આપવાના ?"

"આગ ઓકવાનું નહીં, આગ બુઝાવવાનું કરું છું, પાગલ ! એ ગાંધીજી તો ઘેલા છે જ... તારી આંખ પણ ત્યારે જ ખૂલશે જ્યારે હાથ-પગ ભાંગશે અથવા પોલીસ જેલમાં નાંખી દેશે. ત્યારે તારા આ ગાંધીજી શું કામ આવશે ? બધું સહેવું તો મારે ને તારે પડવાનું છે. અત્યાર સુધી તેં ખૂબ મનનું ધાર્યું જ કર્યું છે, પરંતુ હવે હું કંઈ સાંભળવાની નથી. તે કાયદાની આપણા ઉપર કોઈ ખરાબ અસર થવાની નથી. તને શું એનાથી રાજપાટ મળી જવાનું છે ? શું તને આ ઝૂંપડું છીનવાતું દેખાય છે કે પછી માલિક બહાર કાઢી મૂકવાનો છે ? જ્યારે તારા નસીબમાં ચાકરી કરવાનું જ લખાયેલું છે, તો શાંતિથી તે કર. ખોટી પાંખો ફફડાવીને શું ? ...તેં હવે જરા પણ મનનું ધાર્યું કરવાની કોશિશ કરી છે તો હું તારું અને તારા એ પાગલ ગાંધીજીનું માથું ફોડી નાંખીશ. મેં પણ સોગંદ લીધા છે. તું મારી પ્રતિજ્ઞાને સારી રીતે જાણે છે. હું તારી જેમ સોગંદમાંથી ફરી જાઉં એવી નથી."

"તું માથાકૂટ બંધ કર !"

"તું મારા માથા ઉપર હાથ રાખીને સોગંદ લે કે... !"

"આ શું તમાશો કરે છે, પારો ! બધા જોઈ રહ્યા છે."

"મને કોઈની પરવા નથી, મુન્નીના બાપુ !" તેણે પતિનો હાથ પોતાના માથે રાખી દીધો અને બોલી, "લે, સોગંદ લે કે, તું બહુરૂપી ગાંધીજીની મીઠી-મીઠી વાતોમાં આવી નહીં જાય ! તેની વાત એક કાને સાંભળીને બીજા કાનેથી બહાર કાઢી નાંખીશ."

આમ જેમની દશા, અવદશા બનવા માંડેલી તેવા લોકો પણ ત્યાં હતા.

* * *

ગાંધી સમજી ગયેલો કે, આ લડતની કોઈ અસર ગિરમીટિયાઓ ઉપર પડવાની નથી. તેમને મારી-ટીપીને ત્યાંની વ્યવસ્થાનો એક ભાગ બનાવી દેવાયા હતા. તેમનાં દિમાગની બારીઓ બંધ હતી. તેમના માટે સુખ-દુઃખ એક કાદવવાળા કપડાં જેવા હતા. તેને સો વખત ધોવા છતાંય કાદવ જ કાદવ રહે !

તેમને કેવી રીતે ભણાવી શકાય ? કેવી રીતે તેમના દિમાગની બારીઓ ખોલી શકાય ? પ્રકાશ વિના તેઓ અંધારા કૂવાના દેડકા જેવા છે. પછી તેમનામાં જુસ્સો

ક્યાંથી જાગે ? તેમનામાં કેવી રીતે પોતાના અસ્તિત્વની સમજણ ઊભી થાય ? કેવી રીતે તેમને હોવાપણાની પ્રતીતિ કરાવી શકાય ? તેઓ ઘાણીના બળદ બની ગયેલા !

જ્યોત ઉપર ફરીથી રાખ પથરાવા માંડેલી ! બાકી રહેલું તો કાળો કાયદો બની જતાં તેણે કસર પૂરી કરી ! તે કયા મોઢે બોલે ? તેમને કેવી રીતે ભરોસો અપાવે ? અત્યાર સુધી જે કંઈ કર્યું, તેનાથી શું વળ્યું ? બધું વ્યર્થ.

ગાંધીએ ઊંડો શ્વાસ લઈને એ મહાન તાકાત સામે મનોમન ઘૂંટણે પડીને પ્રાર્થના કરવાનું શરૂ કર્યું – "હે અદીઠ મહાન શક્તિ ! હે સંકટમોચન શક્તિ ! હું ક્યારેક તારી એક ઝલક પામ્યો છું. તેં મને તાકાત બક્ષી છે. અંધારામાં માર્ગ સુઝાડ્યો છે. વિશેષરૂપે આ લડત મારી નહીં, બલકે તારી છે, કેમ કે તેં જ મારી અંદર માનવતા જગાડી છે અને તેં જ અત્યાચારીઓના પ્રહાર સહેવાની મને તાકાત અને હિંમત આપી છે. અન્યાય અને અત્યાચારનો વિરોધ કરવો અને તે પણ તારા સહારે, હાથમાં હથિયાર ઉઠાવ્યા વિના, ઊંહકારો પણ કર્યા વિના ચુપચાપ તેમનો માર સહન કર્યે જવાનો માર્ગ શું તારો ચીંધેલો નહોતો ? કે હવે નથી ?

હે સમસ્ત સૃષ્ટિના સ્વામી, અસહાય લોકોના મદદગાર, દયાળુ, ગરીબોના બેલી, હવે તું સામે આવ, કંઈક ચમત્કાર કર, તારી સેના હતાશ થઈને અહીં આવી છે તેને તું જ સમજાવ તેમના મનમાં તું જ આશાનો સંચાર કર.

હું પણ કેવો મૂર્ખ છું, કે તારી સાથે સીધી અને સ્પષ્ટ વાત કરી શક્યો નહીં ! એ અત્યાચારીઓ અને શેતાની તાકાત ધરાવતા લોકો ઉપર તું કેમ તારું પ્રતિબિંબ નથી પાડતો ? તેમનામાં કેમ જંગલ ઊગતું જોવા માગે છે ? છેવટે તું શું ઇચ્છે છે ? ખુદાઓના ખુદા, ઈશ્વરોના ઈશ્વર, તું જવાબ આપ ! જેથી હું તને નાહક હેરાન ન કરું. તું કહી દે, બસ એકવાર કહી દે કે આ તારી લીલા છે. તું એકલો જ શેતરંજનો સૌથી મોટો ખેલાડી છે. છેવટે કંઈક તો બોલ ! કંઈક તો કહે ! જરૂર હોય ત્યારે પર્વતની જેમ નિષ્ઠુર બની ન રહે. તેં જ તો મારામાં આ અગ્નિ ઉદ્દીપ્ત કર્યો છે. હવે તું મને અધવચ્ચે છોડીને નદી પાર કરી શકે નહીં, કદી કરી શકે નહીં !"

ગાંધી હવે આડત્રીસ વર્ષનો થવા આવેલો. પોતાના ઘરસંસારને છોડીને, માનવતાને નામે અજાણી અને અદીઠ કેડી ઉપર ચાલી નીકળેલો. તે માર્ગ અવશ્ય કાંટાળો હતો, પરંતુ તે માર્ગ આટલો કાંટાળો હશે તેની એને ખબર નહોતી ! તે પોતે તો કોઈ પણ મુસીબતનો સામનો કરી શકે એમ હતો, પરંતુ તે પોતાની પાછળ આટલા બધા લોકોને લઈને, કેવી રીતે તેના ઉપર ચાલી શકે ?

દર એક સાહસિક રુસ્તમજી ન બની શકે કે ન તો ગાંધીજી બની શકે !

પારસી રુસ્તમજીનું નામ દક્ષિણ આફ્રિકામાં સોનાના સિક્કા જેવું ચલણી હતું. તે

મોમિન હતા, ખુશમિજાજી અને ભલા હતા. ગાંધી તેમનો અંતરંગ મિત્ર હતો અને માર્ગદર્શક પણ હતો. તેઓ જાણતા હતા કે, કઠેડામાં ઊભેલા પોતાના અસીલના ચહેરાનો રંગ બદલી જતા ગાંધીજીને ખ્યાલ આવી ગયેલો કે તે જૂઠું બોલે છે. દલીલ વખતે જ તે મૅજિસ્ટ્રેટને કહી દીધેલું કે, "મિ. લોર્ડ, આ કેસ બાતલ કરી દેવામાં આવે."

મૅજિસ્ટ્રેટ દંગ રહી ગયેલો. સામેના પક્ષનો વકીલ પણ આશ્ચર્યચકિત થઈને ગાંધીની સામે જોઈ રહેલો. મૅજિસ્ટ્રેટે ગાંધીને ચેમ્બરમાં બોલાવીને કહેલું,

"કાશ, બધા બૅરિસ્ટર તમારા જેવા બની જાય તો જુલમી, દગાબાજ, જૂઠા, ફરેબી લોકોનું નામોનિશાન ન રહે ! અને કૉર્ટનું કામ અડધાથી પણ ઓછું થઈ જાય. હું એ સિદ્ધાંતમાં માનતો નથી કે, વસતીના વધારા સાથે કૉર્ટ-કચેરી, પોલીસ મથક, વગેરેની સંખ્યામાં પણ સાપેક્ષ વધારો કરવામાં આવે. કારણ કે, કૉર્ટ-કચેરી, પોલીસ મથક, વગેરે એટલા માટે ખોલવામાં આવ્યાં છે કે, જેથી સમાજમાં અપરાધ ઘટે, જૂઠ, કપટ ઘટે, લોકો સદાચારી, ચારિત્ર્યવાન બને, એકબીજાનું ભલું ઇચ્છે અને ભલાઈ કરે. આ બધા જ તો શિષ્ટ અને સભ્ય સમાજનાં લક્ષણો છે.

જો ચોરી ઘટે નહીં અને અપરાધમાં ઝડપથી ઘટાડો ન થાય તો એમ માનવું રહ્યું કે આપણે પહેલા કરતાં પણ વધારે ખરાબ થયા છીએ, આપણું ચાલચલણ બગડ્યું છે, આપણામાં ગુનાહિત ભાવના વધી છે, આપણી બુદ્ધિ ઘાસ ચરવા ગઈ છે ! – આ વિકાસના નહીં, બલકે વિનાશનાં લક્ષણો છે, ગાંધી બ્રધર ! મને તમારા ઉપર ગર્વ છે. ગૉડ તમારો માર્ગ પ્રશસ્ત કરે."

ભલો ઇરાદો, ભલાં કાર્યો અને ભલાઈની ભાવનાને નાપસંદ કેવી રીતે કરી શકાય ?

પારસી રુસ્તમજી એક દિવસ, ખૂબ ગભરાયેલી હાલતમાં ગાંધી પાસે આવીને બોલેલા,

"ગાંધીજી, ગુનો લાંબા સમય સુધી છુપાવી શકાતો નથી. મારા પોતાના અને બહારના સમાજમાં મારું ખૂબ મોટું નામ છે."

"તેમાં શંકાને સ્થાન નથી, રુસ્તમજી ! આપ જેવા ઉદાર, પ્રામાણિક અને મિલનસાર માણસનું નામ મોટું ન હોય તો કોનું હોય ?" ગાંધીએ કહ્યું.

"મારી જીવનભરની કમાયેલી પ્રતિષ્ઠાને ડાઘ લાગી ગયો છે, ગાંધીભાઈ !"

"આ શું બોલો છો, રુસ્તમજી ! એવું માથાફરેલ કોણ છે ? જરા એનું નામ તો જણાવો."

"નામ જાણીને તમે શું કરી લેશો ?"

"જણાવો તો ખરા, રુસ્તમજી !"

"સત્ય જાણવા માગો છો ?"

"કેમ નહીં ?"

"પરંતુ એક શરત છે, ગાંધીભાઈ !"

"તમારી દરેક શરત મંજૂર છે, રુસ્તમજી !"

"આ મજાકની વાત નથી."

"હું પણ મજાક નથી કરી રહ્યો. આઇ એમ સીરિયસ !"

"તો સાંભળો, તે પાપી, કાયર અને ફરેબીનું નામ... " એટલું બોલીને પારસી રુસ્તમજી માથું ઝૂકાવીને બેઠા રહ્યા.

"કહો તો ખરા !"

"શું હું એટલા પ્રતિષ્ઠિત માણસનું નામ કહી દઉં ? જેના નામે સોગંદ લઈને લોકોની છાતી ગજગજ ફૂલે છે !"

"કેમ નહીં !"

"પછી પણ તમે એની મદદ કરશો ?"

"મારાથી જેટલી બની શકશે તેટલી મદદ કરીશ, રુસ્તમજી ! આપ જણાવો તો ખરાં."

"તમે જૂઠા, ફરેબી, ચોર, ડાકુની તો મદદ કરશો નહીં !" પારસી રુસ્તમજી બોલ્યા.

"કોઈ જન્મજાત જૂઠું, ફરેબી, ચોર, ડાકુ હોતું નથી, રુસ્તમજી ! તે સારુ આપણો સમાજ પૂરેપૂરો જવાબદાર છે. તે જે કંઈ પણ બને છે, તેમાં આપણા સમાજનું પૂરેપૂરું યોગદાન હોય છે." ગાંધીએ સ્વાભાવિક રીતે કહ્યું.

"શું તમે એક ચોરને બચાવશો, ગાંધીભાઈ ?" પારસી રુસ્તમજીએ ધીમેથી પૂછ્યું.

"તમે ઉખાણાં કેમ કરો છો ? જે કહેવું હોય તે સ્પષ્ટપણે કહો."

"તો સાંભળો, એ ચોર તમારો મિત્ર પારસી રુસ્તમજી છે, ગાંધીભાઈ !"

"શું બોલો છો, રુસ્તમજી !"

"સાચું કહું છું, ગાંધીભાઈ ! મેં આજ સુધી તમને અંધારામાં રાખ્યા. હું દાણચોરી કરું છું. એ ચોરી પકડાઈ ગઈ છે... હવે હું શું કરું, શું નહીં ? કંઈ સમજાતું નથી."

ગાંધી ગંભીર થઈ ગયો.

"જાણું છું કે તમે આ કેસને અડશો નહીં. તોપણ... "

"વચન આપ્યું છે તો તેને નિભાવીશ પણ ખરો, પરંતુ શરત માત્ર એટલી કે તમારે મને સાથ આપવો પડશે."

"આપીશ, ગાંધીભાઈ, આપીશ."

"કોઈ દબાણ નથી, રુસ્તમજી !"

"તમે માર્ગ બતાવો."

"તમારે તમારો ગુનો કબૂલવો પડશે."

"એ તો કર્યું છે, ગાંધીભાઈ !"

"મારી સામે નહીં. તમે મારો નહીં સરકારનો ગુનો કર્યો છે. તમે સરકારના ગુનેગાર છો."

"તો પછી ?"

"પછી શું, રુસ્તમજી ! હિંમતથી કામ લો. સરકારની સામે તમારો ગુનો કબૂલી લો."

"ત્યારે શું થશે !"

"હું તમારી સાથે છું."

એ જ વખતે રુસ્તમજીનો વકીલ આવ્યો. તેણે સલાહ આપી કે "આવી રીતે તો રુસ્તમજી તમે ફસાઈ જશો. તમારી ઇજ્જત-આબરૂ ધૂળમાં મળી જશે !"

"કંઈ પણ થઈ શકે છે. એક દિવસ જ્યારે રુસ્તમજીએ પોતાની જાતને જવાબ આપવો પડશે, ત્યારે... ! અને બચી જવાથી પણ શું રુસ્તમજીનાં દિલોદિમાગમાંથી આ બાબત નીકળી શકશે ? ખેર, નિર્ણય રુસ્તમજીએ લેવાનો છે કે તેઓ સત્યનો માર્ગ અપનાવે છે કે અસત્યનો ?"

પારસી રુસ્તમજી ગૂંચવાઈ ગયા. થોડી વાર પછી બોલ્યા,

"મારે ગાંધીજી કહે તેમ કરવું છે. હું મારો ગુનો કબૂલવા તૈયાર છું."

"બરોબર સમજી-વિચારી લો, રુસ્તમજી !"

"વિચારી લીધું."

"તો હું જકાત અધિકારી અને એટર્ની જનરલ બંને સાથે વાત કરું, કેમ કે કેસ ચલાવવાની જવાબદારી તેમના ઉપર હોય છે." ગાંધીએ વિચારતાં આગળ કહ્યું, "મારી કોશિશ એવી જ રહેશે કે તેઓ દંડ કરે, પરંતુ તેઓ માનશે નહીં તો જેલમાં પણ જવું પડે !"

"તમે ઇચ્છો છો કે તેમનું અપમાન થાય !" પારસી રુસ્તમજીના વકીલે કહ્યું.

"મને ફિકર નથી, ગાંધીભાઈ. તમે કાર્યવાહી શરૂ કરો. હું પાછળ નહીં હઠી જાઉં."

"ભલે."

ગાંધી જકાત અધિકારીને મળ્યો અને એટર્ની જનરલને પણ મળ્યો. બંનેને સમજાવ્યા.

એટર્ની જનરલે કહ્યું, "તમે કમાલના માણસ છો – એક ચોર પાસે તેનો ગુનો કબૂલાવી રહ્યા છો! અમે પણ શેતાનને ઇન્સાન બનાવવાના માર્ગે અવરોધરૂપ નહીં બનીએ."

પારસી રુસ્તમજી ઉપર કેસ ચાલ્યો નહીં. આદેશ થયો કે રુસ્તમજીએ જેટલા રૂપિયાની દાણચોરી કબૂલી છે, તેની બમણી રકમ જમા કરાવી દેવી. તેમના ઉપર કેસ ચલાવાશે નહીં. પારસી રુસ્તમજીએ તે આદેશને સુંદર ફ્રેમમાં મઢાવીને પોતાના કાર્યાલયમાં લટકાવી દીધો, જેથી તેમની પછીની પેઢીઓ પણ કદી એવી હિંમત ન કરી શકે.

* * *

ગાંધી વિચારોમાં ખોવાયેલો હતો.

આજની સભામાં પણ અબ્દુલ ગની જ અધ્યક્ષ હતા. તેમની સાથે મંચ ઉપર મિયાં ખાન, દાઉદ મહમદ, સી. લક્ષ્મીરામ અને ગાંધી બેઠા હતા. અબ્દુલ ગનીએ પોતાની વાત પૂરી કરીને બૅરિસ્ટર ગાંધીને બોલાવ્યો. ગાંધી ક્યાંક ખોવાયેલો હતો. બીજી વાર તેને બોલાવ્યો.

સી. લક્ષ્મીરામે ગાંધીનો ખભો હલાવીને કહ્યું, "ભાઈ, ઝોકું આવી ગયું કે શું!"

ગાંધી ઘણા દિવસોથી સરખી રીતે સૂઈ શકતો નહોતો. હમણાં તે જે દૃશ્યમાં ખોવાઈ ગયેલો તેણે તેને ફરી જાગ્રત કર્યો. ગાંધીએ ખૂબ ધીમે-ધીમે, થોડું રોકાઈ-રોકાઈને બોલવાનું શરૂ કર્યું,

"મારા વતનના દોસ્તો, તમને સૌને વિદિત છે કે, એ કાળો કાયદો કે જેને રોકવા સારુ તમે સૌએ સાથે મળીને દિવસ-રાત એક કરેલાં, તે લાગુ થઈ ગયો છે. હવે આપણે શું કરવું જોઈએ? શું આપણે લડત ચાલુ રાખવી જોઈએ? કે હાથ ઊંચા કરી દેવા જોઈએ? અને જો લડત ચાલુ રાખીએ તો કેવી રીતે?

તમને યાદ છે કે, ૧૧ સપ્ટેમ્બર, ૧૯૦૬ની આવી પ્રથમ સભાની સાંજે મેં કહેલું કે કોઈ મારી સાથે ચાલે કે ન ચાલે, પરંતુ હું એકલો જ આ લડત ચાલુ રાખીશ અને જ્યાં સુધી આ કાળો કાયદો હટાવી લેવામાં ન આવે અથવા તો મારું મૃત્યુ ન થાય ત્યાં સુધી લડત ચાલુ રાખીશ! મેં તમારા બધા સામે આવી પ્રતિજ્ઞા લીધી હતી.. હવે તે પ્રતિજ્ઞાને નિભાવવાનો સમય આવી ગયો છે. હું તો લડીશ, પરંતુ કેવી રીતે?

તમને યાદ હશે કે, એ જ દિવસે તમે લોકોએ પણ જુસ્સાપૂર્વક આ જ પ્રતિજ્ઞા લીધેલી. બની શકે કે ત્યારે જુસ્સામાં ને જુસ્સામાં તમે એ પ્રતિજ્ઞા લીધી હોય. કારણ કે મેદની અથવા સભાનો જોશ-જુસ્સો કંઈક અલગ પ્રકારનો જ હોય છે.

અમે લોકો ઇંગ્લૅન્ડમાં કૉલોની વિભાગના અન્ડર સેક્રેટરી મિ. વિંસ્ટન ચર્ચિલને મળીને ખૂબ ખુશ થયેલા. લોઅર હાઉસમાં તેઓ સૂચના પણ આપી ચૂકેલા કે હિઝ મૅજિસ્ટી આ વટહુકમને પસાર થવા દેવા માગતા નથી. પરંતુ થયું શું ? જે થયું તે આપણી સામે છે. ત્યારે જ મેં કહેલું કે, આ પાક્કા મિજાજી છે અને બ્રિટિશ સરકાર ઉપર પૂરો ભરોસો રાખીને બેસી જવું પણ યોગ્ય નથી. શાહી મંજૂરી ક્યારે, કયા વટહુકમને મળી જાય, તે કહી શકવું અઘરું છે.

લંડનમાં ટ્રાન્સવાલના પ્રતિનિધિ રિચર્ડ સોલોમન કે જેમણે આ વટહુકમને મંજૂરી ન આપવા માટેનાં કારણો આપણને પોતાના વકીલાતના વાક્ચાતુર્યથી સમજાવેલાં અને આપણાં દિલ જીતી લીધેલાં, તેમણે મને અંગત રીતે કહેલું કે, 'મિ. ગાંધી, આ વટહુકમ માનવતાના વિરોધમાં છે અને તેનાં કારણે બ્રિટિશ સરકાર સમગ્ર વિશ્વમાં બદનામ થઈ જશે.' મેં કહેલું, 'થૅંક્સ મિ. સોલોમન, અમે આપની સાથે સંમત છીએ.' એ જ સોલોમન પછીથી એમ કહેવા લાગ્યા કે આ વટહુકમને અટકાવી દેવાશે તો દક્ષિણ આફ્રિકાનો ગોરો સમુદાય નિરાશ થઈ જશે !

પછી યાદ કરો, ૨૯ માર્ચની ગેયટી હૉલમાં ભરાયેલી એક વિશાળ સભા. ત્યાં મંચ ઉપરથી એમ જાહેર કરવામાં આવેલું કે લોર્ડ એલ્ગિને ટ્રાન્સવાલને સ્વાયત્તતા આપવાની વાત કરેલી અને એશિયાટિક બિલને નામંજૂર કર્યું હતું. આપણે આ શક્યતાઓને લઈને રાજીખુશી ટ્રાન્સવાલ પરત આવેલા. ત્યારે તમને સૌને લાગેલું કે આપણે જંગ જીતી ગયા.

મેં કહેલું, 'ધીરજ રાખો ! હજુ આનંદ વ્યક્ત કરવાનો પ્રસંગ આવ્યો નથી.'

હવે આપણે હતાશ-નિરાશ અને થાકેલા મનથી અહીંયાં એકત્રિત થયા છીએ. મનથી હારી ગયેલા પણ આપણા ભાઈઓ જ છે. તેઓ હાલ પૂરતાં આપણો સાથ આપવા ન માગે તો તેઓ સ્વતંત્ર છે. આપણે તેમનો પણ આદર કરવો જોઈએ કેમ કે તેઓ અંદરથી તો આપણી સાથે જ છે. જે સાથે છે, તેઓ પણ આદરણીય છે, પરંતુ આ બે ભાગોમાં વિભાજિત હિન્દુસ્તાની તાકાત જો બહાર આવશે તો આપણે નુકસાન ઉઠાવવું પડશે અને આપણા સત્યાગ્રહ આંદોલનની સામે કઠણાઈઓ વધી જશે.

મારું માનવું છે કે, તમારું દિલ જે કહે એ જ તમે કરો, પરંતુ આ મતભેદને લઈને કોઈ રાજનીતિ કરશે તો તે આપણા બધા માટે ખતરનાક સાબિત થઈ શકશે. યાદ રાખજો, હવે આ લડતમાં કાચા મનના કે શંકા રાખનારા લોકો સાથે નહીં રહે. કારણ કે લડતનું મનોબળ નબળું પડે નહીં તેનું આપણે ખાસ ધ્યાન રાખવાનું છે. તેથી મારી આપને હાથ જોડીને વિનંતી છે કે સત્યાગ્રહમાં ફક્ત એ લોકો જ

સામેલ થાય કે જેમનામાં વિકટમાં વિકટ પરિસ્થિતિનો સામનો કરવાની હિંમત હોય. તમારું એ યોગદાન પણ આંખ-માથે છે. આપ સૌ જાણો છો કે ટ્રાન્સવાલમાં પરવાના ઇસ્યુ કરવાનાં કાર્યાલયો ઝડપથી ખૂલવા માંડ્યાં છે. પરમિટ કે પરવાનો લઈને આપણે આપણી ગણના નંબરી બદમાશો સાથે કરી શકીશું ! ખૂબ ઝડપથી આપણને પ્રતીત થવા લાગશે કે, હવે અહીંની આબોહવા એટલી ઝેરીલી થઈ ગઈ છે કે તેમાં જીવતાં રહેવું અઘરું છે.

ટ્રાન્સવાલની સરકારને તાજેતરમાં જ સ્વાયત્તતા શું મળી કે તેણે જમીન ઉપર પગ રાખવાનું જ યોગ્ય ન સમજ્યું ! બધું ઉતાવળમાં અને એવી ગેરસમજને કારણે બની ગયું કે, તે ગેરકાયદેસર પ્રવેશ રોકવા માગે છે. આ લખાપટ્ટી કોઈના ગળે ઊતરતી નથી."

"તો આ વખતે સત્યાગ્રહમાં અમારે શું કરવાનું રહેશે, ગાંધીભાઈ ?" હસન ખાને ઊભા થઈને પૂછ્યું.

"હસનભાઈ, તે જાણી લેવું પણ સાથે ચાલતાં પહેલાં જરૂરી છે. આપણે સત્યની સાથે ચાલીશું. ઈમાન આપણી સાથે હશે. આપણે વિરોધ કરીશું. પહેલાં તો આપણે પોતાને એના માટે તૈયાર કરીશું કે ભલે ને ગમે તે થાય, પરંતુ આપણે પરવાનો કઢાવીશું નહીં. પરિણામે, જેલમાં જવાનું, કડક સજા પામવાની, સંપત્તિ ગુમાવવાની, સત્યાગ્રહને જ ગેરકાયદેસર જાહેર કરવામાં આવે અને દરેક જુલમ સહેવા સારુ તૈયાર રહેવાનું થાય. તે તમારે નક્કી કરવાનું છે કે તમે ગળામાં પટ્ટો પહેરીને વધુ સુરક્ષિત અને આઝાદ છો કે નહીં ?

આપણી પાસે તોપ-તલવારો તો છે નહીં ! લશ્કર પણ નથી. આપણી પાસે આત્માનું બળ છે - નૈતિક બળ છે. તેમના દરેક અત્યાચારને ખુશીથી સહન કરીશું. છેલ્લી ક્ષણ સુધી અહિંસાને અપનાવીશું. તોપણ એ કહી શકાય નહીં કે તેનું પરિણામ શું આવશે ? તે આપણે આપણા અલ્લાહ કે ઈશ્વરની મરજી ઉપર છોડી દઈશું.

એક થેલો તમારા ખભા ઉપર લટકતો હશે, જેમાં ખાવાનું, નાસ્તો, પ્રાથમિક ઉપચાર માટે જરૂરી વસ્તુઓ, પૅમ્ફલેટ વગેરે હશે. અને કાર્ય એ કરવાનું રહે કે આપણા જે ભાઈઓ પરવાનો લેવા માટે પરમિટ કાર્યાલયે જવા માગતા હોય, તેમને આગ્રહપૂર્વક સમજાવવાનું કે તેઓ પોતપોતાના ઘરે પાછા જાય, પરમિટ ન લે. તે વ્યક્તિ શું કરવા માગે છે તે તેનો અંતિમ નિર્ણય લેશે. જો તે પાછો ફરવા ન માગે તો તેનો રસ્તો રોકવાનો નહીં. તે આનંદથી પરમિટ કાર્યાલયે જઈ શકે છે. જરા પણ જોર-જબરજસ્તી કરવાની નથી અને નથી વાદ-વિવાદ કરવાનો. ફક્ત હાથ

જોડીને અપીલ કરવાની છે. આવે વખતે ટ્રાન્સવાલ પોલીસ સત્યાગ્રહીઓને પકડીને જેલમાં પૂરી શકે છે. જોકે, સમજાવટનું આ કાર્ય પરમિટ કાર્યાલયથી ઘણું દૂર થશે.

બીજા શબ્દોમાં કહું તો, આપણો એ પ્રયાસ રહેશે કે સરકારના આ કામચલાઉ કાર્યાલયો સફળ ન થાય. આપણા તરફથી કોઈને તકલીફ પડશે નહીં. આ હશે પિકેટિંગની યોજના. એવા પોસ્ટર પણ જોવા મળશે કે,

'રાજ્યની ભક્તિ કરતાં મહાન હોય છે, ઈશ્વર-ખુદાની ભક્તિ, નિર્ણય તમારો છે' - અથવા 'હિન્દુસ્તાનીઓ આઝાદ બનો' - અથવા 'ગુલામીથી મહાન આઝાદી' - કે પછી 'કૂતરા પટ્ટા નહીં બાંધે, ભલે જીવ જતો રહે' - આ પ્રકારનાં થોડાં પોસ્ટર તમને ઠેર-ઠેર જોવા મળશે.

આજે તમે પહેલાં લીધેલી પ્રતિજ્ઞામાંથી મુક્ત થાવ છો. બીજી વાર તમે મનોમન પ્રતિજ્ઞા લેવા માગો તો લઈ શકો છો. બહાર તમે તમારું નામ સત્યાગ્રહીઓની યાદીમાં લખાવવા માગતા હો તો લખાવી શકો છો. "

સભા સમાપ્ત થઈ ગઈ. તેનો મિશ્ર પ્રતિભાવ રહ્યો. કોઈક આંખ ફેરવીને જતું રહ્યું, તો કેટલાંક યુવા હિન્દુસ્તાની ભાઈઓ આગળ આવ્યા. તેમણે ઉત્સાહપૂર્વક ભાગ લીધો. નામ લખાવ્યા. ત્યારબાદ ગાંધી, અબ્દુલ ગની સાથે બહાર નીકળ્યો.

૩૪

ગાંધી અને સત્યાગ્રહીઓનાં નામે સમન્સ કાઢવામાં આવ્યા. તેમાં સત્યાગ્રહના આગેવાનો જ હતા. હિન્દુસ્તાનીઓમાંથી ખૂબ ઓછા લોકોએ પરવાનો લીધો તે જાણીને સરકાર ખિસિયાણી પડી ગયેલી. પરવાનો લેવાની તારીખ પણ લંબાવવામાં આવી. તોપણ સ્થિતિ એની એ જ રહી! ૩૦ નવેમ્બર, ૧૯૦૭ સુધીમાં જે હિન્દુસ્તાનીઓએ પરવાનો લીધેલો, તેમાંથી કેટલાક હિન્દુસ્તાનીઓના પરવાનાની કાર્યવાહી તેમના ઘરે જઈને છાનીમાની કરી લેવામાં આવી.

૨૮ ડિસેમ્બર, ૧૯૦૭ના રોજ ગાંધી પોતાના ૨૬ મુખ્ય સત્યાગ્રહીઓ સાથે કૉર્ટમાં હાજર થયો. દરેક સત્યાગ્રહીને એક જ સવાલ પૂછવામાં આવ્યો કે, તેણે હજુ સુધી પરવાનો કેમ લીધો નથી? સૌએ એકસૂરે એમ જ કહ્યું કે, તેમનાથી ગુનો થયો છે. અવધિ પૂરી થવા છતાં તેઓ આજ સુધી પરવાનો લઈ શક્યા નથી.

ગાંધીએ કહ્યું, "હું પરવાનો લઈશ નહીં, એવી મેં પ્રતિજ્ઞા લીધી છે. મૅજિસ્ટ્રેટસાહેબ, મારી આપને વિનંતી છે કે આ માટે મને સખતમાં સખત સજા કરો. હું તે સહર્ષ સ્વીકારીશ."

મૅજિસ્ટ્રેટે ગાંધીને ત્યાં વકીલ તરીકે જોયેલો. તેઓ ગાંધીની પ્રામાણિકતાના પ્રશંસક હતા.

ગાંધી વિચારતો હતો કે, અહીં તેના એ સાથીઓ પણ હાજર છે કે જેમની સાથે તે કૉર્ટમાં ઊલટતપાસ કરતો હતો, પરંતુ આજે તે પોતે કઠેડામાં ઊભો છે. તે મનમાં જરાય લઘુતાગ્રંથિ અનુભવતો નહોતો. ઊલટાનું એ તો આત્મગૌરવ અનુભવતો જોઈ શકાતો હતો.

મૅજિસ્ટ્રેટે કહ્યું, "ગાંધીને બે મહિનાની સજા આપવામાં આવે છે. આશા છે કે તે આ દરમિયાન પરવાનો લેવા માટે તૈયાર થશે."

ત્યારબાદ એક સિપાઈએ આવીને ગાંધીને કારાવાસમાં કેદ કરી દીધો. તે એકલો એક બૅંચ ઉપર બેઠો હતો. સિપાઈ બહારથી દરવાજો બંધ કરી જતો રહેલો.

ગાંધીના મનમાં ઊથલપાથલ મચી ગઈ. ક્ષોભ પણ થયો અને દુઃખ પણ થયું. તેની અંદરનો ગાંધી સામે આવીને ઊભો રહ્યો.

તે ખોંખારીને પૂછવા લાગ્યો, "શું અહીં હજારો માઈલ દૂર જેલમાં પુરાવા આવેલો ? શું આ જ તારી વકીલાત છે ? જેલ જવા માટે શું હિન્દુસ્તાનની આબોહવા અનુકૂળ નહોતી ?"

"મને હેરાન ન કર, ભાઈ !"

"કેમ ? સરકારની ખોટી નીતિના વિરોધમાં લોકશક્તિને એકત્રિત કરીને ખુશ થતો હતો ને ? ખુલ્લેઆમ આહ્વાન આપીને પરવાનો ન લેનારા નીડર લોકો સામે હતા. શું સરસ સપનું જોયેલું !"

"તો શું થયું, તું દાઝ્યા ઉપર ડામ ન દે !"

"એ કામ તો તું જ કરી રહ્યો છે ! તેં તારા સાથીઓને કહેલું કે જેલ તો મહાન છે. અત્યાચારીઓની સામે માથું ઝૂકશે નહીં. ગમે તેવું સંકટ ભલે ને આવે, તે વખતે તલભાર પણ ગભરાવાનું નથી."

"હા, કહેલું."

"પરંતુ હવે તું... !"

"ઓહ !" ગાંધીએ માથાને ઝાટકો આપીને કહ્યું, "આભાર મિત્ર, હું થોડીવાર પૂરતો ભૂલી ગયેલો કે હું અહીં શું ઊંધુંચત્તું વિચારવા માંડેલો ! ...સત્યનો સૌપ્રથમ આગ્રહ મારે મારી જાતથી શરૂ કરવો જોઈએ. મારે જ શા સારુ, દરેક સત્યાગ્રહીએ કેમ નહીં ?"

એટલામાં દરવાજો ખૂલ્યો. પોલીસ અમલદારે કહ્યું,

"ઊઠો ગાંધી, મારી સાથે ચાલો."

"પણ ક્યાં, સાહેબ ?"

"ક્યાં શું ? મહેલમાં ! તમે કામ જ એવું ઉત્તમ કર્યું છે કે, સરકારે તમને ઇનામમાં મહેલ બક્ષ્યો છે."

"મજાક છોડો, સાહેબ !"

"ચુપચાપ ચાલો. હું તમને પહાડ ઉપરથી ધકેલવા લઈ જતો નથી !"

ગાંધી કંઈ બોલ્યો નહીં.

"ઊતરો !" એક સિપાઈએ કહ્યું.

જોહાનિસબર્ગની જેલ ! ગાંધી બહાર આવ્યો અને પછી તેણે એક અન્ય અમલદાર પાસેથી કપડાં લીધાં.

તે અમલદારે કહેલું, "આ કપડાં પહેરી લે."

"આ તો કેદીના કપડાં છે !"

"તું રાજકુમાર નથી, સામાન્ય કેદી છે."

"ખબર છે."

"તો પછી છાનોમાનો કપડાં બદલાવીને તારાં કપડાં જમા કરાવી દે."

ત્યારબાદ ગાંધીને એક મોટા ઓરડામાં લઈ જવાયો. તે મોટા બધા ઓરડામાં ગાંધી એકલો હતો. અમલદાર જતો રહેલો. કેટલું બધું બની ગયું આ થોડી ક્ષણોમાં ?

જેલર ક્રોસબાર, ક્રૂર, નિર્દયી અને બદમિજાજી હતો. તેણે અકારણ ગાંધી સાથે ખરાબ વર્તન કરેલું. ગાળાગાળી કરેલી. તેના ખમીસ, ટાઈની અંદર ગળામાં લટકતી ચેઇનમાં ક્રોસ ઉપર લટકતાં ઈસુની નાનકડી પ્રતિકૃતિ હતી, જેના તરફ તે વારંવાર જોઈ લેતો હતો. તે ખૂંખાર લાગતો હતો. તેણે હોઠ ચાવતાં, પોતાનો ચહેરો ભયાવહ બનાવીને ગાંધીને કહેલું,

"ગાંધી ! કાળા કાયદાને શૂળી ઉપર ચડાવીને ખતમ કરવાનો ઇરાદો રાખનારા ઘમંડી કુલી બૅરિસ્ટર, પોતાની જાતને મોટી તોપ સમજે છે ? કપડાં તો મેં ઊતરાવી લીધાં છે ! તું જો, તારા ઉપર નજર નાંખ, આટલી યુવાન વયે તું સાવ નિર્વસ્ત્ર ઊભો છે. આ છે તારી અસલિયત ! નાઉ યોર લક બિગેન ટુ ક્રમ્બલ (હવે તારું ભાગ્ય ભાંગીને ભુક્કો થઈ જશે) !... તું અહીંથી બરાકમાં જઈશ, એ પણ આવી જ રીતે ! ત્યાં તને જોનારી અસંખ્ય આંખો હશે."

ગાંધી શું બોલે ? તે નીચી નજર રાખીને ઊભો રહ્યો.

"તને ખબર નથી કે તને ક્રોસબાર પાસે કેમ મોકલ્યો છે !" તેણે ડંડો હવામાં ફેરવીને મેજ ઉપર બે-ત્રણ વાર પછાડ્યો. પછી બોલ્યો,

"વેન વી આર ઍંગરી, વી ઑફન બાર્ક એટ ધ પ્રિઝનર – ગુસ્સો આવતાં અમે શું બોલી જઈએ છીએ, કેવા-કેવા અપશબ્દો કહીએ છીએ, તેને તું તારાં ભેજામાં બરોબર ઉતારી લેજે. તને અને તારી અહિંસાને – બેયને કામ આવશે ! આજ સુધી તેને માપવાનું કોઈ બૅરોમિટર આ દુનિયામાં બની શક્યું નથી, અંડરસ્ટેન્ડ !" પછી તેણે અટ્ટહાસ્ય કર્યું - એટલું મોટું કે એવું લાગ્યું જાણે દીવાલોમાંથી ઈંટ ત્યારે ને ત્યારે જ પડવા લાગશે, પરંતુ એવું થયું નહીં.

કેદીઓ માટે બનેલા કઢંગા, ધોયા વિનાનાં મેલાંઘેલાં કપડાં આવી ગયાં.

જેલર બોલ્યો, "લે પહેર, આદમની ઓલાદ ! અને કાયમ આ નગ્નતાનું વાજું સાંભળ્યા કર !" પછી એક સિપાઈને મોટેથી કહ્યું, "આ આદિમાનવ કુલી બૅરિસ્ટરને લઈ જા અને મરવા દે !"

ગાંધીનો આજ સુધી આવા માથાફરેલા, ક્રૂર અને ચાંડાલ માણસ સાથે પનારો પડ્યો નહોતો. તે વિચારતો હતો કે,

"તેને માણસ કેવી રીતે ગણી શકાય ? માણસની અંદર માણસ પ્રત્યે આટલી ક્રૂર નફરત શા માટે ભરેલી છે ? કોણે ભરી છે ? કોણ ભરે છે ? માણસ જ જ્યારે માણસનો અને માણસાઈનો દુશ્મન છે, ત્યારે તેની રક્ષા કરવા કોણ આવશે ? ઝેરને અમૃતમાં રૂપાંતરિત કરવાનું કામ કેટલું અઘરું છે ! શું એવું થઈ શકે ? એક સારો એવો માણસ, બૂરાઈનો ખતરનાક, જોખમભર્યો અને અંધકારથી ઘેરાયેલો માર્ગ અપનાવે છે અને તેને અપનાવીને એ બાબતે ગૌરવ અનુભવે છે. "

આંધી ! ગાઢ તમસ !

* * *

મનોમન સંવાદ શરૂ થયો...

"ઓહ ! આ શું છે ? હે પરમાત્મા, તેં શેતાનને કેમ જન્મ આપ્યો ?"

"મેં... ! ક્યારેય નહીં. ભલા માણસ, મેં તો એને નખશિખ મારા જેવો જ બનાવેલો, પરંતુ તેણે અભિમાનમાં આવીને મારી સૃષ્ટિને જ ઉથલાવવાનું શરૂ કરી દીધું અને મારા સ્વર્ગ સામે પોતાનું સ્વર્ગ બનાવવાનું શરૂ કર્યું. સાચું એ છે ગાંધી, તે લોકો મને જ કેદમાં નાખવાની ભૂલ કરી બેઠા અને મારા પણ માલિક બની દેખાડવાનું વિચારવા લાગ્યા ! કાશ, તેઓ મારા માર્ગ ઉપર ચાલતા હોત ! તો તેમને આવા દુર્દશા, અભિશાપ અને ગંદી વિચારસરણીની કઠપૂતળી બનવું ન પડ્યું હોત."

"પરંતુ હવે કયો માર્ગ છે ?"

"જેલમાંથી બહાર નીકળવાનો શું !"

"ના, જેલમાં રહીને તે ક્રૂર, કપટી અને ફરેબી શેતાનનું ભૂત તેના માથેથી ઉતારવાનો માર્ગ !"

"માર્ગ તો છે, પરંતુ... "

"પરંતુ શું ?"

"એ માર્ગને તારે પોતે શોધવો પડશે."

"પણ કેવી રીતે ?"

"તું સાચો બની રહે. માયાવી કષ્ટોની પરવા કર નહીં. કુદરતના કાયદાને જો, તેના ઉપર વિચાર અને તેના પર જેટલું ચાલી શકે એટલું ચાલ. કશ્યપ અને અદિતિના પુત્ર હિરણ્યકશિપુ વિશે તે વાંચ્યું છે ?"

"હા, વાંચ્યું છે. તેણે પોતાના પુત્ર પ્રહ્લાદને તારું નામ ન લેવા સારુ જાતભાતનાં ભયંકર કષ્ટ આપ્યાં હતાં."

"અને લોખંડના થાંભલાને તપાવીને એકદમ લાલચોળ કરાવેલો, તેના ઉપર પાણીની છાલક મારો તો સ્તંભ સુધી પહોંચતાં પહેલાં જ વરાળ થઈને ઊડી જાય !"

"હા, એવું થયેલું."

"હિરણ્યકશિપુએ પોતાના પુત્ર પ્રહ્લાદને તે સળગતા સ્તંભને ભેટવાનો હુકમ કરેલો... તું સમજી શકે છે ને, આ શેતાનોના ભયંકર દિમાગને ! અને તેમના એવા વર્તનને કે જે પોતાના દીકરાને પણ મૃત્યુ સુધી કષ્ટ આપવામાં ગભરાતા નથી ? ફક્ત પોતાના હોવાના અભિમાનનો ફુગ્ગો ફુલાવતા રહે છે !"

"ત્યારે બાળક પ્રહ્લાદના મનમાં જરા પણ ક્ષોભ નહોતો. તેને તો પિતાની આજ્ઞાનું પાલન કરવાનું હતું. એ જ તેનો પુત્ર-ધર્મ હતો."

"ઘડીકભર તો એ તારી જેમ જેલના વાતાવરણથી થોડો ગભરાયેલો, પરંતુ બીજી જ ક્ષણે તેણે તપતાં-સળગતાં લાલચોળ થાંભલા ઉપર કીડીને ચાલતી જોઈ !"

"એ કીડી !"

"હું જ હતો !"

"આપ !"

"કેમ નહીં, ગાંધી ! જે મારા માર્ગે ચાલે છે, તેમની સાથે હું કાયમ રહું છું."

"ભક્ત પ્રહ્લાદે તે લાલચોળ થાંભલાને બથ ભરી લીધેલી !"

"હિરણ્યકશિપુ જોતો જ રહી ગયેલો અને બીજા બધા – રાજદરબારીઓ, અધિકારીઓ અને પ્રજા – સૌ જોતાં રહી ગયા ! ક્રૂર કોણ છે ? તેની તાકાત કઈ છે ? તે શું કરી શકે છે ?"

"ત્યારે આપ તે થાંભલામાંથી નરસિંહ અવતારે પ્રગટ થયેલા, વિષ્ણુ !"

"હા, હું જ ગાંધી ! હું ભક્તની મુઠ્ઠીમાં છું. તે જ્યાં અને જે બાજુ લઈ જાય છે, મારે ત્યાં અને તેની સાથે જવું પડે છે."

"મને આશીર્વાદ આપો, પ્રભુ !"

"તને આશીર્વાદ તો મારો માર્ગ આપશે, ગાંધી ! હજુ તો તું ચાલતાં શીખી રહ્યો છે. હજુ તો તારી મંજિલ ઘણી દૂર છે. તને સાધના કર્યા વિના જ આશીર્વાદ જોઈએ છે ? પહેલાં કંઈક કર, તારાં કર્મને ગણ અને એ માર્ગે નિરંતર આગળ વધતો જા, બીજું કંઈ વિચાર્યા વિના."

* * *

ગાંધીનું માથું ભમી ગયું. તે કોની સાથે સંવાદ કરી રહ્યો હતો ? શું સાચે જ તે ભગવાન સાથે સંવાદ કરતો હતો ? તે એમને જોઈ શકતો નહોતો, ફક્ત એમનો ઘેરો, હૃદયસ્પર્શી મધુર અવાજ સાંભળી રહ્યો હતો.

કોણ વિશ્વાસ કરશે કે ? ...તેને ક્યાં કોઈને વિશ્વાસ કરાવવો છે ! શું પાપને કારણે જ ભગવાન શ્રીકૃષ્ણનો જન્મ નહોતો થયો ? શું કંસ, નવજાત શ્રીકૃષ્ણનો વાળ પણ વાંકો કરી શકેલો ? તો પછી આ જેલ તેનું શું બગાડી શકવાની ? અને પેલો જેલર ક્રોસબાર, જેનો આગળનો એક દાંત તૂટેલો છે અને બીજો બહાર નીકળી આવેલો છે – તે એને શું કરી લેવાનો ?

શું આ એકલા ઓરડામાં એ જ રહેશે ? આ અગાઉ તે આટલો એકલો ક્યારેય રહ્યો નહોતો. કદાચ રહ્યો પણ હોય, પરંતુ આ રીતે તો નહીં જ.

તે અચેત થતો જતો હતો કે કોઈ જેલર ક્રોસબારને કહેતું હતું,

"તું એમની સાથે ઝઘડો વહોરી ન લે !"

"શું મારું પ્રમોશન જવા દઉં, રોબર્ટ ? સરકારે મને એટલા માટે તો અહીં મોકલ્યો છે... એ ગાંધીની અહિંસાગીરીને ધૂળ ચાટતી ન કરી દઉં તો મારું નામ પણ... !" બોલતાં-બોલતાં તેણે પોતાની કાળીભમ્મર મૂછ ઉપર તાવ દીધો.

"શું તને ખબર છે કે એ 'ઇન્ડિયન ઓપિનિયન' અઠવાડિક કાઢે છે, જેને ગોરો સમાજ પણ ધ્યાનપૂર્વક વાંચે છે !"

"તો શું થયું, રોબર્ટ !"

"થયું નહીં, પણ હવે થશે."

"શું થશે ?"

"તારા અન્યાય-અત્યાચારની ખબર તેના મુખપૃષ્ઠ ઉપર હશે ! ટોચથી નીચે સુધી સૌને જાણ થશે. સરકાર નવી-નવી મળેલી સ્વાયત્તાને બટ્ટો લગાડવા નહીં માગે. અનેક ગોરા અમલદારો પણ ગાંધીજીના મિત્ર અને હમદર્દ છે. હું ઇચ્છતો નથી કે તારો હાથા તરીકે ઉપયોગ થાય અને પછી તારે એના માટે ફક્ત પસ્તાવાનો વારો જ ન આવે, બલકે તારા ઉપર તપાસ ચાલે. કાશ, તું મારો દોસ્ત ન હોત તો હું અહીં કદી ન આવત. એ તો તું માને છે ને કે, હું તારો શુભચિંતક છું અને તારા ખરાબ સમયમાં જેવી અને જેટલી બને એટલી મદદ કરતો રહ્યો છું ?"

"તો શું હવે નહીં કરે ?"

"એ જ તો કરું છું."

"મારું પ્રમોશન, દોસ્ત !"

"હાલ તો તું એને ભૂલી જ જા ! તારા સિનિયર્સ એ સહન કરી લેશે શું ? હું અહીંથી લંડન પાછો જાઉં છું, એટલે જતાં પહેલાં તને સાવચેત કરવા આવ્યો છું કે તું બીજાનો હાથો બનીને તારો વર્તમાન બગાડતો નહીં. બાકી તારી મરજી ! ભલે દોસ્ત, જાઉં છું. કાલે સવારે લંડન જવા રવાના થઈશ એટલે કે જોહાનિસબર્ગ છોડી દઈશ. ભગવાન તારી સહાય કરે."

એકસાથે કેટલાં અવાજો આવ્યા. આખી બરાકમાં અવાજ ગુંજવા માંડ્યા.

ઓહ ! આ તો કેવી નવાઈ ! કેદી બનાવેલા ગાંધીના બધા સાથીઓ એકસાથે આવેલા.

"આ શું છે !"

સૌ એકબીજા સામે જોઈ રહ્યા. બધાના ચહેરા ઉપર જાણે કે કોઈ ચિત્રકારે અદૃશ્ય લિપિ વડે લખી નાંખેલું કે – આ શું છે !

પછી અટ્ટહાસ્ય શરૂ થયું, જે આખા કારાવાસમાં પડઘાવા માંડ્યું.

ગાંધીએ પૂછ્યું, "બધું બરોબર છે ?"

"ગાંધીજી, આ પહેલો અનુભવ છે. આ અગાઉ ક્યારેય જેલમાં આવ્યા નથી. સાંભળ્યું છે કે અહીં વિક્ટોરિયાથી ક્રોસબાર જેલરને બોલાવવામાં આવ્યો છે, જેનું દિમાગ ચસકેલું છે અને દિલથી કસાઈ છે !"

"એ તો સારું થયું, ભાઈઓ !"

"કેવી રીતે ?"

"પહેલા જ સૌથી અઘરી કસોટી ઉકેલવા મળી રહી છે !"

"એ ચાંડાળ છે."

"એમાં કોઈ શંકા નથી ! પરંતુ યાદ રાખો કે - જે ડરી ગયું, તે મરી ગયું. આ દેહ તો માટી છે. આજે છે અને કાલની ખબર નથી. મનમાંથી ડર નીકળી જાય તો બધી પીડા જ માટી બની જશે. હવે તો આપણી એ ફરજ બને છે કે ગોરી સરકારને દેખાડી દઈએ કે અહિંસાની સામે હિંસા ધૂળ ચાટે છે."

"તમે નિશ્ચિંત રહો, ગાંધીજી ! એવું જ થશે. અમે ગભરાઈશું પણ નહીં અને ડરીશું પણ નહીં."

"જેણે પોતાના મનને આઝાદ કરી લીધું, તેને કોઈ કેદ કરી શકે નહીં. તેના સારુ વિશ્વભરના કારાવાસો ઈશ્વર-ખુદાનાં મંદિર-મસ્જિદ છે !" ગાંધીએ તેમને કહ્યું.

અચાનક તે એ લોકોની વચ્ચે બેસતાં બોલ્યો, "શું તમે લોકો મારી સાથે ખુદાનું નામ લેશો ? તમારામાંથી કોઈ હિન્દુ હોય કે પછી મુસલમાન અથવા કોઈ પણ !"

"અમે સૌ તૈયાર છીએ."

ગાંધીએ આંખ બંધ કરીને મનોમન કંઈક કહ્યું પછી તે સ્પષ્ટપણે બોલ્યો,

"બિસ્મિલા હિરરહ્મા નિરૂરહીન. અલ્‌હમ્દુ લિલ્લાહિ રબ્બિલ્ આલમીન ! અર્થાત્ સૌ પ્રથમ નામ લઉં છું - અલ્લાહનું. એ બેહદ દયાળુ કૃપાળુ છે... હવે તમે સૌ મારી સાથે બોલો – ઓમ અસતો મા સદ્‌ગમય. તમસો મા જ્યોતિર્ગમય. મૃત્યોર માઽમૃતં ગમય ! ...અર્થાત્ હે પ્રભુ ! અમને અસત્યમાંથી સત્ય તરફ લઈ

જા. અંધકારમાંથી પ્રકાશ તરફ લઈ જા. મૃત્યુમાંથી અમૃત તરફ લઈ જા ! ...આજે આટલું જ."

ત્યારબાદ સૌએ પોતપોતાનું સ્થાન લઈ લીધું.

કોઈએ રાત્રિભોજન લીધું નહીં. બધાએ ઉપવાસ કર્યો. બધા સૂઈ ગયા.

સૂવે કેમ નહીં ? બધા થાકી ગયેલાં. સાંજના છ કલાકે દરવાજા બંધ કરી દીધા હતા. ત્યાં જેલની કોટડીઓના દરવાજામાં લોખંડના સળિયા લાગેલા નહોતા, પરંતુ આખા દરવાજા જ બંધ હતા. દરવાજા ઉપર ફક્ત એક નાનું જાળિયું હવા માટે હતું ! ગાંધીને લાગતું હતું કે જાણે એક મોટા ખોખામાં તે પુરાઈ ગયો છે !

ગાંધીને ઊંઘ આવતી નહોતી. તેની સામે તેના નિર્વસ્ત્ર દેહનું દશ્ય વારંવાર ઘૂમરાતું હતું. કેવી રીતે વીતેલી એ ક્ષણો ? તે ક્યારેય સ્નાનગૃહમાં પણ નગ્ન થયો નહોતો. અને પેલો ક્રોસબાર કેટલો બેશરમ હતો કે એને ઘૂરતો જતો હસતો હતો અને કહેતો હતો કે,

"આ છે તારી અહિંસા, ગાંધી, જેની તરફ તું જોઈ પણ શકતો નથી. તારી આંગળીઓ ઉપર હજુ સુધી ઇન્કપેડની શાહી લાગેલી છે અને કેટલાય દિવસો સુધી રહેશે, તે તને આંગળીઓની નિશાની આપ્યાની યાદ અપાવ્યા કરશે. તારી અહિંસા કેટલી નિર્લજ્જ, નકામી, દયાહીન અને પામર છે – તેની તને પ્રતીતિ થઈ રહી હશે. અક્કલના દુશ્મન, પરસેવાની કમાણી ઉપર ગર્વ કરનારા, કવેળાની ઓલાદ ! ...મક્કાર !"

ગાંધીએ પોતાની ઉંમરનો હિસાબ લગાવ્યો કે તે ઓગણચાલીસ વર્ષનો છે. ક્યાંથી ક્યાં આવી પહોંચ્યો છે ? હિન્દુસ્તાનમાં તેની વકીલાત બરોબર ચાલતી નહોતી, પરંતુ હિન્દુસ્તાન પણ અંગ્રેજોનું ગુલામ હોવા છતાં પણ કોઈએ તેને 'કુલી બૅરિસ્ટર' કહ્યું નહોતું ! અને હવે તે 'કેદી બૅરિસ્ટર'ના નામે નવાજવામાં આવ્યો છે !

વાહ ! વાહ ! ગાંધી કેવો કમાલ કર્યો – કુલીથી કેદી સુધીની યાત્રા તેના જીવનની પ્રગતિને દર્શાવે છે ! કેટલી બધી પ્રગતિ કરી છે ? વાહ ગાંધી વાહ !

૩૫

જેલ તો જાણે કે સત્યાગ્રહીના આવાગમનનું સાધન બની ગઈ ! સત્યાગ્રહીઓ જેલ જવામાં ગૌરવ અનુભવવા માંડ્યા. વેપારી વર્ગે ફેરિયાઓમાં અદમ્ય ઉત્સાહ જગાડ્યો. તેમનાં ઘર-ખર્ચની જવાબદારી લીધી. તેમની પાસે પરવાનો ક્યાંથી હોય, કેમ કે તેમણે ગાંધીની સલાહ માનીને પરવાનો લીધો નહોતો.

ક્રોસબારનું માથું ભમી ગયું. સરકાર પણ એક નવી મુશ્કેલીમાં ફસાઈ ગઈ.

એક અઠવાડિયામાં એકસોથી વધુ સત્યાગ્રહીઓ જેલમાં પુરાઈ ગયેલા. જેલ ભરાવા માંડી. જેલનો ખર્ચ વધવા લાગ્યો. ક્રોસબાર ઉપર દબાણ વધવા લાગ્યું.

તે જે સત્યાગ્રહીને પૂછતો કે, "પરવાનો કેમ નથી લીધો ?"

જવાબ મળતો કે, "નથી લીધો !"

"હવે લઈશ તો અહીંથી છોડી દેવામાં આવશે, તે મારું વચન છે. પરવાનો પણ અહીં જ હાથોહાથ આપી દેવાશે જેથી તારે કોઈ ઝંઝટ નહીં !"

"સવાલ જ ઊભો થતો નથી."

"કઈ વાતનો ?"

"અમે પ્રતિજ્ઞા લીધી છે. ગાંધીજીને વચન આપ્યું છે કે અમે સખતમાં સખત સજા સહન કરી લેશું, પરંતુ પરવાનો નહીં લઈએ."

"ગાંધી તમને લોકોને મારીને પોતે છૂટી જશે ! તેને જેલ માફક આવતી નથી."

"એવું બની શકે નહીં. કોઈ તેમની સાથે ચાલે કે ન ચાલે, તેઓ એકલા જ આ કાળા કાયદાનો અંતિમ શ્વાસ સુધી વિરોધ કરતા રહેશે - પરવાનો નહીં લે."

"તો તું સાંભળ - આ પણ તારો જ ભાઈ છે. કેમ કાદરભાઈ, જરા આ ગાંડાને જણાવ કે તે પરવાનો લીધો કે નહીં ?"

"લીધો, ઘરે બેઠા લીધો."

"પરવાનો શું તારા ઘરે ચાલીને આવેલો ?"

"હા, આવેલો. ઘરે આવીને પરવાનો આપી ગયેલા. બધી કાર્યવાહી ઘરમાં જ

થયેલી. ક્યાંય જવું-આવવું ન પડ્યું. હવે હું ખુશ છું. કોઈ માથાકૂટ નહીં, ન કોઈ ફજેતો! પરવાનો કૂતરાના ગળાનો પટ્ટો પણ બન્યો નથી! સીધો-સાદો રેલવેના પાસ જેવો. માગે એટલે દેખાડી દેવાનો એટલે છૂટાં. હવે તો પોલીસવાળા પણ જાણી ગયા છે કે હું પટ્ટાધારી છું એટલે તેઓ માગતા પણ નથી. જોતા પણ નથી."

"એવું છે શું?"

"પરવાનો તો ગોરાઓએ પણ લેવો પડે છે, જો તે પણ મારી-તારી જેમ ફેરિયો હોય તો. હા, પછી ભેદભાવ કેવો! અપમાન-બપમાન કેવું? કંઈ નહીં! આ બધો ગાંધી અને તેના ચેલાઓએ ઊભો કરેલો તમાશો છે, કે કાળો કાયદો આપણા ગળાનો ગાળિયો છે. એમાં છે શું? એમ જ ને કે તું ટ્રાન્સવાલનો ફેરિયો છે... તો એ તો હું છું જ, તેમાં નવી વાત શું છે? કઈ વળી ફાંસીની સજા છે?" કાદર નિરાંતે ગોખાવેલા સંવાદો બોલી ગયો.

"મને તો... !"

"તું ગાંડો થઈ ગયો છે! જાગ્યા ત્યારથી સવાર."

"બોલ મિયાં કરીમ, તું શું સમજ્યો! બધી મુસીબતોમાંથી છુટકારો. જેવો પરવાનો લીધો કે તું આઝાદ. તારું ઘરબાર સંભાળ. રોટી-પાણીનું વિચાર. એ ક્યાંથી આવશે? ક્યાં સુધી શેઠ-શાહુકાર તારાં ઘરને પાળશે? એ શેઠ-શાહુકાર તારી ખબર પૂછવા આવ્યા ખરા? નહીં ને! બધાને બીજાના ખભે રાખીને બંદૂક ફોડવી છે! મરઘીને કોણ હલાલ નથી કરતું? પરંતુ આ નવી-નવી સ્વાયત્તા પ્રાપ્ત કરનારી સરકાર ગરીબોને ઉપર લાવવાનું કાર્ય શરૂ કરી ચૂકી છે. કેમ કરીમ મિયાં, શું કહે છે?"

"હજૂર સાચું કહે છે. મને પાઉન્ડ પણ મળ્યા છે!"

"કોણે આપ્યા છે?"

"તે ભાઈએ જેણે ઘરે આવીને મને પરવાનો આપેલો."

કરીમનું માથું ફર્યું. તેને ગાંધીજીએ સભામાં સમજાવેલી વાત યાદ આવી. તેણે સાવચેત કરતા કહેલું,

"એવું પણ બની શકે છે કે પરવાના માટે કાર્યાલયમાં જવું જ ન પડે. ઘરે બેઠાં જ ગુપચુપ પરવાનો આપી દેવામાં આવે. ઘરે બેઠાં જ પરવાના માટેની કાર્યવાહી કરી લેવામાં આવે. એવું પણ બની શકે કે ધમકી આપવામાં આવે અથવા લાલચ પણ આપવામાં આવે. કારણ કે, હવે આ સરકારની ઇજ્જતનો સવાલ બન્યો છે. સરકાર કાયદો પસાર કરી દે અને તેની પ્રજા તેને માને નહીં, તે કોઈ નાની વાત નથી. સરકાર દિવસ-રાત એક કરી દેશે. આપણી અંદર ભંગાણ પડાવશે તો બધો

વિરોધ જેમનો તેમ રહી જશે ! તેથી ભાઈઓ, તેનાથી સાવધ રહેજો કે જે લોકો તમને બહેકાવે-ફોસલાવે, લાલચ આપે અને સખત દંડ દેવાની ધમકી આપે."

"શું વિચારે છે, કરીમ ! કાગળ-પત્ર મગાવી લઉં ?"

"જેલમાં !"

"હા, જેલમાં. ચોપડો જૂની તારીખમાં ચાલે છે. તને જૂની તારીખમાં પરવાનો મળી જશે. નિરાંતે ઘરે જઈને તારા ધંધામાં લાગી જા. પરસેવાની રોટી ખાજે, ખુદા તરફથી બક્ષિસ મળશે તે વધારામાં ! બોલ, તારું મન ખુશ થયું કે... ?"

"જેલરસાહેબ, થોડો વધુ સમય આપો. ગાંધીજી પણ અહીં જ છે !"

"તારી અક્કલ ઉપર પથ્થરા પડ્યા છે ! અક્કલના ઓથમીર, દુર્ભાગ્યનો માર્યો... હવે તું કૂવામાં પડ કે ખીણમાં ગબડ, તારી મરજી ! જ્યારે કૂલા ઉપર નેતરની સોટી પડશે ત્યારે તારો ગાંધી કે શેઠ-શાહુકાર તારી સાથે નહીં હોય ! ...કૂલામાં મરચું ભરી દેવાશે ! દિવસ-રાત પાગલ કૂતરાંની જેમ ચીસો પાડતો મરીશ, કોઈ મલમ લગાડવા નહીં આવે. હજુ તો ક્રોસબારે તને પુચકાર્યો છે, પંપાળ્યો છે. શું તેં એની નિર્દયતાના કિસ્સા સાંભળ્યા નથી ?

તારા ગાંધીને નગ્ન ઊભો રાખેલો અને તેને ડંડાના જોરે તદ્દન નિર્વસ્ત્ર કરીને અહીંથી તહીં ફેરવ્યો હતો, એ તો રિહર્સલ હતું. જ્યારે નાટક શરૂ થશે ત્યારે તો એ ડુક્કરની ઓલાદ, હરામી, પાજી, દુઃસાહસી પાણી માગવાની હાલતમાં પણ નહીં રહે !"

કરીમે, ક્રોસબારની આંખમાં ડુક્કરના વાળને કાંટાની જેમ ઊગતો જોયો ! ક્રોસબારને ડૅનડિલાઈયન (એક પ્રકારનું નાનું પીળું ફૂલ) અને ડૅંડડિલ (લાંબી ડાંડીવાળું પીળા રંગનું મોટું ફૂલ) જોઈને ગુસ્સો આવતો હતો. અત્યારે તે કરીમની આંખમાં પીળા રંગનાં એ ફૂલો જ જોઈ રહેલો અને તેની આંખ લાલ થતી જતી હતી. તેણે આમ કે તેમ જોયા વિના કરીમના ચહેરા ઉપર એક એવો તમાચો ચોડી દીધો કે તે સીધો ભોંય પર પડ્યો. પછી તેને બૂટની ઠોકરોથી મારી-મારીને અધમરો કરી નાંખ્યો. તે ચીસાચીસ કરવા માંડ્યો અને છેવટે બેભાન થઈને એક તરફ ઢળી પડ્યો.

રોજેરોજ સત્યાગ્રહીઓ આવતા, ક્રોસબાર સામે હાજર થતાં અને તેનો નિર્દય માર ખાતાં. અમુક-અમુક તો એવા નફ્ટ અને નીડર હતા કે ટસથી મસ નહોતા થતા ! પહાડની જેમ ઊભા રહેતા.

ક્રોસબાર ખિજાઈને કહેતો, "ખબર નહીં, આ ગાંધીના બચ્ચાએ એવી કઈ ગોળી આ બધાને ગળાવી છે કે, મૂર્ખ લોકો માર ખાઈને હરફ પણ ઉચ્ચારતા નથી !"

રામદીને તો કેવું સાફ પરખાવી દીધેલું, "સાહેબ, ચામડી ઉતરડી શકશો, પરંતુ આત્માને અડી પણ નહીં શકો !"

"વ્હોટ આત્મા, કાળા વાંદરા !"

"જેની તમને અત્યારે પ્રતીતિ થતી નથી. હાડ-માંસનું શું ? એ તો માટી છે. તે તો એક દિવસ બળીને રાખ થઈ જશે અથવા ખાડામાં દફન થશે. સાહેબ, કેમ નાહક પોતાના ઉપર ક્રોધ કરો છો ? અકારણ તમારું લોહી બાળો છો !"

"તું મને સલાહ આપીશ ! મને મારી ફરજ સમજાવીશ ? ગિરમીટિયાની ગંદી ઓલાદ !"

"તમે પણ કોઈની ને કોઈની ઓલાદ છો. એવી ગાળ આપીને પોતાની જાતને નીચી ન પાડો. તમે મોટા અધિકારી છો, આ જેલના માલિક છો... એક એ... !" ઉપર ઇશારો કરીને બોલ્યો, "આખી દુનિયાનો માલિક છે, જેને વંદન કરતાં આખી દુનિયા ધરાતી નથી ! તમે પણ આ નાનકડી દુનિયાના એની જેમ જ માલિક છો. માલિક તો આખી દુનિયાના એક જેવા જ હોય. તમે પણ કંઈક એવું કરો જેથી અહીંનો દરેક કેદી તમારા ગુણગાન ગાય. તમને વંદન કરવા લાગે. કોઈને નમાવવા માટે શારીરિક તાકાત પૂરતી નથી, એ તો આત્મિક તાકાતથી જ શક્ય બને છે. આ ઘરડાંની વાત માની લો, હજૂર, આખી જેલ તમારાં ગુણગાન કરશે."

રામદીનના અવાજમાં વિનમ્રતા, મધુરતાની સાથે નિશ્ચિંતતા અને નીડરતાનો લય હતો. તેના બધા વાળ ધોળા થઈ ગયેલા, પરંતુ તે બધા યુવાનો કરતાં ક્યાંય વધુ જુવાન હતો. તે એક જ એવો હતો કે જે દર એક કોરડો ખાઈને કહેતો હતો,

"આને માફ કરજે, પરમેશ્વર, તે જાણતો નથી કે એ શું કરે છે ! નાદાન છે. બાળક છે. દયા કરો મારા પ્રભુ, દયા !"

"રામદીનને લઈ આવ !"

"સરકાર, ભગવાને તમને આ જેલની સત્તા સોંપી છે - તમને એણે પોતાના જેવો જ દરજ્જો આપ્યો છે. તેને કબૂલો, એના જેવા થાઓ, વિશાળ હૃદયના બનો !"

ક્રોસબારે જોયું કે તેના શરીર ઉપર ઘણીબધી જગ્યાએ કોરડાનાં નિશાન ઊઠી આવ્યાં છે. ચામડી ઉતરડાઈ ગઈ છે. લોહી પણ વહીને સુકાઈ ગયું છે. તોપણ એ અપશબ્દો નથી બોલતો કે જરા પણ ચીસાચીસ કરતો નથી.

કેવો ચમત્કાર છે ! આવું તે પોતાની જિંદગીમાં પહેલી વાર જોઈ રહ્યો છે. તેણે મોટામાં મોટા બદમાશને દયાની ભીખ માગતા જોયેલા. તેની આગળ બધી ગુંડાગીરી નાદારી નોંધાવી દેતી ! રામદીનના હાવભાવમાં ન કોઈ પરિવર્તન આવ્યું કે ન તો તે કંઈ આડુંઅવળું બોલ્યો.

પહેલી વાર ક્રોસબારને પ્રતીતિ થઈ કે, શું કોઈ આત્મિક બળ પણ છે કે જે શારીરિક બળને ભોંયભેગું કરવા મજબૂર કરી દે છે?

ગાંધીએ કહેલું, "યંગમેન, મને તમે પવિત્ર આત્મા લાગો છો. ખુદા કોઈ પણ ધર્મનો કેમ ન હોય, એ નથી કપડાં પહેરતો કે નથી ખાતો-પીતો. આજે તમે મને આ રીતે તદ્દન નિર્વસ્ત્ર કરીને ખુદાની યાદ અપાવી દીધી! તેના માટે તમારો હૃદયપૂર્વક આભાર માનું છું."

ગાંધી ઘડીક અવશ્ય ગભરાઈ ગયેલો, પરંતુ તરત જ તેને કોઈ અદશ્ય શક્તિએ સંભાળી લીધેલો એ યાદ કરાવીને કે, "તેં એક-એક લોકોને અપીલ કરી છે કે, જેલ તો ગુનેગારો, ગુંડા, ચોર, ડાકુઓ માટે હોય છે. તમે એમાંના કોઈ નથી. તેમને તો પકડીને, સાંકળોમાં જકડીને જેલમાં લાવવામાં આવે છે, પરંતુ તમે સ્વેચ્છાએ જેલ ભરો અભિયાનને કોઈ તહેવારની માફક ઊજવી રહ્યા છો - રાજીખુશીથી આમ ગાતાં-ગાતાં...

મરી જવાનું મંજૂર છે, સિદ્ધાંતના ભોગે –
પણ પરવાનો મંજૂર નથી, ઇજ્જતના ભોગે!"

તેણે કહેલું, "ગાંધી, તારી કથની અને કરણીમાં ફરક આવી જશે તો આ અહિંસક આંદોલનનું શું થશે, તે તું સારી રીતે જાણે-સમજે છે. બધાની દૃષ્ટિ તારા ભણી છે. તું આ આંદોલનનો પ્રાણ છે, મુખ્ય આધાર છે. તેં જ એમને મરવાની હિંમત આપી છે. હવે શું તું જ પીઠ બતાવીને મેદાનમાંથી ભાગી જઈશ?"

"ના, ક્યારેય નહીં. હે મારા માલિક, હું પણ બીજા માણસો જેવો જ છું. તેમની જેમ હું ક્યાંયથી પણ નબળો પડતો દેખાઉં તો તું આવી જ રીતે મને સંભાળી લેજે."

ગાંધીની મધુર વાણી સાંભળીને ક્રોસબારને લાગ્યું કે, આવી માનવતા, સંયમ, તેજ, ધીરજ, સંતોષ ક્યાંથી આવતાં હશે? વાને કાળો છે, પોતાના જેવા સવા છ ફૂટના હૃષ્ટપુષ્ટ યુવાનની સામે તે ઠીંગણો અને દૂબળો-પાતળો છે! પોતાના શરીરનો બાંધો જોઈને જ બદમાશ, ચોરચખાર તો તેની સામે ઢીંચણિયે પડી જતા!

ગાંધી કઈ માટીનો બનેલો છે! એકદમ શાંત, નિર્વિકાર અને મૌન ઊભેલો. એકવાર પણ તેણે વાદ-વિવાદ કર્યો નહીં. ધીમેથી નાડું ખોલ્યું ને જાંઘિયો પગ સુધી સરકવા દીધો. આખરે એણે ઇંગ્લૅન્ડમાંથી બાર એટ લૉ કર્યું છે. એક સન્માનનીય બૅરિસ્ટર છે તે!

તેના પિતાએ પણ કહેલું, "બાર, તું એક એવી કચેરીનો ઉપરી બનીને જઈ રહ્યો છે, જ્યાં માણસો સાથે નહીં, પરંતુ માથાફરેલ, અવલ નંબરના જંગલી શેતાનો સાથે તારો પનારો પડવાનો છે. યાદ રાખજે, તેનો પડછાયો તારા ઉપર ન

પડે, મારા દીકરા, બલકે તારા પવિત્ર આત્માની ઘેરી અસરમાં તેઓ રંગાઈ જાય ને તેમને ખુદાની સામે બે હાથ જોડીને પ્રાર્થના કરતા આવડી જાય ! ...શેતાનને માણસ બનાવવાની જવાબદારી તને સોંપવામાં આવી છે, મારા જિગરના ટુકડા. તું આ વાતને નિરંતર યાદ રાખજે. પરમાત્મા તારા ઉપર કૃપા કરે, એ જ મારી દુઆ છે."

ક્રોસબારનો આત્મા કકળી ઊઠ્યો. તે ક્યાંથી ક્યાં પહોંચી ગયો છે ? લાંચની કમાણી તેને હલાલની આવક લાગવા માંડી અને ગેરવર્તન કરવું કે મારવું-પીટવું તે તો એની મહત્ત્વાકાંક્ષાની હિંમત-જોશ વધારતાં સાધનો બની ગયેલાં જાણે !

ક્રોસબાર આખી રાત પડખાં બદલતો રહ્યો. તેને ઊંઘ ન આવી. આ અગાઉ ક્યારેય તેના જીવનમાં આવું થયું નહોતું.

બીજી બાજુ જેલમાં દરરોજ ઇન્સ્પેક્ટર, ગવર્નર અને મુખ્ય પહેરેદાર મુલાકાત લેવા માંડ્યા.

જ્યારે પણ કોઈ આવે ત્યારે કેદીઓએ ટોપી ઉતારીને એક કતારમાં ઊભા રહેવું પડતું. ક્રોસબાર મનોમન ગભરાવા લાગ્યો કે કોઈ સત્યાગ્રહી તેના વિરુદ્ધમાં કંઈ બોલે નહીં તો સારું ! તેને કંઈ સમજાતું નહોતું. તેને એક બાજુ સત્યાગ્રહીઓનું મનોબળ તોડીને તેમને પરવાનો લેવા તૈયાર કરવા હતા અને બીજી બાજુ ઉચ્ચ અધિકારીઓનું મન જીતવું હતું.

"કોઈને કંઈ કહેવું છે ?" ગવર્નરે પૂછ્યું.

ગાંધી બોલ્યો, "હા."

"કહો."

"અમને સવારે મકાઈના લોટની રાબ આપવામાં આવે છે અને તેની સાથે દૂધ. ઘી અને ખાંડ તો જોવા જ મળતાં નથી. ક્યારેક-ક્યારેક સાંજે વાલ બાફીને આપવામાં આવે છે, તેમાં નમક સિવાય કંઈ જ હોતું નથી."

"મિ. ક્રોસબાર, ગાંધીની ફરિયાદની તપાસ કરો."

"સર, ગાંધીએ પોતાના સાથીદારોના હસ્તાક્ષર લઈને એક વિનંતીપત્ર આપ્યો છે, જે આ બાબતે જ છે."

આટલું સાંભળીને ગવર્નર આગળ જતા રહ્યા.

ગવર્નરના ચાલ્યા ગયા પછી ક્રોસબારે ગાંધીને બોલાવ્યો અને તેને પૂછ્યું, "તારી અરજી મારી પાસે હતી, ત્યારે ગવર્નરસાહેબને તારે ફરિયાદ કરવાની શું જરૂર હતી ?"

"કરી દીધી તોપણ તમારા ઉપર એની ક્યાં કઈ અસર થવાની છે ! અમે વિચાર્યું

હતું કે અમને ભોજન આપવામાં આવે છે તે ઉપરી અધિકારીઓનાં ષડ્યંત્રનો એક ભાગ છે અને તમે કદાચ તમારા ઉપરીઓને નારાજ કરવાનું પસંદ કરશો નહીં." ગાંધીએ કહ્યું.

"આ હિન્દુસ્તાન નથી."

"જાણું છું, આ કારાવાસ છે."

"અને કારાવાસમાં સ્વાદિષ્ટ ભોજન આપવામાં ન આવે."

"અમે ગુનેગારો નથી. રાજનૈતિક કેદી છીએ, જેલર ક્રોસબાર !"

"તો શું થયું ?"

"તેની પણ કાલે ખબર પડશે."

"કાલે શેની ખબર પડશે ?"

"કાલે આ સમાચાર, 'ઇન્ડિયન ઓપિનિયન', 'દૈનિક ટ્રાન્સવાલ લીડર', 'પ્રિટોરિયા ન્યૂઝ', 'ટાઇમ ઑફ નાતાલ', વગેરે વર્તમાનપત્રોના મથાળે છાપેલાં જોવા મળશે."

"ઓહ, આઇ સી ! તેં આવડું મોટું કાવતરું રચ્યું ?"

"આ વાસ્તવિકતા છે, મિ. ક્રોસબાર ! એક બાજુ ગોરા કેદીઓને માંસ, ડબલરોટી અને શાકભાજી આપવામાં આવે છે અને બીજી બાજુ અમને... આવો ભેદભાવ કેમ ?"

"તો એનો આવેશ છે, ગાંધી !"

"આવેશ નથી, આ વિનંતી છે કે... "

ક્રોસબારે ગાંધીને નખશિખ જોયો.

કેદી નંબર ૦૭. તેના માથા ઉપર એક નાનકડી ફોજી ટોપી, જાડાં કપડાંનું ઢીલું-પહોળું પહેરણ, તેના ઉપર પહોળા તીરનાં નિશાન, ઘૂંટણથી થોડું નીચું પાટલૂન, જાડા મોજા અને માપ વિનાના સેન્ડલ. કેવો જોકર લાગે છે !

"હા, જેલરસાહેબ, આ વિનમ્ર વિનંતી છે. જરા વિચારો તો ખરા, મળ-મૂત્ર ખુલ્લામાં ! નહાવા સારુ તદ્દન નિર્વસ્ત્ર થઈને સવા સો ફૂટ દૂર બાથરૂમ સુધી જવા-આવવાનું ! આ બધું વધારે પડતું છે, ચારિત્ર્ય-આચરણની વિરુદ્ધનું છે."

"આ ઘર નથી, ગાંધી ! આ જેલ છે. અહીં કાયદા-કાનૂનની વાત કરવી તે પણ ગુનો છે."

"મને એવો ગુનો કરવો ગમે છે !"

"તું બગાવત ઉપર ઊતરવા માગે છે, ગાંધી ! પરંતુ તારી કુલી બૅરિસ્ટરી અહીં નહીં ચાલે. કૂલા ઉપર એવા ડંડા પડશે કે કાયદાની નાની યાદ આવી જશે !"

"એ તો સમય જ દેખાડશે, મિ. ક્રોસબાર !"

"તું મને પડકાર ફેંકે છે, કુલી બૅરિસ્ટર ?" બોલતાં ક્રોસબાર ઊભો થઈ ગયો અને તેણે બે-ચાર લાફા ગાંધીને મારી દીધા.

"આભાર, મિ. ક્રોસબાર !"

સાલ્લો ! મારવા ઉપર પણ આભાર વ્યક્ત કરે છે ! પિટાવાથી શરમાતો નથી ! એમ વિચારતાં તેણે તાડૂકીને કહ્યું,

"આ સભ્યતાનો દેખાડો કરવાનું બંધ કર... !" બોલતાં-બોલતાં અટક્યો.

પટાવાળાએ દોડતાં આવીને ખબર આપ્યા કે મિનિસ્ટરસાહેબ આવ્યા છે.

ક્રોસબારે ખિસિયાણા પડીને કહ્યું, "આ કેદી નંબર ૦૭ને લઈ જા."

માથે ટોપી પહેરીને ક્રોસબાર મિનિસ્ટરને આવકારવા ચાલ્યો ગયો.

૩૬

'દૈનિક ટ્રાન્સવાલ લીડર'ના સંપાદક કાર્ટરાઇટે જેલની અવ્યવસ્થા, ખામીઓ અને ગેરવર્તનને પ્રસિદ્ધ કરીને ગાંધીનું સમર્થન કર્યું. ગાંધી પણ તેનાથી પ્રભાવિત હતો. ક્રોસબારના અત્યાચારોને પણ પ્રગટ કર્યા. આલ્બર્ટ કાર્ટરાઇટ ઇચ્છતો નહોતો કે પરવાનાની બાબતે વાતાવરણ બગડે.

આલ્બર્ટ, ગાંધીને મળવા જેલમાં ગયો. ક્રોસબાર, આલ્બર્ટ કાર્ટરાઇટ અને ગાંધીને મળવા દેવા માગતો નહોતો. તેણે કહ્યું,

"અત્યારે તો તે શક્ય નથી, આમ પણ મળવા માટેનો સમય પૂરો થઈ ગયો છે."

"મિ. બાર, હું જાણતો હતો."

"શું ?"

"કે તમારો જવાબ શું હશે ! તમારા સ્વાસ્થ્ય માટે એ જ સારું રહેશે કે તમે પત્રકારો સાથે ટંટો વહોરી ન લો." એટલું કહીને આલ્બર્ટ કાર્ટરાઇટે ક્રોસબાર સામે એક પરબિડિયું ધરી દીધું. પરબિડિયું ખોલીને જોતાં જ ક્રોસબારના મોતિયા મરી ગયા ! તે પત્ર જનરલ સ્મટ્સનો હતો. જેમાં લખ્યું હતું કે, "આલ્બર્ટ કાર્ટરાઇટને ગાંધી સાથે એકાંતમાં મળવા દેવામાં આવે, જેટલી વાર અને જેટલો સમય તેઓ ઇચ્છે એમ. ધ્યાન રહે કે બધા સત્યાગ્રહીઓના ભોજનમાં તેમની અપેક્ષા મુજબના ફેરફાર કરી આપવામાં આવે. સુપ્રિટેન્ડન્ટ અને ડૉક્ટરના વિભાગોને અલગથી સૂચના મોકલી દીધી છે. હું મિ. આલ્બર્ટ કાર્ટરાઇટના રિપોર્ટ ઉપર ભરોસો મૂકીશ."

હવે સત્યાગ્રહીઓ સાથે મળીને જાતે ભોજન બનાવી શકતા હતા. દાળ, ભાત, મસાલા, ઘી-તેલ, શાકભાજીમાં મોટા બટાટા, પાપડી વગેરે મળવા લાગ્યું. ગાંધીને બદલાયેલી વ્યવસ્થાથી સંતોષ થયો. આલ્બર્ટ કાર્ટરાઇટ મળવા આવ્યો ત્યારથી તે લોકોની ખાવા-પીવાની, નહાવા-ધોવાની વગેરે અનેક મુશ્કેલીઓનો હલ શરૂ થઈ ગયેલો. ઉપરથી હુકમ આવી ગયેલો અને ગવર્નર પોતે પણ આવતા રહેતા હતા.

ક્રોસબારે પૂછ્યું, "મિ. કાર્ટરાઇટ, તમારા માટે વી.આઇ.પી. રૂમ બરોબર રહેશે ?"

"મારા માટે દરેક જગ્યા બરોબર જ છે, મિ. ક્રોસબાર !"

"પરંતુ મારે મારા જનરલના હુકમનું પાલન કરવું આવશ્યક છે. વળી આપ પ્રતિનિધિ બનીને આવ્યા છો – તેમના વિશેષ દૂત !"

"ચાલો, હું તમને તમારો ઓરડો દેખાડી દઉં, મિ. કાર્ટરાઇટ ! ગાંધીને પણ ત્યાં જ બોલાવી લઈશ."

ક્રોસબારે કાર્ટરાઇટને એ ઓરડામાં બેસાડીને એક સિપાઈને કહ્યું, "જા, ગાંધીને લઈ આવ અને સાહેબ સાથે મેળવી દે." પછી કાર્ટરાઇટ સામે ફરીને બોલ્યો,

"એક માણસને બહાર રાખું છું."

"ના, મિ. ક્રોસબાર !"

"કોઈ ચીજની જરૂર પડે તો... !"

"નહીં પડે. તમે ચિંતા ન કરો."

ક્રોસબારે પરાણે એમ વિચારવું પડ્યું કે, શું ગાંધી આટલો આદરણીય માણસ છે કે... ? કંઈક ને કંઈક તો ચોક્કસ હશે ! તેની નજર સામે અનેક છાપા ફરી વળ્યાં. 'ઇન્ડિયન ઓપિનિયને' ખાસ કડક ભાષામાં લખ્યું નહોતું, જ્યારે બીજાં છાપાંઓમાં તેને પણ બરોબર લીધો હતો ! શું હકીકતમાં તે પોતે એટલો ખરાબ માણસ છે ? તેણે ઊંડો શ્વાસ લીધો અને કાર્યાલય તરફ ચાલવા માંડ્યો.

ગાંધીએ પ્રવેશતાવેંત જ કહ્યું, "મિ. આલ્બર્ટ કાર્ટરાઇટ, આપ !"

"આશ્ચર્ય કેમ, મિ. ગાંધી ? જોકે, એ પણ સાચું છે કે મેં સ્વપ્નમાં પણ કલ્પ્યું નહોતું કે આપણે અહીંયાં મળીશું !"

"આ અનુભવ પણ જરૂરી હતો, મિ. કાર્ટરાઇટ ! આપણે સમયથી આગળ જઈ શકતા નથી."

"શું આપણે ઊભા-ઊભા જ વાતચીત કરતા રહેશું, મિ. ગાંધી ?"

"સૉરી, મિ. કાર્ટરાઇટ, હું ભૂલી ગયેલો કે આ મારું ઘર નથી !" ગાંધી હસ્યો.

"અહીંનું વાતાવરણ... !"

"તમારાં વર્તમાનપત્રે મારો સાથ આપ્યો અને તમે અહીં સુધી આવ્યા, તેના માટે આપનો આભાર, કાર્ટરાઇટ !" ગાંધી બોલ્યો.

"વાત આટલી વધી જશે કે... "

ગાંધી મૌન રહ્યો.

"હવે શું વિચારો છો ?"

"શેના વિશે ?"

"પરવાના વિશે."

"મારે શું વિચારવાનું છે ! હવે તો જે વિચારવાનું-કરવાનું છે, તે સરકારે કરવાનું છે, કાર્ટરાઇટ... હું તો જેલમાં છું, સરકારની મહેરબાનીથી."

"આ ખોટું થયું છે. કમનસીબી છે."

"તે તમે માનો છો. આ બધું તમારાં છાપામાં છપાયું પણ છે."

"સત્ય તો સત્ય છે."

"મને આનંદ છે કે પત્રકારત્વ માનવતાની સાથે છે. તેમાં પોતાના-પારકા, ગોરા-કાળાનો ભેદભાવ નથી."

"એ કેમ ભૂલી જાઓ છો કે હું તમારો મિત્ર પણ છું ?"

"એ કહેવાની જરૂર નથી, મિ. કાર્ટરાઇટ ! મને તમારી દોસ્તી ઉપર ગૌરવ છે."

"મારી જ નહીં... આપણા બંનેની દોસ્તી ઉપર, ગાંધી."

"તમે ક્યારથી બૅરિસ્ટર બની ગયા, મિ. કાર્ટરાઇટ ?"

"જ્યારથી તમે બૅરિસ્ટરી છોડીને અહીં નવો વ્યવસાય અપનાવ્યો છે !"

"જેલ જવાનો !"

"તો અમે કોર્ટ જવાનું શરૂ કરી દીધું !"

આ વાત ઉપર બંને ખડખડાટ હસી પડ્યા. તેમનું હાસ્ય બહાર સુધી સંભળાયું.

"સાચું તો એ છે, મિ. ગાંધી, તમારા જેલ જવાના સમાચારે મને બેચેન કરી દીધો. હું ઘણા લોકોને મળ્યો. સરકારના વડાઓને પણ મળ્યો. તેમને સમજાવ્યું કે તેમનો આ નિર્ણય કમનસીબ રહ્યો. તેમની સમજમાં આવ્યું કે, તેમણે ઉતાવળ કરી છે. લોકોને વિશ્વાસમાં લીધા નહીં. તમે તો આ માટે એક લાંબા સમય સુધી આંદોલન ચલાવ્યું. ઇંગ્લૅન્ડ સુધી જઈને સૌને મળ્યા-મેળવ્યા. તેમના તરફથી આશ્વાસન પણ મેળવ્યું, પરંતુ સ્વાયત્તતાના કેફમાં સરકાર બધું ભૂલી ગઈ !"

"પરંતુ હસ્તાક્ષર તો ક્રાઉનના થયા !"

"તમે બરોબર કહો છો, ગાંધી... હવે શું થઈ શકે ?"

"પરવાનો લેવાનો કાયદો, સરકાર પાછો ખેંચે." ગાંધીએ કહ્યું.

"તમે પણ એ તો સારી રીતે જાણો છો કે, સરકાર આટલી જલદી એવું કંઈ કરશે નહીં. છેવટે તેના પણ નાકનો સવાલ છે !"

"તો પછી ?"

"કોઈ વચલો માર્ગ ?"

"કેવો વચલો માર્ગ !"

"જેનાથી બંને સંતુષ્ટ થઈ શકે."

"તમે કઈ વિચાર્યું છે શું ?"

"ના, કંઈ ખાસ નહીં. હું તો તમારો મત જાણવા માગું છું... ન વિચાર્યું હોય તો વિચારો ! સાંજે ફરી આવીશ."

"એટલે તમે નક્કી કરી જ લીધું છે કે કંઈક થઈને જ રહે !" ગાંધીએ વિચારમગ્ન થઈને કહ્યું.

"કેમ નક્કી ન કરું, મિ. ગાંધી ! તમે મારા મિત્ર પણ છો અને ભલા, મનુષ્યપ્રેમી, અહિંસામાં વિશ્વાસ રાખનારા અને સૌના સુખ-દુ:ખના સાથી પણ છો." આલ્બર્ટ કાર્ટરાઇટે કહ્યું.

"તો તો વિચારવું જ પડશે, પરંતુ... !"

"પરંતુ શું ? જેમ તમે જેલને બાદશાહ એડવર્ડની હોટેલનું નામ આપી દીધું છે એવી જ રીતે... !" આલ્બર્ટ કાર્ટરાઇટે અધૂરું વાક્ય ઉછાળીને છોડી દીધું.

આ વાત ઉપર ફરી બંને ખડખડાટ હસી પડ્યા. આલ્બર્ટ કાર્ટરાઇટે આગળ કહ્યું, "તમે તો ડૉક્ટરને પણ એમ કહીને ડૉક્ટરી શિખવાડી દીધી કે, તેમને દાળ આપો, કેમ કે જે ખાવાનું મળી રહ્યું છે, તેમાં સ્નાયુપોષક તત્ત્વો તો છે જ નહીં ! ...ડૉક્ટરે નારાજ થઈને કહેલું કે અઠવાડિયામાં બે વાર મકાઈને બદલે વટાણા આપવામાં આવે છે, તે શું છે ? છેવટે તમારી વાત સુપ્રિટેન્ડન્ટ સુધી પહોંચી અને તેમણે તમારી સાથે ખાસ્સી ચર્ચા કરીને વાત માન્ય રાખી."

"મેં તેમનો આભાર પણ માનેલો, મિ. કાર્ટરાઇટ !"

"તમે ડૉક્ટરનો પણ આભાર માનેલો, મિ. ગાંધી."

"અમારી કોઈ સાથે દુશ્મનાવટ નથી."

"એ જ વાત મેં જનરલ સ્મટ્સના ગળે ઉતારી છે કે ગાંધી કોઈનું ખરાબ ઇચ્છતા નથી."

"તો શું તમે તેમનો કોઈ સંદેશ લઈને આવ્યા છો ?"

"પણ તે પહેલાં મારે એ જાણી લેવું પણ જરૂરી છે, મિ. ગાંધી કે તમે શું વિચારો છો, શું ઇચ્છો છો ? જેથી સાપ પણ મરી જાય અને લાઠી પણ ન તૂટે ! શું આ અહિંસાનો માર્ગ નથી ?" આલ્બર્ટ કાર્ટરાઇટે ધીમે-ધીમે કહ્યું.

"જનરલ સ્મટ્સની સામે તમે અમારો પક્ષ પણ મૂક્યો જ હશે !"

"ન મૂક્યો હોત તો એ તૈયાર કેવી રીતે થાત, મિ. ગાંધી ? આ માટે એક અઠવાડિયું લાગ્યું. ઘણી વાર હું હતાશ પણ થયો. જનરલની સામે તેના ઉપરીઓ પણ છે. એકલા જનરલ શું કરી શકે ! એ પણ તેમની મહેનત અને ઝિંદાદિલી દર્શાવે છે કે, તેમણે પોતાના સાથીઓને પણ મનાવી લીધા." આલ્બર્ટ કાર્ટરાઇટ ધીમે-ધીમે અને અટકી-અટકીને બોલતો હતો અને ગાંધીના ચહેરાને ધ્યાનથી વાંચતો જતો હતો.

"મિ. કાર્ટરાઇટ, શું તમે એ જોગવાઈ બતાવી શકશો ?"

"શું તમે એ મુસદ્દો વાંચવા માગો છો, મિ. ગાંધી ? હું માનું છું કે સમજૂતી વિના કોઈ રસ્તો નથી." આલ્બર્ટ કાર્ટરાઇટે બારીની બહાર જોતાં કહ્યું.

"એ મુસદ્દો આપો."

આલ્બર્ટ કાર્ટરાઇટે પોતાની બૅગમાંથી મુસદ્દો કાઢ્યો અને તેની તરફ ધર્યો. જેવો ગાંધી મુસદ્દો વાંચવા લાગ્યો કે ચા-નાસ્તો આવ્યાં. આલ્બર્ટે તેને જવાનો ઇશારો કરીને કહ્યું, "જેલરસાહેબને આભાર કહેજો." નાસ્તામાં કસ્ટર્ડ પણ હતું - દૂધ અને કોર્નફ્લાવરનાં મિશ્રણથી બનેલું. ગળ્યા અને નમકીન બિસ્કુટ પણ હતાં. કૉફી પણ હતી.

તેણે કહ્યું, "આપણે લોકો સાઇક્લોન - વાવાઝોડામાંથી બહાર નીકળવાના છીએ !"

ગાંધી હસ્યો.

"સુગર, ગાંધી !" કહીને તે અટક્યો. ફરી બોલ્યો, "પહેલા કસ્ટર્ડ થઈ જાય ! ગાંધી, તેને તો તમે નિરાંતે વાંચી લેજો... ક્રોસબાર ઉપર તમારા સંગનો રંગ લાગવા માંડ્યો છે."

"મને ડર છે કે ક્યાંક મને તેના સંગનો રંગ ન લાગે !" ફરી હાસ્ય ગુંજી ઊઠ્યું.

ગાંધીએ તે મુસદ્દો વાંચી લીધો. આલ્બર્ટ કાર્ટરાઇટ ગાંધીના ચહેરા ઉપર બંધાતાં વિખેરાતાં વાદળોનો અભ્યાસ કરતો રહ્યો. હવે કૉફીની ચૂસકીઓ લેવાતી હતી. ગાંધીની મુખમુદ્રા ગંભીર હતી. તે કંઈ બોલી શકતો નહોતો.

આલ્બર્ટ કાર્ટરાઇટે ગાંધીની દ્વિધા સમજીને કહ્યું, "આ કાચો ડ્રાફ્ટ છે. તમે અને મિ. સ્મટ્સ સામસામે બેસીને વાત કરી શકો છો. તેઓ પણ એમ જ ઇચ્છે છે."

"મને કોઈ વાંધો નથી, મિ. કાર્ટરાઇટ !"

"પરંતુ મને છે."

"શું મિ. કાર્ટરાઇટ ?"

"તમે બંને બરોબર સમજી-વિચારીને નિર્ણય લેશો. મને આ બાબતમાં વચ્ચે ન લાવશો. મારા માટે તમે બંને સરખા છો અને મને તમારામાંથી એકેય ઉપર જરા પણ સંશય નથી. તોપણ હું તેમાંથી દૂર રહેવા માગું છું." કૉફીનો છેલ્લો ઘૂંટ લઈને મેજ ઉપર કપ મૂકતાં આલ્બર્ટ કાર્ટરાઇટ બોલ્યા.

"પછી, કાર્ટરાઇટ ?"

"જનરલ સ્મટ્સ તમને તેમની પ્રિટોરિયાની ઑફિસમાં બોલાવશે."

"પરંતુ... " કહેતાં-કહેતાં ગાંધી અટકી ગયો. તેને છીંક આવી. એકવાર નહીં, પણ બે વાર.

"પરંતુ શું ગાંધી ?"

"મિ. આલ્બર્ટ કાર્ટરાઇટ, અમારી વાતચીત દરમિયાન તમે હાજર રહેશો."

"ભલે, હું હાજર રહીશ."

"તો મને કોઈ વાંધો નથી."

"ભલે તો બરોબર છે. હું એકાદ-બે દિવસમાં જ ઝડપથી તમારા બંનેની બેઠક ઍરેન્જ કરાવું છું."

"મને તમારી પાસે એવી જ ઉમેદ છે."

"તો હવે હું રજા લઈશ, મિ. ગાંધી !"

"આભાર, મિ. કાર્ટરાઇટ !"

બંનેની મિટિંગ પૂરી થઈ. તે વખતે ક્રોસબાર પણ ત્યાં આવી ગયો. તે અગાઉની સરખામણીએ કંઈક બદલાયેલો અને થોડો નમ્ર, શાંત દેખાતો હતો. તેણે હાથ હલાવીને કાર્ટરાઇટને વિદાય આપી. ગાંધી પોતાની બરાક તરફ ફરી ગયો.

એક સિપાઈ તેની સાથે ચાલતો હતો. તેણે કુતૂહલવશ પૂછ્યું, "તમારી અંગ્રેજી ઉપર સારી એવી પકડ છે, સાહેબ !"

"હું તો કેદી છું, ભાઈ, સાહેબ-બાહેબ નહીં !" ગાંધી બોલ્યો.

તેણે કહ્યું, "આપ શું છો, તે અમે જાણીએ છીએ !" એટલું બોલતાં તેણે નીચા નમીને ગાંધીના ચરણસ્પર્શ કર્યા.

ગાંધીએ આકાશ તરફ જોયું અને પછી આગળ ચાલવા માંડ્યો.

૩૭

શું સાચે જ કોઈ સર્વોપરી શક્તિ, અદશ્ય શક્તિ જેવું છે ? શું સમસ્ત બ્રહ્માંડ તેના જ ઇશારે ચાલે છે ? શું મનુષ્ય કઠપૂતળી માત્ર છે ? ગાંધીને બ્રહ્માંડની કલ્પના ભારેખમ લાગતી. અજ્ઞાત બ્રહ્માંડના સંચાલક કોઈ પરમાત્મા હોવાની વાત સાથે તેનું મન સંમત થતું નહોતું. બ્રહ્માંડને જેટલું જાણો એટલું ઓછું છે. તેનો કોઈ આરો-ઓવારો નથી ! ત્યારે ગાંધીને ગણેશજીની બ્રહ્માંડ પ્રદક્ષિણાનું સ્મરણ થઈ આવ્યું. બધા દેવી-દેવતાઓ, દેવી નહીં, ફક્ત દેવતાઓએ સર્વશ્રેષ્ઠ રેસસ્પર્ધામાં ભાગ લીધેલો. દરેક પાસે એક-એકથી ચડિયાતાં દોડનારાં વાહકો હતાં.

ગણેશજી પાસે તો વાહકના નામે ઉંદર હતો ! એ ઝડપી દોડમાં ઉંદરની શી વિસાત ? હવે શું કરે ? તેમણે તો ઉંદર ઉપર સવાર થઈને શંકર ભગવાનની પ્રદક્ષિણા કરી લીધી અને પછી આરામ કરવા લાગ્યા ! સ્પર્ધાના નિર્ણાયક શિવ જ હતા. બધા આવી ગયા. પરિણામ સાંભળીને બધા દેવતાઓ અચરજમાં પડી ગયા. શું ઉંદરનું વાહન ધરાવનાર, તે બધા દેવતાઓમાં સૌથી વધુ ઝડપી, તેજસ્વી અને શુભ કાર્યોમાં સૌપ્રથમ પૂજવાયોગ્ય દેવ છે ? પરંતુ સત્ય તો એ જ હતું. એ જ છે !

ગાંધી આ પૌરાણિક કથાઓમાંથી જીવનમંત્ર શોધવાની કોશિશ કરતો રહેતો. આજે પણ તે એવું જ કરી રહેલો.

તે જેલમાં પાંચ સત્યાગ્રહીઓની સાથે આવેલો. હવે ત્યાં દોઢસોથી પણ વધારે સત્યાગ્રહીઓ હતા. પેશાબ માટે ત્યાં એક વાસણ રાખવામાં આવેલું, જેમાંથી સતત દુર્ગંધ આવતી હતી. રાત્રે એક નાનકડો બલ્બ ટમટમતો રહેતો, જેના ઝાંખા પ્રકાશમાં કંઈ વાંચી શકાતું નહીં. બધા નિગ્રોના પોશાકમાં રીંછ જેવા દેખાતા હતા !

ગાંધીને કેદીનાં કપડાંમાં જ પ્રિટોરિયા લઈ જવાયો. જનરલ સ્મટ્સનું ભભકાદાર કાર્યાલય. તેમનો આલીશાન ખંડ. ગાંધીને જોતાં જ સ્મટ્સે ઊભા થઈને સ્વાગત કરતા કહ્યું,

"આવવામાં તકલીફ પડી હશે !"

"ના, કોઈ તકલીફ નથી પડી." કહીને પછી ગાંધીએ પૂછ્યું, "આલ્બર્ટ કાર્ટરાઇટ... !"

"તેઓ અહીં જ છે. બોલાવું છું. મિ. કાર્ટરાઇટને ટ્રાન્સવાલ લીડરનો તંત્રીલેખ લખવો હતો એટલા માટે તેઓ બીજા ઓરડામાં છે !" સ્મટ્સે કહ્યું, "તમે બેસો."

ગાંધી બેસવા જતો જ હતો કે આલ્બર્ટ કાર્ટરાઇટે 'હેલો મિ. ગાંધી' બોલીને તેને ચોંકાવી દીધો. પછી બધા બેસી ગયા.

આલ્બર્ટ કાર્ટરાઇટે કહ્યું, "હું માનું છું કે મિ. ગાંધીએ અત્યાર સુધીમાં તે મુસદ્દાનું પૂરતું ચિંતન કરી લીધું હશે. આમ તો મિ. ગાંધીએ તે વખતે જ મુસદ્દા અંગે પોતાની સ્વીકૃતિ આપી દીધેલી, તેમ છતાં પણ ગાંધીજી, જો તમે કંઈ બીજું વિચાર્યું હોય તો... "

"નથિંગ, મિ. આલ્બર્ટ કાર્ટરાઇટ ! જનરલ એક વાત ચોક્કસપણે મનમાં આવી છે."

"કઈ વાત, ગાંધી ?"

"શું લેખિતમાં પણ કઈ મળશે ?"

"શું જોઈએ છે ?"

"એ જ કે જે તમારા મુસદ્દાનો આશય છે."

"શું તમને જનરલ ઉપર વિશ્વાસ નથી, ગાંધીજી ?"

"સવાલ વિશ્વાસ-અવિશ્વાસનો જરાય નથી. વાત એમની છે, જેમની સાથે હું જોડાયેલો છું."

"તમે એમનો મત પણ લીધો હશે !"

"લીધો તો છે, પરંતુ... "

"પરંતુ શું ?"

"હું એમને શું કહીશ અને કેવી રીતે, જનરલ સ્મટ્સ ?"

"શું એમને મિ. ગાંધી ઉપર વિશ્વાસ નથી ?" જનરલ સ્મટ્સે સ્વાભાવિક રીતે બેસવાની ઢબ બદલીને આગળ કહ્યું, "જુઓ, મિ. ગાંધી, તમે એ તો સારી રીતે સમજો જ છો કે, સરકાર કંઈ લેખિત આપે તેના કરતાં તો બહેતર છે કે પરવાનાનો કાયદો જ રદ કરી દે ! શું તમે સરકારને એટલી કમજોર બનાવવાનું પસંદ કરશો, મિ. ગાંધી ?"

"સવાલ કમજોર કે શક્તિશાળી બનાવવાનો નથી, જનરલ. સવાલ સામાન્ય લોકોની આબરૂનો છે ! હિન્દુસ્તાનીઓ ઉપર જ પરવાનો લેવા સારુ જબરદસ્તી કેમ ?"

"ફક્ત હિન્દુસ્તાનીઓને આજ્ઞા-પત્ર વિના પ્રવેશતાં રોકવા માટે. ઘૂસણખોરોમાં હિન્દુસ્તાનીઓનું પ્રમાણ સૌથી વધુ છે, મિ. ગાંધી! કોઈ પણ સરકાર માટે ગેરકાયદેસર વધતી જતી વસતીને કારણે એટલી બધી મુસીબતો ઊભી થઈ જતી હોય છે કે તેનું બધું વ્યવસ્થા-કૌશલ્ય ભાંગી પડે છે . . .ગોરા ફેરિયાઓ માટે પણ પરવાનો ફરજિયાત કર્યો છે. તેમ છતાં પણ અમે તમારી વાત સાથે સંમત થયા છીએ, જેથી બધી વ્યવસ્થા શાંતિપૂર્ણ અને સુરક્ષિત રીતે થઈ શકે." સ્મટ્સે થૂંક ગળીને આલ્બર્ટ કાર્ટરાઇટ સામે જોયું.

આલ્બર્ટ કાર્ટરાઇટ ગાંધી સામે જોવા લાગ્યા. ગાંધી બોલ્યો,

"ભેદભાવની નીતિ ન હોય તો આટલો તણાવ અને વિરોધ પણ ન હોત! અસંતોષ ક્યારે ઊભો થાય? શા માટે વિરોધ કરતા આટલે દૂર આવી ગયા? અને સત્તા કેમ કડક કદમ ઉઠાવવા સારુ પોતાની શક્તિ અને સંપત્તિનો વ્યય કરે છે? શા માટે અવિશ્વાસનાં મૂળિયાં વાતાવરણમાં ફેલાયેલાં છે? કોઈ પણ દેશની પ્રગતિ અને માનવ-જાતિના વિકાસમાં આ પ્રકારના સ્વચ્છંદી, મનસ્વી વલણ વગેરેની પ્રતિકૂળ અસર થાય છે." ગાંધી બોલતો ગયો.

આલ્બર્ટ કાર્ટરાઇટને લાગ્યું કે ગાડી ઊંધે પાટે ચડવા માંડી છે એથી તેમણે વચ્ચે હસ્તક્ષેપ કરતાં કહ્યું, "જનરલ અને મિ. ગાંધી, મહેરબાની કરીને તમે બંને મુદ્દાસર વાતચીત કરો, નહીંતર વાદ-વિવાદથી આપણે કોઈ નિષ્કર્ષ ઉપર પહોંચી શકીશું નહીં."

"હું પણ એમ જ ઇચ્છું છું."

"મારો અહીં આવવાનો પણ એ જ આશય છે, મિ. કાર્ટરાઇટ!"

"તમે તો જનરલ સ્મટ્સની આવી પહેલ માટે તેમનો આભાર માનતા હતા."

"સવાલ કોઈ પ્રકારની લખાપટ્ટી વિના સ્વેચ્છાએ પરવાનો લેવાનો છે. તે આશ્વાસન લેખિત સ્વરૂપે મળી જાય તો બધાને સંતોષ થશે."

"તમે હરી-ફરીને ત્યાં જ આવી જાવ છો, મિ. ગાંધી! મેં પોતે ઇચ્છીને, ઘણો પ્રયાસ કરીને આ એક માર્ગ કાઢ્યો છે, જેને તમે શંકાની આડશમાં અસરહીન જોવા માગો છો! મને મારા મંત્રીમંડળે અગાઉથી જ ચેતવ્યો હતો કે, આમાંથી કોઈ નિવેડો નીકળવાનો નથી... કેમ મિ. કાર્ટરાઇટ, મેં કેટલી રાત જાગીને કાઢી છે? ઉપરીઓને સમજાવવા-મનાવવામાં કેટલી તાકાત લગાવવી પડી છે?"

"ચોક્કસ જનરલ, તે સારુ હું આપનો આભારી છું અને કાયમ રહીશ, પરંતુ મેં જે લોકોને પરવાનો ન લેવા સારુ કહેલું, હવે તેમને પરવાનો લેવાની સલાહ

આપીશ, તો તેઓ મને શંકાની નજરે નહીં જુએ શું ? તેઓ માનશે કે નક્કી દાળમાં કંઈક કાળું છે ! મેં સત્તા પાસેથી કંઈક મેળવી લીધું લાગે છે ! ... હું આવા સવાલોમાંથી મારાં મનને બહાર કાઢી શકતો નથી. જનરલ આપ મારી હાલત ઉપર પણ ધ્યાન આપો."

આલ્બર્ટ કાર્ટરાઇટની દશા સૂડી વચ્ચે સોપારી જેવી થઈ ગઈ. ગાંધીની દલીલ તેની જગ્યાએ સાચી હતી અને સરકાર પણ કંઈ લેખિત આપી શકે નહીં, તેમના માટે તો એ થૂંકેલું ચાટવા જેવી હાલત ગણાય ! સમસ્યા જટિલ છે. રાજનીતિમાં વિશ્વાસની તો શું કિંમત છે ? ત્યાં તો ઘેરો અંધકાર છે.

જનરલ સ્મટ્સ, પેપરવેટ ફેરવતાં, થોડી વાર વિચારીને બોલ્યા, "મિ. ગાંધી, આ રીતે કદાચ આપણે કોઈ કન્ક્લુઝન (નિષ્કર્ષ) ઉપર નહીં પહોંચી શકીએ. અમારા કન્સેપ્શન (વિચાર)માં છેદ છે, સંદેહ છે અને અવિશ્વાસ છે ! ... કાલે કંઈ પણ થઈ શકે છે. બોઅર યુદ્ધ વિશે કોણ જાણતું હતું ? તોપણ માણસે એકબીજા ઉપર વિશ્વાસ મૂકવો પડે છે અને મૂકે પણ છે - આ તમે પણ જાણો છો અને હું પણ જાણું છું.

મેં તમારા માનવતાવાદી વલણ, ઉદાર દૃષ્ટિકોણ, ઊંડી દૂરંદેશી અને તમારી તટસ્થ સમજણથી પ્રભાવિત થઈને જ આ પગલું ઉઠાવ્યું હતું. જેમની શક્તિનો આધાર અહિંસા હોય, તે ગમે તેવી વિષમ પરિસ્થિતિમાં પણ ગભરાય નહીં. જ્યાં વાર્તાલાપનો પાયો અવિશ્વાસ હોય, ત્યાં કંઈ જ થઈ શકે નહીં. તમે તો એ જાણો છો કે, હું કંઈ પણ લખીને કે લખાવીને આપી શકું એમ નથી. સવાલ માત્ર એટલો છે કે ઝૂકવાની પહેલ કોણ કરે ?"

થોડી વાર માટે નીરવતા છવાઈ ગઈ. ફક્ત પડદો હલતો હતો અને એક ખૂણામાંથી તે થોડોક ખૂલો રહી ગયો હોવાથી, તેમાંથી દેવદારનાં વૃક્ષો દેખાતાં હતાં.

ગાંધી અજીબ અસમંજસમાં પડી ગયેલો. જોકે, તે હિંમત હાર્યો નહોતો, પરંતુ પોતાના તરફથી કોઈ નિર્ણય લેવામાં અચકાતો હતો. તે કયા દરજ્જાથી નિર્ણય લે ? તેણે તો પ્રારંભથી જ લોકશાહી વ્યવસ્થા અપનાવી છે. દરેક વ્યક્તિના મંતવ્યને પ્રાથમિકતા આપી છે અને હવે નિર્ણય લેતી વખતે કેવી રીતે તે બધાને અવગણી શકે !

"જુઓ મિ. ગાંધી, હિન્દુસ્તાનીઓ સ્વેચ્છાએ પરવાનો બદલાવી શકશે, તેના ઉપર કાયદાનું કોઈ બંધન રહેશે નહીં. તેઓ સંપૂર્ણપણે સ્વતંત્ર હશે." સ્મટ્સ બોલતા ગયા,

"અને પછી નવો પરવાનો બધાની મરજી મુજબ, પરસ્પર બધાનાં સલાહ-સૂચનથી, સૌની સહમતીથી બનાવવામાં આવશે. બંને પક્ષ સાથે બેસીને, હળી-મળીને, સાફ દિલથી બનાવશે, પછી કાળા કાયદાનું કોઈ અસ્તિત્વ જ નહીં રહે ! આ મુદ્દા ઉપર તમે જરા ઊંડાણપૂર્વક વિચારો . . . તમે તો જાણીતાં બૅરિસ્ટર છો, સમાજસેવી છો, ભેદભાવથી પર છો, પછી શંકાની કોઈ ગુંજાશ ક્યાં રહે છે ?"

ગાંધીને લાગવા માંડ્યું કે સ્મટ્સનો મુસદ્દો વ્યવહારિક છે. એમ તાત્કાલિક ધોરણે કાયદાને ફેરવવાનું સરળ પણ નથી. આખરે તેના ઉપર બાદશાહની મહોર લાગી ચૂકી છે. હવે કોઈ ફેરફાર કરવો હોય તો તે સીધેસીધો થઈ શકશે નહીં. આવી રીતે જ થઈ શકે, જે રીતે જનરલ સ્મટ્સે સૂચવ્યો છે. કાયદો બદલવો કે તેને પાછો ખેંચવો એ કંઈ રમત વાત નથી. આ જ એક રસ્તો છે.

આલ્બર્ટ કાર્ટરાઇટે ભારેખમ બનતી નીરવતાને થોડીક દૂર કરતાં કહ્યું,

"મિ. ગાંધી, સમયની નજાકતને સમજો ! આ તો જનરલ મારા મિત્ર છે અને મેં જ તમારા વિશે જનરલને વિગતવાર જણાવેલું. તેનું જ આ પરિણામ છે. તોપણ તમે લોકો જે નક્કી કરી શકો, તે કરો. કેમ કે, તેનું બધું સારું કે ખરાબ, તમારા ઉપર છે. પરંતુ હું એટલું તો ચોક્કસ ઇચ્છું છું કે, તમે કોઈ બીજો વિકલ્પ વિચારતા હો તો, તેના ઉપર પણ વિચાર-વિમર્શ કરી લો, જેથી બીજી કોઈ બેઠક કરવાની આવશ્યકતા રહે નહીં."

"મિ. ગાંધી, મને પણ તમારી પાસેનો વિકલ્પ જાણવામાં કોઈ વાંધો નથી. તમે જણાવો."

ગાંધીને જનરલ સ્મટ્સની ભલાઈ ખૂબ ઊંડે સુધી સ્પર્શી ગઈ. ખૂબ વિચાર્યા પછી તે એ નિર્ણય ઉપર પહોંચ્યો કે, જનરલ સ્મટ્સની ફોર્મ્યુલાને માની લઈને પોતાના સાથીદારોને તે જણાવી દેવામાં આવે. પછી જે થશે તે જોયું જશે ! વિશ્વાસ મૂકવો જ જોઈએ. છેવટે, જનરલ સ્મટ્સ માટે પણ અહંકારી ગોરી સરકારને મનાવવી એટલી સહેલી તો નથી જ !

તે બોલ્યો, "મિ. સ્મટ્સ, હું તમારા પ્રયાસોનું હૃદયપૂર્વક અભિવાદન કરું છું !"

"આ થઈને કંઈ વાત !"

"આગળ... ?"

"આગળ શું, મિ. ગાંધી ? કાલ સવાર સુધીમાં બધા સત્યાગ્રહી કેદીઓ મુક્ત."

"અને હું... ?"

"તમે આ ક્ષણે જ મુક્ત, મિ. ગાંધી !" સ્મટ્સે ઉત્સાહપૂર્વક કહ્યું.

ગાંધીએ ઊંડો શ્વાસ લીધો. મનોમન અદૃશ્ય શક્તિનું સ્મરણ કર્યું.

સ્મટ્સે પૂછ્યું, "હવે તમે ક્યાં જશો ?"

"જોહાનિસબર્ગ. ત્યાં સભા કરીશ. તેમાં તમારી સાથે થયેલો વાર્તાલાપ રજૂ કરીશ."

"જો સભાએ... !" બોલતાં-બોલતાં સ્મટ્સ રોકાઈ ગયા.

"હું માનું છું કે, સભાએ મારી વાત માની લેવી જોઈએ. ત્યાં કોઈ ટંટો ઊભો નહીં થાય. અમે લોકો સત્યાગ્રહીઓ છીએ - અર્થાત્ સત્ય પ્રતિ સમર્પિત છીએ. અમારું ઈમાન, ધર્મ, વજૂદ, વગેરે બધું એ જ છે... તોપણ વાત તો કરવી જ પડશે, સંભળાવવી અને સાંભળવી પણ પડશે. માણસની આ પ્રકૃતિ જ તેને અન્ય પ્રાણીઓ કરતાં અલગ પાડે છે, મિ. સ્મટ્સ."

"ઈશ્વર મહાન છે !" સ્મટ્સે ઈસુના ચિત્ર સામે જોઈને કહ્યું,

"હકીકતે તો હમણાં સુધી મને લાગતું હતું કે, કંઈ વળશે નહીં, પરંતુ પરસ્પર વિશ્વાસ-ભરોસાએ બગડતી વાતને સંભાળી લીધી."

"તો હવે મને રજા આપો." ગાંધીએ સહજ સ્મિત વેરતાં કહ્યું.

"ઓ.કે. મિસ્ટર ગાંધી !"

ગાંધી બહાર આવ્યો. તેની સાથે આલ્બર્ટ કાર્ટરાઇટ પણ બહાર આવ્યો અને પોતાની શુભેચ્છાઓ આપીને તરત પાછો અંદર જતો રહ્યો.

ગાંધીએ પોતાનું ખિસ્સું ફંફોસ્યું, તે ચમકી ગયો. ત્યારે જ એક સિપાઈ ઝડપથી આવ્યો અને બોલ્યો, "આ તમારાં કપડાં ! સાહેબે કહ્યું છે કે તમે તેમના સચિવના ઓરડાની પાસે આવેલા ઓરડામાં કપડાં બદલાવી લો."

ગાંધી તો ભૂલી જ ગયેલો કે તે આફ્રિકાના કેદીઓના પહેરવેશમાં હતો. એટલું સારું હતું કે તેને હાથકડી પહેરાવીને લાવવામાં નહોતો આવ્યો !

* * *

તે કપડાં બદલતાં વિચારવા માંડ્યો કે,

"શું જેલ જાનવરોને રહેવાનું સ્થળ છે ? પેલો પહેરેદાર કેવો બૂમ પાડીને તેને હુકમ કરતો હતો, "ગાંધી, આમ કેમ ટહેલી રહ્યો છે ! સરખી રીતે ચાલ, ઓરડાની ફર્શ બગડે છે." ગાંધીના ચહેરા ઉપર સ્મિત ફરકી ગયું, જેની એક ઝલક તેની આંખમાં તરી ગઈ ! શું જેલનો અર્થ અસભ્યતા છે ? ત્યાં જેને જુઓ તે અપમાન કરવામાંથી ઊંચું નથી આવતું ! ઓરડાની ફર્શ સોના-ચાંદીની નથી, ખરાબમાં ખરાબ ડામરની બનેલી હતી. જોકે, તે લોકો પણ શું કરે ? તેમને તાલીમ જ એવી મળી છે !"

ગાંધીએ પહેરેદારને ઇશારો કરીને પાસે બોલાવ્યો અને પૂછ્યું,

"તમે જોવામાં તો સુંદર દેખાવ છો. તમારા શરીરનો બંધો પણ સારો છે. ભલા માણસ લાગો છો, પરંતુ... !"

"પરંતુ શું ?" પહેરેદાર પૂછ્યા વિના રહી શક્યો નહીં.

"તમે નારાજ તો નહીં થાવ ને, પહેરેદારભાઈ ?"

"કેમ, હું નારાજ કેમ થાઉં ?" પહેરેદારે વિચારતાં કહ્યું,

"તમે કહો."

તે 'તું' ઉપરથી 'તમે' પર આવ્યો ! તેના વખાણ થયેલા અને પ્રશસ્તિની ભૂખ આ જગતમાં કોને નથી હોતી ?

"પહેરેદારભાઈ, તમે જેટલા દેખાવમાં સુંદર છો, કાશ, એટલા જ મધુર તમે બોલચાલમાં પણ હોત તો સોનામાં સુગંધ ભળી જાત ! શું તમે મીઠી વાણી બોલશો તો જેલરસાહેબ તમારા ઉપર ગુસ્સો કરશે ? કે પછી તમને તાલીમ જ એવી મળી છે ? અને તમારો પગાર તથા બઢતી, તેના ઉપર જ નિર્ભર હોય છે ? ...હું આ બધું મારી જાણકારી સારુ પૂછી રહ્યો છું, ભાઈ, તેને અન્યથા લેતા નહીં."

પછી પહેરેદાર ત્યાં રોકાયો નહીં. તેની અંદર વિચારોનું વલોણું ફરવા લાગ્યું. તે શા માટે કેદીઓ સાથે ખરાબ રીતે વર્તે છે ? તે સીધો અરીસા સામે જઈને ઊભો રહ્યો અને પોતાને મુગ્ધ બનીને જોઈ રહ્યો. પહેલી વાર કોઈએ તેનાં વખાણ કરેલાં, બાકી તો... !

* * *

ગાંધીએ કપડાં બદલાવી લીધાં. તેણે ખિસ્સાં ફંફોસ્યાં, તે ખાલી હતાં. તેને યાદ આવ્યું કે જ્યારે તેને જેલમાં લઈ જવાયેલો અને તેનાં કપડાં જમા કરાવેલાં, ત્યારે પૈસા-ટકાના નામે શૂન્ય લખવામાં આવેલું.

હવે તે જોહાનિસબર્ગ કેવી રીતે પહોંચશે ? બસવાળો પૈસા માગશે ! શું તે જોહાનિસબર્ગ પહોંચીને ભાડું લેવાની વાત માનશે ? ઓહ, સાંજ ઢળી રહી છે. જોહાનિસબર્ગ જવા માટે સાત વાગે છેલ્લી બસ છે. ત્યારબાદ કોઈ બસ નથી. તેણે ભીંત-ઘડિયાળ સામે જોયું. તે ગભરાઈ ગયો, સાત વાગવામાં ફક્ત દસ મિનિટની વાર હતી. ત્યારે તેને યાદ આવ્યું કે ટ્રેનનો સમય પણ સરખો જ છે. ટ્રેનમાં પૈસા ઓછા થશે અને જગ્યા પણ મળી જશે. જનરલ સ્મટ્સ પાસેથી ઉધાર પૈસા લઈ લઉં ? હા, બીજું તો કોઈ ત્યાં હતું નહીં. તે એક પણ મિનિટ બગાડ્યા વિના ઝડપથી બહાર આવ્યો અને જનરલ સ્મટ્સના સેક્રેટરીના કક્ષમાં પહોંચીને બોલ્યો,

"મિસ્ટર સેક્રેટરી, આઇ એમ ઇન ટ્રબલ ! પ્લીઝ હેલ્પ મી. કેન યુ હેલ્પ ?"

"ફોર વ્હોટ, મિ. ગાંધી ?"

"એટ ધેટ ટાઈમ આઇ એમ મનીલેસ એન્ડ આઇ વોન્ટ ટુ ગો જોહાનિસબર્ગ ! હાઉ કેન... ?"

"નો પ્રૉબ્લમ, મિ. ગાંધી !" તેણે ગાંધીને પૈસા આપ્યા.

ગાંધીએ તેમાંથી અમુક પાછા આપતાં કહ્યું, "ઇટ ઇઝ સફિશિયન્ટ !" અને આભાર માનતો ઉતાવળા ડગલે સ્ટેશન તરફ ચાલી નીકળ્યો.

૩૮

શું સાચે જ આપણે એની કઠપૂતળી છીએ, જેને આજ સુધી આપણે જોઈ શક્યા નથી ? એ અદીઠ ઉપર દુનિયાને આટલી શ્રદ્ધા કેવી રીતે ? સામે ઊભેલી વ્યક્તિ ઉપર શંકા કેમ ? જેને તે જોઈ પણ શકે છે અને સાંભળી પણ શકે છે, તોપણ તેના ઉપર કેમ ભરોસો બેસતો નથી ? આ કેવી અચરજની વાત છે !

ગાંધીએ જોહાનિસબર્ગમાં જાણ કરાવી દીધેલી કે તે પહોંચી રહ્યો છે. બધાને ભેગા કરી રાખે, એક અગત્યની સભા કરવાની છે.

ગાંધી ટ્રેનમાં બેઠો-બેઠો વિચારતો હતો કે, સભાનું સ્વરૂપ કેવું હશે ? સવાલો ઊઠશે. હજુ તે લોકો પોતાને સત્યાગ્રહી તરીકે તૈયાર કરી શક્યા નથી. થોડો-ઘણો વિરોધ પણ થશે. તેને વધારે ચિંતા તો એ વાતની હતી કે, તેની પાસે જે કંઈ હતું એ જનરલ સ્મટ્સ પાસેથી મળેલી મૌખિક બાંહેધરી હતી. તેના પક્ષમાં એક જ બાબત હતી કે, તેમના વાર્તાલાપના સાક્ષી આલ્બર્ટ કાર્ટરાઇટ હતા.

રાતના અગિયાર વાગીને દસ મિનિટે સભા શરૂ થઈ. હજારોથી વધુ સંખ્યામાં હિન્દુસ્તાનીઓ એકત્રિત થઈ ગયેલા. બધાને એ જાણવાની ઉત્સુક્તા હતી કે, આટલી રાત્રે કેમ સભા બોલાવી હશે ? નક્કી કોઈ ખાસ વાત હશે.

ગાંધીએ સમગ્ર વાર્તાલાપ સંક્ષિપ્તમાં કહી સંભળાવ્યો. એકાએક સભાને જાણે કે એરુ આભડી ગયો ! સ્તબ્ધતા સંકોચાઈને જાણે કે પોતામાં જ સમાઈ ગઈ ! અચાનક એક દબાયેલો અવાજ આવ્યો,

"જો ટ્રાન્સવાલ સરકાર વચન નહીં પાળે તો ?"

નીરવતા સળવળી. બીજા એક જણે કહ્યું,

"એક જનરલના મૌખિક વચનની શી વિસાત ગણાય ?"

"શું એ સરકાર છે ?"

"આપણે સ્વેચ્છાએ પરવાનો કેમ લઈએ ?"

"સરકાર આ કાળો કાયદો નાબૂદ કેમ કરતી નથી ?"

ગાંધીએ તેમને સમજાવ્યા. વિશ્વાસ અને ધર્મની મહત્તા જણાવી. સત્યાગ્રહીઓનું ચરિત્ર સમજાવ્યું.

પશ્ચિમોત્તર વિસ્તારના પઠાણ મીર આલમ, શેર ખાન અને દિલેર ખાનનો બુલંદ અવાજ સભાની નીરવતાને ચીરતો આવ્યો. શેર ખાને સીધું નિશાન તાક્યું,

"ગાંધી, તમે શું સરકારના હાથની કઠપૂતળી બની ગયા છો ?"

"થૂંકેલું શા માટે ચાટીએ ?" દિલેર ખાનનો ભારેખમ અવાજ સભામાં પડઘાવા લાગ્યો.

"સ્વેચ્છાએ દસેય આંગળીઓની છાપ શા માટે આપીએ ? ડૉગ કૉલર પહેરવા માટે કેમ તૈયાર થઈએ ?"

"સાથીઓ, એક જ પ્લૅટફૉર્મ ઉપરથી પહેલા કાળા કાયદાનો સખત વિરોધ અને પછી ત્યાંથી જ તેના સમર્થનમાં સામે ચાલીને પરવાનો લેવાની સલાહ ! શું આનાથી એ સાબિત નથી થતું કે, ગાંધી આપણને ગુમરાહ કરી રહ્યા છે ?" શેર ખાને કહ્યું.

સભામાં સ્તબ્ધતા છવાયેલી રહી.

"મારું માનવું છે કે, ગાંધી સરકારના માણસ થઈ ગયા છે !" મીર આલમે દબાયેલા અવાજે કહ્યું.

"ખબર નહીં એમાં કેટલી સચ્ચાઈ છે કે, સરકારે પંદર હજાર પાઉન્ડ આપીને ગાંધીને ખરીદી લીધા છે !" મહેબૂબ ખાન બોલ્યા.

તેનો વિરોધ કરતો અવાજ ઊઠ્યો. વધુ મોટા અવાજે સંભળાયું,

"એ ખોટું છે !"

"ગાંધી, આપણા પથદર્શક છે. તેમના ઉપર આવો આરોપ લગાડનારા દેશદ્રોહી છે !"

ગાંધી વચ્ચે પડતાં બોલ્યો, "દોસ્તો, સભાનો અર્થ છે કે પોતાના દિલની વાત કહેવી. અહીં દરેક સભ્યને પોતાની વાત કહેવાનો પૂરેપૂરો અધિકાર છે. આપણે સૌને શાંતિપૂર્વક સાંભળીએ. બની શકે કે કોઈ વિશેષ જાણકારી પ્રાપ્ત થઈ શકે. હું એટલું ચોક્કસ કહીશ કે, મહેબૂબ ખાન, દિલેર ખાન, વગેરે આપણા ભાઈઓ જ છે. આદરણીય છે. બહુધા, આવા નાજુક સમયે લોકો ખોટી અફવાઓ ફેલાવતાં હોય છે, જેથી આપણી એકતામાં તડ પડે ! સરકાર એમ જ ઇચ્છે છે કે આપણે લોકો બે અલગ ભાગમાં વહેંચાઈ જઈએ. આપણી એકતાની સામે સરકારે જનરલ સ્મટ્સને મધ્યસ્થી બનાવીને પહેલ કરાવી છે, તે આપણી એકતાની જીત છે...

દોસ્તો, આપણે કોઈ પણ કિંમતે આ એકતા તોડવાની નથી. યાદ રાખજો, આપણે પરદેશમાં છીએ, લઘુમતીમાં છીએ. આપણી તાકાત અને આપણું સુરક્ષા-

કવચ, આપણી એકતા જ છે... આ વાત ઉપર પણ જો સરકાર તેના વચનથી નામુક્કર જશે તો આપણે ફરીથી સત્યાગ્રહ શરૂ કરીશું."

"જ્યારે પરવાનો લઈ લીધો હશે, ત્યારે સત્યાગ્રહ ઉપર જવાનો શો અર્થ રહેશે ?"

"પહેલા બધા લોકો પરવાનો નહીં લે. પહેલા દિવસે ફક્ત અમુક ખાસ લોકો જ પરવાનો લેશે. પછી જોઈશું કે ઍશિયાટિક ઑફિસ આપણા પ્રત્યે કેવો વ્યવહાર કરે છે ! સરકાર તરફથી તેને શી સૂચનાઓ મળે છે ?" ગાંધી હજુ આટલું જ બોલી રહ્યો કે દિલેર ખાને મોટા અવાજે કહ્યું,

"જ્યારે આપણે પરવાનો લેવા માંડીશું ત્યારે ઍશિયાટિક ઑફિસના અધિકારીઓ-કર્મચારીઓ સારો વ્યવહાર જ કરશે ! પરવાનો લેનારા પ્રતિ તો તેમનું વર્તન આજ સુધી સારું જ રહ્યું છે. તેમને કાર્યાલયે ગયા વિના, ઘરે બેઠાં પરવાનો મળ્યો છે. આદરપૂર્વક આપ્યો છે. સરકાર માટે તો આ ઇજ્જતનો સવાલ બની ગયો છે. તે કોઈ પણ રીતે - બાય હુક એન્ડ બાય ક્રુક - આપણને પરવાનો આપવા માગે છે. પછી તેમાં સમજવા-સમજાવવાની વાત જ ક્યાં આવી ?

ગાંધીભાઈ, તમને વિનંતી છે કે, અહીં તમારા વકીલાતના દાવપેચ વાપરો નહીં. અમે સીધા-સાદા લોકો છીએ. રોજ કૂવો ખોદીને રોજ પાણી પીનારા ! અમે ચાલાકી સમજતા નથી. પઠાણના બચ્ચા છીએ, વચનના પાક્કા છીએ. મોતથી ડરતા નથી, પરંતુ અમને તલભાર પણ ચાલબાજી પસંદ નથી." દિલેર ખાન ભણેલો-ગણેલો પઠાણ હતો. તેની ઓળખાણ ગોરાઓ સાથે પણ હતી. તેનામાં વિચારવા-સમજવાની ખાસ લાયકાત હતી.

અંતે ગાંધીએ કહ્યું, "શંકાનો કોઈ છેડો હોતો નથી ! જો આ સવાલ સરકારની ઇજ્જતનો ન બન્યો હોત, તો તે ક્યારેય સમજૂતી સારુ પહેલ કરત નહીં. મારી આપ સૌને અપીલ છે કે, આ બદલાયેલી પરિસ્થિતિને ધ્યાનમાં રાખીને વિચારો અને નિર્ણય લો. એટલું તો નક્કી જ છે કે, કોઈ આ માટે કદમ ઉઠાવે કે ન ઉઠાવે, પરંતુ હું તો ૧૦મી ફેબ્રુઆરી, ૧૯૦૮ના રોજ પરવાનો લેવા અવશ્ય જવાનો છું. હું કોઈ પણ હાલતમાં મેં આપેલાં વચનથી નામુક્કર જવાનો નથી. મેં અગાઉ પણ કહેલું... "

"જો કોઈ પરવાનો લેવાનો વિરોધ નહીં કરે તો હું એકલો જ તેનો વિરોધ કરીશ." દિલેર ખાને ગાંધીનું વાક્ય પૂરું કરતાં કહ્યું.

"હા, ભાઈ ! મેં કહેલું અને હું તેનો જ અમલ કરી રહ્યો છું."

"તમારી જે મરજી હોય છે, એ જ તમે કરો છો ! પછી આ સભા બોલાવવાનો

શું અર્થ છે, ગાંધીભાઈ ?" દિલેર ખાન બોલતો ગયો, "તમે કેમ સ્મટ્સને એમ ન કહ્યું કે, પહેલા મારા ભાઈઓની સલાહ લઈ લઉં ? તેમની પ્રતિક્રિયા જાણી લઉં કે તેઓ શું નિર્ણય લેવા માગે છે ? ત્યારબાદ કોઈ સમજૂતી થઈ શકશે. તમે તો કમાલના છો ! પોતે જનરલ સ્મટ્સ સાથે સમજૂતી કરીને આવી ગયા અને હવે તેને આપેલા વચનને અમારા ઉપર થોપી દેવા માગો છો ! આવું આ સભામાં નહીં ચાલે."

"બિલકુલ નહીં ચાલે !" શેર ખાને બુલંદ અવાજે તેનું સમર્થન કર્યું.

મીર આલમે ઊભા થઈને કહ્યું, "અહીં કોઈની દાદાગીરી નહીં ચાલે."

ગાંધી બોલ્યો, "તમારી વાતમાં દમ છે. હું જનરલ સ્મટ્સ પાસે જઈને કહી દઈશ કે, અમારા લોકો, તમારી મૌખિક સમજૂતીને માનવા તૈયાર નથી. તો આજની આ સભા, આ નિર્ણય લઈને પૂર્ણ કરવામાં આવે છે."

"ના, ના... ગાંધીભાઈ, પાંચ-દસને છોડીને બાકીની આખી સભા તમારી સાથે છે. વળી તેમાં શું ખોટું છે ! જનરલ સ્મટ્સના વચન ઉપર આપણે વિશ્વાસ મૂકવો જોઈએ. તેનાથી આપણો હેતુ પૂરો થાય છે, એથી વધુ આપણને શું જોઈએ ? નાહક માથાકૂટ કરવાથી શું ફાયદો ? શું આપણને વિના કારણ, સત્યાગ્રહ કરવાના અભરખા છે ?" મુનીમ શેખ ચિશ્તીએ કહ્યું.

તેમની વાત સાંભળીને આખી સભાના લોકો એકસાથે બોલી ઊઠ્યા,

"આ વાત બરોબર છે. અમે બધા ગાંધીજીની સાથે છીએ."

"તમે સૌની ભલાઈ માટે કર્યું છે."

છેવટે તે સમજૂતી માની લેવામાં આવી. તેનાથી સૌને એક પ્રકારની શાંતિ મળી. પછી સભાનું વિસર્જન થયું.

ગાંધી વિચારોમાં પોતાના કાર્યાલય તરફ ચાલ્યો જતો હતો. ગાંધીના કાર્યાલયથી ઍશિયાટિક ઑફિસ, આશરે પોણા માઈલના અંતરે હતી. ગાંધી પોતાના કાર્યાલયે પહોંચ્યો જ કે, તેને તેનો જૂનો અસીલ, મીર આલમ ઊભેલો જોવા મળ્યો. કાર્યાલય ખુલ્લું જ હતું. તે અંદર જઈને બેસી શક્યો હોત ! તે કાયમ બેસતો પણ હતો. તે મોટા ભાગે ગાંધી પાસે સલાહ-સૂચન લેવા આવતો. હંમેશાં તે પહેલા સલામ કરતો, પરંતુ આજ તેણે સલામ પણ કરી નહીં. આજે તે કંઈક ગંભીર મુખમુદ્રામાં હતો.

ગાંધીએ તેને સલામ કરીને કહ્યું, "મીર આલમ, બહાર કેમ ઊભા છો ? અંદર આવો."

તે છ ફૂટ ઊંચા, તગડા યુવાનને પોતાની જગ્યાએ ખોડાયેલો જોઈને ગાંધીએ પૂછ્યું,

"ખેરિયત તો છે, પઠાણ બહાદુર !"

"હા, છે, ગાંધી !"

આજે તેણે ગાંધીની સાથે 'ભાઈ' શબ્દ પણ જોડ્યો નહીં. ગાંધીનું માથું ચકરાયું. કંઈક ગરબડ છે. તે દિવસે સભામાં પઠાણભાઈઓએ તેનો જોરદાર વિરોધ પણ કરેલો.

મીર આલમ અંદર આવ્યો નહીં. ગાંધીના કાર્યાલયમાં ઈશપ મિયાં, તેમના મિત્રો સાથે બેઠેલા. તેમણે ગાંધીને સલામ કરી. પરસ્પર કુશળતા પૂછી. ગાંધીએ કહ્યું,

"તો આપણે ઍશિયાટિક ઑફિસે જવા રવાના થવું જોઈએ, ઈશપ મિયાં !"

બધા ચાલવા માંડ્યા. ગાંધીએ નોંધ્યું કે મીર આલમ ત્યાં જ આંટા મારતો હતો. ગાંધીએ થોડું રોકાઈને પૂછ્યું, "અરે ભાઈ ! મીર આલમ, દૂર-દૂર કેમ ચાલો છો ? સાથે આવી જાઓ."

"મીરભાઈ, તમે પણ શું ત્યાં જ આવો છો, જ્યાં અમે જઈએ છીએ ?" ઈશપ મિયાંએ ઊભા-ઊભા પૂછી લીધું.

"તમે લોકો ક્યાં જઈ રહ્યા છો ?"

"અરે ભાઈ મીર આલમ, પરવાનો લેવા !"

"ઍશિયાટિક ઑફિસ - દસ આંગળીઓની છાપ આપવા !" મીર આલમે થોડો કટાક્ષનો ભાવ દર્શાવતાં કહ્યું.

"તમે પણ આવો છો, મીર આલમ ?" ઈશપ મિયાંએ પૂછ્યું.

પછી ગાંધી ચાલવા માંડ્યો. હજુ તે લોકો થોડે દૂર જ ગયેલા કે એક મોટો અવાજ કાને પડ્યો, "તને દસ આંગળીઓની છાપ આપવાનો બહુ શોખ છે ને ! તો લે, લગાવ, જેટલી આંગળી લગાવી હોય એટલી... "

તેની સાથે જ ગાંધી ઉપર લાઠીનો વરસાદ વરસ્યો. એક લાકડી ગાંધીના માથા ઉપર વાગી. ગાંધીના મોંમાંથી 'હે રામ !' નીકળી ગયું અને ત્યારબાદ ગાંધી ત્યાં જ બેભાન થઈને ઢળી પડ્યો. તે વખતે રસ્તે ચાલતા ગોરાઓ વચ્ચે ન પડ્યા હોત, તો ગાંધીના ત્યાં જ રામ રમી જાત !

મીર આલમ, દિલેર ખાન અને તેના બે સાથીઓ ભાગી છૂટ્યા. ગાંધીને પાસેના એક ગોરાનાં કાર્યાલયમાં લઈ જવાયો. થોડી વાર પછી ગાંધી ભાનમાં આવ્યો.

રેવરન્ડ ડોક, કે જે પાદરી હતો, તે ગાંધીને પૂછતો હતો, "ગાંધી, તમારો હોઠ ફાટી ગયો છે અને ગાલમાંથી પણ લોહી નીકળે છે... પોલીસ તમને હૉસ્પિટલમાં લઈ જવા માગે છે અને હું મારા ઘરે, જે બાજુમાં જ છે, ત્યાં લઈ જવા ઇચ્છું છું."

"મીર આલમ ક્યાં છે ?"

"તેને અને તેના સાથીઓને પોલીસે પકડી લીધા છે. પોલીસે તેની ધરપકડ કરી છે."

"મિત્ર રેવરન્ડ ડોક, પોલીસને કહો કે તેમને છોડી મૂકે."

"તે તો પછીની વાત છે, ગાંધી ! પહેલા કહો કે તમને હવે કેમ છે ?"

"મને ઉપરના દાંતમાં અને પાંસળીમાં દુખે છે." માથા ઉપર હાથ ફેરવીને બોલ્યો, "માથા ઉપર ઢીંમચું થઈ ગયું છે."

"તમે મારી સાથે આવો. હું અને મારી પત્ની મિસિસ ડોક, તમારી સેવાચાકરી કરીશું. તમે ચિંતા ન કરો. જરૂર લાગશે તો ડૉક્ટરને પણ બોલાવી લઈશું. ડૉક્ટર વોર્ન મારા પાડોશી છે."

ગાંધી કંઈ કહે તે પહેલા તો એશિયાટિક ઑફિસનો ઑફિસ-અધિકારી ચમની પણ આવી ગયો. આવતાવેંત જ કહેવા લાગ્યો, "મિ. ગાંધીને મારી કારમાં સૂવડાવી દો. મિસ્ટર ડોક તમે પણ સાથે બેસી જાઓ. ગાંધીને દવાખાને લઈ જઈએ."

રેવરન્ડ ડોકે કહ્યું, "મિ. ચમની, ગાંધીને તમે મારાં ઘરે પહોંચાડો, ત્યાં દવાખાના કરતાં વધારે સુવિધા રહેશે. રસ્તામાં ડૉક્ટરને કહેતો જઈશ. અત્યારે તો ઘરે જ રાખીએ."

"એ જ બરોબર રહેશે, મિ. ચમની !"

ગાંધી, પાદરી રેવરન્ડના ઘરે આવી ગયો. તેને પલંગ ઉપર સૂવડાવી દીધો. ગાંધીએ ચમનીને કહ્યું, "મહેરબાની કરીને તમે પરવાના માટેની કાર્યવાહી અહીં જ પૂરી કરાવી લો. મેં તો તમારા કાર્યાલયે પહોંચીને પરવાનો લેવાનો પૂરતો પ્રયાસ કર્યો, પરંતુ ભગવાનને કંઈક બીજું જ મંજૂર હતું. જનરલ સ્મટ્સ, સૌ પ્રથમ હું જ પરવાનો લઈશ ! જનરલ સ્મટ્સ સાથેની સમજૂતીનું પાલન સૌથી પહેલાં હું જ કરીશ, પરંતુ... મહેરબાની કરીને તમે મારી સહાય કરો. ભગવાનની પણ આ જ મરજી છે."

ડૉક્ટર આવી ગયા. ત્યાં સુધીમાં ગાંધીએ લખાવી દીધું કે, મીર આલમ અને તેના સાથીઓ નિર્દોષ છે. હું તેમના ઉપર કોઈ કાર્યવાહી કરવા માગતો નથી. એ તાર એટર્ની જનરલને મોકલી દેવાયો.

ડૉક્ટર વોર્ને, ગાંધીના ફાટેલા હોઠ ઉપર ટાંકા લગાવી દીધા. ચેતવણી આપી કે, ગાંધી ઓછામાં ઓછું બોલે, કેમ કે બોલવાથી તેના ટાંકા તૂટી જવાની શક્યતા છે. પાંસળી ઉપર માલિશ કરવાની દવા આપી અને કહ્યું,

"મિ. ગાંધી, મહેરબાની કરીને પૂરતો આરામ કરો. ચિંતા જેવું કંઈ નથી. તમારી પાંસળી બરોબર છે. ઈજાને કારણે થોડો સોજો છે, જે માલિશ કરવાથી મટી જશે."

ગાંધીને દૂધ સાથે દવા આપવામાં આવી, જેનાથી તે સૂઈ ગયો.

બપોર પછી ચમની ફરી આવ્યો. ત્યાં સુધીમાં ગાંધી જાગી ગયેલો અને ટેકો દઈને બેસીને તે કંઈક લખી રહ્યો હતો કે મિસિસ ડોકે જણાવ્યું કે મિ. ચમની આવ્યા છે.

"બોલાવો." ગાંધીએ કહ્યું.

ચમનીએ ત્યાં જ પરવાના માટેની પ્રક્રિયા કરીને પરવાનો આપી દીધો.

બધા જતા રહ્યા પછી ગાંધીએ એક વક્તવ્ય લખવાનું શરૂ કર્યું - ગુજરાતીમાં...

"પ્રિય ભાઈઓ,

તમને એ ખબર મળી ગયા હશે કે મારે માર ખાવો પડ્યો. આ ઉપક્રમ તો ચાલતો રહેવાનો લાગે છે. હવે મારી હાલત ઠીક છે. મિસ્ટર અને મિસિસ ડોક, મારી સેવા-શુશ્રૂષા પૂરાં દિલથી કરી રહ્યાં છે. ખૂબ ઝડપથી હું તમારું કામ કરવાને લાયક સાજો થઈ જઈશ. મારી આપ સૌને એ જ અપીલ છે કે, તમે બધા બને તેટલી ઝડપથી તમારી દસેદસ આંગળીઓની છાપ આપીને પરવાનો મેળવી લો. કોમ અને ગરીબોની ભલાઈ તથા સુરક્ષા, એમાં જ છે તેટલું સમજી લો.

હુમલાખોરોએ અજ્ઞાનને કારણે આવું કર્યું છે. મારા મનમાં તેમના પ્રત્યે કોઈ રોષ નથી. તેમના ઉપર કોઈ કેસ ચલાવવામાં આવશે નહીં.

ધ્યાન રાખજો, આ ઘટનાને કારણે હિન્દુ ભાઈઓ, જરા પણ ગુસ્સે ભરાતા નહીં. ક્યાંક એવું ન બને કે આને કારણે હિન્દુ-મુસ્લિમ વચ્ચે ફિસાદ ઉદ્ભવે. તમારાં બધા વચ્ચે પહેલા જેવો જ પ્રેમ યથાવત્ રહેવો જોઈએ. કોમીએકતાની તાકાતનો સ્રોત પરસ્પર સ્નેહ જ છે.

સાચો સત્યાગ્રહી નથી મારથી ડરતો કે ન તો તેનામાં, વિશ્વાસઘાત કે શંકાનાં બીજ ખદબદે છે. મારી પરમાત્માને એ જ પ્રાર્થના છે કે, તે કોમનું ભલું કરે અને તેને સાચા માર્ગ ઉપર ચાલવાની હિંમત આપે તેમ જ હિન્દુ-મુસલમાનો વચ્ચે એકતા અકબંધ રાખે. ફરીથી હું અપીલ કરું છું કે, પરવાનો ન લેવાની ભૂલ કોઈ કરે નહીં.

- તમારો,

ગાંધી."

રેવરન્ડ ડોકે ગાંધીની એ અપીલ અધ્યક્ષને મોકલી આપી.

મિસિસ ડોકે ગાંધીને કહ્યું, "મહેરબાની કરીને તમે લખો કે વાંચો નહીં. કમ્પલીટ રેસ્ટ કરો. વાતચીત પણ નહીં. કાગળ ઉપર લખીને પણ વાત ન કરો. ડૉક્ટર વોર્નની સલાહ માનો."

ગાંધીએ તેમને લખીને કહ્યું કે, એમની દીકરીને કહે કે, તે અંગ્રેજી ભજન "લીડ

કાઈન્ડલી લાઇટ" સંભળાવી શકે તો ગાય. તેને ભજન સાંભળતાં-સાંભળતાં ઊંઘ આવી જશે.

મિસ્ટર અને મિસિસ ડોકે એકસાથે ડોકું હલાવીને હા પાડી.

તેમની દીકરી ઑલિવ, બાર વર્ષની હતી. તે સુંદર હતી. તેની માયાળુ આંખમાંથી આનંદ અને ખુશીના તરંગો લહેરાતા રહેતા હતા. તેનો કંઠ અત્યંત મધુર હતો. તેણે ખુશ થઈને ધીમે-ધીમે આંખ બંધ કરીને રાતની નીરવતામાં ભજન ગાવાનું શરૂ કર્યું. ગાંધી સૂતો હતો, તેની આંખ અર્ધમીંચેલી હતી.

ઑલિવ કોઈ પણ વાજિંત્રની મદદ વિના મધ્યમ સ્વરમાં ગાવા લાગી . . .

લીડ, કાઇન્ડલી, લાઇટ, એમિડ્ ધ ઈનસર્કલિંગ ગ્લૂમ
લીડ ધાઉ મી ઑન
ધ નાઇટ ઇઝ ડાર્ક એન્ડ આઇ એમ ફાર ફ્રૉમ હોમ,
લીડ ધાઉ મી ઑન
કીપ ધાઉ માઈ ફીટ, આઇ ડુ નૉટ આસ્ક ટુ સી,
ધ ડિસ્ટન્ટ સીન, વન સ્ટેપ ઇનફ ફોર મી
આઇ વૉઝ નૉટ એવર ધસ, નૉર પ્રેડ ધેટ ધાઉ
શુડસ્ટ લીડ મી ઑન . . .

એકાંતમાં વહેતી શાંત નદીની જેમ, મધુર અવાજમાં પ્રાર્થનાના સૂર સમગ્ર વાતાવરણમાં વહેતા રહ્યા.

અંતે . . .

એન્ડ વિથ ધ મૉમ, ધૌસ એન્જલ ફેસીસ સ્માઇલ
વિચ આઇ હેવ લવ્ડ લોન્ગ સિન્સ, એન્ડ લૉસ્ટ અ વ્હાઇલ !

ઑલિવને કે મિસ્ટર એન્ડ મિસિસ ડોકને ખ્યાલ પણ ન આવ્યો કે ગાંધી ક્યારે ઊંઘી ગયો ! કદાચ તેણે આખી પ્રાર્થના સાંભળી પણ નહીં હોય. સંપૂર્ણ સમર્પણ ભાવના અને શ્રદ્ધા-ભક્તિને કારણે નિતાંત શાંત વાતાવરણ પ્રાર્થનામય બની ગયું.

૩૯

સવારનો સમય હતો. 'ડેઈલી મેલ' છાપું આવ્યું. છાપાના મુખપૃષ્ઠ ઉપર સમાચાર હતા કે, ગાંધીજી ઉપર પઠાણોએ હુમલો કર્યો. લાઠીઓથી માર્યો. જખમી કરીને તે ભાગી ગયા. પોલીસે તેમને પકડી પાડ્યા. અચાનક તે છાપામાંથી એક કાગળ નીકળીને જમીન ઉપર સરી પડ્યો. તેમાં એક કવિતા હતી. તેમાં એક બાજુ ગાંધીનું કાર્ટૂન છપાયેલું હતું.

ડોકે એ કવિતા વાંચી. તેની પ્રથમ ચાર પંક્તિઓ એ જ હતી, જે ગાંધીના સન્માનમાં ગવાતી હતી. તે હતી . . .

સમસ્ત જગતનું અંધારું દૂર કરવા
નવું પ્રભાત લાવ્યો છે !
લાવ્યો છે, ભાઈ લાવ્યો છે
કુલી બૅરિસ્ટર આવ્યો છે !

આગળના બંધમાં કટાક્ષ કરવામાં આવેલો, જે આ રીતે હતો . . .

બધાને અંદર કરાવીને
પોતે બહાર આવ્યો છે !
લાવ્યો છે, ભાઈ લાવ્યો છે
કુલી બૅરિસ્ટર આવ્યો છે !
હિંસાનું માથું કચડીને
અહિંસાનો ઝંડો ઉઠાવ્યો છે !
ઉઠાવ્યો છે, ભાઈ ઉઠાવ્યો છે
કુલી બૅરિસ્ટર આવ્યો છે !

રેવરન્ડ ડોકે તે કાગળને છાપાથી અલગ કરીને ગાંધીને છાપું મોકલાવી આપ્યું.

ગાંધીએ પરવાનો લીધો એથી ટ્રાન્સવાલ સરકાર બહુ રાજી થઈ. ગાંધીએ પરવાનો લેવાનું આખી કોમ માટે જરૂરી ગણાવ્યું. હવે ગાંધી જાણવા માગતો હતો કે તેનું પરિણામ શું આવે છે ?

ચોથો દિવસ થયો. ગાંધી વિચારતો હતો કે સરકારનું વક્તવ્ય આજકાલમાં આવવું જોઈએ. અને આવ્યું પણ ખરું, પરંતુ પહેલાં કરતાં પણ વધારે કડક !

જનરલ સ્મટ્સે તે કાળા કાયદાને રદ કરવાને બદલે એક નવી પ્રક્રિયા શરૂ કરી દીધી. કાળો કાયદો તો યથાવત્ રહ્યો, સાથે સ્વૈચ્છિક પરવાનાને કાયદા અંતર્ગત લઈને એવી સુવિધા આપવામાં આવી કે જેમણે અત્યાર સુધીમાં પરવાનો લઈ લીધો હોય, એ હિન્દુસ્તાનીઓ ઉપર કાળો કાયદો લાગુ નહીં પડે.

ગાંધી તો કિંકર્તવ્યમૂઢ બની ગયો. તેણે જનરલ સ્મટ્સને પત્ર લખીને તેની સાથે થયેલી મૌખિક સમજૂતીનું સ્મરણ કરાવીને તેઓ પોતાના વચનનું પાલન કરે એવી અપેક્ષા વ્યક્ત કરી. તેઓ પ્રત્યુત્તર શા માટે આપે ? શું આપે ?

ગાંધીએ ફરીથી પત્ર લખીને આગળની કાર્યવાહી સ્પષ્ટ રીતે જણાવી કે, જો સરકાર એક મહિનાની મુદતમાં આ અંગે કોઈ જવાબ આપશે નહીં તો, આ કાઉન્સિલ, અત્યાર સુધી લીધેલા બધા પરવાનાને બાળી નાખશે. તે મુદ્દતનો અંતિમ દિવસ એ જ રાખવામાં આવ્યો, જે દિવસે બીજો ઍશિયાટિક કાયદો અમલી થવાનો હતો. તે નવા કાયદાનું નામ હતું – 'ઈમિગ્રેન્ટ્સ રજિસ્ટ્રેશન બિલ.' તે લાગુ પડવાથી નવા ભારતીયોના પ્રવેશ ઉપર પ્રતિબંધ મુકાઈ જવાનો હતો.

અંતિમ દિવસ આવી ગયો. કોઈ જવાબ આવ્યો નહીં. સત્યાગ્રહ સભાની સામાન્ય સભા પણ એ જ દિવસે નિર્ધારિત કરી હતી. બપોરે સભાને તાર મળ્યો કે, સરકાર તેના મનસૂબા ઉપર અડગ છે.

સભા મળી. તાર વાંચી સંભળાવવામાં આવ્યો. ત્યારબાદ ગાંધીએ સભાને સંબોધતાં કહ્યું,

"ભાઈઓ, ખરી કસોટીનો સમય આવી ગયો છે. સરકાર પોતાના વચનથી નામુક્કર ગઈ છે. આથી આપણે નવા પરવાનાની હોળી પ્રગટાવવાની છે ! અત્યાર સુધી બે હજાર ત્રણસો પરવાના આવી ગયા છે. બીજા કોઈ ભાઈઓ પરવાના લાવ્યા હોય તો આપી દે."

એ જ વખતે પઠાણ મીર આલમ પોતાનો અસલી પરવાનો હાથમાં લઈને મંચ ઉપર આવી ગયો. તેણે કહ્યું,

"દોસ્તો, મારાથી મોટી ભૂલ થઈ છે. હું તમારા બધાની સામે ગાંધીજીના પગે પડીને માફી માગું છું અને આ અસલી પરવાનો આ હોળીમાં બાળવા માટે તેમને સોંપું છું."

સભાનું ચિત્ર જ બદલાઈ ગયું. જ્યારે પઠાણ મીર આલમે ગાંધીને ચરણસ્પર્શ કર્યા ત્યારે તેની આંખમાં આંસુ હતાં.

મંચ ઉપરના મેજ ઉપર કડાઈ આવી ગયેલી. ગાંધીએ પરવાનાની ગાંસડી ખોલી. બધા પરવાના તે કડાઈમાં પાથરી દીધા. પછી તેના ઉપર ઘાસલેટ છાંટીને દીવાસળી અડાડી કે પરવાના આગમાં લપેટાઈ ગયા ! તે બળવા માંડ્યા. તે વખતે બીજા વધારે પરવાનાઓ પણ આવતા ગયા એમ આગમાં હોમાતા ગયા. ચોતરફ ખુશીનો માહોલ હતો. જોરદાર તાળીઓથી અભિવાદન કરવામાં આવી રહ્યું હતું.

જનરલ સ્મટ્સના ઇરાદા ઉપર પાણી ફરી વળેલું ! અગ્નિની જ્વાળાઓ તેના દિલોદિમાગને દઝાડતી હતી. પોતે જે વ્યક્તિને જાસામાં લઈને પોતાનું કામ કઢાવી લીધેલું અને જેનાં નેતૃત્વની શાખને બગાડવાનો પ્રયાસ કરેલો, જેને કારણે તેના જ માણસો તેની સામે પડેલા - તે ફરીથી એ જ લોકોનો વધારે ભરોસાપાત્ર નેતા બનીને બહાર આવશે એવું તો તેણે કલ્પનામાં પણ વિચાર્યું નહોતું. ચારેબાજુ ગાંધીની પ્રશંસા થઈ રહી હતી.

એકાએક બજારમાં ફેરિયાઓની ભીડ દેખાવા લાગી. અનેક ભારતીયો, ટ્રાન્સવાલમાં પ્રવેશીને ટોપલામાં શાકભાજી અને ફળ વેચતા હતા. તેમની પાસે પરવાનો ન હોવાને કારણે સરકાર તેમને પકડીને વૉક્સરસ્ટ જેલમાં પૂરી દેતી હતી.

સરકાર મુસીબતમાં મુકાઈ ગઈ ! જેલમાં પહેલા કરતાં કડકાઈ વધારી દેવામાં આવી હોવા છતાં સરકારની ઊંઘ હરામ થઈ ગયેલી ! કારણ કે, સત્યાગ્રહીઓ કાબૂમાં આવતા નહોતા.

ગાંધીની સામે પણ એક મુશ્કેલી ઊભી થઈ કે, જેલ જનારી વ્યક્તિના કુટુંબનું ભરણ-પોષણ દર મહિને કેવી રીતે આપે ? ક્યાં સુધી આપે ? કોઈ જેલમાં જતું બે મહિના માટે અને તેને દસ દિવસમાં છોડી દેવાતો ! એવે વખતે આપેલી રકમનું શું થાય ? તે તો આખા મહિનાની આપી દેવામાં આવી હોય ! અને ટ્રસ્ટ ક્યાં સુધી એ કુટુંબોની આર્થિક સહાય કરી શકશે ? તેની પાસે પણ સ્રોત કેટલા છે ! તેની પાસે પૈસા ક્યાંથી આવશે ? જેલ જનારા સત્યાગ્રહીઓને ક્યાંય નોકરી પણ મળતી નહોતી.

ગાંધીને પ્રતીતિ થઈ કે આ રીતે તો બેકારોની સંખ્યા વધતી જશે. તેમનાં કુટુંબો માટે ભરણપોષણની રકમ આપવી પણ અઘરી થઈ જશે. ગાંધીએ તેના મિત્ર કેલનબેક પાસે સલાહ માગી.

તેણે પૂછ્યું, “તમે શું ઇચ્છો છો, ગાંધી ?”

“શું ઇચ્છું ?” ગાંધીએ વિચારતાં કહ્યું, “કેલનબેક, આ મુશ્કેલીનો ઉપાય ક્યાંથી શોધું ?”

“કંઈક વિચાર્યું તો હશે, ગાંધી !”

"વિચારવાથી શું વળે ? રૂપિયો જ રૂપિયાને ખેંચે છે ! પરંતુ એટલા પૈસા આવશે ક્યાંથી, કેલનબેક ? અને..." બોલતાં-બોલતાં ગાંધી ઊંડા વિચારોમાં સરી પડ્યો.

કેલનબેક જર્મન હતો. ગાંધીથી તે ખૂબ પ્રભાવિત હતો. તેણે કહ્યું,

"પહેલા તમે તમારી યોજના તો જણાવો ! ગાંધી, શક્ય બનવું – ન બનવું – એ તો પછીની વાત છે. એમ જોઈએ તો, જો લગન પાકી હોય તો કોઈ કાર્ય અશક્ય નથી. જ્યાં ચાહ, ત્યાં રાહ !"

ગાંધી બોલ્યો, "લાંબી-પહોળી જમીન ખરીદી લેવામાં આવે. જેલ ગયેલા સત્યાગ્રહીઓના કુટુંબીઓને ત્યાં રાખવામાં આવે. જ્યારે સત્યાગ્રહી જેલમાંથી છૂટે ત્યારે ત્યાં જ આવે. બધા હળીમળીને ત્યાં કામ કરે. ઓછામાં ઓછા ખર્ચે ગુજરાન ચલાવે. બધા સ્વાવલંબી હોય, કોઈ પરાધીન નહીં ! સત્યાગ્રહીને પોતાને સારુ પણ લડતા શીખવું જોઈએ. ઉધારી ઉપર સત્યાગ્રહ ચાલી શકે નહીં. સ્વાવલંબન સત્યાગ્રહનો મૂળ મંત્ર છે."

"તો ઊભા થાઓ !"

"ક્યાં જવા સારુ ?"

"મારી સાથે ચાલવા માટે."

"ક્યાં લઈ જશો, કેલનબેક ?"

"લાલી સુધી."

"લાલી તો અહીંથી ૨૦-૨૧ માઈલ દૂર છે. કદાચ રેલવે સ્ટેશન પણ છે."

"હા, ગાંધી, જોહાનિસબર્ગથી એકવીસ માઈલ દૂર."

"ત્યાં શું છે ?"

"તમારાં સપનાનો પાયો, ગાંધી ! બીજું શું ?"

બંને ત્યાં પહોંચ્યા. લાલી રેલવે સ્ટેશનથી એકાદ માઈલ પગપાળા ચાલ્યા હશે કે, કેલનબેકે એક ટેકરી ઉપર ઊભા રહીને કહ્યું,

"ગાંધી, હવે અહીંથી તમારી ચારેબાજુ નજર નાંખો !"

ગાંધીએ પોતાની ચોતરફ જોયું. તે જોતો જ રહી ગયો.

"શું જોયું, ગાંધી ?"

"દૂર-દૂર સુધી જરદાળુ, સંતરા, બોર, વગેરેથી લદાયેલાં વૃક્ષો ! તેની પાસે જ સુંદર ઝરણું. ચોતરફ ખુલ્લી જગ્યા."

"આ અગિયારસો એકરનો ટુકડો છે... ફિનિક્સ કરતાં મોટો છે."

"ખૂબ મોટો ! ફિનિક્સ તો કુલ એકસો એકરમાં છે. જોકે, ત્યાં પણ નાનકડું ઝરણું અને કેરી, સંતરાંનાં વૃક્ષો છે. ત્યાંની જમીન વધુ પડતી ઊબડખાબડ અને પથરાળ છે."

"શું વિચાર છે, ગાંધી ?"

"શેના વિશે ?"

"આ જમીન વિશે."

"ચાલો, અંદર જઈને જોઈએ."

ગાંધી બે-અઢી કલાક સુધી ફરતો રહ્યો અને સાથોસાથ વિચારતો ગયો કે, ફિનિક્સનો એ ટુકડો, જે એકસો એકર છે, તે એક હજાર પાઉન્ડમાં ખરીદેલો. આ તો અગિયારસો એકર છે. એટલે અગિયારગણો મોટો. તેનાથી વધારે ઉપજાઉ અને ઘણોખરો ચોરસ પણ છે. બે કૂવા પણ છે. પાણીના અન્ય સ્રોત પણ છે. આખું હરિયાળું સ્થળ છે. સ્ટેશનથી નજીક... આટલા બધા પૈસા ક્યાંથી લાવીશું ?

"શું વિચારો છો, ગાંધી ?"

"શું વિચારું, કેલનબેક ! હું સપનું જોઈ રહ્યો છું."

"સર્વોદય પરિવારની રચના અહીં કેવી રહેશે ?"

"તેના સારુ પૈસા પણ જોઈએ, કેલનબેક !"

"જગ્યા તો ગમી ને ?"

"અત્યંત ગમી !"

"તો આજથી, અત્યારથી આ અગિયારસો એકર જમીન તમારી."

"શું કહો છો, કેલનબેક !"

"આ જમીન મારી છે, આજથી તમારી થઈ."

"મારી !"

"હા, તમારી. હું આ જમીન તમારી સર્વોદય યોજનાને નામે દાન કરું છું. ઈશ્વર તમારું સપનું ઝડપથી સાકાર કરે !" કેલનબેકે એકદમ સ્વાભાવિક રીતે કહ્યું.

"કેલન, એક વાત પૂછું ?"

"પૂછો, ગાંધી !"

"તમે જર્મન છો ?"

"હા, છું."

"ગોરા પણ છો ?"

"તે પણ છું."

"સ્વતંત્ર છો ?"

"કેમ નહીં !"

"તો પછી તમને કાળા, કુલી ગિરમીટિયા, પરાધીન, સમયના માર્યા, અભણ-

નિરક્ષર, પ્રત્યે આટલો લગાવ કેમ છે? આવું તપ-સમર્પણ કેમ? આવું મમત્વ કેમ?" ગાંધી ભાવુક થઈને પૂછતો ગયો.

"સાચું બોલું, ગાંધી!"

"શું ખોટું પણ બોલો છો, કેલનબેક?"

"યાદ કરવું પડશે, ગાંધી!"

કેલનબેકે ધીમે-ધીમે કહ્યું,

"સાચું એ છે કે, ખબર નહીં કેમ અને કેવી રીતે હું તમારા પ્રતિ ખેંચાતો ગયો? મેં સપનામાં પણ વિચાર્યું નહોતું કે આટલો ભાઈચારો ધરાવતો માણસ પણ હોઈ શકે! તમારી પ્રેરણાનો જ આ પ્રસાદ છે, જે આપના શ્રીચરણોમાં અર્પણ છે. રંગ શું હોય? ભેદ શા માટે કરવામાં આવે છે? ગુલામ શા માટે બનાવવામાં આવે છે? માણસને પાળેલાં બનવા માટે શા માટે લાચાર કરવામાં આવે છે? – આ અગાઉ મારી સમજની બહાર હતું.

શક્તિશાળી લોકો, નબળા લોકો ઉપર રાજ ચલાવવા માટે જન્મે છે, હું એવું જ જાણતો-સમજતો હતો. પરંતુ ગાંધી, તમારી સાથે રહીને સમજાતું ગયું કે, મોહ, લોભ-લાલચ, અભિમાન, અવિવેક, નિરંકુશતા, છળકપટ, હિંસા, વગેરે માણસના વાસ્તવિક દુશ્મનો છે. નિરંતર મહાવરાથી તમારા જેવા સંત, આ ચક્રવ્યૂહમાંથી છૂટી શકે છે અને ઈશ્વરના ભુવનમાં ભ્રમણ કરી શકે છે. હું પ્રયાસ કરું છું કે, અમુક હદ સુધી પણ હું તમારું અનુકરણ કરી શકું. બસ, મને તમારો સાથ જોઈએ છે, ગાંધી!"

"હવે આપણે પાછા પણ જવાનું છે, કેલનબેક!" ગાંધીએ કહ્યું.

ગાંધી જાણતો હતો કે કેલનબેકનું હૃદય પવિત્ર હતું. તે સૌ પ્રત્યે સમર્પિત થતો જતો હતો.

કેલનબેકે કહ્યું, "ગાંધી, મારી પણ એક શરત છે!"

"કઈ કેલનબેક?"

"તમે મને સર્વોદય પરિવારનો હિસ્સો બનાવશો!"

ગાંધીએ સસ્મિત કેલનબેક સામે જોયું અને કહ્યું,

"કોઈ નદીના સર્જનની પાછળ કેટલી નાની-મોટી સરિતાઓનું સ્વેચ્છા અને રાજીખુશીથી થયેલું સમર્પણ રહેલું હોય છે! તે ગુમનામ રહીને પણ, કેલનબેક, પોતાનામાં મસ્ત રહે છે. સાચે જ, મારું હૃદય એ ગુમનામ નદીઓ પ્રત્યે કૃતજ્ઞતાથી ગદ્‌ગદિત છે. કાશ, હું પણ એના જેવો બની શકું! ત્યાગ આનંદનો અદશ્ય સ્રોત છે. જે મરી-મરીને પણ જીવે છે, ક્યારેય મરતું નથી, એ જ અમૃત છે!

વિચારું છું, કેલનબેક, દુનિયાની અંદરની આ દુનિયા કેટલી અમૃત્વથી ભરેલી છે ! આપણે કેમ ઝેર પીવામાં આનંદ શોધીએ છીએ ? બીજાઓને દુઃખના અંધારા કૂવામાં કે ગુફામાં ધકેલવાની નિરંતર કોશિશમાં કેવી રીતે સુખ અનુભવી શકીએ છીએ ?" ગાંધીએ ચાલતાં-ચાલતાં આમ જવાબ આપ્યો.

હવે તે બંને લાલી સ્ટેશને આવી ટ્રેનની રાહ જોવા લાગ્યા. તેમનામાં મૌન, ધુમ્મસની માફક ઊતરતું જતું હતું.

સુખ કે આનંદ કંઈ હડપી લેવાથી કે અપહરણ કરવાથી મળતાં નથી, પરંતુ બીજા માટેના ત્યાગની અનુભૂતિમાંથી પ્રાપ્ત થાય છે. તે એવાં સુખ અને આનંદ હોય છે કે જેમાં કોઈ અન્યનો નહીં, બલકે ફક્ત સર્વેશ્વરનો વાસ હોય છે.

જેની કોઈ જાતિ નથી, ધર્મ નથી અને કોઈ રંગ નથી. બધા એક છે – એકમેવ છે !

૪૦

જનરલ સ્મટ્સ તેના ઓરડામાં આમતેમ આંટા મારતો હતો. વચ્ચે-વચ્ચે કેટલીય વાર ઘંટડી વગાડી ચૂકેલો. દર વખતે એક જ જવાબ મળતો કે, હજુ રામપુરી અને ક્લે આવ્યાં નથી.

તેણે પી.એ.ને કહ્યું, "તેને ફોન કરો." જવાબ પહેલાંની જેમ જ મળે છે કે તે બંને ત્યાંથી જતા રહ્યા છે. તે ક્યારનો આવો જ જવાબ સાંભળતો હતો.

છેવટે સરકારનો અર્થ શું ? લાલી રેલવેસ્ટેશનથી એક માઈલના અંતરે પેલા ગાંધીએ ટોલ્સ્ટૉય આશ્રમ બનાવી લીધો, જેનું કોઈ વજૂદ નથી. ઓહ ! આ કેવી રીતે બન્યું ?

"સાહેબ, મિ. બ્રેડમૅન આવ્યા છે."

પોતાની ખુરશી ઉપર બેસીને સ્મટ્સે કહ્યું, "તેને મોકલ."

બ્રેડમૅને નમસ્કાર કર્યા અને ઇશારો મળતાં બેસી ગયો.

"બોલો !"

"શું બોલું, મિ. સ્મટ્સ ? ગાંધીને ગોરાઓ પણ મદદ કરે છે ! ડચ, અંગ્રેજ, જર્મન, ફ્રેંચ વગેરે સૌને પણ તેમના પ્રત્યે સહાનુભૂતિ છે."

"શું તમે એક માણસને કાબૂમાં કરી શકો તેમ નથી, મિ. બ્રેડમૅન ?"

"જનરલ, તે એકલા ક્યાં છે ! તેમની સાથે સત્યાગ્રહીઓ છે, એશિયાવાસીઓ છે અને... "

"અને - અને શું ? તમે લોકોએ બંગડી પહેરી રાખી છે !"

"હૃદયના જોડાણને તોપ-તલવારથી કાપી શકાતાં નથી ! આપણાં છળ-કપટ, જૂઠાણાં, અફવાઓ, બધું જ આપણા વિરોધમાં સાબિત થવા લાગ્યું છે. હકીકતે તે પ્રામાણિક છે, સૌના શુભચિંતક છે, નિઃસ્વાર્થી અને સૌની મદદ કરનારા છે." બ્રેડમૅને ધીમે-ધીમે કહ્યું.

"મેં તમને, મિ. બ્રેડમૅન, એટલા માટે અહીં નથી બોલાવ્યા કે તમે તેનાં ગુણગાન

ગાવા લાગો ! ખુશામતિયાઓની કમી નથી. કામની વાત કરો. તે ટૉલ્સ્ટૉય આશ્રમ કેવી રીતે બનાવી શક્યો ?"

"મિ. કેલનબેકને તમે ઓળખો છો, જનરલ ?"

"પેલો જર્મન !"

"હા, એ જ."

"તેણે શું કર્યું છે ?"

"શું નથી કર્યું ? તેણે પોતાની અગિયારસો એકર જમીન ગાંધીને દાનમાં આપી દીધી છે ! આપણા પાદરી વર્ગે પણ તેને મદદ કરી છે."

"પાદરીઓએ !" સ્મટ્સે અચરજપૂર્વક બ્રેડમૅન સામે જોયું.

"ચોંકો નહીં, જનરલ ! મિ. રેવરન્ડ ડોક જેવા પ્રભાવશાળી પાદરી તેમની સાથે છે. ઍશિયાટિક ઑફિસના અધિકારી, જેમ કે મિ. ચમની તેમની તરફેણમાં છે. તેમણે પણ આ બાબતે રોષ પ્રગટ કર્યો છે. આ બધાને કારણે સમગ્ર માહોલ તેમના પક્ષમાં છે. મોટા ભાગે બધાને તેમના પ્રત્યે સહાનુભૂતિ છે."

"મિ. બ્રેડમૅન, મને તમારી નિષ્ફળતાની યાદી નથી જોઈતી ! મારે એ જાણવું છે કે તમે લોકો એક માણસને વશમાં કેમ નથી કરી શકતા ? શું કમી છે ? સરકાર તરફથી મળેલી આટલી છૂટને કેમ વેડફો છો ? તમે શું-શું કોશિશ કરી છે ?" સ્મટ્સે વિચારીને કહ્યું.

તે વખતે જ રામપુરી અને ક્લે પ્રવેશ્યા.

તે બંને બેઠા એટલે સ્મટ્સે કહ્યું, "ઓ.કે. બ્રેડમૅન, આપણે કાલે વાત કરીશું. બહેતર છે કે, તમે તમારો રિપોર્ટ લેખિતમાં રજૂ કરો."

બ્રેડમૅનના ગયા પછી ક્લેએ કહેવાનું શરૂ કર્યું, "જનરલ સ્મટ્સ, ટૉલ્સ્ટૉય આશ્રમ વસી ગયો છે. તમારી પાસેથી રિપોર્ટ મોડો મળેલો. ત્યાં સુધીમાં તો સત્યાગ્રહીઓનાં કુટુંબીઓ ત્યાં કાર્યરત થઈ ગયેલાં. કાચાં-પાકાં ઘર બની ચૂકેલાં. તેઓ મગફળીમાંથી તેલ કાઢે છે અને સંતરાની છાલમાંથી મુરબ્બો બનાવે છે. જોહાનિસબર્ગ સુધી તેઓ પગપાળા આવ-જા કરે છે. તેઓ સ્વાવલંબી બનવાની દિશામાં આગળ વધી રહ્યા છે. આ ઉપરાંત કેલનબેક અને ગાંધી, પાઠશાળા પણ ચલાવે છે. ત્યાં એવું કંઈ જ નથી કે જેને અરાષ્ટ્રીય ગણાવી શકાય ! બધું સામાન્ય છે, પરંતુ સ્વાવલંબનની દિશામાં વિશેષ ગણી શકાય."

સ્મટ્સે અચરજથી કહ્યું, "મિ. ક્લે, તમને યાદ છે કે તમને ત્યાં શા માટે મોકલવામાં આવેલા ?"

"ગાંધીની અરાષ્ટ્રીય ગતિવિધિઓ ઉપર નજર રાખવા માટે."

"તમને એની જાણકારી છે શું ?"

"કેમ નહીં, જનરલ... જનરલ બોથાને, હિન્દુસ્તાનના એક વરિષ્ઠ નેતા ગોખલે મળી ચૂક્યા છે."

"ખબર છે."

"જનરલ બોથાએ તેમને આશ્વાસન આપ્યું છે કે, આગામી ત્રણ વર્ષમાં ત્રણ પાઉન્ડનો કર જ ફક્ત હટાવી લેવામાં નહીં આવે, બલકે કાળો કાયદો પણ દૂર થશે અને દરેક ધર્મ અને નિયમોમાં થયેલાં લગ્ન સ્વીકાર્ય ગણાશે." ક્લેએ કહ્યું.

"એવું કંઈ થવાનું નથી. મારે જનરલ બોથા સાથે ફોન ઉપર વાત થઈ છે."

"ગાંધીજી હાલ, સત્યાગ્રહીઓને એક નવી દિશા તરફ વાળી રહ્યા છે." રામપુરીએ વાર્તાલાપ વચ્ચેના અવકાશનો લાભ લેતાં કહ્યું.

"કઈ બાજુ વાળી રહ્યો છે ?"

"વિવાહ અધિકારીના પત્રકમાં જે લગ્નની નોંધણી થયેલી ન હોય, તે અવૈધ મનાશે."

"હા, તો શું ?"

"એટલે હિન્દુ અને મુસ્લિમ રિવાજ મુજબ થયેલાં લગ્નો અવૈધ બની જશે."

"બેશક !"

"જરા વિચારો, જનરલ, તે પરિવારોમાં છોકરા-છોકરીઓની ઉંમર પણ પરણવાલાયક થવા લાગી છે. શું તેઓ પોતાના માતા-પિતાને, માતા-પિતા નહીં માને ? શું તેમનાં બાળકો અનૌરસ ગણાશે ? આ વાત તેમની ધાર્મિક અને સામાજિક પ્રતિષ્ઠાને ઠેસ પહોંચાડે છે." રામપુરીએ એકધારું જરા ઝડપી અવાજે કહ્યું.

જનરલ સ્મટ્સે તેની સામે ધ્યાનપૂર્વક જોઈને પૂછ્યું, "તેનાથી શું થશે ?"

"વિદ્રોહ."

"વિદ્રોહ !"

"હા, વિદ્રોહ. ગાંધીજીએ સ્ત્રીઓની સેના પણ તૈયાર કરી લીધી છે. તેમાં તેમના પત્ની શ્રીમતી કસ્તુરબા પણ છે... કોઈ પણ ભારતીય પત્ની તેના પતિની રખાત બનવા માગે નહીં, જે તમારા કાયદાએ તેને બનાવી દીધી છે ! આ એવો મુદ્દો છે, જેના માટે તે બધા મરી ફિટશે. મિ. ગાંધી તેમનું નેતૃત્વ કરે છે. તેમણે જેલમાં મળતાં કામ અને તેની કઠણાઈ વિશે વિગતવાર માહિતી આપી દીધી છે. હવે તે બહેનો તમારી જેલ ભરશે !"

"આપણે તેમની ધરપકડ નહીં થવા દઈએ."

"તો એ સ્ત્રી-સેના ન્યૂ કેસલ જશે."

"તેમની પાસે નાતાલમાં પ્રવેશવા માટેનો પરવાનો ક્યાં છે?"

"પરવાના તો જેમણે લીધા હતા તે પણ બાળી ચૂક્યા છે! હવે તો નાતાલ, ટ્રાન્સવાલ... આખું દક્ષિણ આફ્રિકા તેમના માટે એક છે. તેઓ દરેક જગ્યાએ જશે. તેમને તો ધરપકડ કરાવી છે. ધરપકડ નહીં થાય તો તે બહેનો, કોલસાની ખાણનાં મુખ્ય મથક એવા ન્યૂ કેસલમાં જશે. ત્યાં જઈને મજૂરોને ખાણમાં કામ ન કરવા માટે સમજાવશે. અંતે તો તેમના સૌભાગ્યનો પ્રશ્ન છે, જનરલ! આ બાબત સૌથી વધુ સંવેદનશીલ છે. ત્રણ પાઉન્ડનો કર કોઈ ભરશે નહીં, ભલે પછી તેનું જે પરિણામ આવે તે! આ આંદોલન સૌથી વધુ અસરકારક સાબિત થશે." અંતે રામપુરીએ કહ્યું,

"જનરલ, તમારું બધું ધ્યાન એ તરફ આપો, નહીંતર... !"

"સમજ્યો, પુરી, બરોબર સમજી ગયો."

"જો આપણી સ્ત્રીઓ આ લડતમાં સામેલ થઈ જશે તો તમારો આ સેવક રામપુરી પણ તમને ગુડબાય કહી દેશે!"

"રામપુરી તું ભાનમાં તો છે ને!"

"હા, છું જનરલ... તમે મારા ભાનની શું વાત કરો છો? જનાબ, ત્યાં તો સગીર કુમારિકાઓ પણ જેલ જવા તૈયાર છે!"

છેવટે સોળ વર્ષીય કિશોર એવા રામપુરીએ કહ્યું, "મેં મારા ભાઈઓ સાથે ગદ્દારી કરી. ગાંધીજીની જાસૂસી ક્લેસાહેબ સાથે કરી. આ મારો સૌથી મોટો ગુનો છે, જનરલ... મહેરબાની કરીને મને જવાની રજા આપો." એટલું કહીને રામપુરી સલામ કરીને બહાર ચાલ્યો ગયો.

ક્લેએ કહ્યું, "મિ. સ્મટ્સ હકીકતમાં આ ખૂબ નાજુક મામલો છે. ફૂંકી-ફૂંકીને ડગ ભરવાં પડશે. રામપુરીને મેં ચકરાવામાં લઈ લીધેલો, નહીં તો એ પણ ક્યારનો તે લોકોમાં ભળી ગયો હોત! ...મેરિત્સબર્ગની જેલમાં સત્યાગ્રહી બહેનો પહોંચી ગઈ છે. ત્યાં હમણાં રામપુરીએ જે કિશોરીનું નામ વાલી અમ્મા જણાવ્યું, તે મૃત્યુ પામી છે. તેને કારણે વાતાવરણ વધારે બગડી શકે છે. એટલી હદે બગડી શકે કે, હવે ખાણમાં કામ કરનારા મજૂરો ઉશ્કેરાઈને કામ છોડી પણ દે... મિ. ગાંધી કાલથી ટ્રાન્સવાલની જેલ ભરવાના કામે લાગશે."

જનરલ સ્મટ્સે સપનામાં પણ વિચાર્યું નહોતું કે વાત આટલી હદે વણસી જશે.

તેણે ઊંડો શ્વાસ લઈને પૂછ્યું, "હવે શું કરીએ, ક્લે?"

"આ પરિસ્થિતિને કાબૂમાં લો. અમુક સુવિધાઓ, જે આવશ્યક છે, તે આપો. લગ્ન, ખ્રિસ્તી પદ્ધતિએ થયાં હોય કે અન્ય રીતરિવાજથી કે પછી તેની નોંધણી થઈ

હોય કે ન થઈ હોય – આ બધી દેવાળિયા મગજની શોધ છે! તેનાથી સરકારને શું ફાયદો થવાનો છે? વિના કારણે એક નવો ટંટો ઊભો કર્યો છે. મારું માનો તો આ કાયદાને દૂર કરાવી દો. તેનો કોઈ અર્થ નથી. શિક્ષિત અને શિષ્ટ ગોરાઓ પણ તેના પક્ષમાં નથી." ક્લે પોતાની વાત પૂરી કરીને ઊભો થયો.

સ્મટ્સે તેને રોક્યો નહીં. તે થોડી વાર સુધી કિંકર્તવ્યમૂઢ બની ગયો. શું કોઈ બહારની વ્યક્તિ, સરકારને આવી રીતે ખુલ્લેઆમ પડકાર આપીને સફળ થઈ શકે?

* * *

સ્મટ્સને પત્ની બ્લૂ સાથેની વાત યાદ આવી.

બ્લૂએ કહેલું, "જુઓ સ્મટ્સ, તમારે માનવતાને કેન્દ્રમાં રાખીને જે કંઈ કરવું હોય તે કરો. તેનાથી અલગ કંઈ કરો નહીં... ગાંધી ન તો તમારા કે ન તમારી સરકારના દુશ્મન છે. વચનથી તો તમે નામુક્કર ગયા છો! અત્યાચાર તમે એમના ઉપર કર્યો છે. ખબર નહીં તમે કેમ આ રીતે વિચારી શકતા નથી!"

"તું પણ બ્લૂ, ઝડપથી એના જ પક્ષમાં બેસી જાય છે!" સ્મટ્સે બેચેન થઈને કહ્યું.

"તમને યાદ છે, સ્મટ્સ, મેં તો લગ્ન પહેલાં જ જણાવી દીધેલું કે હું પત્ની ચોક્કસ બનીશ, પરંતુ પતિનો પડછાયો નહીં બનું! મારું પોતાનું વજૂદ હશે – હું બ્લૂ બનીને રહીશ, મિસિસ સ્મટ્સ બનીને નહીં. હું એક સ્ત્રી છું. હું સમજી શકું છું કે, તમારા નવા કાયદાએ પરિણીત સ્ત્રીઓનો કેવી રીતે તેના પતિ સાથેના સંબંધથી વિચ્છેદ કરી દીધો! તમે એક ક્ષણમાં પત્નીને કૉન્ક્યુબાઈન (રખાત) બનાવી દીધી! તેમની સામાજિક પ્રતિષ્ઠાને ખાખ કરવાની તૈયારી કરી, પરંતુ જગતમાં એવી કોઈ શક્તિ નથી કે જે પત્નીને બેઇજ્જત કરી શકે. ક્યારેય નહીં, સ્મટ્સ, કદી નહીં.

તમે પુરુષોએ એમ કેમ વિચારી લીધું કે, સ્ત્રી ઉપર થનારા આ અન્યાયમાં ગોરી સ્ત્રીઓ સાથે નહીં હોય? યાદ રાખજો, ઇતિહાસની અંદર એક ચિનગારી દબાયેલી પડી છે, જે દિવસે એ ચિનગારી આગ બની જશે, તે દિવસે પુરુષની સત્તા... " બ્લૂ બોલતાં-બોલતાં અટકી ગઈ.

"તે દિવસે પુરુષની સત્તાનું શું થશે, બ્લૂ?"

"તમે જનરલ છો, બધું સમજો છો. હજુ પણ મારી સલાહ છે કે, માનવતાથી વિરોધી આચરણ ન કરો... એકલા ગાંધી જ તમારી આખી સત્તા માટે પૂરતા છે, કેમ કે તે સાચા છે, ભલા અને નિઃસ્વાર્થી છે. તેમની સાથે ઝઘડો વહોરી લઈને તમને અને તમારી સરકારને બદનામી સિવાય બીજું કંઈ મળશે નહીં!"

સ્મટ્સનું માથું ભારે થઈ ગયું. તેણે પાઈપ કાઢી, તેમાં સિગાર લગાવીને

સળગાવી. ત્રણ-ચાર કશ ઉપરાઉપરી ખેંચી લીધા. ઝડપથી ધુમાડો બહાર ફેંક્યો.

તેને એની માતાની વાત યાદ આવી ગઈ. એણે મરતી વેળા કહેલું,

"સ્મટ્સ, તારા માટે સફળતાનાં સોપાન ચડવાનું સહેલું થઈ ગયું છે. તું એક દિવસ ખૂબ મોટો અમલદાર બનીશ, પરંતુ યાદ રાખજે કે, અમલદાર, નેતા, વગેરેથી મોટો તો માણસ હોય છે. તું ગમે તેટલી મુસીબત આવે તોપણ ક્યારેય માનવતાને વિસરી જતો નહીં. તું સાચો ઈસાઈ બનજે. આપણા મહાન ઈસુનાં પદચિહ્નો ઉપર ચાલજે."

❊ ❊ ❊

સ્મટ્સે પાઈપ ઍશ-ટ્રેની કિનારે રાખી. આંખ મીંચી દીધી. ખુરશીમાં પીઠ ટેકાવી. ચાર-પાંચ વાર ખૂબ ઊંડા શ્વાસ લીધા. પગ મેજ નીચે ફેલાવી દીધા. તે એમ જ બેઠો રહ્યો. તેને માથામાં થોડો દુખાવો થવા માંડેલો. તે ઊભો થવા ગયો કે તેને કૉફી પીવાની ઇચ્છા થઈ અને તેણે એક બ્લૅક કૉફી મગાવી લીધી.

૪૧

૨૮ ઑક્ટોબર, ૧૯૧૩.

સવારના ચાર વાગવા આવેલા. ગાંધી તૈયાર થઈને બહાર આવી ગયેલો. પાંચસોથી વધારે સ્ત્રી-પુરુષો એકઠાં થયેલાં અને બાળકો તો અલગ ! કેટલીક સ્ત્રીઓએ તો બાળકને તેડેલું હતું. ગાંધીએ તેમને પદયાત્રા અને જેલની પીડા વિશે સારી પેઠે અવગત કરી દીધાં હતાં. તેમનું કહેવું એમ જ હતું કે તેઓ સત્યાગ્રહી બની ચૂક્યાં છે અને હવે પીછેહઠ કરશે નહીં.

તે બધાને ટ્રેનમાં લઈ જઈ શકાય એટલા પૈસા હતા નહીં. રસ્તામાં તેમને વ્યક્તિ દીઠ સાતસો ગ્રામ જેટલો રોટલીનો લોટ અને અડધી છાબડી ખાંડથી વધારે કંઈ જ મળવાનું નહોતું. જો રસ્તામાં વેપારીઓએ કંઈ વ્યવસ્થા કરી હોય તો સત્યાગ્રહીઓનાં નસીબ ! ન્યૂ કેસલથી ટ્રાન્સવાલ વચ્ચેનું અંતર લગભગ છત્રીસ માઈલનું હતું. ચાર્લ્સટાઉન સુધીની આ પદયાત્રામાં બે દિવસ લાગવાના હતા.

ધીમે-ધીમે સંખ્યા વધતી ગઈ. પહેલેથી જ બધાને કપડાં ઓછાં લેવાનો જ આગ્રહ કર્યો હતો. તેમ છતાં પણ હિન્દુસ્તાનીઓ સ્વભાવગત કંઈક વધારે જ સામાન સાથે લઈને ચાલતા હતા. છેવટે કૂચ કરવાનો સમય થયો. ત્યાં સુધીમાં તો પાંચ-છ હજાર સત્યાગ્રહીઓ એકઠાં થઈ ગયેલાં. એટલી સંખ્યાને કારણે નવેસરથી વ્યૂહરચના ગોઠવવી પડી. તે બધાને શિસ્તમાં રાખવા, કતારબદ્ધ ચલાવવાં, રસ્તામાં પોલીસ કે કોઈ સરકારી અમલદાર ગેરવર્તન કરે, મારે-પીટે, જેલમાં લઈ જાય, તોપણ મૌન રાખવાનું, વિરોધ નહીં કરવાનો, શાંતિ, ધીરજ અને સહનશીલતા અકબંધ રાખવાની – આ જ એક સત્યાગ્રહીની ઓળખ છે.

દોઢસો સત્યાગ્રહીઓએ એક નાયક રાખવામાં આવ્યો. નાયકની જવાબદારી તેમ જ ગાંધી પછી આ કૂચને ક્રમશઃ કોણ-કોણ સંભાળશે, તે બધું જ નક્કી થઈ ગયું.

ગાંધીએ પ્રાર્થના શરૂ કરી. તે પ્રાર્થના પાંચથી છ હજાર સત્યાગ્રહીઓએ એક સાથે ઝીલી. પ્રાર્થના હતી...

ઊઠ જાગ મુસાફિર ભોર ભઈ,
અબ રેન કહાં જો સોવત હૈ !
જો સોવત હે, સો ખોવત હૈ
જો જાગત હે, સો પાવત હૈ. . .

ત્યારબાદ ગુજરાતી ભજન શરૂ કર્યું . . .

વૈષ્ણવજન તો તેને રે કહીએ, જે પીડ પરાઈ જાણે રે
પર દુઃખે ઉપકાર કરે તોયે મન અભિમાન ના આણે રે... !
સકલ લોકમાં સહુને વંદે, નિંદા ના કરે કેની રે
વાચ, કાચ મન નિશ્ચલ રાખે, ધન-ધન જનની તેની રે... !

આમ પાંચ પ્રાર્થના અને ભજન થયાં. જેવાં કે, 'બોલમા બોલમા બોલમા રે, રાધા-કૃષ્ણ વિના બીજું બોલમા રે'... કે 'મંગલ મંદિર ખોલો, દયામય મંગલ મંદિર ખોલો'... વગેરે.

આકાશ ગુંજવા લાગ્યું. ધરતી નાચવા માંડી ! પવન લહેરાતો ગયો. સમગ્ર વાતાવરણ આનંદમય થઈ ગયું. પછી રામધૂન શરૂ થઈ. આમ કીર્તન થતાં રહ્યાં. બધાં આશ્ચર્યચકિત ! આવું ત્યાંની ધરતી ઉપર પહેલી વાર બની રહ્યું હતું. ગાંધી વચ્ચે-વચ્ચે સંભાળ લેતો રહેતો હતો.

કોઈ થાક્યું નહીં - ન પગ, ન કંઠ, ન હાથ, ન તન કે ન મન ! બધામાં સ્ફૂર્તિ, સાહસ, તાકાત અને ચેતનાનો ઉદય થયો. સૂર્ય માથે આવી ગયેલો અને આથમવા પણ માંડેલો ! કોઈ રોકાયું નહીં, કોઈ અટક્યું નહીં. જોતજોતામાં ચાર્લ્સટાઉન આવી ગયું.

સ્વાગત ! સ્વાગત ! ભવ્ય સ્વાગત ! આગમનનો ઉત્સવ ! વેપારી વર્ગે જાણે કે હૃદય ખોલીને ઊભો હતો ! તેમનાં મકાનોનાં બારણાં ખૂલી ગયાં. મસ્જિદનાં આંગણામાં રસોઈ બનવા લાગી. શાંતિપૂર્ણ અવરજવર જરા પણ ઘોંઘાટ નહીં. બધું વ્યવસ્થિત.

ચાર્લ્સટાઉન એક નાનકડું ગામ હતું. એક હજાર સ્ત્રી-પુરુષની વસતી ધરાવતું ગામ. તેમાં છ હજારથી વધુ પ્રવાસીજન - સત્યાગ્રહી મન... ! વચ્ચે-વચ્ચે કેટલાંય સ્ત્રી-પુરુષો જોડાતાં ગયેલાં. કાફલો ચાલતો ગયો, વિસ્તરતો ગયો... એકાએક સાડા પાંચ હજારમાંથી સાત હજારથી વધુ લોકોની સંખ્યા થઈ ગઈ હોવા છતાં પણ વ્યવસ્થાને કોઈ અસર ન થઈ.

બધા વહેંચીને જમ્યા. ભોજન કેવી રીતે ઓછું પડે? બધા ખુશ. ઓછા ભોજનમાં પણ તૃપ્તિનો આનંદ દરિયાના મોજા જેવો ઊછળી રહ્યો. પ્રેમ, મનને બાંધી લે છે અને તન સમર્પિત થઈ જાય છે. સંતોષ ગદ્‌ગદિત થઈ ઊઠે છે. ક્યાંય કોઈ ફરિયાદ ટકી શકતી નથી. ભૂખને પણ લાગે કે જાણે તેનો આદર-સત્કાર થઈ રહ્યો છે. ભૂખ પણ ધન્ય બની જાય!

ગાંધી રાંધવાથી લઈને પીરસવા સુધી દરેક જગ્યાએ હાજર! એકદમ શાંત પરંતુ પ્રસન્ન. મનોમન ભગવાનનો લાખ-લાખ પાડ માનતો હર્ષાશ્રુ પીતો હતો. તે કહેતો હતો, "તારું ભોજન, તું જ જીવનભર પીરસનારો, તું જ પ્રસાદ લેનારો! અમે તો તારા ચાકર, તું અમારો માલિક!"

કોઈ કહેતું, "તૃપ્તિનો તન સાથે નહીં, પણ આત્મા સાથે સંબંધ છે. આત્મા તૃપ્ત તો બધું જ તૃપ્ત!" ...પવન, વૃક્ષ, આકાશ તૃપ્ત, ધરા તૃપ્ત, અગ્નિ તૃપ્ત, સાગર તૃપ્ત, પર્વત તૃપ્ત, મેદાન તૃપ્ત... તૃપ્ત-તૃપ્તનો જન ઉત્સવ! આનંદ તૃપ્ત! તૃપ્તાનંદ!

ગાંધી શાંતચિત્તે સરકારને નામે પત્ર લખી રહ્યો હતો. છુપાવવાનું કંઈ નથી. કપટ કંઈ નથી. નથી વેરભાવ ન ક્રોધ કે નથી ફરિયાદ! ફક્ત પ્રેમનો દસ્તુર. પ્રેમથી સાથે હળીમળીને જીવવાનો ઓચ્છવ ગાંધી લખતો હતો...

"અમે સરકારને મુશ્કેલીમાં મૂકવા માગતા નથી કે અમારું લક્ષ્ય ટ્રાન્સવાલમાં સ્થાયી નિવાસ બનાવવાનું પણ નથી. અમારો અહીં પ્રવેશ તે અમારાં અંતઃકરણના અવાજનું પરિણામ છે. વિનંતી છે, પોકાર છે!

અમારા પોકારમાં એ આંતરવ્યથા છે, જે અમને અહીં સુધી પગપાળા લાવી છે. સૌએ સાંભળ્યું. સૌને સમજાયું. અમારી વ્યથાએ પોકાર કર્યો છે. પીડાનો સંબંધ ઊંચ-નીચ, કાળા-ગોરા, જાતિ-ધર્મ, સરકાર-પ્રજા, કંઈ જ માનતો નથી. ત્યાં તો બધા એક છે - એકાકાર છે, તન અને મન પણ. એટલે સુધી કે આત્મા અને પરમેશ્વર પણ ત્યાં એક છે.

સરકારે વચનભંગ કર્યો છે, તેમની પ્રજા હોવાને નાતે અમારી ફરજ છે કે અમે સરકારને તેનું સ્મરણ કરાવીએ. સરકાર પોતાની પ્રજાને વચન આપીને નામુક્કર જઈ શકે નહીં, કેમ કે સરકાર અમારા વિશ્વાસની ધરોહર છે. ટ્રાન્સવાલમાં અમારો પ્રવેશ, એ જ પીડાની અભિવ્યક્તિ છે, જેનાથી સરકારે મોં ફેરવી લીધું છે. સરકાર અને પ્રજાનું આત્મસન્માન એક જ છે. પ્રજા, સ્વાભિમાનનો પ્રશ્ન ઉઠાવીને સરકાર સામે પોકારી રહી છે કે પ્રજાનું સ્વાભિમાન જાળવી રાખવાની જવાબદારી પણ સરકારની જ છે. અમે સરકારનું ધ્યાન તે તરફ દોરવા માગીએ છીએ.

સરકારને વિનંતી છે કે તે ઘવાયેલા સ્વાભિમાનવાળા મુસાફરો - સત્યાગ્રહીઓની ધરપકડ, ચાર્લ્સટાઉનમાં કરી લે તો અમે પણ નિશ્ચિંત થઈશું અને સરકાર પણ. જો સરકાર અમારા આ પ્રસ્તાવને ધ્યાને નહીં લે તો, અમે બધાં ટ્રાન્સવાલમાં પ્રવેશ કરીશું. કારણ કે અમારો ઉદ્દેશ, સરકારને તેના વચનનું સ્મરણ કરાવીને ભૂલ સુધારવાનો છે. પછી જવાબદારી સરકારની રહેશે, અમારી નહીં. અમારી પાસે છુપાવવાનું કંઈ નથી. જે કંઈ પણ છે તે જગજાહેર છે, બધાની સામે છે. તેમાં કંઈ અનુચિત નથી કે તેમાં કોઈનો વ્યક્તિગત સ્વાર્થ પણ નથી.

અમારે જે કરવું છે, તે સામી છાતીએ અને આગોતરી જાણ કરીને કરવું છે. ચોરીથી-છુપાવીને કંઈ કરવું નથી. દાંડી પીટીને, પરંતુ પ્રેમપૂર્વક કરવું છે. નફરતથી કંઈ કરવું નથી.

પ્રેમ અમારી પ્રાર્થના છે અને અમારું અનુશાસન છે. આ હૃદય જોડવાનું કાર્ય છે, તોડવાનું નહીં. સરકાર પણ અમારી છે અને અમે પણ સરકારના છીએ.

આટલી જ અરજ છે. પોકારનારાઓની હાલતથી તો તમે વાકેફ છો, પછી જીદ શા સારુ ? તમે ત્રણ પાઉન્ડનો કર પાછો ખેંચી લો, તો આ ગિરમીટિયાઓ આવ્યા છે એવા જ, સહર્ષ, સરકારને દુઆ આપતા પાછા ચાલ્યા જશે. હડતાલ ખતમ. હિન્દુસ્તાનીઓનાં અન્ય કષ્ટને નિવારવા સારુ ગિરમીટિયાઓને અમારા સત્યાગ્રહમાં સામેલ કરીશું નહીં.

હવે એ સરકાર ઉપર છે કે, તે પોતાની પ્રજાની વિનંતી ઉપર લક્ષ આપે છે કે નહીં ?"

પત્ર મોકલાવી દીધો. પ્રત્યુત્તરની પ્રતીક્ષા શરૂ થઈ ગઈ, પરંતુ ક્યાં સુધી રાહ જોવી ? એ સવાલ પણ થયો. સરકાર નિરુત્તર બની રહેશે તો ?

અકબર અલીએ પૂછ્યું, "ગાંધીજી, હવે ક્યાં સુધી રાહ જોવાની છે ?"

"અરે ભાઈ, પત્ર મોકલ્યો છે. સરકારના જવાબની રાહ છે !" રામલખન ચૌધરીએ કહ્યું.

ગાંધીએ ધીમેથી કહ્યું, "પત્ર ચોક્કસ મોકલ્યો છે. પત્ર લખવાની આપણી નૈતિક ફરજ હતી, પરંતુ જવાબની રાહમાં હાથ ઉપર હાથ ધરીને બેઠા રહેવું યોગ્ય નથી. આપણે અવઢવમાં રહેવું નથી. તેઓ આપણી ધરપકડ કરે કે ન કરે, આપણે તો નિરંતર આગળ ધપતા જવાનું છે. તેઓ જ્યાં, જ્યારે, જેની ધરપકડ કરે તેણે તેનો સહર્ષ સ્વીકાર કરવાનો છે. કાલે સવારે ફરી કૂચ ચાલુ. રોજનો વીસથી ચોવીસ માઈલનો પ્રવાસ કરવાનો છે. ટૉલ્સ્ટૉય આશ્રમ પહોંચતાં આઠ દિવસ લાગશે."

ટૉલ્સ્ટૉય આશ્રમ એટલે કે ટ્રાન્સવાલમાં પરવાના વિના આટલા બધા લોકોનો પ્રવેશ ! કાયદાનું સીધું અપમાન ! જોર-જબરજસ્તી સામે અહિંસાનાં વધતાં કદમ ! સત્યાગ્રહનો પોકાર - ન શોરબકોર, ન તો સૂત્રોચ્ચાર, ન આક્રોશ-આવેશ કે ન ઘૃણા-નફરતનો ભાવ ! – બધું સહજ સમર્પિત ! અન્યાય અને અત્યાચારની સામે શાંતિપૂર્ણ લડતનો એક ચમત્કારિક અને સવિનય પ્રકાર ! જે સાંભળે, જોવે તે બધા આશ્ચર્યચકિત ! સત્યાગ્રહ એટલે સત્યના સંસ્કાર, પ્રેમનું વરદાન, માનવતાની પૂજા, અસ્તિત્વબોધની પ્રતીતિ.

આ ચમત્કારથી અભિભૂત થઈને ડેલીગ્રાફનો એક પત્રકાર ડેકર્ક ગાંધીની મુલાકાત લેવા પહોંચ્યો. તેની સાથે બીજા પણ કેટલાક પત્રકારો આવી પહોંચ્યા, જેવા કે, 'ધ લિવ્સ', 'નાતાલ મર્ક્યુરી', 'ટાઇમ્સ ઑફ નાતાલ', 'પ્રિટોરિયા ન્યૂઝ', 'લંડન ટાઈમ્સ' વગેરેના પત્રકારો. તેઓ ગાંધીને પૂછવા લાગ્યા,

"શું તમારું આંદોલન સંપૂર્ણતયા સત્ય અને અહિંસા ઉપર આધારિત છે ?"

"સંપૂર્ણપણે. હિંસાનું નામોનિશાન નહીં. એક માત્ર સત્ય ! સત્ય કોઈને નુકસાન પહોંચાડતું નથી."

"અહીં સત્ય એટલે શું ?"

"ત્રણ પાઉન્ડનો કર, ફક્ત હિન્દુસ્તાનીઓ ઉપર જ કેમ ? ગોરાઓ પણ અહીં તો વિદેશી જ છે, હિન્દુસ્તાનીઓની જેમ જ ! તેમના ઉપર કેમ નહીં ? ...બીજું, પરવાનાનો આતંક ! જનરલ સ્મટ્સે મને મિ. આલ્બર્ટ કાર્ટરાઇટની સાક્ષીએ કાળો કાયદો દૂર કરવાનું વચન આપ્યું હતું. કહેલું કે એકવાર અમે પરવાના લઈ લઈએ, જેથી સરકારનું માન રહે. પછી સરકાર આ કાળા કાયદાને નાબૂદ કરશે. પરંતુ એવું કંઈ થયું નહીં. એ વિચારવાનો પ્રશ્ન છે કે, સરકારના વર્તનમાં આવો વિરોધાભાસ કેમ છે ? કેમ પોતાના અહમને સંતોષવા સારુ આવો પાશવી વ્યવહાર ? અસત્યનું પોષણ કેમ ? તમે આ વિચારો, લખો. તમે જનતા અને સરકાર વચ્ચેની તટસ્થ કડી છો."

"તમે આગળ શું કરવા ધારો છો ?" ડેકર્કે પૂછ્યું.

"સત્ય સાથે રહેવાની પ્રતિજ્ઞા લીધી છે, તેનું જ તમામ હિન્દુસ્તાનીઓ સાથે પાલન કરીશ. અહિંસાનું અવલંબન રહેશે. કોઈના પ્રતિ નફરત નહીં. જનરલ સ્મટ્સ પ્રત્યે પણ પૂરેપૂરો આદરભાવ. ભગવાન તેમને સત્યના સ્વીકાર માટેની હિંમત આપે."

આમ ગાંધી પ્રશ્નોના જવાબ આપતો ગયો અને કાફલો આગળ ધપતો ગયો.

ડૉક્ટર બ્રિસ્કો ગાંધી પાસે આવ્યા. ક્ષણભર માટે કાફલો અટક્યો.

ડૉ. બ્રિસ્કોએ ગાંધીને બે પેટી આપતાં કહ્યું, "મિત્ર, આ બે પેટી છે. તેમાં જરૂરી દવાઓ છે જે તમને અને સત્યાગ્રહીઓને કામ આવશે... આ થોડા સાધનો પણ છે, જેનો ઉપયોગ તમે જાણો જ છો. તેનાથી પ્રાથમિક સારવાર થઈ શકશે... કાશ, હું પણ તમારી સાથે આવી શકત ! ભગવાન, તમારું અભિયાન સફળ બનાવે."

"ડૉ. બ્રિસ્કો, કાશ, સમાજ તમારા જેવા લોકોની સંભાળ હેઠળ આગળ વધતો હોત ! હું આભારી છું. તમારી અસીમ કૃપા કાયમ મારા ઉપર રહી છે અને તમે સૌ પ્રત્યે સેવાભાવ ધરાવો છો."

વિઅર સ્ટેંટ અને ડેકર્ક – એ બંને પત્રકારોએ ઇચ્છા વ્યક્ત કરી કે તેઓ વૉક્સરસ્ટ સુધી સાથે ચાલશે. તેઓ ચાલ્યા. તેમને પગપાળા ચાલવામાં ખૂબ આનંદ આવ્યો.

ડેકર્કે કહ્યું, "મિ. ગાંધી, મારા માટે આ અનુભવ સાવ નવો અને પ્રેરક છે. એવું લાગે છે કે જાણે કેટલા બધા ગામડાઓ એકસાથે પ્રવાસ ઉપર નીકળ્યા હોય !"

"આનું જ નામ જીવન છે, મિ. ડેકર્ક ! અન્યને સમજવા સારુ એક ગામથી બીજે ગામ પહોંચતાં જાઓ. તેને કારણે મન મળે છે અને ભેદભાવ આપોઆપ જ નાબૂદ થાય છે."

હવે તે લોકો વૉક્સરસ્ટમાં પ્રવેશી રહ્યા હતા. ત્યાં ગોરાઓની સંખ્યા પ્રમાણમાં વધારે હતી અને તે ગામ, ચાર્લ્સટાઉન કરતાં બમણું મોટું હતું. અહીં ગોરાઓએ એક સભા યોજેલી. તેમાં ગાંધીને વૉક્સરસ્ટમાં પ્રવેશતા રોકવાનું નક્કી કરવામાં આવેલું. વૉક્સરસ્ટના ગરનાળાને પાર કરતાં જ ટ્રાન્સવાલ શરૂ થઈ જતું હતું. ત્યાં ઘોડેસવાર પોલીસ ઊભા હતા.

ગોરાઓએ પણ એવી સૂચના આપેલી કે ગાંધી પાછો જાય. જો તેણે પ્રવેશવાનું દુઃસાહસ કર્યું તો પોલીસ તેને રોકે કે ન રોકે, પરંતુ તેઓ તો ગોળી ચલાવીને જ રહેશે. લાશના ઢગલા થઈ જશે ! ભલાઈ એમાં જ છે કે, ગાંધી પોતાની હઠ છોડી દે, નહીં તો સેંકડો નિર્દોષ લોકો માર્યા જશે. સાથે મહિલાઓ અને બાળકો પણ છે, તેનો એ વિચાર કરે.

કેલનબેક વિચારમાં પડી ગયો. તે એ લોકોને સમજાવવા ગયો, પરંતુ કોઈ પરિણામ આવ્યું નહીં. ગોરાઓ ટસથી મસ થયા નહીં.

ગાંધીએ પૂછ્યું, "શું કહો છો, કેલનબેક ? ...પોલીસ પણ મોટા પ્રમાણમાં છે !"

"આપણું અભિયાન અટકશે નહીં, ગાંધીજી !"

"તો આગળ વધીએ, પરંતુ તમે સત્યાગ્રહીઓને અહીં જ રોકી રાખો. ગોરાઓ મારાથી નારાજ છે, એટલે પહેલા હું એકલો જ ગરનાળું પાર કરીને ટ્રાન્સવાલની ધરતી ઉપર પગ મૂકીશ."

"હું તમારી સાથે આવીશ !" કેલનબેકે કહ્યું.

"ના, કેલનબેક, તમે સાથે નહીં આવો. તમારી જરૂર અહીં છે. તમારે આ સત્યાગ્રહીઓને સંભાળવાના છે. મારા ઉપર એ ગોરાઓ હુમલો કરી શકે છે. મારી સાથે ગેરવર્તન પણ થઈ શકે છે. આ નવા-નવા સત્યાગ્રહીઓ છે. એકાદ-બે વાર સમજાવવાથી સત્યાગ્રહીની તાલીમ પૂરી થઈ જતી નથી. મારા ઉપર હુમલો થતો જોઈને આ લોકો સૂધબૂધ ખોઈ બેસે અને એ રીતે આ ગોરાઓને, કે જે તમારા લાખ સમજાવવાથી પણ સમજ્યા નથી, તેમને આ સત્યાગ્રહીઓ ઉપર ગોળી ચલાવવાનું બહાનું મળી જશે. વિના કારણ આ ભોળા-ભલા સત્યાગ્રહીઓ, કે જેમાં મહિલાઓ અને બાળકો પણ છે, જખમી થઈ જશે, માર્યા જશે ! આપણો સત્યાગ્રહ પણ નિરર્થક સાબિત થશે." ગાંધીએ ધીમે-ધીમે સમજાવ્યું.

ગાંધીની પાસે હરબત સિંહ ઊભેલા, જેને ગાંધીએ સાથે ન આવવા માટે ઘણા સમજાવેલા, કારણ કે તે પંચોતેર વર્ષ પાર કરી ચૂકેલા હતા અને કૃશકાય હતા.

તે બોલ્યા, "તમે એકલા નહીં જાવ, ગાંધીજી ! હું સાથે આવીશ. મારા જીવતેજીવ તમારા ઉપર કોઈ હાથ ઉપાડી શકશે નહીં. મરવાનું જ હોય તો પહેલાં હું મરીશ."

"હરબત સિંહ, આપણે યુદ્ધ કરવાનું નથી. હિંસાનો જવાબ અહિંસાથી આપવાનો છે, દુઃસાહસનો સામનો સાહસ અને ધીરજથી કરવાનો છે !"

"વાહેગુરુ રક્ષા કરે, પરંતુ તમને કંઈ થઈ ગયું તો આ આંદોલન વેરવિખેર થઈ જશે !

આ આંદોલનને તમારી જરૂર છે, ગાંધીજી... તમે તો અમારા કરતાં વધારે સમજુ છો. અમારી વાતનો મર્મ સમજો." હરબત સિંહનું હૃદય બોલી ઊઠ્યું.

"ગાંધીજી, હરબત સિંહ સાચું જ કહે છે. તમે આ આંદોલનના સેનાપતિ છો અને તમને કંઈ થઈ ગયું તો... !"

"મને કંઈ થવાનું નથી, કેલનબેક - હરબત સિંહ ! આત્મવિશ્વાસની સામે દુઃસાહસ ટકી શકતું નથી - આ વાત તમને લોકોને ગાંધી, પોતાનો દાખલો બેસાડીને સમજાવવા માગે છે. વળી, મારી સાથે આટલી દુઆ પણ છે.

મારી ચિંતા એક જ છે કે આ સત્યાગ્રહી ભાઈ-બહેનોને સંભાળી રાખવાના છે. તેમનામાં ઉશ્કેરાટ વ્યાપે નહીં. સત્યાગ્રહી હૃદયના આદેશ મુજબ ચાલે છે. તેની શક્તિ, આંતરિક ઊર્જા છે. તેની દૃષ્ટિ, આંતરિક દૃષ્ટિ છે – અંતર્દૃષ્ટિ ! આપણને એક સારી તક મળી છે. હું આ અવસરને ખોઈ દેવા માગતો નથી. એ મારી પણ કસોટી છે કે હું કેવા પ્રકારનો સત્યાગ્રહી બની શકું છું. મહેરબાની કરીને તમે લોકો અહીં જ રહો. અહીંની વ્યવસ્થા સંભાળો."

તે લોકો શું બોલે ? બંને મૌન ! ગાંધી એકલો જ ચાલવા માંડ્યો. કોઈ શંકા નહીં, કોઈ ભ્રમ નહીં. કોઈ પ્રકારનો ડર કે આશંકા નહીં. ચિત્ત એકદમ શાંત અને સ્થિર. દરેક પગલું અડગ વિશ્વાસનું જાણે કે પ્રતીક ! મનમાં પ્રાર્થનાનો સ્વર – ઓમ્ અસતો મા સદ્ગમય ! તમસો મા જ્યોર્તિગમય ! મૃત્યોમાઽમૃતં ગમય !

બધા સત્યાગ્રહીઓને બે-બે કતારમાં ગોઠવ્યા જેથી માર્ગ - વ્યવસ્થામાં કોઈ અડચણ ન થાય. રસ્તો અવરોધ વિનાનો રહે. સત્યાગ્રહીનો ધર્મ, વ્યવસ્થાને જાળવી રાખવામાં છે, તેને બગાડવામાં નહીં. આ બધી ગોઠવણ પી. કે. નાયડુ ધ્યાન દઈને કરી રહ્યો હતો. બધું બરોબર ચાલતું હતું.

ગાંધીએ જેવું ગરનાળું પાર કર્યું કે તરત જ સત્યાગ્રહીઓ આગળ કૂચ કરવા લાગ્યા, પરંતુ કતારબદ્ધ, શાંતિપૂર્ણ અને ધીરજથી. ક્યાંય કંઈ જ ન થયું. ન તો કોઈ ગોરો બંદૂક લઈને સામે આવ્યો કે ન પોલીસે કોઈ જબરજસ્તી કરી. સર્વત્ર શાંતિ રહી. હવે બધા વૉક્સરસ્ટથી આઠ માઈલ દૂર આવેલા પામફોડ નામના સ્થળે પહોંચી ગયેલા. ખાંડ સાથે રોટલી ખાઈને બધા ખુલ્લામાં સૂઈ ગયા. બાળકોને તેડીને ચાલવાથી સ્ત્રીઓ થાકીને લોથ થઈ ગયેલી. તે પણ આરામ કરવા લાગી. રાત ઘેરાતી જતી હતી.

ગાંધી સૂવાની તૈયારી કરતો હતો ત્યારે જ એક પોલીસ અધિકારીનો અવાજ આવ્યો,

"મિ. ગાંધી, તમે ક્યાં છો ?"

તે વખતે જ એક પોલીસવાળો હાથમાં ફાનસ લઈને આવી પહોંચ્યો.

"હું અહીંયાં છું, મહોદય !" ગાંધીએ તે અધિકારીની સામે જઈને કહ્યું, "બોલો, શો હુકમ છે ?"

"મારી પાસે તમારી ધરપકડનું વૉરન્ટ છે. તે જોવા-વાંચવા માગો છો, મિ. ગાંધી ?"

"તમારા જેવા પોલીસ અધિકારી કદી ખોટું બોલે નહીં. બોલો, ક્યારે ગિરફ્તાર કરો છો ?"

"અત્યારે. અબઘડી !"

"ક્યાં લઈ જશો ?"

"પાસેના રેલવે સ્ટેશને અને ત્યાંથી વૉક્સરસ્ટ ."

"બધા સત્યાગ્રહીઓ થાકીને સૂતા છે. અનુમતિ આપો તો હું એક સાથીને જગાડીને વસ્તુસ્થિતિ સમજાવી દઉં ? જેથી તમારી વ્યવસ્થામાં બધાનો સહયોગ રહે."

"ભલે, જાવ."

ગાંધીએ પી. કે. નાયડુને ઉઠાડ્યો. તે હજુ પડતાવેંત જ સૂઈ ગયેલો. તે આંખ ચોળતો ઊઠ્યો. ગાંધીને જોતાં જ આશ્ચર્ય પામીને તેણે પૂછ્યું, "આપ ! શું થયું છે, ગાંધીજી ?"

"પોલીસ અધિકારી મારા નામનું વૉરન્ટ લઈને આવ્યા છે. મારે અત્યારે જ એમની સાથે જવાનું છે. તમારે સૂર્યોદય પહેલા જ બધા સત્યાગ્રહીઓને જગાડીને સૂર્યોદય પહેલા જ કતારબદ્ધ બધાને આગળ લઈ જવાના છે.

જ્યાં બપોરનું ભોજન લો, આરામ કરો, ત્યાં મારા વિશે જણાવી દેજો. બધાને ધરપકડ વહોરવા સારુ તૈયાર રાખજો. સહર્ષ, શાંતિ અને ધીરજપૂર્વક સૌ ગિરફ્તારી વહોરે, કોઈ ધૂંધવાય નહીં ! કોઈ સૂત્રોચ્ચાર ન કરે અને ન કોઈ શોરબકોર કરે. તમને પણ પકડી લેવામાં આવે... તો પછી રામલખન તમારી જવાબદારી સંભાળશે. ભલે, હવે તમે આરામ કરો."

ગાંધી પાછો આવ્યો અને બોલ્યો, "ચાલો, અમલદાર, હું તૈયાર છું."

રાત આખી સ્ટેશન ઉપર બેઠાં-બેઠાં સૂતાં-જાગતાં વીતી ગઈ. સવારે ટ્રેનમાં બેસીને વૉક્સરસ્ટ અને ત્યાંની કૉર્ટમાં પહોંચ્યા. સરકારી વકીલ પાસે ગાંધીની ધરપકડનું કોઈ કારણ કે પુરાવો નહોતો. મુદત પડી. ગાંધીને જમાનત મળી ગઈ કારણ કે તેણે એના કાફલાને ગંતવ્ય સ્થાને પહોંચાડવાનો હતો. પચાસ પાઉન્ડની જામીન ઉપર ગાંધીને જમાનત મળી.

તે ફરી પોતાના કાફલા સાથે જોડાઈ ગયો. સ્ટેન્ડર્ટનમાં જ્યારે ગાંધી સત્યાગ્રહીઓને રોટલી પીરસતો હતો ત્યારે ફરી પોલીસ આવી પહોંચી. એક દુકાનદારે ભેટસ્વરૂપે મુરબ્બાના ડબ્બા આપેલા, તે પણ વહેંચાતા હતા.

મૅજિસ્ટ્રેટ ગાંધીને ઓળખતો હતો. તે ગાંધી પાસે જઈને બોલ્યો,

"આ વખતે તમે મારી પકડમાં છો, ગાંધી !"

"તમે કેમ તકલીફ લીધી, મૅજિસ્ટ્રેટસાહેબ ? આ કામ તો પોલીસનું છે."

"કંઈ વાંધો નહીં, મિ. ગાંધી. એ બહાને તમારું અનુશાસન પણ જોઈ શક્યો અને તમને પણ !"

"આનાથી તો મારી કદર વધી ગઈ, મૅજિસ્ટ્રેટ ! આભાર."

ગાંધી સાથે ત્યાં પણ એવું જ થયું જેવું વૉક્સરસ્ટની અદાલતમાં થયેલું. પોલીસ લાચાર !

ગાંધીને પચાસ પાઉન્ડના જામીન લઈને છોડવામાં આવ્યો. ત્યાં બીજા પણ ઘણા સત્યાગ્રહીઓ હતા, તેઓ પણ જમાનત ઉપર છૂટ્યા. બહાર વેપારી લોકો ગાડી લઈને આવી ગયેલા. તેમની સાથે ગાંધી ફરી પોતાના લોકો વચ્ચે પહોંચી ગયો.

જનરલ સ્મટ્સ સાથે ફોન ઉપર ફરી વાત કરી. આ વખતે તેણે અગાઉની જેમ તાનાશાહી જવાબ આપ્યો નહીં કે, "જેમ મરજી હોય તેમ કરો !"

તેણે કહ્યું, "મિ. ગાંધી, સરકાર સામે પડવાનું છોડો. તમારા આવા ટુચકાથી સરકાર તેનો નિર્ણય બદલાવી નહીં નાંખે. મારી સલાહ છે કે તમારો અને તમારા સાથીઓનો સમય બરબાદ કરો નહીં. તેમાંથી મહદ્ અંશે ગિરમીટિયાઓ છે, જે સાવ પરાધીન છે. તેમની પાસે ઘર નથી કે રૂપિયા-પૈસા પણ નથી. ખાણમાં કામ કરવા દો, જેથી બે ટંકની રોટલી રળી શકે. તે વિવેકહીન છે. તમે તેના ઉપર દયા ખાઓ."

"મિ. સ્મટ્સ, તમારી નેક સલાહ સારુ આભારી છું. જાણવા માગું છું કે, સત્યના માર્ગ ઉપર આગળ વધનારા કદમ, શું કોઈના રોકવાથી રોકાઈ શકે છે ? શું સત્યને અસત્ય રોકી શકે છે ? શું સૂર્યને વાદળ, કાયમ માટે ઢાંકી શકે છે ? શું સત્તા કે સરકાર, સત્યની શક્તિ કરતાં મોટી છે ? મહેરબાની કરીને આ વાતને અન્યથા ન લેશો, જનરલ ! મારે સત્યની સાથે નિઃશસ્ત્ર આગળ ધપવું છે – ફક્ત ટૉલ્સ્ટૉય આશ્રમ સુધી... હવે અમે જોહાનિસબર્ગ પાસે પહોંચવામાં છીએ... " ગાંધી આટલું જ બોલ્યો કે સ્મટ્સે ફોન પછાડીને મૂકી દીધો.

હવે કાફલો, સ્ટેન્ડર્ટન અને ગ્રેલિંગસ્ટેડની મધ્યમાં આવેલાં ટીકબર્થ સુધી પહોંચી ગયેલો. સામેથી ઘોડાગાડી આવીને ઊભી રહી. તેમાંથી ટ્રાન્સવાલના અપ્રવાસી (ઇમિગ્રેંડ) કાર્યાલયનો ઉચ્ચ અધિકારી ચમની ઊતર્યો. તેની સાથે બે પોલીસ અધિકારીઓ પણ હતા. ગાંધીએ આગળ આવીને ચમનીનું સ્વાગત કરતા કહ્યું,

"તમે શા સારુ તકલીફ લીધી, હું પોતે હાજર થઈ જાત !"

ચમની હસ્યો અને ધીમે રહીને બોલ્યો, "અમારી પાસે તમારી ગિરફતારીનું વૉરન્ટ છે !"

"એ તો હું તમને લોકોને જોઈને જ સમજી ગયેલો... તમારી સાથે જવામાં હું શા માટે ના પાડું ? મળવાનું આ બહાનું જ ભલે હોય, મિ. ચમની !"

"હું અહીં મળવા આવ્યો નથી, મિ. ગાંધી !" ચમનીએ કહ્યું.

"હું જાણું છું, મિ. ચમની, તમે અહીં શા સારુ આવ્યા છો એ. ચાર દિવસમાં ત્રણ વાર ધરપકડ ! કદાચ આ પ્રબંધની લાચારી છે... થોડો સમય આપો, હું મારી પાછળની વ્યવસ્થા ગોઠવીને આવું."

"નો ટાઈમ. આગળ-પાછળની વ્યવસ્થા પછી ક્યારેક શાંતિથી કરજો. અત્યારે તો અમારી સાથે ચાલો. તમે તમને અત્યારથી જ કેદી સમજો."

"કેદી અપરાધી નથી હોતો, મિ. ચમની !"

"સંભવિત આરોપી ! ગાંધી, વધારે દલીલ નહીં." ચમનીએ થોડા આવેશમાં આવીને કહ્યું.

તેને કદાચ ગાંધીના જવાબથી ઉશ્કેરાટ થયો.

"પૉલાક, બધી વ્યવસ્થા સંભાળી લેજો. કૂચ ચાલુ રહે."

"નો ઇન્સ્ટ્રક્શન, ગાંધી !"

"ધેર ઇઝ નો નેક્સસ બિટવીન ગાંધી એન્ડ સત્યાગ્રહી ! કોઈ આંતરિક બંધન નથી કે કોઈ ગૂઢ સંબંધોની શૃંખલા પણ નથી – એવરીથિંગ ઇઝ ઓપન. બધું સ્પષ્ટ છે, ચમની. પ્લીઝ ગિવ મી ઓનલી ટુ મિનિટ્સ." ગાંધીએ સ્વાભાવિકપણે કહ્યું.

"નો, ગાંધી !"

"તો ચાલો, મિ. ચમની. લાગે છે કે તમે ભગવાનમાં - ના, ના ક્રાઇસ્ટમાં માનતા નથી."

"વ્હાઈ નોટ, ગાંધી ! આઇ એમ ક્રિશ્ચિયન... ડિવોટેડ મૅન."

"તે દિવસે લાગેલું, ચમની કે યુ આર ડિવોટેડ (ધર્મનિષ્ઠ) મૅન, જ્યારે તમે મને જખમી અવસ્થામાં કારમાં નાખીને પાદરીના ઘર સુધી લઈ ગયેલા... હવે વિચારું છું કે, ત્યારે તમારાં મગજમાં મને પરવાનો આપવાની વાત ઠસેલી હતી. ફરજ માણસને કેટલો વિનમ્ર અને ઉદ્ધત બનાવી દે છે !" ગાંધીએ ન ઇચ્છવા છતાં પણ તે દિવસની ઘટના સાથે વર્તમાન વર્તનનું વિશ્લેષણ કરી નાંખ્યું. સાથે અભિનંદન આપીને આભાર પણ માન્યો.

ઘોડાગાડી ઝડપથી દોડતી હતી. પહેલા તેઓ ગાંધીને ગ્રેલિંગસ્ટેડ લઈ ગયા અને પછી ત્યાંથી હીડલબર્ગ ગયા.

ચમનીએ પૂછ્યું, "મિ. ગાંધી, જીદ કેમ છોડી શકતા નથી ?"

"જીદ હું ક્યાં કરું છું, ચમની ! તમારા જનરલ આને ઇજ્જતનો સવાલ બનાવી બેઠા છે. માણસ સચ્ચાઈથી દૂર જવા જ કેમ સજ્જ રહે છે ?"

ચમની કંઈ બોલ્યો નહીં.

નક્કી તારીખે ગાંધી ઉપર કેસ ચાલ્યો. ગાંધીને નવ માસની સજા થઈ. ૧૪મી તારીખે તેને વૉક્સરસ્ટની કૉર્ટમાં હાજર કરવામાં આવ્યો. ત્રણ મહિનાની સજા થઈ.

* * *

હવે ગાંધીની સાથે ત્યાં પૉલાક અને કેલનબેક પણ જેલમાં હતા. તેમને પણ ત્રણ-ત્રણ મહિનાની સજા થયેલી. તેમણે ગાંધીને જણાવ્યું કે, બાલફોર બધા સત્યાગ્રહીઓને ગિરફતાર કરીને સ્ટેશન લઈ આવેલો. ત્યાંથી એમને નાતાલ મોકલી દેવાના હતા. ત્યાં ત્રણ ટ્રેનની ખાસ વ્યવસ્થા કરવામાં આવેલી.

સત્યાગ્રહીઓ જીદે ચડ્યા. તેઓ કહેવા લાગ્યા કે, "પહેલા અમારા નેતા ગાંધીને બોલાવો. તેમના આદેશ વિના અમે ટ્રેનમાં બેસીશું નહીં !"

"પછી ?" ગાંધીએ પૂછ્યું.

"મેં તેમને સમજાવીને શાંત પાડ્યા. કાછલિયા શેઠે પણ સમજાવ્યું કે બધાનું લક્ષ્ય તો જેલમાં જવાનું જ છે. પછી વિચારવાનું શું ? સ્થળ કોઈ પણ હોય ! ત્યારે તે બધા માન્યા અને ટ્રેનમાં બેઠાં." પૉલાકે કહ્યું.

"અને પછી તમને ?"

"એક બાજુ એ લોકો ગાડીમાં બેસવા તૈયાર થયા અને બીજી બાજુ મને ગિરફતાર કરીને વૉક્સરસ્ટ જેલમાં કેદ કર્યો." પૉલાકે એટલું કહીને કેલનબેક સામે જોયું.

તે જેલમાં આવ્યો ત્યારથી મોટા ભાગે ગુમસૂમ બેઠો હતો.

ગાંધીએ તેને પૂછ્યું, "તમે શું વિચારોમાં છો, કેલનબેક ?"

"કંઈ નહીં, ગાંધીજી ! સમજાતું નથી કે આપણા વિકાસનો શો અર્થ છે ? શું અર્થ છે આપણા ભણતર-ગણતરનો ? આ બધું શા માટે ? આનાથી વિશ્વને શું સંદેશો મળે છે ? આવી પ્રગતિ શું કામની કે જેમાં માણસ-માણસ માટે નફરતનાં બીજ વાવે છે ? મજહબ ક્યાં માણસને કામ આવી રહ્યો છે ?" કેલનબેકે ઊંડાણમાં ડૂબતાં કહ્યું.

"કેલનબેક, તમે યોગ્ય દિશામાં વિચારી રહ્યા છો, પરંતુ ફક્ત વિચારવાથી કામ થતું નથી. તેના સારુ ઊંડાણપૂર્વક કંઈક કરતા રહેવું જરૂરી છે. માણસ પોતાને દૃષ્ટાંતરૂપે રજૂ કરે, ત્યારે જ કંઈક આશા રાખી શકાય કે સમાજ સંસ્કારી અને શિષ્ટ બની શકશે."

"પછી આ જેલ શા માટે ? કેમ સમયને વશ કરવાની તત્પરતા ? કેમ સત્ય, પ્રેમ, સહાનુભૂતિ વગેરેના નામે અસત્ય, નફરત, અવિનય ? ગાંધીજી, જે જેલમાં હોવા જોઈએ, તે લોકો બહાર જલસા કરી રહ્યા છે !"

"હા, સ્થૂળ રીતે આ વાત અમુક હદ સુધી સાચી છે, પરંતુ કેલનબેક, આપણે આપણી ફરજ ઉપર ધ્યાન કેન્દ્રિત કરવું જોઈએ. બધાના હિતમાં શું થવું જોઈએ ? આપણી દિશા, દૃષ્ટિ અને કરણી - આ ત્રણેયનો પૂરેપૂરો સમન્વય થવો જોઈએ. આ જ યોગ છે, જેના વિશે તમે ઘણી વાર પૂછતા રહ્યા છો અને હું કાયમ મારી અનભિજ્ઞતા વ્યક્ત કરતો રહ્યો છું.

પાછલા કેટલાક મહિનાઓમાં મને પ્રતીત થયું છે કે, જીવનશૈલી અને બીજા સારુ નિઃસ્વાર્થપણે જીવવાનો નિરંતર મહાવરો કરતા રહેવું તે પણ યોગ છે. જોકે, મેં આ અંગે ખાસ કોઈ પુસ્તકો વાંચ્યાં નથી કે ક્યારેય યોગ-ધર્મ પ્રત્યે સમર્પિત

રહ્યો નથી. તોપણ એવું લાગે છે કે હું યોગ તરફ આગળ વધતો જાઉં છું અને સૌને યોગ તરફ અજાણતાં જ લઈ જઈ રહ્યો છું... તમે તમારા મનથી પર થાઓ, કેલનબેક અને પછી જાણો. ત્યારે તમારા પ્રશ્નો આપોઆપ શમી જશે અને અમુક નવા પ્રશ્નો તમારો હાથ પકડીને દોરી જશે... આગળ... આગળ ને આગળ... આજે અહીં અર્ધવિરામ લઈએ."

ગાંધી ઊભો થઈને બહારની તરફ ગયો. તેને લાગતું કે માણસે અટકવું - રોકાવું જોઈએ નહીં, સતત સદાબહાર નદીની જેમ વહેતા રહેવું જોઈએ. સામે હરબત સિંહ દેખાયા.

ગાંધીએ પૂછ્યું, "તમે, હરબત સિંહ, અહીંયાં !"

"નહીં તો મારે ક્યાં હોવું જોઈએ, ગાંધી ?" પ્રશ્નના જવાબમાં પ્રશ્ન.

"હવે તો તમે ગિરમીટ પણ ક્યારનો પૂરો કરી ચૂક્યા છો !"

"તો શું થયું !" હરબત સિંહની મોટી-મોટી આંખ પણ પ્રશ્નવાચક બની ગઈ.

"અને તમે ! તમે પણ કદાચ ગિરમીટિયા નથી, તોપણ... " બોલતાં-બોલતાં તે રોકાઈ ગયા. તેમના ચહેરા ઉપર રતાશ ઊભરી આવી. તે એકાએક યુવાન થવા લાગ્યા.

"હા, હું... !" બોલતાં ગાંધી વિચારમાં પડી ગયો.

"હું માણસ તો છું ને, ગાંધીજી !"

"તેને કોણ નકારી શકે, હરબત સિંહ ?" ગાંધીએ તેના વૃદ્ધ દેહમાં તોફાની નદીને વળ ખાતા જોઈ !

"તમે તો ના પાડેલી ને ? કહેલું કે, તમે નહીં હરબત સિંહ. તમે એંશીની આસપાસના હશો !"

તે આગળ બોલ્યા, "મેં તો કદી મારી ઉંમરનો ક્યાસ કાઢ્યો નથી. મજૂરને ઉંમર સાથે શું લેવા-દેવા ! ખાન બહાદુર ગોરાએ વિચાર્યું કે હવે હરબત સિંહ તેના માટે પહેલા જેવો કામનો માણસ રહ્યો નથી. તેને રાખવો નુકસાનીનો સોદો છે. ગોરાઓ નુકસાન ઉઠાવવાનું પસંદ કરતા નથી... અને તે પણ એક ગિરમીટિયાને કારણે તો નહીં જ... સવાલ જ ઊભો ન થાય ! જેમની નજર ફક્ત ફાયદા ઉપર જ ટકેલી હોય, તેઓ ન તો પોતાના માટે જીવી શકે, કે ન તો બીજા વિશે વિચારી શકે છે."

ગાંધી અચરજપૂર્વક ફરી હરબત સિંહ સામે જોઈ રહ્યો. તે ભીતરથી શાંત પરંતુ ઉપરથી કંઈક કરી દેખાડવાની તમન્ના ધરાવતા હતા. તેમની તમન્નામાં તલભાર પણ ખોટ નહોતી.

ગાંધીએ કહ્યું, "છેવટે તમે માન્યા નહીં !"

"નાતાલથી ટ્રાન્સવાલમાં પ્રવેશ કર્યો, ગાંધી. છેવટે, હવા-પાણી બદલાવતાં રહેવું પણ સ્વાસ્થ્ય માટે જરૂરી હોય છે, એ મેં તમારી પાસેથી જ જાણ્યું છે !"

ગાંધી મૌન. હરબત સિંહે ચુપકીદી તોડતાં આગળ કહ્યું,

"તમારાં પત્ની અને બાળકો શું ગિરમીટિયા છે ?"

"ના."

"તો પછી તે લોકો જેલમાં કેમ છે ? ...હું આજે ગિરમીટિયો નથી તો શું એટલા માટે કે હું ખાણમાં કામ નથી કરતો ? કે કોઈ ગોરાની કોટડીમાં નથી રહેતો, કોઈ ગોરાના કોરડા ખાતો નથી ? પરંતુ જેટલા ખાઈ ચૂક્યો છું તે તો મારી ઉંમર કરતાં પણ વધુ છે ! મને સરખી રીતે ગણતાં આવડતું નથી. હું અભણ છું, એટલે કહી નહીં શકું. શું ગાડીમાં જોતરાયેલો ઘોડો જણાવી શકે કે તેણે ઘરડા થતાં સુધીમાં કેટલી ચાબુક ખાધી છે ? ...જ્યારે પીડા, શરીરમાંથી મનની પાર થઈ જાય છે, ત્યારે કોઈ સવાલ માર્ગમાં અવરોધક બનતો નથી !

તમે પોકાર કર્યો, ગિરમીટિયાઓના ઉદ્ધારનું બીડું ઝડપ્યું. વકીલાતને વિસારે પાડીને ન પોતાની ચિંતા કરી કે ન પત્ની અને બાળકોની ચિંતા કરી. બધાને આ આગમાં ઝોંકી દીધાં ! ત્યારે આ ધર્મનો દાદો - શ્વસુર શું હાથ ઉપર હાથ ધરીને બેઠો રહેત ? અને ઘરડા અજગરની જેમ - જે શિકારને ગળવાની તાકાત ગુમાવી ચૂક્યો હોય છે – મરવાની રાહ જોયા કરત ?" હરબત સિંહની આંખમાં ચમક વીજળીની જેમ ઝગમગી ગઈ.

"જેલ કષ્ટદાયક હોય છે. અત્યારે ગોરી સરકાર ક્રોધે ભરાયેલી છે. તે જેટલો કેર વર્તાવે એટલો ઓછો ! તમારું આ ઘરડું શરીર તો... ના હરબત સિંહ, ના... તમે અહીં નહીં... હું કોશિશ કરીશ કે... "

"ના, ગાંધીજી !" હરબત સિંહે ઉગ્ર સ્વરે કહ્યું, "કોશિશ શા માટે ! આ ઘરડું શરીર અવશ્ય નબળું પડ્યું છે, પરંતુ આ ઘરડાં શરીરમાં મન પણ છે. તે સિંહ છે – કંઈ પણ સહી શકે છે અને કંઈ પણ કરી શકે તેમ છે. તમે મારી જરા પણ ચિંતા ન કરો... કબરમાં પગ લટકાવીને બેઠેલા માણસને તમે તો શું, કોઈ પણ બચાવી શકે નહીં ! મને મૃત્યુનો ડર નથી, બલકે સત્ય તો એ છે કે મૃત્યુ મારાથી ગભરાઈને મોં છુપાવીને ફરી રહ્યું છે."

"હરબત સિંહ !" કહીને ગાંધીએ તેના બંને હાથ પકડીને પોતાના મસ્તકે અડાડીને માથા ઉપર રાખ્યા અને આંખને અડાડ્યા. પછી આગળ આવીને કહ્યું, "પૉલાક, કેલનબેક જોયું ! આ યોગ છે – શ્રી કૃષ્ણનો યોગ ! અભણ અને અશિક્ષિત માણસનો સાક્ષાત યોગ."

સાંજ પડી. આજે પણ ગાંધીએ ઉપવાસ કર્યો હતો. જેલનું ભોજન ખાવા લાયક નહોતું.

તે જેલની સાંજ હતી – જ્યાં આનંદને તાળું મારીને કેદમાં રાખવામાં આવે છે અને દુઃખના પહાડ, ખભા અને માથા ઉપર લાદવામાં આવે છે, જેના કારણે માણસ ધીમે-ધીમે વિચારવા-સમજવાની શક્તિ ખોઈ બેસે છે. આ બધું જે કંઈ બની રહ્યું હતું તે, વિચારવાની-સમજવાની આઝાદી માટેની ધમાલ હતી. એ ઘેલાઓને એ જ સમજાવવાનું છે કે, આનંદના માલિકોને ભગવાને અલગ જન્મ આપ્યો છે અને દુઃખનું નર્ક ભોગવનારને અલગ - આ બે છેડા છે. જેલ એવા લોકો માટે જ છે કે જેઓ નર્કનો ખૂંટો તોડીને ભાગી નીકળ્યા છે. તેમની બુદ્ધિને ભારેખમ પથ્થર સાથે બાંધીને ડુબાડી દેવાની છે.

ગાંધીનાં દિલોદિમાગની આરપાર હરબત સિંહના એ વાક્યો, ક્યાંય સુધી પડઘાતા રહ્યા, જેમાં તેના ઉદ્દગાર, કૃષ્ણની ગીતા બની ગયેલા. તે હતા –

"કાશ, જેલમાં મારું મૃત્યુ થાય તો મારું જીવતર ધન્ય બની જશે. વાહેગુરુની કૃપાનો વરસાદ વરસવા લાગશે. પછી મારી વિતાવેલી જિંદગીને કારણે મારે ફિટકાર અનુભવવો નહીં પડે. હું મૃત્યુનો આદર કરી શકીશ. તેનું એક ઉત્કૃષ્ટ ઉદાહરણ બની જઈશ. એક ગિરમીટિયાની આથી વધારે શું ઝંખના હોઈ શકે, ગાંધીજી ?" તેના હાથ જોડાઈ ગયેલા. માથું નમી ગયેલું. તેનામાં કેટલી તડપ હતી કે એકાએક તેનું કરુણ હૃદય ફાટી પડેલું.

આમ વિચારતાં ગાંધી પ્રાર્થના કરીને સૂવાની કોશિશ કરવા લાગ્યો. તેને લાગ્યું કે, ત્યાં પડછાયાઓને કેદ કરીને તેના ઉપર એટલો કેર કરવામાં આવ્યો કે તે અર્ધબેભાન હાલતમાં જેમના તેમ પડી રહ્યા છે !

૪૨

પ્રકાશ - પાણી - પવન જ્યાં ગૂંગળામણ અનુભવતા હોય એ જગ્યા કેદ છે– પછી ભલેને તે કેદ જાતે વહોરી લીધેલી હોય કે બીજાએ થોપી દીધેલી હોય. સવાર પડી ગયેલી ને એક કલાક ઉપર થયો તેમ છતાં પણ શૂન્યતાની આંખ ખૂલી નહીં! તેને ન અચરજ થયું કે ન તેના હોવાનો અણસાર આવ્યો! જાણે કે લુપ્ત થતી નદી, અંદર-અંદર જ વહેતી રહી.

કોઈએ નાસ્તો કર્યો નહીં. એ નિર્ણય આગલા દિવસે જ લેવાઈ ગયેલો. ગાંધીએ તો વારંવાર કહેલું અને સમજાવેલું કે,

"હું તો ઉપવાસ રાખું છું, ભાઈઓ, તમે રહેવા દો."

"ના, અમે તમારી સાથે છીએ. અમને પણ ઉપવાસનો આનંદ લેવા દો!" એક મોટી ઉંમરના કેદીએ કહ્યું.

ગાંધી મૌન રહ્યો. તેણે કેટલી મોટી વાત કહી દીધેલી! જ્યારે દુઃખમાં આનંદની અનુભૂતિ થવા લાગે ત્યારે માણસને જેલની સખતમાં સખત અંધારી કોટડી પણ કષ્ટ અને દુઃખની પ્રતીતિ કરાવી શકતી નથી.

* * *

ગાંધીને એ ગિરમીટિયો યાદ આવ્યો કે જેને તેના ગોરા માલિકે લાત - મુક્કાથી મારી-મારીને થાક્યા પછી કોરડાથી મારેલો. તેની ચામડી ઉતરડી નાખેલી. તે ભૂખ્યો, તરસ્યો, ખુલ્લામાં એક પૈડા ઉપર પડ્યો-પડ્યો ગાતો હતો – તુલસીદાસની જેમ પોતાના મનને સમજાવતો તે ગાતો હતો...

"જે એહિ કથહી સનેહ સમેતા,
કહિહહિં સુનિહહિં સુમજી સચેતા
હોઈહહિં રામચરન અનુરાગી,
કલિમલ રહિત સુમંગલ આગી.
...ગૌરી

સપનેહું સોચહિં મોહિ પર જૌં હર ગૌરી પસાઉ,
તો ફુર હોઉ જો કહેઉં સબ ભાષા ભનિતી પ્રભાઉ !"

તે કેવો તલ્લીન હતો ! કદાચ તેની સામે સાક્ષાત શિવ-પાર્વતી આવી ગયેલાં ! ગાંધી થોડી વાર સુધી તેને જોતો-સાંભળતો રહેલો. પછી તેણે પણ એના સૂરમાં સૂર મેળવીને ગાયેલું,

"પરહિત સરિસ ધરમ નહીં ભાઈ,
પર પીડા સમ નહીં અધમાઈ.
સુમતિ કુમતિ સબકે ઉર બસહિં
નાથ પુરાન નિગમ અસ કહહિં.
જહાં સુમતિ તહં સંપતિ નાના
જહાં કુમતિ તહં વિપતિ નાના."

તેણે આંખ ખોલીને પૂછેલું, "કોણ છો, ભાઈ ? શું પૂર્વના દેશેથી આવ્યા છો !"

પછી તે એકદમ બેઠો થઈ ગયો અને ઊભો થયો. નવાઈ સાથે જોઈને પૂછવા લાગેલો, "કોણ છો, ભાઈ ?"

રાત હતી. સાથે હતી જૂની, ઝાંખી ઝબૂકતી તૂટેલી ચીમની, જે પાંદડાંની આડશ કરીને પ્રકાશની આંખમાં ધૂળ નાંખતી હતી !

તેમાંથી એકે કહ્યું, "આ ગાંધીજી છે."

"ઓહ, ગાંધીજી !" ક્ષણભર અટકેલી હેડકી જાણે કે એકદમ વહી નીકળી - કોઈ પહાડી ઝરણાની જેમ, વરસાદી પાણી લઈને !

"અંગૂઠો લગાવવાનો છે." બીજા સાથીએ કહ્યું.

"ક્યાં ?"

"અહીં."

"તો આ લો." કહીને તેણે અંગૂઠો લગાવી દીધો.

તુલસીના રામચરિતમાનસના દોહરા, મોટા અવાજે, સૂરમાં ગાનારો એ યુવક બધી ચિંતાઓથી અલિપ્ત હતો. તેનામાં કોઈ જખમ કે આઘાતનું દુઃખ નહોતું.

કેટલો સંક્ષિપ્ત સંવાદ થયેલો ! પરંતુ ગાંધીના અંતઃકરણમાં અંકિત થઈ ગયેલું તે દશ્ય, અત્યારે તક મળતાં જ તાદશ્ય થઈ ઊઠેલું.

* * *

પાંચમી જાન્યુઆરી, ૧૯૧૪. સમય સવારનો.

હરબત સિંહ આંખ બંધ કરીને અને સસ્મિત ચહેરે, ખુલ્લામાં પડ્યા હતા.

પ્રાર્થનાનો ભાવ સ્થિર હતો. ગાંધીએ તેમને પહેલા જ કહેલું કે તે એની સાથે ન આવે, પરંતુ તે માન્યા નહોતા. મરી ગયા !

અગાઉ પણ ઘણા લોકો મર્યા હતા – સરકારી સિપાઈઓની ધણધણતી ગોળીઓથી કે જોરદાર થયેલી આંધળી મારપીટથી, લાત-મુક્કા, કોરડાના નિર્દયી મારથી – ઘણા માર્યા ગયેલા, પરંતુ આ વખતે તો એ જેલમાં મર્યા હતા – શહીદ થયેલા.

એક અવસાદ ભરેલી સવાર, બપોર પસાર થઈ ગઈ. અજાણી દિશાના ફણગા ઉપર જાણે કે આથમતા સૂરજનું એકાદું કિરણ અટકીને રહી ગયેલું !

આજે ગાંધીના મનમાંથી હરબત સિંહ હટતા નહોતા. વારંવાર તેમની મોટી-મોટી આંખ કંઈક કહેતી રહી. ગાંધી વિચારતો રહ્યો કે, ખબર નહીં હજુ કેટલા હરબત સિંહ છે, જે બોલ્યા વિના શહીદ થઈ જવાના ?

ગાંધી જેલમાં પથ્થર તોડતો, કચરો પણ વાળતો હતો. તે પોતાનું કામ જરા પણ ધૂંધવાટ વિના, શાંત ચિત્તે અને આનંદથી કરતો હતો.

ખબર નહીં શું થયું કે તેને પ્રિટોરિયાની જેલમાં મોકલી દેવાયો ! જ્યાં તેને સાત ફૂટ પહોળી અને દસ ફૂટ લાંબી કોટડીમાં પૂરી દીધો. જાણે કે ગાંધી ખતરનાક ખૂની કેદી ન હોય ! ત્યાં કાયમ અંધારું રહેતું હતું. જ્યારે ચોકીદાર તેનો અણસાર મેળવવા બે-ત્રણ મિનિટ માટે આવતો હતો ત્યારે માંડ પ્રકાશનું કિરણ જોવા મળતું હતું ! સૂવાનું જમીન ઉપર અને બેસવાનું પણ જમીન ઉપર ! મુદત વખતે તેને હથકડી અને સાંકળોમાં જકડીને કૉર્ટમાં લઈ જવાતો હતો.

બીજી બાજુ જેલમાં રહેલા ગિરમીટિયાઓને ગોરા ખાણ માલિકોને હવાલે કરી દેવામાં આવ્યા હતા. તેમને અધિકાર આપી દેવામાં આવેલો કે હવે તે બધા એમની કેદમાં છે અને તેમની સાથે તેઓ ગમે તેવો વ્યવહાર કરી શકે છે. તેમને મારે-પીટે, કોરડા વરસાવે કે તેમની પાસે ખાણ અને ખેતરમાં કામ કરાવે – બધી છૂટ આપવામાં આવેલી. ગિરમીટિયાઓને ખેતર-ખાણની જેલમાં મોકલી દેવામાં આવ્યા.

ગોખલેને પત્ર અને તાર મારફત ત્યાં થઈ રહેલા પાશવી દમનનીતિના સમાચાર મોકલાવવામાં આવતા હતા. ગુલામીનો આવો કેર મચવાને કારણે માત્ર હિન્દુસ્તાનીઓ જ નહીં, બલકે ગોરાઓના તાબાના અન્ય દેશોમાં પણ તીવ્ર પ્રત્યાઘાતો ઊઠ્યા. ઇંગ્લૅન્ડમાં પણ તેને અમાનવીય દમન માનવામાં આવ્યું.

ગોખલેએ દક્ષિણ આફ્રિકામાં હિન્દુસ્તાનીઓ પ્રત્યેની આ પાશવી દમનનીતિ વિશે પત્રો લખ્યા, વક્તવ્યો આપ્યાં અને લેખ લખ્યા. વર્તમાનપત્રોમાં પણ તીવ્ર પ્રત્યાઘાતો આવવા માંડ્યા. હિન્દુસ્તાનના લાટ પાદરી બિશપ લેફ્રાયએ પોતાનો પત્ર છપાવીને પ્રવાસી ભારતીયોનું ખુલ્લેઆમ સમર્થન કર્યું અને દમનનીતિ તાત્કાલિક ધોરણે દૂર કરવાની અપીલ કરી.

ગોખલે વાઈસરૉય લૉર્ડ હાર્ડિંગને મળ્યા. લૉર્ડ હાર્ડિંગને નારાજગીના પત્રો લગાતાર મળી રહ્યા હતા. તેઓ ગોખલેની વાત સાંભળીને બોલ્યા, "હું આ અંગે વિચાર કરું છું. નિઃશંકપણે આ બાબત શરમજનક છે."

"અહિંસક લોકો ઉપર આવી ક્રૂર કાર્યવાહી ! સાંભળતાવેંત જ રૂંવાડાં ઊભાં થઈ જાય છે. આપ હસ્તક્ષેપ કરો અથવા કરાવો. ગાંધીજી જેવા સત્યના પૂજારી, કાળકોટડીમાં યાતના ભોગવી રહ્યો છે. તે બૅરિસ્ટર છે. માનવતાપ્રેમી છે. આ એમના કેટલાક લેખ છે, તંત્રીલેખ. 'ઇન્ડિયન ઓપિનિયન' વર્તમાનપત્ર તેનું જ છે."

"મેં ઘણા લેખો વાંચ્યા છે. દક્ષિણ આફ્રિકામાં જે કંઈ થઈ રહ્યું છે, મેં તેની તપાસ કરી છે. તમને બે-ચાર દિવસમાં જ મારી પ્રતિક્રિયાની જાણ થશે. ભરોસો રાખો, હું જે કંઈ કરી શકું તેમ છું, એ અવશ્ય કરીશ."

* * *

ગાંધીની સામે ઘોર અંધકાર હતો. કોઈ અવાજ સંભળાતો નહોતો. હવે તેને આંખ બંધ કરીને ધ્યાન કરવાની જરૂર નહોતી ! એક તો ચોતરફ વિશાળકાય અજગરની જેમ ઘનઘોર અંધારું છવાયેલું રહેતું હતું અને બીજું, તે એ અંધકારમાં આકાશમાંથી ઊતરતું એક પ્રકાશનું કિરણ જોતો રહેતો હતો. ગાઢ અંધારું હોવા છતાં, પ્રકાશ ન હોવા છતાં પણ તે એક સૂક્ષ્મ કિરણ તીવ્ર ચમક સાથે સ્થિર બનેલું રહેતું !

ગાંધીને બહારની દુનિયાની કોઈ ખબર રહી નહોતી. તે તો સમગ્ર દુનિયાથી અલિપ્ત થઈને સાવ એકાકી રહી ગયેલો અજ્ઞાત ટાપુ ઉપર ! માનવ વિનાના ટાપુ ઉપર ! તે પોતે જ પોતાના હોઠ હલાવીને એક પ્રકારનો ધ્વનિ ઉત્પન્ન કરવાનું મન કરતો અને પછી પોતામાં જ કલ્પાંત કરતો રહી જતો.

અચાનક તેણે અવાજ સાંભળ્યો. તે સાવધ થઈ ગયો. દરવાજો ખૂલવા લાગ્યો. તે યથાવત્ ઉભડક બેઠો રહ્યો.

"ગાંધી, કેમ છે ?"

સતત અંધકારમાં રહેવાને કારણે ગાંધીને અજવાળું વાગતું હતું. તેણે આંખ મીંચી દીધી. પછી તે જરા હસીને બોલ્યો, "ઓહ, મિ. સ્મટ્સ, તમે ! અને અહીંયાં ? એક જનરલને શું પીડા હોઈ શકે, ભલા ! તેમ છતાં પણ હું તમારી ખિદમત કરવા સારુ તૈયાર છું, બોલો."

"રસ્સી બળી ગઈ તોપણ વળ છૂટ્યા નહીં ! હજુ અક્કલ ઠેકાણે આવી નથી ?"

"જનરલ, અક્કલ હોય તો ઠેકાણે આવે ને ! એ તો આપની દાસી છે, અમારી પાસે ક્યાંથી આવે ?" ગાંધીએ કટાક્ષ કર્યો.

"ગાંધી, ભાનમાં રહીને બોલો. તમે એમ સમજતા હતા કે, ગિરમીટિયાઓને બહેકાવી-ફટાવીને અને કુલી વેપારીઓના માથે ચડીને સરકારની સામે પડી શકશો ? એનું પરિણામ જોઈ રહ્યા છો ને ! એટલા માટે જ કહું છું કે સીધા મતલબની વાત ઉપર આવો. પોતાની મુક્તિ ઇચ્છો અને દક્ષિણ આફ્રિકા છોડીને જતા રહો." સ્મટ્સે તાણને કારણે અમુક શબ્દોને વચ્ચે-વચ્ચે ગોઠવતાં જતાં કહ્યું.

"ફરીથી સમજૂતી, જનરલ સ્મટ્સ ! ફરીથી... એકવાર મને અને મારા સાથીઓને છોડીને તમે ખૂબ મોટું કામ કરેલું. ત્યારે પણ... "

"ગાંધી, ત્યારે શું અને આજે શું ! રાજનીતિમાં બધું ચાલે છે."

"કેવી રાજનીતિ ? અસત્યની રાજનીતિ !"

"રાજનીતિમાં સત્ય-અસત્ય એ જ ગણાય, જેનાથી જીત મળી શકે."

"શું તમે જીત્યા છો ?"

"તમે એ નહીં સમજી શકો, ગાંધી... પરંતુ તમે એ જરૂર સમજો છો કે, પોતાની હારનો બદલો લેવા માટે પોતાના જ ભાઈઓને બલિના બકરા કેવી રીતે બનાવી શકાય ! ગિરમીટિયાને વળી કેવી આઝાદી... ! ગાંધી, તમે મુઠ્ઠીભર નિઃશસ્ત્ર લોકોને લઈને જે ચક્રવ્યૂહ રચ્યું છે, તેનો અંજામ સામે જ છે." સ્મટ્સે થોડા આવેશમાં આંટા મારતાં આગળ કહ્યું,

"શું તમને સમજ પડી કે, તમને બૅરિસ્ટરમાંથી કુલી બૅરિસ્ટર કેમ બનાવવામાં આવ્યા ? આ અંધારી કાળકોટડી તમને કેમ મળી, જ્યાં પ્રકાશનું સાવ આછું કિરણ પણ ડોકિયું કરી શકતું નથી ? કેમ તમને નિર્જન સ્થળ મળ્યું ? એકલતા અને ગાઢ અંધકારનો આ અજગર તમને ગળી જશે અને ઓડકાર પણ નહીં ખાય ! એવું થાય તેના પહે હું તમને એક તક આપવા માગું છું, કેમ કે તમે એક નિષ્ઠાવાન, અહિંસાવાદી અન સત્યાગ્રહીની પોતાની છબિ બનાવી રાખી છે... બોલો, શું કહો છો ?"

"જનરલ, તમારી ઉદારતા સારુ હું તમારો આભારી છું. હું આ ઘોર અંધારી કોટડીમાં મરું કે બહાર ચમકતાં-દમકતાં ઉજાસમાં મરું, તેનાથી શો ફરક પડશે ! મૃત્યુ એક સનાતન સત્ય છે. પછી તેનાથી ડરીને કેમ મરું ? તેનો સામનો કરતાં કેમ મરું નહીં ? ...હું ઈસુ નથી અને બનવા માગતો પણ નથી. પરંતુ જનરલ, જરા વિચારો, ભગવાનના દૂત ઈસુએ ક્રોસ ઉપર લટકીને મરવાનું કેમ પસંદ કર્યું ? શું એ મૃત્યુ ઓછું કષ્ટદાયી હતું ? એવા મૃત્યુને કારણે તો તમે એને તમારા ભગવાન માનવા લાગ્યા."

"તમે તમારી તુલના ઈસુ સાથે કરો છો, ગાંધી ! આવો માથાફરેલો વિચાર મગજમાંથી કાઢી ફેંકો."

"ઊભા રહો, જનરલ, મેં પહેલાં જ કહ્યું કે હું ઈસુ નથી અને બનવા માગતો પણ નથી. મેં તો ફક્ત દાખલો આપ્યો હતો અને તે દૃષ્ટાંતમાંથી હું એ શીખ્યો છું કે સત્યને મૃત્યુ પણ મારી શકતું નથી !" ગાંધીએ અત્યંત નમ્રતાપૂર્વક બોલવાનું ચાલુ રાખ્યું,

"જનરલ, તમે તમારું વચન પૂરું કરો અને પ્રવાસી ભારતીયો ઉપરનો ત્રણ પાઉન્ડનો કર દૂર કરો. હજુ મોડું નથી થયું, બધું સરખું થઈ જશે."

"ગાંધી, લાગે છે કે તમારું ચસકી ગયું છે ! આ કાળકોટડીમાં તમને તમારું મોત દેખાતું નથી શું ?" સ્મટ્સે નિરાશ થઈને ખિન્નતાથી કહ્યું, "તમે ઇચ્છતાં હો તો હું તમને વિચારવા માટે થોડો સમય આપી શકું !"

"આભાર, જનરલ ! જો શક્ય હોય તો તમે મારા પ્રસ્તાવ ઉપર વિચારી જોજો."

"ચાલો, અધિક્ષક, ગાંધી તેનું ગાંડપણ મૃત્યુ પહેલા છોડે એમ લાગતું નથી !" સ્મટ્સ ઝડપથી નીકળી ગયો. હવે તે શું કરે ? કોઈ ચારો નહોતો.

* * *

તેની સાથે આવેલો કમિશનર વાર્લી અનુભવી હતો. તેણે કહ્યું,

"મિ. સ્મટ્સ, તમારા હાથમાંથી બાજી સરતી જતી લાગે છે ! તમે જે પ્રભાવશાળી ગોરાઓ માટે આટઆટલું કર્યું છે, તેઓ પણ તમારો સાથ છોડી ગયા."

"હવે તો મારા માથે માછલાં ધોવાઈ રહ્યાં છે !" સ્મટ્સે દુઃખી થઈને કહ્યું.

"એક બાજુ સૌથી મોટી કૉલોનીના વાઈસરૉય લૉર્ડ હાર્ડિંગે મદ્રાસમાં આપેલા ભાષણમાં યુનિયન સરકારની કડક નિંદા કરી છે."

"એટલું જ નહીં મિ. વાર્લી, લૉર્ડ હાર્ડિંગે સવિનયભંગ આંદોલનનું ભરપૂર સમર્થન પણ કરી દીધું !"

"લૉર્ડ હાર્ડિંગ પ્રભાવશાળી વાઈસરૉય છે. આવું થવાથી બ્રિટિશ સરકાર પણ સાવધ થઈ ગઈ હશે."

"ચોક્કસ, પરંતુ એમના ૧૩ ડિસેમ્બરના ભાષણને કારણે બ્રિટિશ સરકારની કેટલી નામોશી પણ થઈ હશે, એનો વિચાર સુદ્ધાં તેમણે કર્યો નહીં !"

"એ તો થઈ જ છે." વાર્લીએ કહ્યું.

"તો પછી ?"

"તો પછી શું, જનરલ ! બ્રિટિશ સરકારની ઊંઘ ઊડી ગઈ છે. તે સક્રિય થઈ ગઈ અને તમને પૂછપરછ કરવા લાગી છે."

"લૉર્ડ હાર્ડિંગને કંઈ ન થયું !"

"ના અને કંઈ થશે પણ નહીં. તેમની છાપ સાફ-સૂથરી છે... તમે વળી ભૂલ કરી બેઠા કે પોતાને બચાવવા માટે સમિતિ નીમી, પરંતુ તેમાં કોઈ હિન્દુસ્તાનીને રાખ્યો નહીં. પરિણામે, તમારી નીમેલી સમિતિ ઉપર જ પ્રશ્નો થયા ! સમિતિમાં ત્રણેય ગોરા રાખ્યા. તે પણ હિન્દુસ્તાનીઓની ખુલ્લેઆમ ટીકા કરનારા ! વિલિયમ સોલોમન કે જેમને કમિશનના અધ્યક્ષ બનાવ્યા છે, તે તો હિન્દુસ્તાનીઓના કટ્ટર વિરોધી છે."

"એવી જ રીતે કર્નલ વાયસી અને એસેલિન પણ !"

"હા, જનરલ. વળી એ પણ પ્રશ્ન ઊભો થશે કે હડતાળિયાઓ તરફથી પેરવી કોણ કરશે ? કેમ કે તેમના નેતા કાં તો જેલમાં છે કાં તો ફરાર છે !"

"હા, મિ. વાર્લી, કમિશન એમની સાથે વાત કર્યા વિના પોતાનો રિપોર્ટ કેવી રીતે આપશે ?"

"એટલું ઓછું હોય તેમ, ગોખલેએ સરકાર સાથે મધ્યસ્થી કરવા માટે સી. એફ. એન્ડ્રુઝ અને પિયર્સનને રવાના કરી દીધા છે... હકીકતે તમારી હાલત સાપે છછૂંદર ગળ્યા જેવી થઈ ગઈ છે ! ધીરજથી કામ લો. ગાંધી, પૉલાક અને કેલનબેકને છોડી મૂકો. તેનાથી જ તમને રાહત મળી શકશે."

"આ બધી ઝંઝટનું કારણ ગાંધી જ છે !"

"નો મિ. સ્મટ્સ, આ બધાનું કારણ તમે છો અને તમારા સલાહકાર છે."

"તમે પણ... વાર્લી !"

"યાદ રાખો, પોલિટિક્સ વ્યક્તિગત માન-અપમાનથી ઉપર છે... આજે પણ તમે એક પછી એક દાવ અજમાવ્યે જતા હતા ! ગાંધી છૂટી જશે ત્યારે શું બધાને ખબર નહીં પડે કે, તમારી દરેક કોશિશ એવી જ રહેલી કે જેથી ગાંધી ગભરાઈને, ઘૂંટણિયે પડી જાય ?" વાર્લીએ ગંભીરતાથી કહ્યું.

"પરંતુ... !"

"ડૉક્ટરે જેલરને સલાહ આપેલી ને કે, તેઓ બારી અથવા બારણું ખોલાવે. કેદીને હવા-ઉજાસ મળવા જોઈએ ?"

"હા, આપેલી."

"ગાંધીએ આ અંગે શું કહેલું ?"

"એમ જ કે... "

"ડૉક્ટર, મને કોઈ તકલીફ નથી. જેલરસાહેબ ઉપરના હુકમથી બંધાયેલા છે. તેમને એમની નોકરીની ચિંતા છે. મને લાગે છે કે જેલરની મુશ્કેલીને આપણે વધારીએ નહીં, ડૉક્ટર ! જેલર કંઈ જ કરી શકે એમ નથી, સિવાય કે નોકરીમાંથી રાજીનામું આપી શકે અથવા આત્મહત્યા કરી શકે."

વાર્લીએ થોડું રોકાઈને કહ્યું, "હવે તો કમિશને નક્કી કર્યું છે કે, સત્યાગ્રહીઓ તરફથી પેરવી કરવા માટે ગાંધી, પૉલાક અને કેલનબેકને કોઈ પણ શરત વિના છોડી મૂકવામાં આવે... અને તમે એક વધારે નાટક શરૂ કરી દીધું !"

"મને હતું કે... "

"તમને હતું કે તમારી કાળકોટડીથી ગભરાઈને ગાંધી ઘૂંટણિયે પડી જશે !... ક્યારેય નહીં, જનરલ. ગાંધી એક અત્યંત ખાનદાન અને પ્રામાણિક માણસ છે. તે મરી જશે, પણ તૂટશે નહીં."

સ્મટ્સને ગવર્નર જનરલ ગ્લેન્ડસ્ટનના સંવાદ યાદ આવ્યા. ગ્લેન્ડસ્ટન, યુનિયન સરકાર અને સમ્રાજ્ઞીની વચ્ચે સેતુનું કામ કરતા હતા.

તેમણે કહેલું, "મિ. સ્મટ્સ, તમારાથી બહુ મોટી ભૂલ થઈ ગઈ છે. તમે ગાંધીને વચન આપ્યું અને તે નિર્દયીપણે ફોક કર્યું... અન્યથા આ બાબત ત્યાં જ ખતમ થઈ ગઈ હોત. કોલસાની ખાણો બંધ પડી છે. તમે એ ખાણના ગોરા માલિકોને સંપૂર્ણ છૂટ આપી દીધી, પરિણામે ગિરમીટિયાઓ ખાણમાંથી જ ભાગી ગયા ! તમે અંધારામાં અટવાયેલા ગિરમીટિયાઓને તેમની તાકાતની પ્રતીતિ કરાવી દીધી... ખાણના ગોરા માલિકો પણ તમારાથી નારાજ છે. સરકારને રાજ્યના કરની અલગથી નુકસાની ભોગવવી પડે છે. સુદૃઢ અર્થતંત્ર, કોઈ પણ સફળ સરકારની કરોડરજ્જુ સમાન છે, એ તૂટવા લાગી છે."

જનરલ સ્મટ્સની તો બોલતી જ બંધ થઈ ગયેલી ! ઘોર અંધારું ! જાણે કે કાળકોટડીમાં કેદ ગાંધી પોતે હોય અને તેની એ પ્રતીતિ તેને ગળતી જતી હોય !

વાર્લી બોલ્યે જતો હતો, "હું ગાંધીના આ વાક્યથી ખૂબ પ્રભાવિત થયો છું કે – નીતિમત્તાનો માર્ગ ત્યજવાથી હંમેશાં પતનનો પ્રારંભ થાય છે. હાર-જીત કદી યુદ્ધના મેદાનમાં થતી નથી. તેનો ફેંસલો તો અનીતિ અને નીતિમત્તાની વચ્ચે થાય છે."

જનરલ સ્મટ્સને એકદમ ખોવાયેલા જોઈને વાર્લીએ કહ્યું, "ક્યાં ખોવાયા, જનરલ ?"

"તો હું... !"

"નીતિમત્તાનો રસ્તો પકડી લો. એનાથી જ તમારી છાપ સુધરશે અને તેનાથી જ તમારી નાવ કિનારે લાંગરશે !" વાર્લીએ પોતાનો ચુકાદો કહી સંભળાવ્યો.

વાર્લી ચાલ્યો ગયો. તે સ્મટ્સનો શુભચિંતક, મિત્ર અને તટસ્થ સલાહ આપનારો હતો. તે લાંબા સમય સુધી યુરોપમાં રહીને હવે પાછો આવેલો. આવતાવેંત જ જનરલની ટીકાઓને કારણે પરેશાન થઈને તે એમની પાસે આવી ગયેલો.

* * *

હવે ફરી તે એકલો રહી ગયો. તેની ઑફિસનાં બધાં બારી-બારણાં ખુલ્લાં હતાં, જેમાંથી તાજી હવા અને ભરપૂર ઉજાસ આવતાં હતાં. તોપણ એને કેમ શ્વાસ રૂંધાતો લાગ્યો ? શ્વાસ તો ગાંધીનો ગૂંગળાવો જોઈએ ! પોતે તો આઝાદ છે. પોતાની મરજીનો માલિક ! તો પછી આ ઝેરીલું અંધારું કેમ ? અને તે પણ ફક્ત તેની ચોફેર જ કેમ ? અંદર-બહાર બધે !

"તું ગાંધી છે, જનરલ ! ફક્ત એ જ દૃષ્ટિએ તું ગાંધી છે કે... ગાઢ અંધારી કોટડીમાં તું નખશિખ ડૂબેલો છે. આ અદૃશ્ય અંધારિયો કાદવ, તને ભૂખ્યા-તરસ્યા અજગરની માફક ગળતો જાય છે."

"ના, એ ખોટું છે... હું કોઈની કેદમાં નથી. અહીં કોઈ જેલર નથી... હું આઝાદ છું... સંપૂર્ણપણે આઝાદ !"

"તું હારી ગયો, જનરલ. હા... હા... હા... હા... તું હારી ગયો !"

સ્મટ્સે જે પેપરવેઇટને પોતે હાથેથી ફેરવી રહેલો, તેનો જોરથી દરવાજે ઘા કર્યો. મોટો અવાજ આવ્યો. દરવાન ઝડપથી અંદર આવ્યો. દરવાનને જોતાં જ સ્મટ્સ ભાનમાં આવ્યો.

તેણે જાતને સંભાળતાં ધીમેથી કહ્યું, "ડ્રાઇવરને કહે, ગાડી લાવે."

૪૩

ફરી એક નવી સવાર ! ફરી પમરાટ ફેલાવતી હવા ! ફરી વહેતી નદીનો નિનાદ ! ફરી મનમોજી પંખીઓની હાર ! ફરી આકાશમાં ખીલતું મેઘધનુષ ! ફરી મોસમનો ખુશહાલ મિજાજ ! ફરી ઉજાસની મહેકતી રોનક !

આવી રસપૂર્ણ સવારની પ્રતીક્ષા ક્યારની હતી ? કેટલા લોકોને તેની પ્રતીક્ષા હતી !

કોણે વિચાર્યું હતું કે બધું આટલું ફટાફટ થઈ જશે ?

ઇમ્પિરિયલ હૉલ હકડેઠઠ ભરેલો હતો. હૉલની બહાર પણ એશિયાવાસીઓ ઊભા હતા.

ગાંધીએ આગળ આવીને કહ્યું, "ભાઈઓ, આજે કોઈ ભાષણ નહીં અને ન કોઈ ઉજવણી ! આજે ક્ષમાનો દિવસ છે. પ્રાર્થનાનો દિવસ છે. આ આનંદ વ્યક્ત કરવાનો દિવસ નથી. જે મળ્યું છે તેને ખુદા-ઈશ્વરના આશીર્વાદ માનીને શાંતિથી સ્વીકારવાનું છે. અને મનોમન એ વ્રત લેવાનું છે કે, કોઈ પણ સંજોગોમાં - ભલે ગમે તેવી આપત્તિઓ આવે કે માર્ગ અવરોધાતો લાગે તોપણ સત્યનો માર્ગ કદી છોડવાનો નથી.

ભાઈઓ, કમિશનનો રિપોર્ટ આવતાં જ યુનિયનના સરકારી ગૅઝેટમાં 'ઇન્ડિયન રિલીફ બિલ' આવ્યું. પરસ્પર સમજૂતીનું એ પરિણામ છે કે, આપણા ઉપરથી ત્રણ પાઉન્ડનો કર દૂર કરવામાં આવ્યો છે. હિન્દુ રિવાજ અને મુસ્લિમ ધર્મ પ્રમાણે થયેલાં લગ્નોને સરકારે માન્ય રાખ્યાં છે. સાથે જ પરવાનાને યુનિયનની હદમાં પ્રવેશ માટેના આજ્ઞાપત્રમાં તબદીલ કરી દેવામાં આવ્યો છે.

ભાઈઓ, આ સત્યાગ્રહને આઠ વર્ષ થઈ ગયા છે. તમારી વચ્ચે આવ્યાને મને એકવીસ વર્ષ થઈ ગયાં છે. આ રીતે હું તમારા પરિવારનો હિસ્સો બની ચૂક્યો છું. મને તમારા સૌનો અપ્રતિમ સ્નેહ પ્રાપ્ત થયો છે. ગોરા ભાઈઓનો પણ પ્રેમ મળ્યો છે. અત્યારે મારું હૃદય ભરાઈ આવ્યું છે અને ગળું રૂંધાઈ રહ્યું છે. આ દરમિયાન મારાથી તમને કોઈ પ્રકારનું દુઃખ પહોંચ્યું હોય તો, તે બદલ હું હાથ જોડીને તમારી ક્ષમા માગું છું. ધન્યવાદ. આભાર."

બધાને જાણે કે મનની મનમાં રહી ગઈ ! પ્રેમથી મોટી કોઈ સંપત્તિ નથી. ગાંધી અપાર પ્રેમ લઈને કેપટાઉનથી ઇંગ્લૅન્ડ સ્ટીમરમાં જવાનો હતો. તેની સાથે કસ્તુરબા ઉપરાંત કેલનબેક વગેરે લોકો પણ હતા.

* * *

૧૮ જુલાઈ, ૧૯૧૪.

લાંબું સરઘસ ! કેપટાઉનના રસ્તા ઉપર પહેલી વાર આવું અજાયબ પ્રદર્શન ! પહેલી વાર કોઈ એક વ્યક્તિ પ્રત્યે આટલા બધા લોકો ભાવભીના હૃદયે નતમસ્તક જોવા મળ્યા. શેઠ અબ્દુલ્લાનું અવસાન થઈ ચૂક્યું હતું. તેમની યાદમાં ગાંધીનું ગળગળું હૃદય, ક્ષણભર માટે શૂન્ય થઈ ગયું.

ગાંધીજીનું સ્થાન સોરાબજી અડાજડિયા લેશે તેવું નક્કી કરવામાં આવ્યું. સોરાબજી પાકા અને સાચા સત્યાગ્રહી હતા. તેઓ ઇંગ્લૅન્ડમાં વકીલાતનું ભણતા હતા અને જેનો તમામ ખર્ચ ડૉ. જીવરાજ મહેતા ઉઠાવી રહ્યા હતા.

અનેક હાથ ! અનેક મન ! અનેક હૃદય ! એકસાથે એક સ્થળે ! વાહ રે વાહ ! પરમાત્મા તું મહાન છે. આ બધું તારી કૃપાનું ફળ છે.

મિસ ક્રિસ્ટીના પણ આવેલી, ફક્ત એક ફૂલ લઈને - આખો ગુલદસ્તો લઈને નહીં.

"લગ્ન કર્યાં, ક્રિસ્ટીના ?" ગાંધીએ પૂછ્યું.

ક્રિસ્ટીનાની આંખ છલકાઈ ગઈ. તે કંઈ બોલી નહીં.

ગાંધી સ્ટીમર તરફ જવા લાગ્યો. તેની નજર સામે ગોખલેનો પત્ર અને તેમાંનો આદેશ તરવરતાં હતાં કે,

"ગાંધીજી, હવે પાછા આવો. હું પણ ઘરડો થતો જાઉં છું. દેશને તમારી જરૂર છે – તમારા સત્યાગ્રહના કાર્યક્રમોની જરૂર છે."

હવે સ્ટીમરમાં ચડતાં પહેલાં ગાંધીએ ભારે હૃદયથી, ગળગળા કંઠે કહ્યું,

"ભલે દોસ્તો, તમારો કુલી બૅરિસ્ટર હવે જઈ રહ્યો છે. ઈશ્વર-ખુદા તમારી સાથે છે. તમે બધા આનંદમાં રહેજો."

દરિયાના તરંગો ઊંચા ઊછળવા લાગ્યા. ડેક ઉપર ઊભેલા ગાંધીએ છેલ્લીવાર સ્વજનોને મન ભરીને જોઈ લીધા. સ્ટીમરના એન્જિનની વ્હિસલ વાગી. વહાણ સરકવા લાગ્યું. લોકો હાથ હલાવતાં રહ્યા. સ્કાર્ફ-રૂમાલ લહેરાતા રહ્યા. ધીમે-ધીમે દરિયાકિનારાનું દૃશ્ય, એક ડૂબતી સાંજની જેમ આંખના પોપચે થીજીને રહી ગયું અને ધીરે-ધીરે સાંજ પણ ચુપચાપ ઢળી ગઈ – એમ કહેતાં કે, "હવે ક્યાં મળવાનું શક્ય છે ? અલવિદા !"

* * *